미래와 통하는 책

# 동양북스 외국어
# 베스트 도서
### 700만 독자의 선택!

# 새로운 도서, 다양한 자료 동양북스 홈페이지에서 만나보세요!

www.dongyangbooks.com
m.dongyangbooks.com

※ 학습자료 및 MP3 제공 여부는 도서마다 상이하므로 확인 후 이용 바랍니다.

## 홈페이지 도서 자료실에서 학습자료 및 MP3 무료 다운로드

### PC

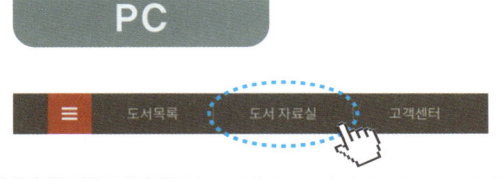

❶ 홈페이지 접속 후 도서 자료실 클릭
❷ 하단 검색 창에 검색어 입력
❸ MP3, 정답과 해설, 부가자료 등 첨부파일 다운로드
\* 원하는 자료가 없는 경우 '요청하기' 클릭!

### MOBILE

\* 반드시 '인터넷, Safari, Chrome' App을 이용하여 홈페이지에 접속해주세요. (네이버, 다음 App 이용 시 첨부파일의 확장자명이 변경되어 저장되는 오류가 발생할 수 있습니다.)

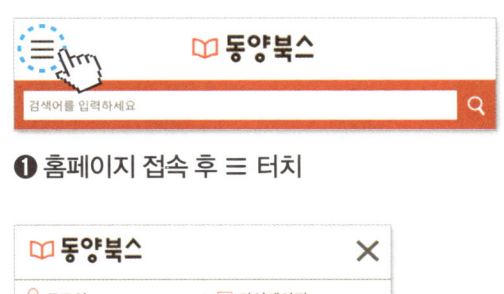

❶ 홈페이지 접속 후 ≡ 터치

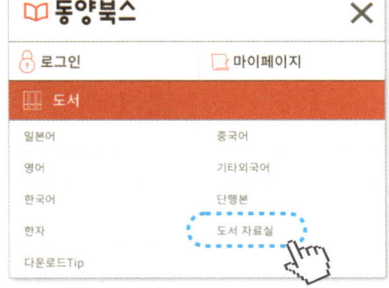

❷ 도서 자료실 터치

❸ 하단 검색창에 검색어 입력
❹ MP3, 정답과 해설, 부가자료 등 첨부파일 다운로드
\* 압축 해제 방법은 '다운로드 Tip' 참고

초판 1쇄 발행 | 2025년 6월 10일

지은이 | 홍빛나
발행인 | 김태웅
편　집 | 김현아
마케팅 총괄 | 김철영
제　작 | 현대순

발행처 | ㈜동양북스
등　록 | 제 2014-000055호
주　소 | 서울시 마포구 동교로22길 14 (04030)
구입 문의 | 전화 (02)337-1737 팩스 (02)334-6624
내용 문의 | 전화 (02)337-1762 이메일 dybooks2@gmail.com

ISBN  979-11-7210-927-1  13730

ⓒ 2025, 홍빛나

▶ 본 책은 저작권법에 의해 보호를 받는 저작물이므로 무단 전재와 복제를 금합니다.
▶ 잘못된 책은 구입처에서 교환해드립니다.
▶ ㈜동양북스에서는 소중한 원고, 새로운 기획을 기다리고 있습니다.
　 http://www.dongyangbooks.com

# 머리말

베트남어를 공부하시는 분이라면 누구나 한 번쯤 느껴보셨을 겁니다. 입문과 초급 교재는 많아도, 고급 수준의 체계적인 교재는 찾아보기 어렵다는 사실을요.

그러나 한-베트남 간의 경제·문화 교류는 점점 더 활발해지고, 기업체, 기관, 그리고 정부 차원에서도 고급 수준의 베트남어 실력을 요구하는 경우가 늘어나고 있습니다. 특히 베트남어 OPIc 시험의 중요성은 날이 갈수록 커지고 있으며, 상급 이상의 등급을 취득하기 위해선 체계적이고 전략적인 학습이 반드시 필요합니다.

이 책은 그러한 수요에 맞춰, 고급 과정에 최적화된 교재로 기획되었습니다.
저자는 베트남 주석과 수상 통역, 다수의 대기업과 기관, 대학 강의, 10권 이상의 베트남어 저서 집필, 그리고 고득점 OPIC 강의 경험을 두루 갖춘 실전 전문가로, 이 책에 그 모든 노하우를 집약했습니다.

이 책의 특징은 다음과 같습니다.

### — 베트남어 OPIC 고급 과정에 꼭 필요한 실전 주제만 엄선
복잡하고 방대한 시험 범위 중에서, 실제 시험에 가장 자주 출제되고 고급 표현이 요구되는 핵심 주제만을 선별했습니다.

### — 상황별, 주제별 응용 가능한 고급 문장 패턴 제공
아무리 어려운 주제라도 이 책에 수록된 문장 패턴과 표현을 응용하면, 매끄러운 답변 구성이 가능합니다.

### — 저자 직강 동영상 강의 무료 제공
책만으로는 어려움을 느끼는 학습자를 위해, 저자가 직접 진행한 고급 과정 동영상 강의를 무료로 제공합니다. 현장에서 통하는 표현과 시험 전략을 생생하게 전달받을 수 있습니다.

이제 베트남어 OPIc 고급 시험, 막막해하지 마세요.
검증된 실전 경험과 체계적인 커리큘럼을 통해, 여러분이 원하는 등급 취득을 함께 만들어가겠습니다.

이 책이 베트남어 고급 학습자 여러분께 든든한 동반자가 되어드릴 것을 약속드립니다.
끝까지 함께하며, 고급의 문턱을 넘어 베트남어 전문가로 성장하시길 바랍니다.

홍빛나 드림

# 차례

OPIc 시험 소개 ................................................. 6
OPIc 실전 공략법 ............................................. 15
책의 활용법 ..................................................... 18

## PART 1    자기소개

..................................................................... 22

## PART 2    설문 주제(서베이)

**거주지**
- Unit 1   독신 ............................................. 28

**여가활동**
- Unit 2   영화 ............................................. 54
- Unit 3   공원 ............................................. 70
- Unit 4   해변 ............................................. 88

**취미/관심사**
- Unit 5   음악 감상 ..................................... 101
- Unit 6   악기 연주 ..................................... 116
- Unit 7   혼자 노래 부르거나 합창 ............... 131

**운동**
- Unit 8   걷기 ............................................. 146
- Unit 9   헬스장 ......................................... 164

**휴가/출장**
- Unit 10   집에서 보내는 휴가 ..................... 179
- Unit 11   국내여행 ..................................... 193
- Unit 12   해외여행 ..................................... 209

## PART 3　돌발

| Unit 1 | 가구 | 228 |
| Unit 2 | 기술 | 233 |
| Unit 3 | 날씨 | 238 |
| Unit 4 | 명절/휴일 | 246 |
| Unit 5 | 예약/약속 | 252 |
| Unit 6 | 은행 | 259 |
| Unit 7 | 음식점 | 270 |
| Unit 8 | 자유시간 | 278 |
| Unit 9 | 지형 | 283 |
| Unit 10 | 패션 | 290 |
| Unit 11 | 휴대폰 | 295 |
| Unit 12 | ID카드 | 307 |

**부록**　실전 모의고사 1회 ..... 312
　　　　실전 모의고사 2회 ..... 315
　　　　실전 모의고사 3회 ..... 318

# OPIc 시험 소개

### 1 오픽(OPIc(Oral Proficiency Interview-Computer))은

OPIc은 면대면 인터뷰인 OPI를 최대한 실제 인터뷰와 가깝게 만든 iBT 기반의 응시자 친화형 외국어 말하기 평가로서, 단순히 문법이나 어휘 등을 얼마나 많이 알고 있는가를 측정하는 시험이 아니라 실제 생활에서 얼마나 효과적이고 적절하게 언어를 사용할 수 있는가를 측정하는 객관적인 언어 평가도구입니다. 국내에서는 2007년 시작되어 현재 약 1,700여 개 기업 및 기관에서 OPIc을 채용과 인사고과 등에 활발하게 활용하고 있습니다.

### 2 관련 정보

| 출제 기관 | ACTFL(American Council on the Teaching of Foreign Languages) |
|---|---|
| 시험 형태 | iBT (Internet Based Test) |
| 평가 언어 | 영어, 중국어, 스페인어, 러시아어, 한국어, 일본어, 베트남어 |
| 시험 시간 | 60분 (오리엔테이션 20분 + 본시험 40분) |
| 출제 문항수 | 12~15문항 (Self Assessment 선택 단계에 따라 개인별 차등 적용) |
| 문항 유형 | • Background Survey를 통한 개인 맞춤형 문제출제<br>• 직업, 여가 생활, 취미, 관심사, 스포츠, 여행에 대한 주제 |
| 시험 특징 | • 개인 맞춤형 평가(Background Survey, Self Assessment)<br>• 실제 인터뷰 상황 구현을 통한 응시자 긴장 완화<br>• 문항별 성취도 측정이 아닌 종합적 회화 능숙도 평가<br>• 신속한 성적 처리 |
| 평가 등급 | 9개 등급(Novice Low~Advanced Low)<br>＊OPIc은 IM 등급을 세분화하여 제공합니다.<br>　(IM 1＜ IM 2＜ IM 3) |
| 평가 영역 | • Global Tasks/Functions<br>• Context/Content<br>• Accuracy/Comprehensibility<br>• Text Type |

### ③ 평가 영역

OPIc은 응시자가 외국어를 활용해 어떤 일을 할 수 있는지, 실생활의 목적들과 연관하여 언어 기술을 사용할 수 있는지를 측정하는 시험입니다. 따라서 OPIc은 응시자가 얼마나 오랫동안 외국어를 학습했는지, 언제, 어디에서, 어떤 이유로 어떻게 언어 능력을 습득하였는지보다는 응시자의 본질적인 언어 활용 능력을 측정합니다.

OPIc은 4개 영역(-Global Tasks/Functions, Context/Content, Accuracy/Comprehensibility, Text Type)에 걸쳐 언어 능력을 측정하게 되며 Grammar, Vocabulary, Pronunciation 등의 요소는 위 평가영역 중 한 영역에 포함된 요소에 불과합니다.

이렇듯 OPIc은 특정 분야에 치우치지 않은 총체적이고 다면적인 언어 수행 능력을 평가하는 시험이라고 할 수 있습니다.

### ④ 평가 방식

OPIc은 절대평가 방식으로 측정됩니다.

응시자의 녹음 내용은 ACTFL 공인 평가자에게 전달되며 이는 'ACTFL Proficiency Guidelines Speaking (Revised 2012)' 말하기 기준에 따라 절대 평가되어 Novice Low에서 Advanced Low까지의 등급을 부여받게 됩니다.

### ⑤ 시험 진행 절차

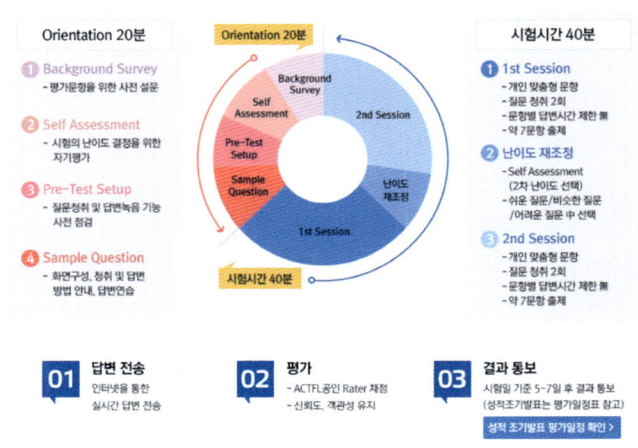

## 6 OPIc 평가 등급체계

OPIc의 평가는 ACTFL Proficiency Guidelines-Speaking에 따라 절대평가로 진행되며, 이는 말하기 능숙도(Oral Proficiency)에 대한 ACTFL의 공식 언어능력 기준입니다.

ACTFL의 40년 이상 노하우가 집적된 ACTFL Guidelines를 통해 OPIc은 일상생활에서 해당 언어를 얼마나 효과적이고 적절하게 구사할 수 있는가를 측정하는 공신력 있는 평가를 운영하고 있습니다.

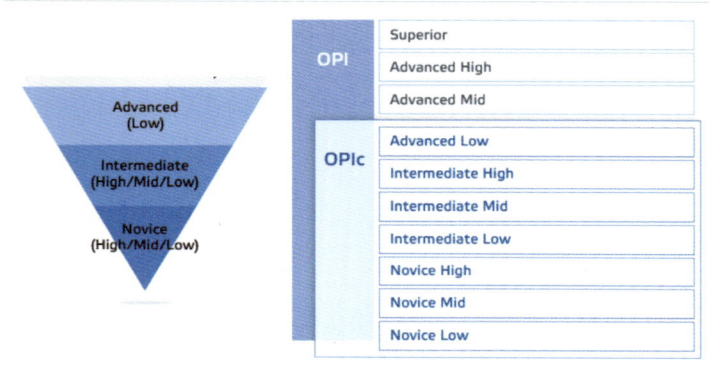

## 7 오픽 배경설문 - 서베이

배경설문(Background Survey, 서베이)에서 무엇을 선택하느냐에 따라 시험의 문제와 내용이 달라집니다. 목표 등급에 따라 전략적으로 서베이 및 난이도를 선택해야 합니다.

OPIc 시험의 질문은 주제별로 매우 다양하고 그 양이 방대하기 때문에 어떤 질문이 출제될지 예측하기 힘듭니다. 그럼으로 서베이를 통해 오픽 시험 준비 범위를 효과적으로 줄이는 것이 우선적인 목표입니다. 아래의 서베이를 참고하여 어떤 항목을 선택할지 먼저 정하고 만약 시험을 준비할 시간이 제한적이라면 미리 정한 주제를 중점으로 학습해야 합니다. 또한 이제까지 쌓여온 데이터를 바탕으로 자신에게 맞는 서베이 항목을 선택하는 것이 IH-AL를 목표로 하는 고급 OPIc 시험 대비에 유리합니다.

## ● 서베이 전략 1 : 직장인

![Background Survey Part 1 of 4 - 현재 귀하는 어느 분야에 종사하고 계십니까? 사업/회사, 재택근무/재택사업, 교사/교육자, 일 경험 없음]

직업에서 직장인 관련 서베이 항목입니다. 이 서베이 항목에 따라 직업/회사 등에 관련한 질문이 시험 문제로 구성됩니다. 그러므로 초급자는 〈일 경험 없음〉을 선택하는 것이 더 유리합니다. 만약 직업/회사 관련 주제로 충분한 베트남어 말하기 시험 준비가 되어있을 경우에는 본인에게 익숙하고 쉬운 항목을 선택하는 것이 제일 좋습니다.

## ● 서베이 전략 2 : 학생

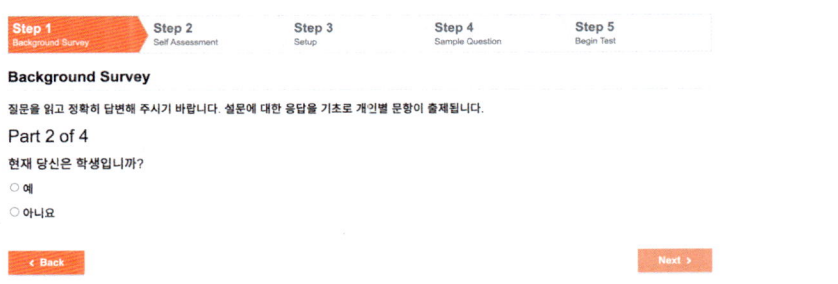

다음은 현재 학생인지 묻는 서베이입니다. 이 서베이 항목에 따라 학교/수업 등에 관련한 질문이 시험 문제를 구성하니 초급자는 〈아니요〉을 선택하는 것이 유리합니다. 만약 학교/수업 관련 주제로 충분한 베트남어 말하기 시험 준비가 되어 있을 경우 〈예〉를 선택하는 것도 좋습니다.

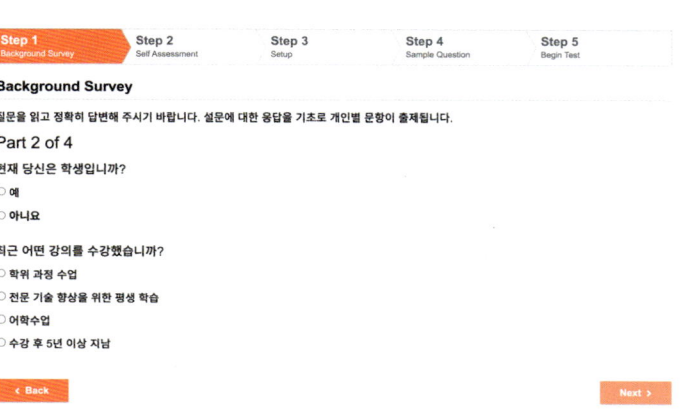

〈아니요〉를 선택하면 최근 선택한 강의에 대한 서베이 항목이 나옵니다. 준비해야 하는 시험 범위를 줄이기 위해 〈수강 후 5년 이상 지남〉 항목을 선택하여 '학교/수업/학교에서 수행하는 프로젝트'의 출제 가능성을 낮추는 것도 하나의 전략입니다.

● 서베이 전략 3 : 거주지

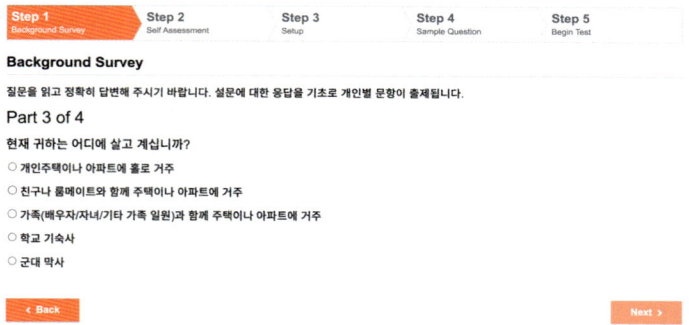

다음은 현재 거주지를 묻는 서베이입니다. 이 서베이 항목에 따라 사는 곳에 관련한 질문이 시험문제 구성합니다. 〈개인주택이나 아파트에 홀로 거주〉와 〈가족(배우자/자녀/기타 가족 일원)과 주택이나 아파트에 거주〉를 선택하는 것이 유리합니다. 본인이 자신 있고 자연스럽게 말할 수 있는 주제를 선택하세요.

## ● 서베이 전략 4 : 여가활동, 취미/관심사, 운동, 휴가 및 출장

12개의 항목을 선택해야 하는 〈여가활동, 취미/관심사, 운동, 휴가 및 출장〉 파트입니다. 여기서 선택하는 주제로 본격적인 시험을 응시하게 됩니다. 앞 파트의 서베이처럼 본인에게 익숙하고 베트남어로 말하기 쉬운 주제들을 선택해야 합니다.

| Step 1 | Step 2 | Step 3 | Step 4 | Step 5 |
|---|---|---|---|---|
| Background Survey | Self Assessment | Setup | Sample Question | Begin Test |

**Background Survey**

질문을 읽고 정확히 답변해 주시기 바랍니다. 설문에 대한 응답을 기초로 개인별 문항이 출제됩니다.

Part 4 of 4

아래의 설문에서 총 12개 이상의 항목을 선택하십시오.

귀하는 여가 활동으로 주로 무엇을 하십니까? (두 개 이상 선택)
- ☐ 영화보기
- ☐ 클럽/나이트클럽 가기
- ☐ 공연보기
- ☐ 콘서트보기
- ☐ 박물관가기
- ☐ 공원가기
- ☐ 캠핑하기
- ☐ 해변가기
- ☐ 스포츠 관람
- ☐ 주거 개선

귀하의 취미나 관심사는 무엇입니까? (한 개 이상 선택)
- ☐ 아이에게 책 읽어주기
- ☐ 음악 감상하기
- ☐ 악기 연주하기
- ☐ 혼자 노래부르거나 합창하기
- ☐ 춤추기
- ☐ 글쓰기(편지, 단문, 시 등)
- ☐ 그림 그리기
- ☐ 요리하기
- ☐ 애완동물 기르기

귀하는 주로 어떤 운동을 즐기십니까?(한개 이상 선택)
- ☐ 농구
- ☐ 야구/소프트볼
- ☐ 축구
- ☐ 미식축구
- ☐ 하키
- ☐ 크리켓
- ☐ 골프
- ☐ 배구
- ☐ 테니스
- ☐ 배드민턴
- ☐ 탁구
- ☐ 수영
- ☐ 자전거
- ☐ 스키/스노우보드
- ☐ 아이스 스케이트
- ☐ 조깅
- ☐ 걷기
- ☐ 요가
- ☐ 하이킹/트레킹
- ☐ 낚시
- ☐ 헬스
- ☐ 운동을 전혀 하지 않음

귀하는 어떤 휴가나 출장을 다녀온 경험이 있습니까?(한개 이상 선택)
- ☐ 국내출장
- ☐ 해외출장
- ☐ 집에서 보내는 휴가
- ☐ 국내 여행
- ☐ 해외 여행

< Back

> **Tip!** 비슷한 주제를 고르기
>
> '공연 보기'를 골랐다면 비슷한 '영화 보기'도 함께, '캠핑하기'를 골랐다면 '해변 가기'도 함께 선택하여 해변에서 캠핑하는 내용으로, '음악 감상'을 골랐다면 '악기 연주', '혼자 노래 부르거나 합창하기'를 선택하여 스크립트를 구성하는 것이 유리합니다.

여가활동, 취미/관심사, 운동, 휴가 및 출장 파트 12개 선택 추천 항목(1)

- ☑ 영화보기  ☑ 공원 가기  ☑ 캠핑하기  ☑ 해변 가기
- ☑ 음악감상하기
- ☑ 조깅  ☑ 걷기  ☑ 운동을 전혀하지 않음
- ☑ 집에서 보내는 휴가  ☑ 국내여행  ☑ 해외여행

여가활동, 취미/관심사, 운동, 휴가 및 출장 파트 12개 선택 추천 항목(2)

- ☑ 공원가기  ☑ 해변가기
- ☑ 음악감상하기  ☑ 악기연주하기  ☑ 혼자 노래부르거나 합창하기
- ☑ 조깅  ☑ 걷기  ☑ 헬스  ☑ 운동을 전혀하지 않음
- ☑ 집에서 보내는 휴가  ☑ 국내여행  ☑ 해외여행

## 8 오픽 난이도 설정

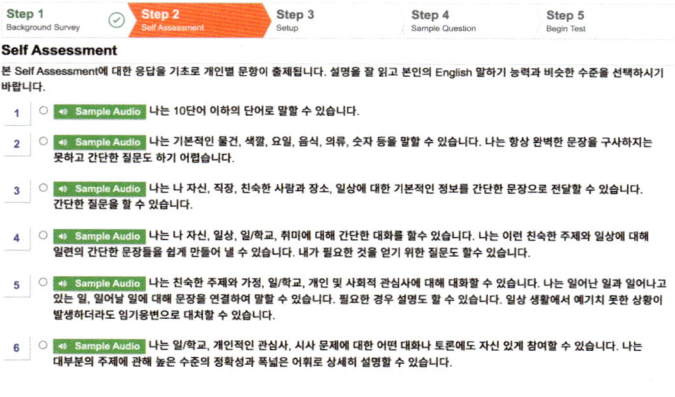

다음은 오픽 난이도 설정 코너입니다. 샘플을 청취하고 본인에게 적합한 난이도를 설정합니다. 오픽 공식 웹사이트에 안내에 따르면 목표 등급에 따라 IH등급은 난이도 5, AL 난이도 6를 선택하는 것을 권장합니다.

## ⑨ 오디오/마이크 테스트

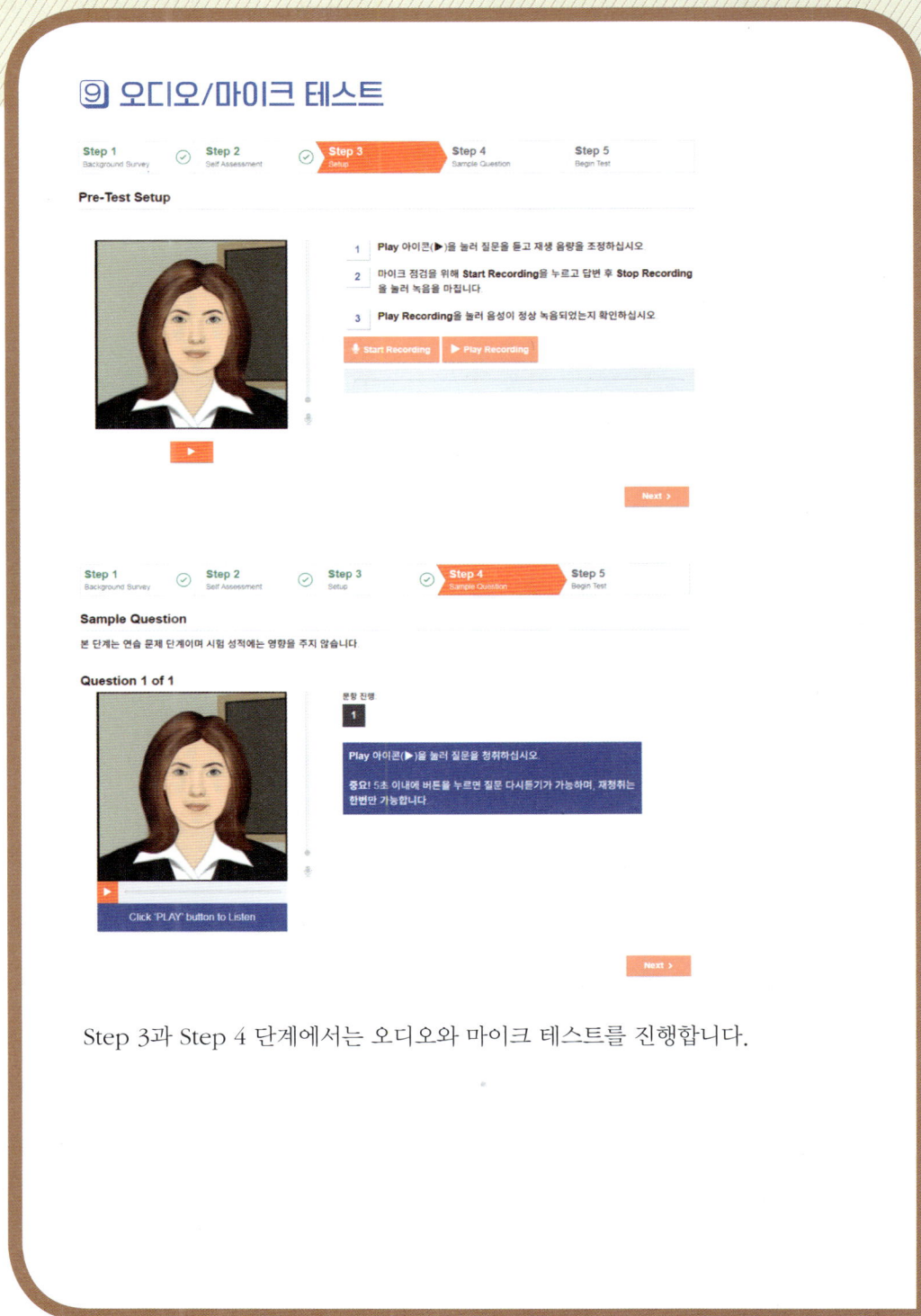

Step 3과 Step 4 단계에서는 오디오와 마이크 테스트를 진행합니다.

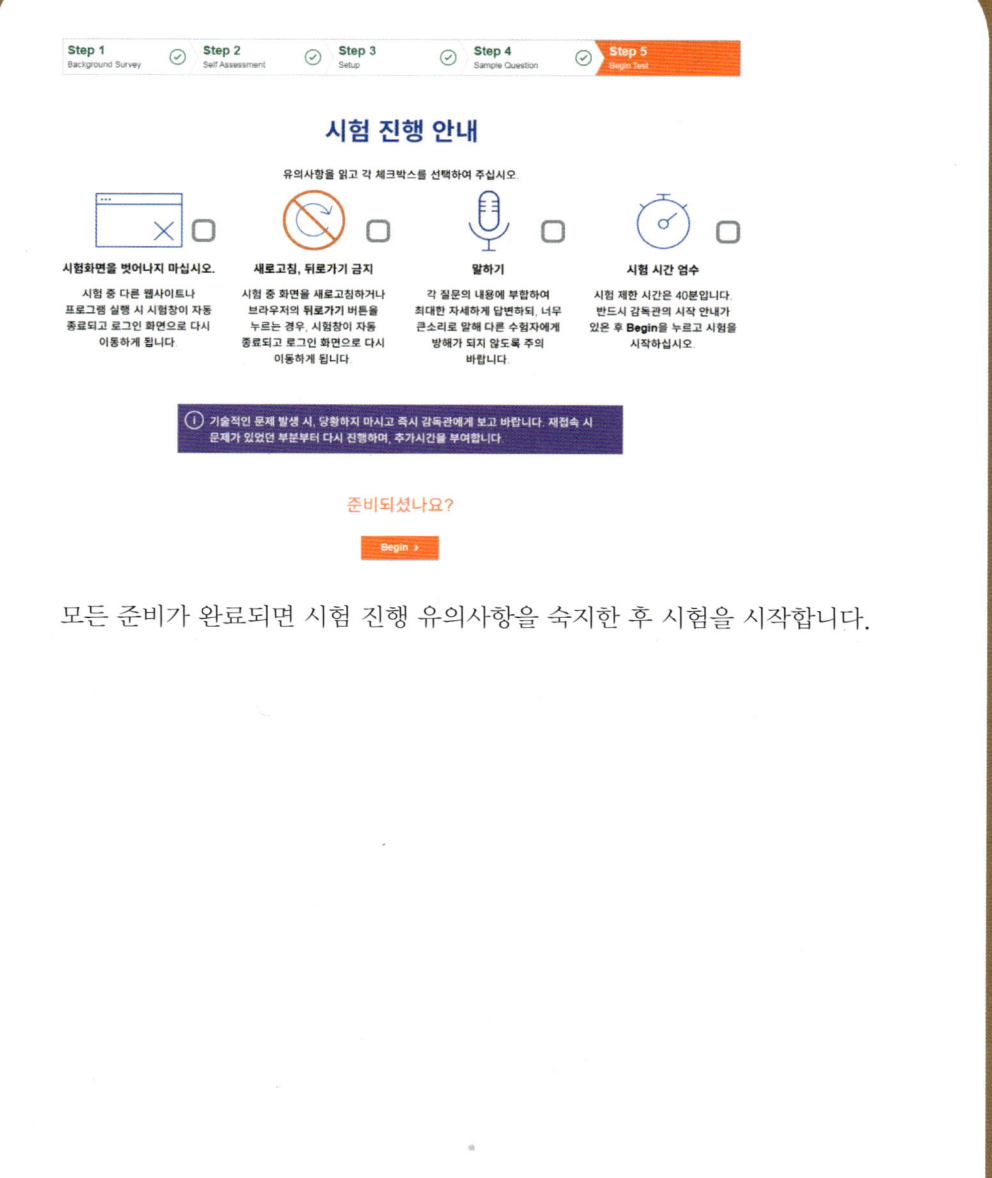

모든 준비가 완료되면 시험 진행 유의사항을 숙지한 후 시험을 시작합니다.

# OPIc 실전 공략법

## ■ 문제 유형 탐구

OPIc은 주제별로 총 10개의 유형으로 이루어져 있습니다.

| 유형 | 내용 |
| --- | --- |
| 유형1 | 현재시제 장소 묘사/종류 설명 |
| 유형2 | 현재시제 활동, 루틴, 단계 |
| 유형3 | 과거시제 최초 혹은 최근 경험 |
| 유형4 | 과거시제 인상적인 경험 |
| 롤플레이 유형1 | 면접관에게 질문하기 |
| 롤플레이 유형2 | 상황에 대한 정보 요청 |
| 롤플레이 유형3 | 문제 상황 설명 및 대안 제시 |
| 롤플레이 응용 유형 | 문제 발생 및 해결에 대한 과거 경험 |
| 고득점 필수 유형1 | 2가지 대상 비교 또는 대조 |
| 고득점 필수 유형2 | 사회적 이슈, 최근 소식 및 관심사 |

- 난이도 3, 4를 설정했을 경우 고득점 필수 유형1(2가지 대상 비교 또는 대조), 2(사회적 이슈, 최근 소식 및 관심사)는 출제되지 않습니다.
- 난이도 5, 6을 설정했을 경우 롤플레이 유형1(면접관에게 질문하기)는 출제되지 않습니다.
- 고득점 필수유형1, 2를 대답해야 IH, AL을 취득할 가능성이 높으므로 난이도 5, 6을 선택하는 것을 권장합니다.

## ■ 난이도 5, 6을 설정했을 때 시험 문제 예시

OPIc은 총 15문제로 일정한 규칙에 따라 출제됩니다.(단, 때로 시스템 관련하여 돌발스러운 상황이 발생할 수도 있습니다.) 난이도 5, 6을 선택했을 때 일반적으로 만날 수 있는 문제 유형을 소개합니다.

일반적으로 서베이 주제 3개와 돌발 주제 2개로 구성된 총 5개 콤보로 구성됩니다.

### 1. 유형예시

| 시험 문항번호 | | 유형 | 세부사항 |
|---|---|---|---|
| 1 | | 자기소개 | 자기소개 |
| 2 | Combo 1 | 유형1 | 현재시제 장소 묘사/종류 설명 |
| 3 | | 유형2 | 현재시제 활동, 루틴, 단계 |
| 4 | | 유형3 | 과거시제 최초 혹은 최근 경험 |
| 5 | Combo 2 | 유형1 | 현재시제 장소 묘사/종류 설명 |
| 6 | | 유형3 | 과거시제 최초 혹은 최근 경험 |
| 7 | | 유형4 | 과거시제 인상적인 경험 |
| 8 | Combo 3 | 유형1 | 현재시제 장소 묘사/종류 설명 |
| 9 | | 유형3 | 과거시제 최초 혹은 최근 경험 |
| 10 | | 유형4 | 과거시제 인상적인 경험 |
| 11 | Combo 4 | 롤플레이 유형2 | 상황에 대한 정보 요청 |
| 12 | | 롤플레이 유형3 | 문제 상황 설명 및 대안 제시 |
| 13 | | 롤플레이 응용 유형 | 문제 발생 및 해결에 대한 과거 경험 |
| 14 | Combo 5 | 고득점 필수 유형1 | 2가지 대상 비교 또는 대조 |
| 15 | | 고득점 필수 유형2 | 사회적 이슈, 최근 소식 및 관심사 |

## 2. 실제 문제 예시

| 시험 문항번호 | | 유형 | 세부사항 |
|---|---|---|---|
| 1 | | 자기소개 | 자기소개 |
| 2 | Combo 1 가구 | 유형1 | 집에 있는 가구와 좋아하는 가구 묘사 |
| 3 | | 유형2 | 일상에서 사용하는 가구 |
| 4 | | 유형3 | 어렸을 때 가구와 지금 가구 비교 |
| 5 | Combo 2 거주지 | 유형1 | 혼자 사는 집 묘사 |
| 6 | | 유형3 | 집에서 발생한 문제 |
| 7 | | 유형4 | 집 문제 1가지 |
| 8 | Combo 3 명절 | 유형1 | 우리나라의 명절/공휴일 |
| 9 | | 유형3 | 어렸을 때 특별했던 명절/공휴일 |
| 10 | | 유형4 | 가장 최근에 명절/공휴일에 했던 일 |
| 11 | Combo 4 헬스 | 롤플레이 유형2 | 새로 생긴 헬스장에 연락해서 정보 요청 |
| 12 | | 롤플레이 유형3 | 친구와 헬스장에 갈 수 없는 문제 해결 |
| 13 | | 롤플레이 응용 유형 | 친구와의 계획을 수정했던 경험 |
| 14 | Combo 5 공원 | 고득점 필수 유형1 | 어린이와 어른의 공원 활동 비교 및 공원 시설 |
| 15 | | 고득점 필수 유형2 | 최근 공원 관련 문제점, 원인 및 해결책 |

# 책의 활용법

🔴 주제별, 유형별
기출문제를 한 눈에 파악하고 기출문제 콤보 조합을 익힐 수 있습니다.

🔴 답변 구성에 필요한 핵심 표현을 모아서 정리했습니다.

🔴 OPIc에서 자주 출제되는 다양한 주제의 문제와 모범답변을 수록하였습니다.

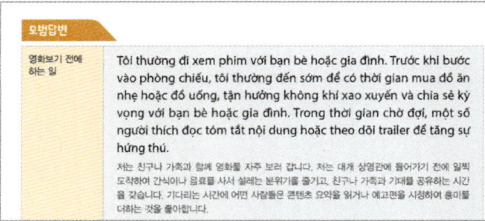

## 올인원 학습 페이지 제공

1. 베트남 표준어를 사용하는 원어민이 녹음한 음성 MP3 파일
   (다운로드, 바로 재생)
2. 주제별 연습 문제 한눈에 보기
3. 간단한 모범답변
4. 추가 주제 연습 PDF 파일
   - PART 2 서베이 (거주지) 가족과 함께 거주, (여가활동) 공연, (운동) 조깅
   - PART 3 돌발    가족/친구, 건강, 교통

# OPIc 베트남어
## ADVANCED IH-AL

# PART 1 자기소개

**✱ 자기소개 대표 질문**

Giờ này, chúng ta bắt đầu cuộc phỏng vấn nhé. Bạn hãy giới thiệu về bản thân mình.

이제 인터뷰를 시작하겠습니다. 자기소개를 해주세요.

## 자기소개 1  20대 미혼 남성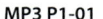

> Giờ này, chúng ta bắt đầu cuộc phỏng vấn nhé. Bạn hãy giới thiệu về bản thân mình.
> 이제 인터뷰를 시작하겠습니다. 자기소개를 해주세요.

### 모범답변

| | |
|---|---|
| 이름과 나이 | Xin chào! Tôi tên là Min-soo, năm nay 25 tuổi.<br>안녕하세요! 저는 올해 25세 민수라고 합니다. |
| 직업 | Hiện tại, tôi đang tìm kiếm cơ hội việc làm mới và mong muốn được sinh sống và làm việc tại Việt Nam.<br>현재 저는 새로운 일자리 기회를 찾고 있으며 베트남에서 살면서 일하고 싶습니다. |
| 가족 | Gia đình tôi có bốn người, bao gồm bố mẹ, tôi và một em gái.<br>우리 가족은 부모님, 저, 여동생까지 모두 4명입니다. |
| 성격 | Tôi là người cởi mở và vui tính, luôn thích khám phá những điều mới mẻ. Tôi tin rằng tính cách này giúp tôi dễ dàng hòa nhập và kết nối với mọi người xung quanh.<br>저는 개방적이고 쾌활한 성격을 가지고 있으며 항상 새로운 것을 발견하는 데 관심이 있습니다. 저는 이 성격이 주변 사람들과 쉽게 친해지고 교류하는 데 도움이 된다고 믿습니다. |
| 미래 관련 소망 | Tôi rất mong có thể đóng góp và phát triển sự nghiệp của mình tại Việt Nam, một đất nước mà tôi luôn ngưỡng mộ về văn hóa và con người. Xin cám ơn.<br>저는 제가 항상 동경해 온 문화와 사람들이 있는 베트남에서 제 경력을 발전시키고 기여할 수 있기를 기대합니다. 감사합니다! |

**단어**  **khám phá** 발견하다 | **hòa nhập** 친해지다, 조화를 이루다 | **đóng góp** 기여하다 | **ngưỡng mộ** 동경하다

# 자기소개 2  30대 기혼 남성

MP3 P1-02

> Giờ này, chúng ta bắt đầu cuộc phỏng vấn nhé. Bạn hãy giới thiệu về bản thân mình.
> 이제 인터뷰를 시작하겠습니다. 자기소개를 해주세요.

### 모범답변

| | |
|---|---|
| 이름과 나이 직업 | Xin chào! Tôi là Jun-su, 35 tuổi, hiện đang làm việc tại một công ty lớn.<br>안녕하세요! 저는 현재 대기업에 근무하고 있는 35세 준수입니다. |
| 가족 | Gia đình của tôi gồm bốn người, bao gồm vợ, một con trai và một cô con gái.<br>우리 가족은 아내, 아들, 딸 등 4명입니다. |
| 성격 | Tính tình của tôi là chân thành và ít nói. Tôi thường dành nhiều thời gian cho gia đình và thích tập trung vào sức khỏe bản thân thông qua việc tập thể dục. Mặc dù là một người ít nói, nhưng tôi luôn mở cửa trái tim mình và sẵn sàng tạo ra mối quan hệ chân thành và tôn trọng với mọi người xung quanh.<br>제 성격은 성실하고 조용해요. 평소에는 가족과 많은 시간을 보내고 운동을 통해 건강에 집중하는 것을 좋아합니다. 저는 조용한 사람이지만 항상 마음을 열고 주변의 모든 사람들과 성실하고 존중하는 관계를 만들려는 의지가 있습니다. |
| 나의 소망 | Tôi mong muốn có cơ hội giao lưu và hợp tác trong công việc với mọi người ở Việt Nam. Tôi tin rằng sự đa dạng văn hóa và kinh nghiệm sẽ mang lại những cơ hội mới và thú vị. Xin cảm ơn!<br>베트남에서 모두와 업무상 교류하고 협력할 수 있는 기회를 갖기를 기대합니다. 저는 문화적 다양성과 경험이 새롭고 흥미로운 기회를 가져온다고 믿습니다. 감사합니다! |

**단어**  chân thành 성실하다 | tôn trọng 존중하다

자기소개 3 **20대 미혼 여성**

MP3 P1-03

> Giờ này, chúng ta bắt đầu cuộc phỏng vấn nhé. Bạn hãy giới thiệu về bản thân mình.
> 이제 인터뷰를 시작하겠습니다. 자기소개를 해주세요.

### 모범답변

| | |
|---|---|
| 이름과 나이 직업 | Xin chào mọi người! Tôi là Sun-mi, 26 tuổi, mới bắt đầu sự nghiệp làm việc tại một công ty sản xuất sản phẩm điện tử.<br>안녕하세요 여러분! 저는 막 전자제품 제조회사에서 직장 생활을 시작한 26살 선미입니다. |
| 고향 | Tôi sinh ra và lớn lên tại thành phố Suwon, một nơi mà tôi luôn tự hào gọi là quê.<br>저는 항상 자랑스럽게 고향이라고 부르는 수원시에서 태어나고 자랐습니다. |
| 성격 | Tính cách của tôi là hoà nhã và thân thiện. Tôi luôn thích giúp đỡ người khác và tạo ra một môi trường làm việc tích cực.<br>제 성격은 상냥하고 다정해요. 저는 항상 다른 사람들을 돕고 긍정적인 업무 환경을 조성하는 것을 좋아합니다. |
| 취미 | Ngoài công việc, tôi thường dành thời gian cho việc thăm bạn bè và tham gia các hoạt động đa dạng như đi nghe buổi hoà nhạc hoặc tham quan các địa điểm nổi bật.<br>업무 외에는 친구들을 만나고 콘서트에 가거나 유명한 장소를 방문하는 등 다양한 활동에 참여하는 데 시간을 보내는 경우가 많습니다. |
| 소제목 요청 | Tôi tin rằng cuộc sống là để trải nghiệm và tôi luôn hạnh phúc khi có cơ hội khám phá những điều mới mẻ và gặp gỡ những người bạn mới. Tôi rất mong được giao lưu và hợp tác với mọi người.<br>저는 인생은 경험을 위한 것이라고 믿으며, 새로운 것을 탐구하고 새로운 친구를 만날 기회가 있을 때 항상 행복합니다. 모든 분들과 소통하고 협력하길 기대합니다. |

**단어** | **hoà nhã** 상냥하다 | **nổi bật** 눈에 띄다

## 자기소개 4 30대 기혼 여성

MP3 P1-04

> Giờ này, chúng ta bắt đầu cuộc phỏng vấn nhé. Bạn hãy giới thiệu về bản thân mình.
> 이제 인터뷰를 시작하겠습니다. 자기소개를 해주세요.

### 모범답변

| | |
|---|---|
| 이름과 나이 직업 | Xin chào mọi người! Tôi là Min-ji, 34 tuổi, hiện tôi là một công chức.<br>안녕하세요 여러분! 저는 34세 민지입니다. 현재 공무원입니다. |
| 가족 | Tôi đã kết hôn được 2 năm và có một cô con gái dễ thương cùng một chú mèo cưng làm đầy sự ấm áp trong gia đình nhỏ của chúng tôi.<br>저는 결혼한 지 2년이 되었고, 귀여운 딸과 작은 가족의 온기를 채워주는 반려 고양이가 있습니다. |
| 좋아하는 것 | Từ khi còn nhỏ, tôi luôn mê mẩn việc học ngoại ngữ và khám phá những vùng đất mới thông qua các chuyến du lịch nước ngoài. Dù cuộc sống với việc chăm sóc con bé và công việc vất vả, nhưng tôi luôn cảm thấy hạnh phúc và biết ơn.<br>저는 어렸을 때부터 외국어를 배우고, 해외여행을 통해 새로운 땅을 발견하는 것에 늘 매료되어 왔습니다. 아이를 키우며 일하며 생활이 힘들지만 늘 행복하고 감사한 마음을 갖고 있습니다. |
| 베트남어 학습의 의미와 목표 | Việc học tiếng Việt là một trải nghiệm mới mẻ và thú vị đối với tôi. Tôi tin rằng điều này sẽ mở ra một cửa sổ mới để tiếp xúc và giao lưu với cộng đồng tiếng Việt. Mong rằng, trong thời gian sớm, tôi có thể trò chuyện và chia sẻ cùng mọi người bằng tiếng Việt.<br>베트남어를 배우는 것은 저에게 새롭고 흥미로운 경험입니다. 이것이 베트남 커뮤니티와 소통하고 교류할 수 있는 새로운 창을 열어줄 것이라고 생각합니다. 빠른 시일 내에 베트남어로 모든 사람들과 대화하고 공유할 수 있기를 바랍니다. |

**단어** mê mẩn 매혹되다

**나만의 자기소개 답안을 작성해보세요.**

# PART 2 서베이 (설문 주제)

## Unit 1  거주지 - 독신

### ＊유형별 기출문제 한눈에 보기

거주지 카테고리에서 '독신' 주제는 오픽 문제 2-10에서 출제되는 유형1-4는 수월하지만 롤플레이 문제가 까다롭다는 특징이 있습니다. 가족과 함께 거주 Unit과 기출문제를 잘 비교해보고 본인에게 적절한 항목을 선택하세요.

| | | | | | |
|---|---|---|---|---|---|
| 유형1 | 현재시제<br>장소 묘사/종류 설명 | 혼자 사는 집 묘사 | | 가장 좋아하는 방 묘사 | |
| 유형2 | 현재시제<br>활동, 루틴, 단계 | 집에서의 주중과 주말 | | 집안일 묘사 | |
| 유형3 | 과거시제<br>최초 혹은 최근 경험 | 집에서 발생한 문제 | | 어릴 때와 현재의 집 비교 | |
| 유형4 | 과거시제<br>인상적인 경험 | 집 문제 한 가지 | | 이사한 집과 변화된 내용 | |
| 롤플<br>유형1 | 면접관에게<br>질문하기 | 거주지에 대해 Mai에게 질문 | | | |
| 롤플<br>유형2 | 상황에 대한<br>정보 요청 | 친척집<br>봐주기<br>정보 요청 | 부동산에<br>집에 대한<br>정보 요청 | 깨진창문<br>수리<br>정보 요청 | 가전제품<br>구입<br>정보 요청 |
| 롤플<br>유형3 | 문제 상황 설명 및<br>대안 제시 | 친척집<br>못 들어가는<br>문제 해결 | 집 안<br>깨진 창문<br>문제 해결 | 당장<br>못 고치는<br>문제 해결 | 구입한 제품<br>문제 해결 |
| 롤플<br>응용 유형 | 문제 발생 및<br>해결에 대한 과거 경험 | 가족<br>못 도와준<br>경험 | 집에서<br>생겼던 문제<br>해결 경험 | 집에<br>생겼던 문제<br>해결 경험 | 비슷한<br>또 다른<br>경험 |
| 고득점<br>필수 유형1 | 2가지 대상 비교<br>또는 대조 | 집에서생기는 문제점 해결 방법 차이 | | | |
| 고득점<br>필수 유형2 | 사회적 이슈,<br>최근 소식 및 관심사 | 일반적으로 집을 임대할 때 겪는 어려움 | | | |

＊유형5는 난이도 3, 4에서만 출제되며 AL이 목표인 난이도 5, 6에서는 출제되지 않습니다.
＊유형9, 유형10은 난이도 5, 6에서만 출제되며 IH, AL등급 취득에 관건이 되는 문항입니다.

## * 기출문제 콤보 파악하기

### 독신 기출문제 COMBO THỨ NHẤT

| 오픽 시험 문항 번호 | 유형 | 기출문제 | |
|---|---|---|---|
| 2번 | 유형1 | 혼자 사는 집 묘사 | 가장 좋아하는 방 묘사 |
| 3번 | 유형2 | 집에서의 주중과 주말 | 집안일 묘사 |
| 4번 | 유형3 | 집에서 발생한 문제 | 어릴때와 현재의 집 비교 |

### 독신 기출문제 COMBO THỨ HAI

| 오픽 시험 문항 번호 | | 유형 | 기출문제 | |
|---|---|---|---|---|
| 5번 | 8번 | 유형1 | 집 묘사 | 방 묘사 |
| 6번 | 9번 | 유형3 | 집에서 발생한 문제 | 어릴 때와 현재의 집 비교 |
| 7번 | 10번 | 유형4 | 집 문제 한 가지 | 이사한 집과 변화된 내용 |

### 독신 기출문제 COMBO THỨ BA

| 오픽 시험 문항 번호 | 유형 | 기출문제 | | | |
|---|---|---|---|---|---|
| 11번 | 롤플 유형2 | 친척집 봐주기 정보 요청 | 부동산에 집에 대한 정보 요청 | 깨진 창문 수리 정보 요청 | 가전제품 구입 정보 요청 |
| 12번 | 롤플 유형3 | 친척집 못 들어가는 문제 해결 | 집 안 깨진 창문 문제 해결 | 당장 못 고치는 문제 해결 | 구입한 제품 문제 해결 |
| 13번 | 롤플 응용 유형 | 가족 못 도와준 경험 | 집에서 생긴 문제 해결 경험 | 집에 생겼던 문제 해결 경험 | 비슷한 또 다른 경험 |

### 독신 기출문제 COMBO THỨ TƯ

| 오픽 시험 문항 번호 | 유형 | 기출문제 |
|---|---|---|
| 14번 | 고득점 필수 유형1 | 집에서 생기는 문제점 해결 방법 차이 |
| 15번 | 고득점 필수 유형2 | 일반적으로 집을 임대할 때 겪는 어려움 |

*14번은 IH, 15번은 AL을 결정짓는 문제이므로 IH, AL을 목표로 하신다면 14,15번을 중점적으로 공략해야 합니다.

  유형1-1 혼자 사는 집 묘사

MP3 P2-01

> Tôi muốn hỏi về nơi bạn sinh sống. Hãy mô tả ngôi nhà của bạn cho tôi. Nó trông như thế nào ở bên ngoài và bên trong? Có bao nhiêu phòng? Sơ đồ mặt bằng tổng thể của ngôi nhà của bạn như thế nào?
>
> 당신이 사는 곳에 대해 물어보고 싶습니다. 당신의 집을 나에게 설명해 주세요. 외부와 내부는 어떻게 생겼나요? 방이 몇 개인가요? 당신 집의 평면 구조는 어떠한가요?

## 모범답변

| | |
|---|---|
| 집 외부 | Ngôi nhà của tôi là một căn hộ trong chung cư cao tầng, trông rất hiện đại và xinh xắn. Từ bên ngoài, tòa nhà có vẻ thanh lịch với thiết kế kiến trúc tinh tế, các cửa sổ lớn và ban công rộng rãi.<br>저의 집은 고층 아파트 건물에 있는 아파트인데, 매우 현대적이고 예뻐 보입니다. 외부에서 보면 건물은 세련된 건축 디자인과 커다란 창문, 넓은 발코니로 우아해 보입니다. |
| 집 내부 | Bên trong ngôi nhà, không gian được thiết kế mở và thoáng mát. Ngôi nhà có tổng cộng ba phòng ngủ, một phòng khách, một phòng bếp, hai phòng vệ sinh và một ban công lớn.<br>집 내부 공간은 개방적이고 통풍이 잘되도록 설계되었습니다. 집에는 총 3개의 침실, 거실, 주방, 욕실 2개, 넓은 발코니가 있습니다. |
| 거실 | Khi bước vào, bạn sẽ thấy phòng khách rộng rãi, trang trí với ghế sofa, bàn cà phê, và TV treo tường. Bên cạnh phòng khách là khu vực ăn uống và bếp hiện đại, được trang bị đầy đủ các thiết bị như bếp điện, lò vi sóng, tủ lạnh và máy rửa chén.<br>안으로 걸어 들어가면 소파, 커피 테이블, 벽걸이 TV로 장식된 넓은 거실이 보입니다. 거실 옆에는 식사 공간과 전기 스토브, 전자레인지, 냉장고, 식기 세척기와 같은 가전제품이 완비된 현대적인 주방이 있습니다. |
| 침실 | Phòng ngủ chính có giường cỡ king, tủ quần áo âm tường, bàn làm việc nhỏ, và phòng vệ sinh riêng với vòi sen và bồn tắm. Hai phòng ngủ còn lại đủ rộng cho giường đơn hoặc giường đôi nhỏ, tủ quần áo và bàn học, thích hợp cho trẻ em hoặc khách. Ngoài ra, căn hộ còn có một phòng vệ sinh chung tiện lợi cho cả gia đình và khách. Căn hộ có sàn gỗ và các cửa sổ lớn, giúp không gian thoáng đãng và tràn ngập ánh sáng tự nhiên.<br>안방 침실에는 킹 사이즈 침대, 붙박이 옷장, 작은 책상, 샤워 시설과 욕조가 있는 전용 욕실이 있습니다. 나머지 2개의 침실은 싱글 침대나 작은 더블 침대, 옷장, 책상을 놓을 만큼 충분히 크며 어린이나 손님에게 적합합니다. 또한, 아파트에는 가족과 손님 모두에게 편리한 공용 욕실도 마련되어 있습니다. 아파트는 목재 바닥과 대형 창문을 갖추고 있어 공간이 통풍이 잘되고 자연 채광이 가득합니다. |

**단어** | **treo tường** 벽걸이 | **tràn ngập** 가득 차다

 유형2-1 집에서의 주중과 주말

> Hãy kể cho tôi nghe về một thói quen điển hình khi bạn ở nhà. Bạn thường làm những việc gì trong tuần? Hoạt động của bạn vào cuối tuần là gì?
> 집에 있을 때의 일반적인 일상은 무엇입니까? 주중에는 주로 어떤 일을 하나요? 당신의 주말 활동은 무엇인가요?

## 모범답변

| | |
|---|---|
| 도입 | Khi ở nhà, thói quen điển hình của tôi khá đơn giản nhưng có sự khác biệt giữa ngày trong tuần và cuối tuần.<br>집에 있을 때의 일반적인 일상은 매우 단순하지만 주중과 주말에는 차이가 있습니다. |
| 주중 활동 | Trong tuần, tôi thức dậy sớm, khoảng 6 giờ, bắt đầu ngày mới bằng việc tập thể dục nhẹ nhàng như yoga hoặc chạy bộ quanh khu vực sống. Sau đó, tôi tắm rửa và ăn sáng trước khi đi làm. Sau giờ làm việc, tôi thường dành thời gian nấu ăn và ăn tối một mình hoặc cùng bạn bè. Sau đó, tôi thường xem phim, đọc sách hoặc lướt internet ở nhà.<br>주중에는 주로 6시쯤 일찍 일어나 거실에서 요가나 사는 동네 주변 조깅 등 가벼운 운동으로 하루를 시작합니다. 그 후에는 출근하기 전에 샤워를 하고 아침을 먹습니다. 퇴근 후에는 혼자서 또는 친구들과 함께 요리를 하고 저녁을 먹으며 시간을 보내는 경우가 많습니다. 그 후에는 집에서 영화를 보거나 책을 읽거나 인터넷 서핑을 합니다. |
| 주말 활동 | Cuối tuần, tôi có thể ngủ dậy muộn hơn một chút, thường thức dậy lúc khoảng 7 giờ. Sau khi thức dậy, tôi thường dành thời gian cho các hoạt động giải trí nhẹ nhàng như đọc báo hoặc uống cà phê. Cuối tuần thường là thời gian để dọn dẹp nhà cửa, làm các công việc gia đình hoặc đi mua sắm. Buổi tối cuối tuần thường là thời gian thư giãn. Tôi có thể xem một bộ phim dài hoặc thử nấu những món ăn mới. Thỉnh thoảng, tôi mở các buổi tiệc hoặc mời bạn bè đến nhà mình ăn tối.<br>주말에는 조금 더 늦잠을 잘 수 있고, 보통 7시쯤 일어납니다. 잠에서 깨어난 후에는 주로 신문을 읽거나 커피를 마시는 등 가벼운 여가 활동을 하면서 시간을 보냅니다. 주말은 대개 집 청소, 집안일, 쇼핑을 하는 시간입니다. 주말 저녁은 대개 편안한 시간입니다. 긴 영화를 보거나 새로운 요리를 만들어 볼 수도 있습니다. 가끔 파티를 열거나 친구들을 집으로 초대해 저녁을 먹습니다. |

**단어**  thiền 명상 | thân yêu 친애하는

 유형 3-1 집에서 발생한 문제

MP3 P2-01

Luôn có những vấn đề và xung đột xảy ra trong nhà như mọi thứ bị hỏng và cần sửa chữa, khiến bạn phải tranh cãi với những người sống chung. Hãy nhớ lại một số vấn đề mà bạn đã gặp phải trong chính ngôi nhà của mình. Bạn đã giải quyết chúng như thế nào?

집에는 물건이 부서지고 수리가 필요하며 함께 사는 사람들과 논쟁을 벌이게 되는 등 항상 문제와 갈등이 발생합니다. 당신의 집에서 겪은 몇 가지 문제를 기억해보세요. 당신은 그 문제를 어떻게 해결했나요?

### 모범답변

| 도입 | Đôi khi, các vấn đề trong nhà có thể xảy ra, gây ra nhiều phiền toái và bất tiện. Đây là một số vấn đề tôi đã gặp phải trong nhà mình.<br><br>때로는 집안에서 문제가 발생하여 많은 어려움과 불편을 초래할 수 있습니다. 다음은 제가 집에서 겪은 몇 가지 문제입니다. |
|---|---|
| 첫 번째 문제 | Thứ nhất, nồi hơi trong nhà bị hỏng khiến không thể sử dụng được nước nóng. Điều này gây ra rất nhiều bất tiện, đặc biệt là trong mùa lạnh khi cần nước nóng cho việc tắm rửa và các sinh hoạt hàng ngày. Phải gọi thợ sửa chữa đến để kiểm tra và thay thế nồi hơi mới. Việc này mất vài ngày để hoàn thành, và trong thời gian đó, tôi phải tìm cách tạm thời để có nước nóng, như đến nhà người thân.<br><br>첫째, 집에 있는 보일러가 고장 나서 뜨거운 물을 사용할 수 없었습니다. 이는 특히 목욕이나 일상 활동에 뜨거운 물이 필요한 추운 계절에 많은 불편을 초래했습니다. 새 보일러를 점검하고 교체하려면 수리공을 불러야 합니다. 이 작업을 완료하는 데 며칠이 걸렸고, 그 동안 저는 친척 집에 가는 등 뜨거운 물을 얻을 수 있는 방법을 찾아야 했습니다. |
| 두 번째 문제 | Thứ hai, thang máy trong chung cư bị hỏng, buộc tôi phải đi bộ lên đến tầng 20. Điều này thực sự là một thử thách, đặc biệt sau một ngày làm việc mệt mỏi hoặc khi mang theo nhiều đồ đạc. Mỗi lần đi xuống hay lên nhà đều trở thành một bài tập thể dục bất đắc dĩ. Tôi phải chờ thang máy được sửa chữa mất một tuần, trong thời gian đó việc đi lại hàng ngày thật sự là một thách thức lớn.<br><br>두 번째로, 아파트 엘리베이터가 고장 나서 20층까지 걸어 올라가야 했는데, 특히 피곤한 하루를 보낸 후나 많은 짐을 들고 다닐 때 정말 힘들었습니다. 집에서 내려갈 때마다, 올라갈 때 마다 피할 수 없는 운동이 되었습니다. 저는 엘리베이터가 수리될 때까지 기다려야 했는데 일주일이 걸렸고, 그 동안 매일 이동하는 것은 정말 힘든 일이었습니다. |

**단어** phiền toái 복잡함, 번거로움 | thợ sửa chữa 수리공 | ấm đun nước 주전자 | thử thách 시련 | bất đắc dĩ 부득이한

  유형4-1 집 문제 한 가지

Hãy chọn một trong những thử thách và vấn đề đã xảy ra ở nhà bạn và giải thích chi tiết cho tôi điều gì đã xảy ra. Hãy bắt đầu với thời điểm nó xảy ra và bất cứ điều gì bạn tin rằng đã gây ra tình huống đó. Sau đó hãy kể chi tiết cho tôi mọi việc bạn đã làm để giải quyết vấn đề.

당신의 집에서 발생한 어려움과 문제 중 하나를 선택하고 무슨 일이 일어났는지 자세히 설명해주세요. 사건이 발생한 시기와 상황의 원인이 되었다고 여기는 것부터 시작해주세요. 그런 다음 문제를 해결하기 위해 한 모든 일을 자세히 알려주세요.

### 모범답변

| | |
|---|---|
| 도입 | Một trong những vấn đề đã xảy ra ở nhà tôi là vấn đề ẩm mốc. Điều này xảy ra vào mùa mưa năm ngoái khi độ ẩm trong không khí tăng cao. Tôi bắt đầu nhận thấy mùi mốc khó chịu trong nhà và sau đó phát hiện các vết mốc đen trên tường phòng tắm và phòng ngủ.<br>우리집에서 발생했던 문제 중 하나는 곰팡이 문제였습니다. 지난해 장마철에 공기 중 습도가 높아졌을 때 이런 일이 일어났습니다. 집에서 불쾌한 곰팡이 냄새가 나기 시작했고, 욕실과 침실 벽에서 검은 곰팡이 얼룩이 발견되었습니다. |
| 문제의 원인 | Nguyên nhân là do độ ẩm cao và thông gió kém, đặc biệt ở phòng tắm nơi nước và hơi nước thường xuyên tích tụ. Tường và trần nhà không được chống thấm tốt cũng góp phần khiến ẩm mốc phát triển.<br>원인은 특히 물과 증기가 자주 쌓이는 욕실에서 습도가 높고 환기가 잘 안 되기 때문입니다. 방수가 잘 되지 않은 벽과 천장도 곰팡이 증식에 영향을 줍니다. |
| 해결방법 | Để giải quyết, tôi xác định vùng bị ảnh hưởng, kiểm tra toàn bộ nhà để xác định những khu vực bị ẩm mốc. Sau đó, tôi làm sạch nấm mốc bằng dung dịch tẩy rửa chuyên dụng, đeo găng tay và khẩu trang để bảo vệ bản thân. Cuối cùng tôi cố gắng cải thiện thông gió bằng cách lắp thêm quạt thông gió trong phòng tắm và bếp, mở cửa sổ thường xuyên. Mấy hôm sau, tôi đã thuê thợ chuyên nghiệp chống thấm tường và trần nhà rồi sơn lại tường bằng sơn chống nấm mốc. Qua sự cố này, tôi học được cách duy trì thông gió tốt và kiểm soát độ ẩm trong nhà, không chỉ giúp ngăn chặn nấm mốc mà còn cải thiện chất lượng không khí và bảo vệ sức khỏe tôi. |

문제를 해결하기 위해 영향을 받은 곳을 확정하고 곰팡이가 핀 곳을 확인하기 위해 집 전체를 점검했습니다. 그 후에 전용 세척액으로 곰팡이를 닦아내고, 자신을 보호하기 위해 장갑과 마스크를 착용했습니다. 마지막으로 욕실과 주방에 환풍기를 설치하고 정기적으로 창문을 열어 환기를 개선하려고 노력했습니다. 며칠 후 전문가를 고용해 벽과 천장을 방수 처리한 뒤 곰팡이 방지 페인트로 벽을 다시 칠했습니다. 이번 사건을 통해 집안의 환기를 잘 유지하고 습도를 관리하는 방법을 배웠습니다. 이는 곰팡이 예방뿐만 아니라 공기 질을 개선하고 저의 건강도 지켜주었습니다.

**단어** | **ẩm mốc** 곰팡이 | **vết** 자국, 흔적 | **tích tụ** 고이다, 뭉치다 | **chống thấm** 방수 | **dung dịch tẩy rửa chuyên dụng** 전용세척액 | **máy hút ẩm** 제습기 | **sơn** (페인트등을) 칠하다

##   롤플레이 유형2-1
## 휴가 가는 가족 친척 집 봐주기 정보 요청

Bây giờ tôi muốn đưa ra một tình huống để bạn diễn kịch bằng tiếng Việt. Bạn hãy lắng nghe, sau đó diễn kịch lại tình huống đó bằng tiếng Việt. Chị gái của bạn đã quyết định đi du lịch và bạn quyết định giúp đỡ một số công việc gia đình của chị ấy. Liên hệ với chị gái của bạn và hỏi ba đến bốn câu hỏi để thu thập thông tin mà bạn cần biết để trợ giúp.

지금 제가 베트남어로 당신이 연기하도록 한 상황을 드릴 겁니다. 당신은 잘 듣고서 이 상황을 베트남어로 재연해보세요. 당신의 누나(언니)가 여행을 가기로 결정했고 당신은 그녀의 집안일을 돕기로 했습니다. 당신의 누나(언니)에게 연락하여 도움을 주기 위해 알아야 할 정보를 요청하는 3~4가지 질문을 하세요.

### 모범답변

Alo, chào chị! Em đây. Em nghe nói chị sắp đi nghỉ phải không? Em đã nói rằng em sẽ trông nhà giúp chị. Chị có thể cho em biết những công việc cần làm trong thời gian chị vắng nhà không ạ? Chị có nuôi thú cưng không? Nếu có, em cần biết lịch ăn uống và cách chăm sóc chúng thế nào. Chị có cây cối trong nhà hay ngoài vườn cần tưới nước không? Em cần biết tần suất tưới và cách chăm sóc chúng. Em có cần kiểm tra cửa nẻo, khóa cửa hay hệ thống báo động không? Nếu có, chị có thể hướng dẫn em cách sử dụng được không? Cám ơn chị ạ. Chúc chị đi nghỉ vui vẻ ạ.

안녕하세요 누나! 접니다. 누나 곧 휴가 가신다고 들었는데 맞죠? 제가 누나를 위해 집을 돌보겠다고 말했어요. 누나가 안 계신 동안 어떤 일을 해야 하는지 말해 줄 수 있나요? 누나 반려동물이 기르시나요? 그렇다면, 먹이주기 일정과 돌보는 방법을 알아야 해요. 집이나 정원에 물을 주어야 하는 식물이 있나요? 물을 얼마나 자주 주는지, 어떻게 관리하는지 알아야 할 거 같아요. 문, 도어 잠금 장치 또는 경보 시스템을 확인할 필요가 있을까요? 그렇다면 누나께서 사용법을 저에게 가르쳐 주실 수 있나요? 감사합니다. 즐거운 휴가 되세요.

**단어** | **tưới nước** 물을 주다 | **cửa nẻo** 문 | **hệ thống báo động** 경보 시스템

 롤플레이 유형3-1
# 친척집에 들어갈 수 없는 문제 해결

Tôi xin lỗi nhưng có một vấn đề bạn cần giải quyết. Khi bạn đến nhà chị gái bạn, cửa đã bị khóa và không thể vào được vì chìa khóa không được đặt ở nơi đáng lẽ phải ở. Hãy gọi đến nơi chị gái của bạn đang ở để lại lời nhắn giải thích tình trạng này và gợi ý hai đến ba cách giải quyết vấn đề này.

미안하지만 당신이 해결해야 하는 문제가 하나 있습니다. 누나(언니) 집에 도착했더니 문이 잠겨 있고 열쇠가 있어야 할 곳에 있지 않아 들어갈 수 없습니다. 누나(언니)가 머물고 있는 곳에 전화하여 상황을 설명하고 문제 해결 방법을 2~3가지 제안하는 메시지를 남기십시오.

### 모범답변

Alo, chào chị. Em đây. Em vừa đến nhà chị để trông nhà giúp chị như đã hứa, nhưng khi đến nơi em phát hiện ngôi nhà bị khóa và chìa khóa không ở nơi chị đã chỉ cho em.
Chị có thể chỉ dẫn cho em xem nơi khác chìa khóa có thể được cất ở không ạ? Nếu không, chị có thể gọi cho hàng xóm hoặc người quen gần đây để hỗ trợ mở cửa giúp em được không? Nếu không tiện, chị có thể gọi dịch vụ mở khóa để giúp em vào nhà không ạ?
Em xin lỗi vì đã làm phiền chị trong lúc đi du lịch. Em mong nhận được hướng dẫn sớm nhất. Cảm ơn chị và chúc chị có một kỳ nghỉ tuyệt vời.

여보세요, 안녕하세요 누나. 저예요. 방금 약속대로 집을 관리하는 것을 돕기 위해 누나 집에 왔지만, 도착했을 때 집이 잠겨 있고 누나가 알려준 곳에 열쇠가 없어요.
열쇠를 어디에 보관할 수 있는지 다른 곳을 알려 주실 수 있나요? 그렇지 않다면 근처에 있는 이웃이나 지인에게 전화해서 저를 도와 문을 열어주실 수 있나요? 그것이 불편하다면 잠금 해제 서비스에 전화해 제가 집에 들어갈 수 있도록 도와주실 수 있나요?
여행 중에 폐를 끼쳐드려 죄송합니다. 가능한 한 빨리 안내를 받길 바라요. 감사드리며 즐거운 휴가 보내세요.

**단어**  **làm phiền** 폐를 끼치다

# 롤플레이 응용 유형1
## 가족이나 친척을 도와줄 수 없었던 경험

Vở kịch đã kết thúc rồi ở đây. Bạn đã bao giờ bạn bè hoặc thành viên trong gia đình nhờ bạn làm điều gì đó nhưng bạn không thể làm được chưa? Hãy cung cấp thông tin chi tiết về những gì bạn đã hứa sẽ làm, những gì đã xảy ra trong trải nghiệm này và cách bạn giải quyết tình huống đó.

상황 연극은 이미 종료되었습니다. 친구나 가족이 당신에게 무엇인가를 해달라고 부탁했지만 당신은 그것을 할 수 없었던 적이 있습니까? 약속한 내용, 이 경험 중에 일어난 일, 상황을 어떻게 해결했는지 자세히 설명하세요.

### 모범답변

| | |
|---|---|
| 도입 | Có lần bà tôi nhờ tôi mua giúp một chai nước tương bản địa khi tôi đi du lịch Nhật Bản.<br>한번은 제가 일본 여행을 갔을 때 할머니께서 현지 간장 한 병을 사오는 것을 도와달라고 부탁한 적이 있습니다. |
| 받은 부탁 | Bà tôi rất thích loại nước tương từ một vùng có truyền thống lâu đời về sản xuất nước tương và mong đợi tôi sẽ mang về làm quà. Khi tôi đến nơi, tôi đã tìm thấy loại nước tương mà bà muốn mua. Tuy nhiên, chai nước tương quá nặng và không thể mang theo được vì hành lý đã quá tải. Tôi cảm thấy rất buồn và áy náy vì đã không thể hoàn thành mong muốn của bà.<br>할머니는 오랜 간장 생산 전통을 지닌 지역의 간장을 좋아하셔서 집에 선물로 가져오길 바라셨습니다. 제가 도착했을 때 저는 할머니께서 사고 싶어하는 간장을 발견했습니다. 그런데 간장병이 너무 무거워서 짐이 오버되어 가져올 수 없었습니다. 저는 할머니의 소원을 들어주지 못한 것에 대해 매우 슬프고 죄책감을 느꼈습니다. |
| 해결 | Để khắc phục tình huống này, tôi đã tìm kiếm trang web chuyên bán nước tương của vùng đó. Tôi đặt hàng qua dịch vụ mua hộ hàng Nhật Bản và nhờ họ gửi thẳng về Hàn Quốc cho bà tôi. Mặc dù phải tốn thêm chi phí cho việc vận chuyển và dịch vụ, bà tôi vẫn rất hài lòng khi nhận được chai nước tương mà bà yêu thích. Tôi cũng rất vui vì đã có thể mang lại niềm vui cho bà dù gặp phải khó khăn ban đầu.<br>이런 상황을 해결하기 위해 저는 그 지역의 간장 전문 판매 사이트를 찾아봤습니다. 일본 구매대행 서비스를 통해 주문하고 한국의 할머니께 직접 보내달라고 요청했습니다. 배송비와 서비스 비용이 추가로 지출되었음에도 불구하고 할머니는 자신이 가장 좋아하는 간장 한 병을 받아 매우 기뻐하셨습니다. 저도 처음의 어려움에도 불구하고 할머니께 기쁨을 줄 수 있어서 매우 기뻤습니다. |

**단어**  nước tương 간장 | dịch vụ mua hộ hàng 구매대행 서비스

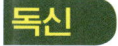

## 롤플레이 유형 2-2
## 부동산에 집에 대한 정보 요청

MP3 P2-02

Bây giờ tôi muốn đưa ra một tình huống để bạn diễn kịch bằng tiếng Việt. Bạn hãy lắng nghe, sau đó diễn kịch lại tình huống đó bằng tiếng Việt. Bạn đang trong quá trình tìm kiếm một ngôi nhà mới. Hãy liên hệ với một đại lý bất động sản, xác định danh tính của bạn và đặt ra ba đến bốn câu hỏi về các dịch vụ và ngôi nhà mà họ đang niêm yết.

지금 제가 베트남어로 당신이 연기하도록 한 상황을 드릴 겁니다. 당신은 잘 듣고 나서 이 상황을 베트남어로 재연해 보세요. 당신은 새로운 집을 찾고 있는 중입니다. 부동산에서 연락하여 당신이 누구인지 밝히고 그들이 보유한 주택과 서비스 대해 3~4가지 질문을 하세요.

### 모범답변

Chào anh, tôi là Kim Min-soo. Tôi đang trong quá trình tìm kiếm một ngôi nhà mới và muốn hỏi một số thông tin từ công ty bất động sản của anh. Thứ nhất, anh có thể cho tôi biết hiện tại công ty anh có những ngôi nhà nào đang được niêm yết không? Tôi quan tâm đến các ngôi nhà ở khu vực quận 2 và quận 7. Thứ hai, những ngôi nhà này có các tiện ích gì xung quanh? Ví dụ như trường học, bệnh viện, siêu thị hoặc công viên. Thứ ba, tôi muốn biết về mức giá trung bình của những ngôi nhà này là bao nhiêu? Và liệu có chương trình hỗ trợ vay mua nhà nào từ phía công ty hoặc ngân hàng liên kết không? Cuối cùng, anh có thể cho tôi biết quy trình để đi xem nhà như thế nào? Tôi cần chuẩn bị những giấy tờ gì và có cần đặt lịch hẹn trước không? Cám ơn anh rất nhiều, tôi rất mong nhận được thông tin phản hồi từ anh sớm.

안녕하세요 김민수입니다. 저는 새 집을 찾고 있는데 당신의 부동산 회사에 몇 가지 정보를 물어보고 싶습니다. 먼저 당신의 회사에서 현재 어떤 주택을 보유하고 있는지 알려주실 수 있습니까? 저는 2군과 7군의 주택에 관심이 있습니다. 둘째, 이 주택에는 주변에 어떤 편의시설이 있나요? 예를 들어 학교, 병원, 슈퍼마켓, 공원 등이요. 셋째, 이 집들의 평균 가격이 얼마인지 알고 싶습니다. 그리고 부동산 회사나 제휴은행의 주택담보대출 지원 프로그램이 있나요? 마지막으로 집을 보러 가는 과정은 어떤지 알려주실 수 있나요? 어떤 서류를 준비해야 하며 사전 예약이 필요한가요? 정말 감사합니다. 곧 연락을 기다리겠습니다.

**단어** | **niêm yết** 고지하다, 게시하다 | **mức giá trung bình** 평균 가격 | **hỗ trợ vay mua nhà** 주택담보대출 지원

  롤플레이 유형3-2
## 집 안 깨진 창문 문제해결

Tôi xin lỗi nhưng có một vấn đề bạn cần giải quyết. Khi đến ngôi nhà mới, bạn nhận thấy một cửa sổ bị vỡ. Hãy liên hệ với một cửa hàng sửa chữa địa phương và để lại tin nhắn về vấn đề này. Hãy giải thích lý do tại sao bạn nghĩ rằng cửa sổ đã bị vỡ và cung cấp một mô tả tình trạng hiện tại của nó. Sau đó bạn hãy giải thích lý do tại sao cửa sổ phải được sửa chữa ngay hôm nay.

미안하지만 당신이 해결해야 하는 문제가 하나 있습니다. 새 집에 도착했을 때 깨진 창문이 있는 것을 발견했습니다. 동네 수리점에 연락하여 문제에 대한 메시지를 남겨주세요. 왜 창문이 깨졌다고 생각하는지 이유를 설명하고 현재 상태에 대한 설명을 제공해 주세요. 그런 다음 오늘 창문을 왜 수리해야 하는 이유를 설명하세요.

### 모범답변

Chào chị. Tôi là Kim Min-soo. Hiện tôi đang sống tại địa chỉ số 100 Nguyễn Huệ. Tôi muốn thông báo về một vấn đề khẩn cấp cần được sửa chữa. Khi chuyển đến ngôi nhà mới, tôi nhận thấy một cửa sổ bị vỡ. Có vẻ như cửa sổ đã bị vỡ do cành cây lớn rơi trúng trong cơn bão gần đây. Hiện tại, cửa sổ này không thể đóng kín được và có một lỗ lớn khiến gió lùa và nước mưa có thể tràn vào nhà. Điều này không chỉ gây ra mất an ninh mà còn ảnh hưởng đến nhiệt độ và độ ẩm bên trong nhà, gây bất tiện và có thể làm hỏng nội thất. Tôi cần cửa sổ này được sửa chữa ngay hôm nay vì tối nay dự báo sẽ có mưa to và gió mạnh. Nếu không sửa chữa kịp thời, ngôi nhà sẽ bị thiệt hại nghiêm trọng hơn. Mong chị có thể sắp xếp thời gian sớm nhất để đến kiểm tra và sửa chữa cửa sổ giúp tôi.
Xin cảm ơn và mong nhận được phản hồi sớm từ chị.

안녕하세요. 저는 김민수입니다. 저는 현재 100 Nguyen Hue에 살고 있습니다. 수리해야 할 긴급한 문제를 알려드리고 싶습니다. 새 집으로 이사했을 때 창문이 깨진 것을 발견했습니다. 최근 폭풍우가 몰아칠 때 큰 나뭇가지가 떨어져 창문이 깨진 것 같습니다. 현재 이 창문은 꽉 닫힐 수 없으며 찬바람과 빗물이 집 안으로 들어올 수 있는 큰 구멍이 있습니다. 이는 치안 관련 불안감을 유발할 뿐만 아니라, 집 내부의 온도와 습도에도 영향을 미쳐 불편을 초래하고, 가구가 파손될 수도 있습니다. 오늘 밤 폭우와 강풍이 예상되므로 오늘 이 창문을 수리해야 합니다. 즉시 수리하지 않으면 집은 더 심각한 피해를 입을 것입니다. 가장 빠른 시간을 잡아주셔서 창문을 확인하고 수리해 주실 수 있기를 바랍니다.
감사드리며 곧 답변을 받을 수 있기를 바랍니다.

**단어** | **bị vỡ** 깨지다 | **đóng kín** 꽉 닫히다 | **lỗ** 구멍

# 롤플레이 응용 유형2
## 집에서 생긴 또 다른 문제 해결 경험

> Vở kịch đã kết thúc rồi ở đây. Bạn đã bao giờ hoảng hốt khi phát hiện ra thứ gì đó ở nhà bị vỡ hoặc hư hỏng theo cách nào đó chưa? Bạn đã tìm thấy cái gì, nó bị hỏng như thế nào và bạn đã làm theo những bước nào để giải quyết vấn đề?
>
> 상황 연극은 이미 종료되었습니다. 집에 있는 것이 어떤 식으로든 깨지거나 손상된 것을 발견하고 놀란 적이 있습니까? 무엇을 발견했고, 어떻게 파손되었으며, 문제를 해결하기 위해 어떤 절차를 거쳤나요?

### 모범답변

| | |
|---|---|
| 도입 | Có một lần tôi thực sự hoảng hốt khi phát hiện ra chiếc tivi ở phòng khách bị hỏng.<br>한번은 거실에 있는 TV가 파손된 것을 발견하고 정말 당황했습니다. |
| 내가 발견한 것 | Tôi vừa trở về nhà sau một ngày làm việc dài và ngay lập tức nhận thấy màn hình tivi bị nứt và có những đường sọc ngang dọc khắp màn hình. Tôi không thể hiểu chuyện gì đã xảy ra vì buổi sáng khi tôi rời đi, tivi vẫn hoạt động bình thường.<br>직장에서 긴 하루를 보내고 막 집에 돌아왔을 때 TV 화면에 금이 가고 화면 전체에 수평선이 나타나는 것을 즉시 발견했습니다. 아침에 떠났을 때 TV가 제대로 작동하고 있었기 때문에 무슨 일이 일어났는지 이해할 수 없었습니다. |
| 나의 대처 | Điều đầu tiên tôi làm là kiểm tra xung quanh để tìm dấu hiệu của bất kỳ tác động nào. Sau một lúc tìm kiếm, tôi phát hiện ra rằng trong lúc tôi đi vắng, có thể một trong những vật trang trí trên kệ đã rơi xuống và va vào màn hình tivi. Điều này làm tôi lo lắng vì không chỉ mất chiếc tivi mà còn phải chịu chi phí sửa chữa hoặc mua mới.<br>Tôi đã gọi điện ngay cho dịch vụ sửa chữa tivi để hỏi ý kiến. Họ yêu cầu tôi gửi ảnh của màn hình bị hỏng để họ có thể đánh giá mức độ thiệt hại. Sau khi nhận được hình ảnh, họ xác nhận rằng màn hình đã bị vỡ nghiêm trọng và việc sửa chữa sẽ rất tốn kém. Họ đề xuất tốt hơn là nên mua một chiếc tivi mới.<br>Sau đó, tôi liên hệ với bảo hiểm nhà ở để xem liệu chi phí sửa chữa hoặc thay thế có thể được bồi thường hay không. May mắn thay, bảo hiểm của tôi bao gồm thiệt hại này, và họ đã đồng ý chi trả một phần chi phí mua tivi mới. Tôi đã đến cửa hàng điện tử gần nhà để chọn mua một chiếc tivi mới và nhờ dịch vụ lắp đặt cài đặt giúp tôi và đảm bảo rằng nó hoạt động tốt. |

Mặc dù sự việc này gây ra không ít phiền toái và lo lắng, tôi cảm thấy nhẹ nhõm vì đã giải quyết ổn thỏa vấn đề và còn có một chiếc tivi mới tốt hơn. Từ đó, tôi cẩn thận hơn với những vật trang trí trong nhà, đảm bảo chúng được đặt ở những vị trí an toàn hơn.

제가 가장 먼저 한 일은 주변에 충격이 가해졌는지 확인하는 것이었습니다. 약간의 탐색 끝에 제가 없는 동안 선반에 있던 장식 중 하나가 떨어져서 TV 화면에 부딪혔을 수도 있다는 사실을 발견했습니다. TV를 버려야 할 뿐만 아니라 수리비나 새 TV를 구입하는 데 드는 비용도 부담해야 하기 때문에 걱정스러웠습니다.

저는 곧바로 TV 수리 업체에 전화해 조언을 구했습니다. 그들은 손상 정도를 평가할 수 있도록 깨진 화면의 사진을 보내달라고 요청했습니다. 사진을 받아본 결과 화면이 심하게 파손되어 수리 비용이 많이 든다는 사실을 확인했습니다. 그들은 새 TV를 사는 것이 더 나을 것이라고 제안했습니다.

그런 다음 주택 보험에 연락하여 수리 또는 교체 비용이 보장될 수 있는지 확인했습니다. 운 좋게도 저의 보험은 이 손상을 보상해 주었고 그들은 새 TV 비용의 일부를 보상해 주기로 동의했습니다. 저는 새 TV를 사러 동네 전자제품 매장에 가서 설치 서비스에 부탁하여 설치하고 제대로 작동하는지 확인했습니다.

이번 사건으로 인해 많은 귀찮음과 걱정이 있었지만, 문제가 잘 해결되어 더 좋은 새 TV를 갖게 된 것 같아 안도감을 느꼈습니다. 그 이후로 저는 집에 있는 장식품에 더욱 주의를 기울여 더 안전한 곳에 배치했습니다.

**단어** | **bị nứt** 금이 가다 | **va** 부딪치다 | **tốn kém** 비용이 들어가다 | **bồi thường** 보상하다, 배상하다 | **lắp đặt** 설치하다

 유형1-2 **가장 좋아하는 방 묘사**

> Tôi muốn hỏi về nơi bạn sinh sống. Bạn thích nhất ở căn phòng nào trong nhà? Nó trông như thế nào? Tại sao bạn thích nó?
>
> 당신이 사는 곳에 대해 물어보고 싶습니다. 당신은 집에서 어느 방에 있는 것을 제일 좋아하나요? 그것은 어떻게 생겼나요?

### 모범답변

| | |
|---|---|
| 도입 | Tôi dành nhiều thời gian nhất trong phòng riêng của mình. Đây là nơi tôi có thể thư giãn, làm việc và tận hưởng không gian riêng tư. Phòng của tôi có diện tích vừa phải, đủ để chứa đầy đủ các đồ nội thất cần thiết mà vẫn giữ được sự thoải mái và gọn gàng.<br><br>저는 제 방에서 가장 많은 시간을 보냅니다. 이곳에서 휴식을 취하고 일을 하며 개인적인 공간을 즐길 수 있습니다. 제 방은 필요한 모든 가구를 수용할 수 있을 만큼 적당한 공간을 갖고 있으면서도 여전히 편안하고 깔끔한 상태를 유지하고 있습니다. |
| 내 방 묘사 | Khi bước vào phòng, bạn sẽ thấy một chiếc giường đơn rộng rãi ở giữa phòng, bên cạnh là một tủ đầu giường nhỏ để đèn ngủ và vài cuốn sách yêu thích của tôi. Đối diện giường là một bàn học lớn với ghế xoay, nơi tôi thường ngồi làm việc, học tập hoặc giải trí trên máy tính. Trên bàn có laptop, đèn bàn và một số vật dụng văn phòng. Ở góc phòng, tôi có một giá sách nhỏ chứa đầy các cuốn sách, tạp chí và vài món đồ trang trí. Trên tường, tôi treo một vài bức tranh và ảnh kỷ niệm để không gian thêm phần ấm cúng và cá nhân hóa. Cạnh cửa sổ là một tủ quần áo và một chiếc ghế bành êm ái, nơi tôi thường ngồi đọc sách hoặc ngắm nhìn ra ngoài.<br><br>방에 들어가면 방 중앙에 넓은 싱글 침대가 있고, 그 옆에는 스탠드와 제가 좋아하는 책 몇 권이 놓여있는 작은 협탁이 있습니다. 침대 맞은편에는 회전의자가 딸린 커다란 책상이 있는데, 저는 종종 거기에 앉아 일하거나 공부하거나 컴퓨터로 오락을 즐깁니다. 테이블 위에는 노트북, 책상 스탠드, 일부 사무용품이 있습니다. 방 구석에는 책, 잡지, 장식품으로 가득 찬 작은 책장이 하나 있습니다. 벽에는 몇 장의 그림과 기념 사진을 걸어 공간을 더욱 아늑하고 개성있게 연출했습니다. 창문 옆에는 옷장과 편안한 안락의자가 있는데, 저는 종종 거기에 앉아서 책을 읽거나 밖을 내다봅니다. |

**단어** ghế xoay 회전의자

 **유형2-2 집안일 묘사**

MP3 P2-03

Chúng ta cần phải giữ nhà sạch. Bạn làm những công việc nhà gì ở nhà?
우리는 집을 깨끗하게 유지해야 합니다. 집에서는 어떤 집안일을 하시나요?

### 모범답변

| | |
|---|---|
| 도입 | Tôi thường xử lý những việc nhà bằng cách lên kế hoạch và thực hiện từng bước một.<br>저는 보통 집안일을 계획하고 단계별로 진행하여 처리합니다. |
| 집안일 하는 방법 | Trước tiên, tôi liệt kê tất cả những việc cần làm, từ những việc nhỏ nhất đến những việc lớn hơn. Danh sách này giúp tôi không bỏ sót bất kỳ việc gì và dễ dàng phân chia thời gian hợp lý. Tôi chia các công việc cần làm theo ngày trong tuần. Ví dụ, thứ hai dọn dẹp phòng khách, thứ ba giặt giũ, thứ tư nấu ăn và dọn dẹp bếp. Điều này giúp công việc nhà không trở nên quá tải trong một ngày.<br>먼저, 가장 작은 일부터 큰 일까지 해야 할 일을 모두 나열합니다. 이 목록은 제가 아무것도 놓치지 않고 시간을 합리적으로 쉽게 나누는 데 도움이 됩니다. 저는 요일별로 해야 할 일을 나눕니다. 예를 들어, 월요일은 거실 청소, 화요일은 빨래, 수요일은 요리와 부엌 청소를 합니다. 이는 집안일이 하루 만에 너무 부담스러워지는 것을 방지하는 데 도움이 됩니다. |
| 순차적인 집안일 | Tôi bắt đầu bằng việc dọn dẹp những thứ bừa bộn, sau đó quét dọn và lau chùi sạch sẽ. Tôi phân loại quần áo trước khi giặt, sau đó phơi khô và gấp gọn. Tôi chuẩn bị nguyên liệu, nấu ăn và dọn dẹp nhà bếp sau khi ăn xong. Tôi tưới cây, kiểm tra tình trạng cây cối và chăm sóc thú cưng hàng ngày.<br>Sau khi hoàn thành các công việc trong danh sách, tôi kiểm tra lại để đảm bảo mọi thứ đã được làm xong. Nếu còn việc gì chưa hoàn thành, tôi thường điều chỉnh và làm tiếp vào hôm sau. Việc lên kế hoạch và thực hiện từng bước giúp tôi duy trì được sự ngăn nắp và sạch sẽ trong nhà mà không cảm thấy quá áp lực hay mệt mỏi.<br>저는 어질러진 부분을 정리하는 것부터 시작한 후 그 다음 쓸고 깨끗이 닦습니다. 저는 세탁하기 전에 옷을 분류한 다음, 말리고 갭니다. 저는 재료를 준비하고, 요리를 하고, 식사 후에는 주방을 청소합니다. 매일 식물에 물을 주고, 식물의 상태를 확인하고, 애완동물을 돌봅니다.<br>목록에 있는 작업을 완료한 후 모든 작업이 완료되었는지 다시 확인합니다. 아직 마무리하지 못한 부분이 있으면 조정해서 다음날 계속하도록 합니다. 각 단계를 계획하고 실행하는 것은 너무 스트레스를 받거나 피곤함을 느끼지 않고 집안의 단정함과 청결을 유지하는 데 도움이 됩니다. |

**단어** **từng bước một** 단계별로 | **phân chia** 나누다 | **công bằng** 공평한 | **lau chùi** 걸레질하다, 닦다

## 어렸을 때 집과 현재 집 설명

Bạn sống ở đâu khi còn bé? Ngôi nhà cũ của bạn khác với ngôi nhà bạn đang sống như thế nào?

어렸을 때 어디에서 살았나요? 당신이 살던 옛날 집은 지금 살고 있는 집과 어떻게 다른가요?

### 모범답변

| 어렸을 때 집 | Ngôi nhà lúc tôi còn nhỏ là một căn hộ trong chung cư cũ và thấp, chỉ có 5 tầng và không có thang máy. Căn hộ của chúng tôi chỉ có 2 phòng, không gian được thiết kế khá đơn giản và không tiện nghi như bây giờ. Mọi thứ đều chật chội và bất tiện, đặc biệt là khi gia đình tôi có nhiều đồ đạc và không gian sống khá hạn chế.<br><br>제가 어렸을 때 집은 5층만 있고 엘리베이터도 없는 낡고 낮은 아파트였습니다. 우리 아파트에는 방이 2개밖에 없습니다. 공간은 아주 단순하게 디자인되어 지금만큼 편안하지는 않았습니다. 모든 것이 비좁고 불편했습니다. 특히 우리 가족에게 가구가 많았고 생활 공간이 상당히 제한적이었습니다. |
|---|---|
| 새로 이사간 집 | Khi tôi 25 tuổi, tôi chuyển đến một căn hộ mới trong một chung cư cao tầng hiện đại. Tôi vẫn đang sống ở đây. Đây là một sự thay đổi lớn và đáng nhớ trong cuộc sống của tôi. Chung cư mới trông rất mới và xinh xắn, với thiết kế hiện đại và không gian rộng rãi hơn nhiều. Căn hộ mới có nhiều phòng hơn, tạo ra sự thoải mái và tiện nghi. Một trong những điểm tôi thích nhất ở căn hộ mới là view đẹp từ cửa sổ. Từ đây, tôi có thể nhìn thấy toàn cảnh thành phố, đặc biệt là vào buổi tối khi ánh đèn lung linh. Không gian sống ở đây cũng được thiết kế hợp lý, với nội thất tiện nghi và hiện đại, mang lại cảm giác thoải mái và dễ chịu.<br><br>제가 25살이었을 때, 저는 현대적인 고층 아파트 건물의 새 아파트로 이사했습니다. 저는 여기서 여전히 살고 있습니다. 이것은 저의 삶에 있어서 크고 기억에 남는 변화입니다. 새 아파트는 현대적인 디자인과 훨씬 더 넓은 공간을 갖추고 있어 매우 새롭고 예뻐 보입니다. 새 아파트에는 더 많은 방이 있어 편안하고 편리하게 지낼 수 있습니다. 제가 새 아파트에서 가장 마음에 드는 점 중 하나는 창문으로 보이는 아름다운 풍경입니다. 여기에서는 도시 전체를 볼 수 있는데, 특히 조명이 반짝이는 저녁에는 더욱 그렇습니다. 이곳의 생활 공간도 합리적으로 설계되었으며 편안하고 현대적인 가구를 갖추고 있어 편안하고 쾌적한 느낌을 선사합니다. |

**단어** chật chội 비좁다 | lung linh 반짝이다

## 유형4-2
## 처음 이사 왔을 때 집과 이후 변화

Ngôi nhà của bạn trông như thế nào khi mới chuyển đến? Bạn đã thực hiện những thay đổi gì đối với ngôi nhà của mình ?

처음 이사 왔을 때 집은 어떤 모습이었나요? 자신의 집에 어떤 변화를 주었나요?

### 모범답변

| 처음 이사 왔을 때 | Ngôi nhà của tôi khi mới chuyển đến trông rất đơn giản và giản dị. Ban đầu, mọi thứ đều khá mộc mạc với tường sơn màu trắng và sàn nhà bằng gỗ cơ bản. Nội thất cũng chỉ là những món đồ cơ bản, không có gì đặc biệt. |
| --- | --- |
| | 처음 이사 왔을 때 우리 집은 매우 단순하고 간편하게 보였습니다. 처음에는 흰색으로 칠해진 벽과 기본적인 나무 바닥으로 모든 것이 매우 날것 그대로 보였습니다. 가구는 그냥 기본적인 품목이고 특별한 것은 없었습니다. |
| 집에 준 변화 | Sau một thời gian sống và muốn tạo ra không gian sống thoải mái và đẹp mắt hơn, tôi đã thực hiện một số thay đổi đối với ngôi nhà của mình. Đầu tiên, tôi sơn lại tường với những màu sắc tươi sáng và hiện đại hơn để tạo cảm giác mới mẻ. Sau đó, tôi đổi sàn nhà từ gỗ sang sàn thạch cẩm, mang lại vẻ sang trọng và hiện đại cho ngôi nhà.<br>Bên cạnh đó, tôi cũng mua thêm những món đồ nội thất trông sang trọng và phong cách hơn như sofa, bàn ăn và giường ngủ. Tôi cũng treo thêm những bức tranh nghệ thuật lên tường để tạo điểm nhấn và làm cho không gian sống trở nên sinh động hơn. Nhờ những thay đổi này, không khí trong nhà đã hoàn toàn thay đổi, trở nên ấm cúng và hiện đại hơn rất nhiều. |
| | 한동안 살다가 좀 더 편안하고 아름다운 생활 공간을 만들고 싶어서 집에 약간의 변화를 주었습니다. 먼저 벽을 좀 더 밝고 현대적인 색상으로 다시 칠해 산뜻한 느낌을 연출했습니다. 그런 다음 바닥을 나무에서 대리석으로 바꿔 집에 고급스럽고 현대적인 느낌을 더했습니다. 게다가 소파, 식탁, 침대 등 좀 더 고급스럽고 스타일리시한 가구도 구입했어요. 또한 벽에 더 많은 예술 그림을 걸어 포인트를 주고 생활 공간을 더욱 생동감 있게 만들었습니다. 이러한 변화 덕분에 집 안의 분위기는 완전히 바뀌어 훨씬 더 아늑하고 모던해졌습니다. |

**단어** | **mộc mạc** 날것 그대로 | **sàn thạch cẩm** 대리석바닥 | **phong cách** 스타일리시하다

# 롤플레이 유형2-3
## 깨진 창문 수리 정보 요청

Bây giờ tôi muốn đưa ra một tình huống để bạn diễn kịch bằng tiếng Việt. Bạn hãy lắng nghe, sau đó diễn kịch lại tình huống đó bằng tiếng Việt. Bạn đang gặp khó khăn về một chiếc cửa sổ trong ngôi nhà của mình. Có một vết nứt trên kính và bạn nhận thấy rằng nó không đóng kín. Bạn hãy liên hệ với cửa hàng sửa chữa cửa sổ và hỏi nhân viên ba đến bốn câu hỏi về cách khắc phục.

지금 제가 베트남어로 당신이 연기하도록 한 상황을 드릴 겁니다. 당신은 잘 듣고 나서 이 상황을 베트남어로 재연해 보세요. 당신은 집의 창문에 대한 어려움을 격고 있습니다. 유리에 균열이 생겼고 단단히 닫히지 않는 것을 발견했습니다. 창문 수리점에 연락하여 직원에게 수리에 관해 3~4가지 질문을 하세요.

### 모범답변

Xin chào, tôi cần sự giúp đỡ với một chiếc cửa sổ trong nhà của tôi. Cửa sổ có một vết nứt trên kính và tôi cũng nhận thấy rằng nó không đóng kín. Tôi muốn hỏi vài câu về việc sửa chữa.
Xin hỏi cửa hàng có cung cấp dịch vụ thay kính cho cửa sổ bị nứt không? Và quy trình thay kính như thế nào? Cửa sổ nhà tôi không đóng kín, liệu có thể khắc phục được không? Nếu có thì chi phí dự kiến là bao nhiêu? Thời gian sửa chữa mất khoảng bao lâu từ lúc đặt lịch cho đến khi hoàn thành? Trong trường hợp cần thay thế toàn bộ cửa sổ, cửa hàng có cung cấp dịch vụ đó không và có các mẫu cửa sổ nào để lựa chọn?

안녕하세요, 집 창문 관련 도움이 필요합니다. 창문 유리에 금이 가 있고 딱 닫히지 않는 것도 발견했습니다. 수리에 관해 몇 가지 질문을 드리고 싶습니다.
혹시 매장이 깨진 유리창에 대한 유리 교체 서비스를 제공하는지 궁금합니다. 그리고 유리 교체 과정은 어떻게 되나요? 창문이 제대로 닫히지 않는데 고칠 수 있나요? 그렇다면 예상 비용은 얼마입니까? 수리 예약부터 완료까지 시간이 얼마나 걸리나요? 창문 전체를 교체해야 하는 경우 해당 매장에서 해당 서비스를 제공합니까? 선택할 수 있는 창문 모델은 무엇입니까?

**단어** vết nứt 금이 간 흔적

  롤플레이 유형3-3
## 당장 고칠 수 없는 깨진 창문 문제 해결

Tôi xin lỗi nhưng có một vấn đề bạn cần giải quyết. Thật không may, bạn phát hiện ra rằng người sửa cửa sổ sẽ không thể sửa được cửa sổ này cho đến cuối tuần sau. Bạn hãy liên hệ với ai đó ở cửa hàng sửa chữa và trình bày hai đến ba lý do tại sao việc sửa cửa sổ này ngay lập tức là điều quan trọng.

미안하지만 당신이 해결해야 하는 문제가 하나 있습니다. 안타깝게도 당신은 창문 수리공이 다음 주말까지 창문을 고칠 수 없다는 것을 알게 되었습니다. 수리점 직원에게 연락하여 이 창문을 즉시 수리하는 것이 중요한 이유 2~3가지를 제시하세요.

### 모범답변

Xin chào, tôi vừa được thông báo rằng người sửa cửa sổ sẽ không thể sửa được cửa sổ của tôi cho đến cuối tuần sau. Tôi muốn giải thích tại sao việc sửa cửa sổ này ngay lập tức là rất quan trọng.
Thứ nhất, hiện tại cửa sổ bị nứt và không đóng kín, điều này khiến ngôi nhà không an toàn. Có nguy cơ trộm cắp hoặc bất kỳ ai cũng có thể đột nhập vào nhà tôi. Thứ hai, cửa sổ không đóng kín làm cho không khí lạnh và ẩm ướt vào nhà, điều này ảnh hưởng xấu đến sức khỏe của các thành viên trong gia đình, đặc biệt là trẻ nhỏ và người già. Cuối cùng, thời tiết gần đây rất xấu với mưa lớn, nếu không sửa kịp thời, nước mưa có thể tràn vào nhà gây hư hại thêm cho nội thất và sàn nhà. Tôi hy vọng cửa hàng có thể sắp xếp ưu tiên để sửa chữa cửa sổ sớm hơn.

안녕하세요. 방금 창문 수리공이 다음 주말까지 저의 창문을 수리할 수 없다는 소식을 들었습니다. 이 창문을 즉시 수리하는 것이 왜 중요한지 설명하고 싶습니다.
첫째, 이제 창문에 금이 가고 제대로 닫히지 않아 집이 안전하지 않습니다. 도둑의 위험이 있거나 누군가가 내 집에 침입할 위험이 있습니다. 둘째, 꽉 닫히지 않은 창문은 차갑고 습한 공기를 집안으로 유입시켜 가족들, 특히 어린이와 노인의 건강에 부정적인 영향을 미칩니다. 마지막으로, 최근 날씨는 폭우로 인해 매우 나빴습니다. 즉시 수리하지 않으면 빗물이 집 안으로 유입되어 가구와 바닥이 더 손상될 수 있습니다. 가게에서 창문 수리를 더 빨리 우선적으로 처리할 수 있기를 바랍니다.

**단어** **trộm cắp** 도둑 | **đột nhập** 침입하다 | **hư hại** 손상되다

## 집에서 있었던 또 다른 문제 해결 경험

> Vở kịch đã kết thúc rồi ở đây. Bạn có thứ gì cần sửa trong nhà hoặc đặt thứ gì đó được giao đến nhà nhưng chưa nhận được vào đúng thời điểm không? Điều gì đã gây ra vấn đề? Hãy kể cho tôi nghe tại sao có sự chậm trễ giao hàng. Bạn đã giải quyết tình huống này như thế nào? Hãy mô tả chi tiết tình huống này.
>
> 상황 연극은 이미 종료되었습니다. 집에 수리가 필요한 물건이 있거나 집으로 배송되도록 주문했지만 제 시간에 도착하지 못한 물건이 있나요? 문제의 원인은 무엇입니까? 배송이 지연되는 이유를 알려주세요. 이 상황을 어떻게 처리하셨나요? 이 상황을 자세히 설명해주세요.

### 모범답변

| | |
|---|---|
| 주문한 물건 | Vài tuần trước, tôi đã đặt một bộ vest cho bữa tiệc công ty rất quan trọng. Tôi rất mong đợi nhận được nó đúng thời gian để có thể thử và chỉnh sửa nếu cần thiết. Tuy nhiên, đến ngày giao hàng, tôi nhận được thông báo rằng bộ vest đã được giao, nhưng khi kiểm tra, tôi không thấy gói hàng đâu cả. Sau khi kiểm tra kỹ lưỡng xung quanh nhà và hỏi thăm hàng xóm, tôi nhận ra rằng người giao hàng đã nhầm lẫn địa chỉ và gửi nhầm gói hàng đến một nhà khác.<br><br>몇 주 전에 저는 매우 중요한 회사 파티에 입을 정장을 주문했습니다. 제 시간에 받아 입어보고 필요한 경우 가봉할 수 있기를 기대 했습니다. 그런데 배송 당일에 슈트가 배송되었다는 알림을 받았는데, 확인해보니 어디에도 택배가 보이지 않더라구요. 집 주변을 꼼꼼히 살펴보고 이웃들에게 물어보니 배달원이 주소를 헷갈려 택배를 다른 집으로 실수로 보낸 사실을 깨달았습니다. |
| 나의 대처 | Rất lo lắng và bực bội, tôi đã liên hệ ngay với trung tâm chăm sóc khách hàng của công ty giao hàng. Tôi giải thích tình huống và nhấn mạnh rằng việc nhận được bộ vest này đúng thời gian là rất quan trọng đối với tôi. Họ đã xin lỗi và hứa sẽ điều tra vấn đề. Sau vài cuộc gọi và email qua lại, họ xác nhận rằng đã tìm thấy gói hàng và sẽ giao lại cho tôi trong ngày hôm sau. Mặc dù cuối cùng tôi đã nhận được bộ vest, nhưng sự chậm trễ này đã khiến tôi rất tức giận và lo lắng. Tôi phải dành thêm thời gian để giải quyết vấn đề và không có đủ thời gian để thử và chỉnh sửa bộ vest trước bữa tiệc như đã dự định. Tuy nhiên, tôi đã cố gắng giữ bình tĩnh và giải quyết mọi việc một cách nhanh chóng. Điều này nhắc nhở tôi về tầm quan trọng của việc kiểm tra kỹ lưỡng thông tin giao hàng và cũng khiến tôi cân nhắc kỹ hơn về việc chọn dịch vụ giao hàng trong tương lai. |

너무 걱정되고 답답해서 바로 배송업체 고객센터에 연락했어요. 저는 상황을 설명하고 이 택배를 제때 받는 것이 저에게 중요하다는 점을 강조했습니다. 그들은 사과하고 문제를 조사하겠다고 약속했습니다. 몇 통의 전화와 이메일을 주고받은 후 그들은 택배를 찾았으며 다음날 저에게 다시 보내주겠다고 했습니다. 결국 정장을 받았음에도 불구하고 지연으로 인해 매우 화가 나고 걱정되었습니다. 문제를 해결하는 데 추가 시간을 투자해야 했고, 계획대로 파티 전에 정장을 입어보고 가봉할 시간이 부족했습니다. 하지만 침착함을 유지하고 모든 일을 신속하게 해결하려고 노력했습니다. 이를 통해 배송정보를 꼼꼼히 확인하는 것이 얼마나 중요한지 다시 한 번 깨닫게 되었고, 앞으로 배송 서비스 선택에 있어서도 더욱 신중하게 고민하게 되었습니다.

**단어** | **chỉnh sửa** 손질하다, 고치다 | **bực bội** 답답하다, 초조하다 | **chậm trễ** 지연

## 독십 롤플레이 유형2-4
## 가전 구입을 위한 정보 요청

MP3 P2-04

Bây giờ tôi muốn đưa ra một tình huống để bạn diễn kịch bằng tiếng Việt. Bạn hãy lắng nghe, sau đó diễn kịch lại tình huống đó bằng tiếng Việt. Bạn quyết định mua một thiết bị điện gia dụng mới cho ngôi nhà của mình. Giả sử bạn đang ở cửa hàng và hỏi nhân viên bán hàng những câu hỏi về thiết bị điện gia dụng.

지금 제가 베트남어로 당신이 연기하도록 한 상황을 드릴 겁니다. 당신은 잘 듣고 나서 이 상황을 베트남어로 재연해 보세요. 지금 당신의 집에 새로운 가전제품을 구입하기로 결정했습니다. 매장에 있는 것으로 가정하고 판매원에게 가전제품에 대해 질문하세요.

### 모범답변

Chào anh, tôi muốn mua một thiết bị điện gia dụng mới cho ngôi nhà của mình. Tôi có một vài câu hỏi về robot hút bụi. Thiết bị này có những chức năng và tính năng gì đặc biệt không? Có những công nghệ tiên tiến nào được tích hợp vào sản phẩm này không? Sản phẩm này có thời gian bảo hành bao lâu? Nếu gặp vấn đề, cửa hàng có dịch vụ sửa chữa hay hỗ trợ kỹ thuật nào không? Thiết bị này có tiết kiệm năng lượng không? Nó thuộc loại nào về hiệu suất năng lượng? Giá của sản phẩm là bao nhiêu? Hiện tại có chương trình khuyến mãi hay giảm giá nào không? Khi mua sản phẩm này, có những phụ kiện hay linh kiện nào đi kèm không? Nếu cần mua thêm phụ kiện, cửa hàng có cung cấp không? Cảm ơn anh đã tư vấn!

안녕하세요, 저는 우리 집에 쓸 새 가전제품을 사고 싶습니다. 로봇청소기에 대해 궁금한 점이 있습니다. 이 장치에는 특별한 기능이나 특징이 있습니까? 이 제품에 첨단 기술이 탑재되어 있나요? 이 제품의 보증기간은 얼마나 되나요? 문제가 있는 경우 매장에 수리 서비스나 기술 지원을 받을 수 있나요? 이 장치는 에너지 효율적인가요? 에너지 효율 측면에서 어떤 범주에 속합니까? 제품 가격은 얼마입니까? 현재 프로모션이나 할인이 있나요? 본 상품 구매 시 어떤 부속품이나 구성품이 포함되어 있나요? 추가 액세서리를 구매해야 하는 경우 매장에서 제공하나요? 상담해 주셔서 감사드립니다!

**단어** | **công nghệ tiên tiến** 첨단 기술 | **tích hợp** 탑재하다 | **phụ kiện** 부속품

# 구입한 전자제품에 생긴 문제 해결

롤플레이 유형3-4

> Tôi xin lỗi nhưng có một vấn đề bạn cần giải quyết. Bạn mang thiết bị điện gia dụng về nhà nhưng phát hiện ra rằng nó có vấn đề. Giả sử bạn đang gọi đến cửa hàng để giải quyết vấn đề.
>
> 미안하지만 당신이 해결해야 하는 문제가 하나 있습니다. 가전제품을 집으로 가져왔지만 문제가 있음을 발견했습니다. 문제 해결을 위해 매장에 전화를 한다고 가정해보세요.

## 모범답변

A lô, Chào anh, tôi là khách hàng đã mua thiết bị điện gia dụng từ cửa hàng anh hôm qua. Tôi muốn phản ánh rằng thiết bị này gặp vấn đề khi tôi sử dụng tại nhà. Thiết bị tôi mua là một chiếc robot hút bụi và sau khi mang về nhà, tôi phát hiện ra rằng nó không hoạt động đúng cách. Mỗi khi tôi bật máy, nó không di chuyển bình thường và thỉnh thoảng còn bị kẹt mà không có lý do rõ ràng.

Tôi muốn hỏi rằng trong trường hợp này, tôi cần phải làm gì để được hỗ trợ? Tôi có thể mang thiết bị này đến cửa hàng để kiểm tra và sửa chữa không, hay là cửa hàng sẽ cử kỹ thuật viên đến nhà để kiểm tra? Nếu thiết bị này không thể sửa chữa được, tôi có thể đổi sang một chiếc mới không? Và quy trình đổi trả như thế nào? Cảm ơn anh đã lắng nghe. Tôi hy vọng vấn đề này sẽ được giải quyết sớm.

여보세요, 안녕하세요 어제 당신의 매장에서 가전제품을 구매한 고객입니다. 이 기기를 집에서 사용할 때 문제가 발생했다는 점을 알려드리고 싶어요. 제가 구입한 기기는 로봇 청소기였는데, 집에 가져오고 보니 제대로 작동하지 않는 것을 발견했습니다. 켤 때마다 제대로 움직이지 않고, 가끔 뚜렷한 이유 없이 멈춤 현상이 발생합니다.

이런 경우 지원을 받으려면 어떻게 해야 하는지 묻고 싶습니다. 검사 및 수리를 위해 이 장치를 매장에 가져갈 수 있나요? 아니면 매장에서 기술자를 집으로 보내 해주나요? 이 기기를 수리할 수 없는 경우 새 기기로 교환할 수 있나요? 그리고 교환 절차는 어떻게 되나요? 들어주셔서 감사합니다. 이 문제가 곧 해결되기를 바랍니다.

**단어** kẹt 끼다, 움직일 수 없게 되다 | **quy trình đổi trả** 교환 절차

**독신** 롤플레이 응용 유형4
# 구입한 또 다른 물건에 문제가 있었던 경험

MP3 P2-04

> Vở kịch đã kết thúc rồi ở đây. Bạn đã bao giờ gặp phải tình huống giống như tình huống bạn vừa diễn chưa? Hãy kể cho tôi nghe về trải nghiệm bạn phát hiện ra vấn đề với món đồ bạn đã mua.
> 상황 연극은 이미 종료되었습니다. 방금 연기한 것과 같은 상황에 직면한 적이 있습니까? 구입한 물건에서 문제를 발견한 경험에 대해 이야기해 주세요.

### 모범답변

| 발생한 문제 | Một lần, tôi đã gặp vấn đề với chiếc tivi mới mua cho ngôi nhà của mình. Sau khi sử dụng vài ngày, tôi phát hiện màn hình của tivi có những đốm sáng nhỏ và hình ảnh không rõ nét.<br>한번은 집에 새로 구입한 TV에 문제가 생겼습니다. 며칠 동안 사용한 후 TV 화면에 작은 광점이 있고 이미지가 선명하지 않다는 것을 발견했습니다. |
|---|---|
| 나의 대처 | Đầu tiên, tôi kiểm tra kỹ lưỡng các kết nối và cài đặt của tivi để đảm bảo rằng vấn đề không phải do thiết lập sai. Sau khi xác nhận rằng tất cả mọi thứ đều đúng, tôi gọi điện thoại đến cửa hàng nơi tôi đã mua tivi. Nhân viên cửa hàng yêu cầu tôi gửi hình ảnh và video ghi lại lỗi của tivi để họ kiểm tra.<br>먼저, 잘못된 세팅으로 인해 문제가 발생하는 것은 아닌지 확인하기 위해 TV의 연결 및 설정을 꼼꼼히 확인했습니다. 모든 것이 올바른지 확인한 후 제가 TV를 구입한 매장에 전화했습니다. 매장 직원은 그들이 검사하기 위해 TV 오류 사진과 동영상을 보내줄 것을 요청했습니다. |
| 해결 과정 | Sau khi nhận được thông tin, cửa hàng xác nhận rằng tivi bị lỗi kỹ thuật và đồng ý đổi cho tôi một chiếc tivi mới. Tôi mang tivi bị lỗi đến cửa hàng, và họ tiến hành kiểm tra thêm một lần nữa trước khi chấp nhận đổi sản phẩm mới cho tôi.<br>Nhờ sự hỗ trợ nhanh chóng và chuyên nghiệp của cửa hàng, vấn đề đã được giải quyết một cách thỏa đáng. Chiếc tivi mới hoạt động tốt và tôi hoàn toàn hài lòng với chất lượng sản phẩm cũng như dịch vụ chăm sóc khách hàng.<br>정보를 받은 매장에서는 TV에 기술적인 불량이 있음을 확인하고 새 TV로 교환해 주기로 했습니다. 결함이 있는 TV를 매장에 가져갔고 그들은 한 번 더 확인하고 새 제품으로 교환해 주었습니다.<br>매장의 신속하고 전문적인 지원 덕분에 문제가 타당하게 해결되었습니다. 새 TV는 잘 작동하며 제품 품질과 고객 서비스에 완전히 만족합니다. |

**단어** **đốm sáng** 광점 | **thỏa đáng** 적당하다, 타당하다

## 고득점 필수 유형 1
## 집에서 생기는 문제점 해결 방법 차이

Bạn giải quyết những vấn đề xảy ra ở nhà mình như thế nào? Cha mẹ bạn giải quyết những vấn đề đó như thế nào? Sự khác biệt giữa cách bạn và cha mẹ bạn giải quyết vấn đề trong nhà là gì?

집에서 일어나는 문제를 어떻게 해결하시나요? 부모님은 그 문제를 어떻게 해결하시나요? 당신과 당신의 부모님이 집의 문제를 해결하는 방식에는 어떤 차이가 있습니까?

### 모범답변

| 나의 해결 방식 | Khi gặp phải vấn đề ở nhà, tôi thường tìm cách tự mình xử lý trước. Ví dụ, nếu có vấn đề với hệ thống điện hoặc ống nước, tôi thường thử kiểm tra và sửa chữa nếu có thể. Nếu vấn đề vượt quá khả năng của mình, tôi liên hệ với các dịch vụ sửa chữa chuyên nghiệp để đảm bảo vấn đề được giải quyết nhanh chóng và hiệu quả. Tôi cũng sử dụng các ứng dụng và trang web để tìm kiếm các chuyên gia có uy tín và đặt lịch hẹn.<br><br>저는 집에 문제가 생기면 먼저 스스로 해결하려고 노력하는 경우가 많습니다. 예를 들어, 전기나 배관 시스템에 문제가 있는 경우 저는 보통 가능하면 점검하고 수리하도록 노력합니다. 문제가 저의 능력을 넘어서는 경우, 문제가 신속하고 효과적으로 해결되도록 전문 수리 서비스에 연락합니다. 저는 또한 평판이 좋은 전문가를 검색하고 약속을 잡기 위해 앱과 웹사이트를 사용합니다. |
|---|---|
| 부모님의 해결 방식 | Ngược lại, cha mẹ tôi thường dựa vào các mối quan hệ cá nhân và mạng lưới bạn bè để giải quyết vấn đề. Họ sẽ gọi cho những người thợ đã từng làm việc cho họ hoặc nhờ sự giới thiệu từ người quen. Họ có xu hướng thích phương pháp truyền thống và tin tưởng vào kinh nghiệm của những người thợ mà họ đã biết. Sự khác biệt chính giữa cách tôi và cha mẹ giải quyết vấn đề nằm ở phương pháp tiếp cận và sử dụng công nghệ. Dù cách tiếp cận có khác nhau, mục tiêu chung của chúng tôi vẫn là đảm bảo ngôi nhà luôn ở trong tình trạng tốt nhất.<br><br>대조적으로, 저의 부모님은 문제를 해결하기 위해 개인적인 관계와 친구들의 네트워크에 자주 의존하십니다. 그분들은 자신을 위해 일했던 기술자에게 전화를 걸거나 지인에게 소개를 요청합니다. 그들은 전통적인 방법을 선호하고 이미 알고 있는 기술자의 경험을 신뢰하는 경향이 있습니다. 부모님과 제가 문제를 해결하는 방법의 주요 차이점은 기술 접근 방식과 사용에 있습니다. 우리의 접근 방식은 다르지만 공통 목표는 집이 항상 최상의 상태를 유지하도록 하는 것입니다. |

**단어** vượt quá 넘어서다. 초과하다 | có uy tín 평판이 좋다. 위신있다 | mạng lưới 네트워크 | dựa vào 의존하다

 **독신** 고득점 필수 유형2
# 일반적으로 집을 임대할 때 겪는 어려움

 MP3 P2-05

> Bạn hãy nói cho tôi nghe về những vấn đề mọi người gặp phải khi thuê nhà. Tại sao những vấn đề đó lại xảy ra và mọi người giải quyết những vấn đề đó như thế nào?
> 집을 임대할 때 사람들이 겪는 문제에 대해 알려주십시오. 왜 그러한 문제가 발생하며 사람들은 이를 어떻게 해결합니까?

### 모범답변

| | |
|---|---|
| 사람들이 겪는 문제 | Khi thuê nhà, mọi người thường gặp phải một số vấn đề phổ biến.<br>집을 임대할 때 사람들은 종종 몇 가지 일반적인 문제에 직면합니다. |
| 임대료 상승 | Đầu tiên, giá thuê nhà tăng cao là một vấn đề lớn. Nhiều người gặp khó khăn khi giá thuê nhà tăng đột ngột sau một thời gian ngắn, do thị trường bất động sản biến động hoặc chủ nhà muốn tăng lợi nhuận. Để giải quyết vấn đề này, người thuê có thể thương lượng với chủ nhà để giữ giá ổn định hoặc tìm thuê nhà ở những khu vực có giá cả hợp lý hơn.<br>첫째, 임대료 상승이 큰 문제입니다. 부동산 시장의 변동이나 집주인이 이익 증대를 원해서 단기간에 임대료가 갑자기 오르면 많은 사람들이 어려움을 겪습니다. 이 문제를 해결하기 위해 임차인은 집주인과 협상하여 가격을 안정적으로 유지하거나 가격이 더 합리적인 지역에서 임대할 주택을 찾을 수 있습니다. |
| 주택 품질 | Chất lượng nhà ở không đảm bảo là một vấn đề khác. Người thuê nhà thường phàn nàn về tình trạng xuống cấp của căn nhà, như hệ thống điện, nước hỏng hóc, hay nhà bị ẩm mốc. Những vấn đề này thường xảy ra do chủ nhà không duy trì và sửa chữa định kỳ. Để giải quyết, người thuê cần kiểm tra kỹ căn nhà trước khi ký hợp đồng và yêu cầu chủ nhà sửa chữa các hỏng hóc trước khi chuyển vào.<br>열악한 주택 품질도 또 다른 문제입니다. 세입자들은 전기와 수도 시스템 고장이나 곰팡이가 피는 등 집의 노후화에 대해 클레임하는 경우가 많습니다. 이러한 문제는 주택 소유자가 정기적으로 유지 관리하고 수리하지 않기 때문에 발생하는 경우가 많습니다. 해결하려면 임차인은 계약을 체결하기 전 집을 꼼꼼히 살펴보고, 입주 전 집주인에게 파손된 부분이 있으면 수리해 달라고 요청해야 합니다 |

| 집주인과 분쟁 | Tranh chấp với chủ nhà cũng là một vấn đề phổ biến. Nhiều người gặp phải tranh chấp với chủ nhà về các điều khoản hợp đồng, tiền đặt cọc, hoặc chi phí sửa chữa. Những tranh chấp này thường do thiếu sự rõ ràng trong hợp đồng thuê nhà. Để tránh tình huống này, người thuê nên đọc kỹ và hiểu rõ các điều khoản trong hợp đồng trước khi ký. Khi xảy ra tranh chấp, có thể tìm đến sự hỗ trợ từ các cơ quan pháp luật hoặc các tổ chức bảo vệ quyền lợi người thuê nhà.

집주인과의 분쟁도 흔한 문제입니다. 많은 사람들이 계약 조건이나 보증금, 수리비 등을 놓고 집주인과 분쟁을 겪습니다. 이러한 분쟁은 임대 계약의 명확성이 부족하여 발생하는 경우가 많습니다. 이러한 상황을 방지하려면 임차인은 서명하기 전에 계약 조건을 주의 깊게 읽고 이해해야 합니다. 분쟁이 발생하면 임차인의 권리를 보호하는 법률기관이나 단체에 도움을 요청할 수 있습니다. |
|---|---|

**단어** | **biến động** 변동 | **lợi nhuận** 이익, 이윤 | **xuống cấp** 노후화 | **ký hợp đồng** 계약을 체결하다 | **điều khoản** 조건, 조항 | **tiền đặt cọc** 보증금

# Unit 2 | 여가활동 - 영화

## ＊유형별 기출문제 한눈에 보기

여가 활동 카테고리에서 영화 주제는 공연, 콘서트보기, 음악 등과 함께 연동하여 답변을 준비하기 좋은 주제로 문제가 어렵지 않아 서베이 항목에서 선택하는 것을 적극 추천하는 주제 중 하나입니다.

| | | |
|---|---|---|
| 유형1 | 현재시제 장소 묘사/종류 설명 | 즐겨보는 영화 장르 몇 가지 설명 |
| 유형2 | 현재시제 활동, 루틴, 단계 | 영화볼 때 주로 하는 활동 묘사 |
| 유형3 | 과거시제 최초 혹은 최근 경험 | 최근 영화를 보러 간 경험 |
| 유형4 | 과거시제 인상적인 경험 | 좋아하는 배우와 관련된 인상적인 뉴스 |
| 롤플 유형1 | 면접관에게 질문하기 | 좋아하는 영화 장르에 대해 Mai에게 질문 |
| 롤플 유형2 | 상황에 대한 정보 요청 | 영화 티켓 구매 정보 요청 |
| 롤플 유형3 | 문제 상황 설명 및 대안 제시 | 영화관에서 잘못 판매한 티켓 문제 해결 |
| 롤플 응용 유형 | 문제 발생 및 해결에 대한 과거 경험 | 티켓 예매 및 구매 시 문제가 발생한 경험 |
| 고득점 필수 유형1 | 2가지 대상 비교 또는 대조 | 영화의 과거와 현재 비교 |
| 고득점 필수 유형2 | 사회적 이슈, 최근 소식 및 관심사 | 친구나 가족과 이야기하는 영화 관련 관심사 |

＊유형5는 난이도 3, 4에서만 출제되며 AL이 목표인 난이도 5, 6에서는 출제되지 않습니다.
＊유형9, 유형10은 난이도 5, 6에서만 출제되며 IH, AL등급 취득에 관건이 되는 문항입니다.

## ∗ 기출문제 콤보 파악하기

### 영화 기출문제 COMBO THỨ NHẤT

| 오픽 시험 문항 번호 | 유형 | 기출문제 |
| --- | --- | --- |
| 2번 | 유형1 | 즐겨보는 영화 장르 몇 가지 설명 |
| 3번 | 유형2 | 영화볼 때 주로 하는 활동 묘사 |
| 4번 | 유형3 | 최근 영화를 보러 간 경험 |

### 영화 기출문제 COMBO THỨ HAI

| 오픽 시험 문항 번호 | | 유형 | 기출문제 |
| --- | --- | --- | --- |
| 5번 | 8번 | 유형1 | 즐겨보는 영화 장르 몇 가지 설명 |
| 6번 | 9번 | 유형3 | 최근 영화를 보러간 경험 |
| 7번 | 10번 | 유형4 | 좋아하는 배우와 관련된 인상적인 뉴스 |

### 영화 기출문제 COMBO THỨ BA

| 오픽 시험 문항 번호 | 유형 | 기출문제 |
| --- | --- | --- |
| 11번 | 롤플 유형2 | 영화 티켓 구매 정보 요청 |
| 12번 | 롤플 유형3 | 영화관에서 잘못 판매한 티켓 문제 해결 |
| 13번 | 롤플 응용 유형 | 티켓 예매 및 구매 시 문제가 발생한 경험 |

### 영화 기출문제 COMBO THỨ TƯ

| 오픽 시험 문항 번호 | 유형 | 기출문제 |
| --- | --- | --- |
| 14번 | 고득점 필수 유형1 | 영화의 과거와 현재 비교 |
| 15번 | 고득점 필수 유형2 | 친구나 가족과 이야기하는 영화 관련 관심사 |

∗14번은 IH, 15번은 AL을 결정짓는 문제이므로 IH, AL을 목표로 하신다면 14,15번을 중점적으로 공략해야 합니다.

 유형1
# 즐겨 보는 영화 장르 몇 가지 설명

Trong bản khảo sát, bạn có nói là bạn thích xem phim. Hãy kể cho tôi nghe về thể loại phim mà bạn thích. Bạn thích xem những thể loại phim nào?
당신은 서베이에서 영화감상을 좋아한다고 말했습니다. 당신이 좋아하는 영화 장르에 대해 말해주세요. 당신은 어떤 종류 영화들을 보는 것을 좋아하나요?

## 답변 구성 핵심표현

| 좋아하는 영화 장르 | phim hành động 액션영화 ǀ phim hài hước 코미디영화 ǀ phim tình cảm lãng mạn 로맨스영화 ǀ phim kinh dị 공포영화 ǀ phim khoa học viễn tưởng SF영화 ǀ phim giả tưởng 판타지 영화 ǀ phim giật gân 스릴러영화 ǀ phim ma 귀신영화 ǀ phim hoạt hình 애니메이션 |
|---|---|
| 좋아하는 영화 장르의 특징 | khiến người xem không thể rời khỏi màn hình<br>보는 이로 하여금 화면에서 눈을 떼지 못하게 한다<br><br>khiến tôi cười vui vẻ và có tác dụng giảm căng thẳng<br>즐겁게 웃게 만들며 스트레스 감소 효과가 있다<br><br>giúp chúng ta bình tĩnh và quên đi những muộn phiền hằng ngày<br>진정하고 일상의 근심들을 잊게 도와준다<br><br>có thể mang đến một trải nghiệm hoàn toàn mới cho chúng ta<br>완전히 새로운 경험을 가져다 줄 수 있다 |

## 모범답변

| 도입 | Thật ra tôi thích xem tất cả các thể loại phim như phim hành động, phim tình cảm lãng mạn, phim hài hước, phim khoa học viễn tưởng v.v…<br>사실 저는 액션 영화, 로맨틱 영화, 코미디 영화, SF 영화 등 온갖 종류의 영화를 보는 걸 좋아해요. |
|---|---|
| 첫 번째 좋아하는 영화 장르 특징 및 이유 | Nhưng nói về thể loại phim mà tôi thích nhất là tôi say mê với phim tình cảm lãng mạn. Đôi khi tôi cũng gặp phải những vấn đề và muộn phiền trong cuộc sống thực, lúc đó tôi muốn tạm thoát khỏi cuộc sống ngột ngạt và cô đơn, trải nghiệm một thế giới khác tốt đẹp, lý tưởng và hoàn hảo. |

| | |
|---|---|
| | Khi xem phim tình cảm lãng mạng thì tôi có thể hoá thân vào các nhân vật trong phim, được mọi người xung quanh mình yêu thương, được thành công và may mắn trong công việc tôi thậm chí thực hiện ước mơ của mình một cách dễ dàng và thuận lợi. Chỉ là khoảng tầm 90 phút ngắn ngủi nhưng những giây phút đó giúp tôi bình tĩnh hơn và tạo thêm nguồn động lực để sống tiếp cho tôi.<br><br>하지만 제가 가장 좋아하는 영화 장르를 말하자면, 저는 로맨스 영화에 열정적이에요. 가끔 현실에서도 문제와 고민에 부딪힐 때가 있는데, 그럴 땐 답답하고 외로운 삶에서 잠시 벗어나 좋고 이상적이고 완벽한 또 다른 세계를 경험하고 싶습니다. 로맨스 영화를 보면 제가 영화 속 캐릭터로 변신할 수 있고, 주변 사람들에게 사랑도 받을 수 있고, 직장에서도 성공하고 행운을 누리고, 심지어 꿈도 쉽게 이룰 수 있습니다. 90분 남짓의 짧은 시간이지만 그 순간들은 저를 진정시키고 계속 살아갈 수 있는 동기를 부여해 줍니다. |
| 두 번째<br>좋아하는 영화<br>장르 특징 및<br>이유 | Ngoài ra tôi cũng thích xem phim khoa học viễn tưởng. Thứ nhất, phim khoa học viễn tưởng thường mang đến những hình ảnh công nghệ tương lai, giúp chúng ta mở rộng tầm tưởng và hiểu biết về những khả năng mới. Thậm chí, nó có thể kích thích sự sáng tạo và trí tưởng tượng của chúng ta, khám phá những giới hạn mới. Thứ hai là phim khoa học viễn tưởng giúp chúng ta thoát khỏi thực tế hàng ngày, mang lại giây phút giải trí và thư giãn. Điều này làm tăng sự hứng thú và niềm vui trong cuộc sống hằng ngày của chúng ta.<br><br>또한 공상과학 영화 보는 것도 좋아해요. 첫째, SF 영화는 종종 미래 기술의 이미지를 가져다 줘 우리의 상상력을 확장하고 새로운 가능성에 대한 이해를 넓히는 데 도움을 줍니다. 심지어 우리의 창의성과 상상력을 자극하여 새로운 한계를 발견합니다. 둘째, SF 영화는 일상의 현실에서 벗어나 오락과 휴식의 순간을 제공합니다. 이는 우리 일상생활에서 흥분과 즐거움을 증가시킵니다. |

**단어** | **muộn phiền** 고민 | **hoàn hảo** 완벽한 | **hoá thân vào** 변신하다 | **nguồn động lực** 동기 | **kích thích** 자극하다 | **trí tưởng tượng** 상상력 | **giới hạn** 한계

 유형2
# 영화볼 때 주로 하는 활동 묘사

Khi bạn xem phim, bạn thường làm những hoạt động nào? Hãy kể cho tôi nghe bạn thường làm gì trước khi và sau khi xem phim. Bạn thường xem phim với ai?
영화를 볼 때 주로 어떤 활동을 하나요? 영화 보기 전후에 보통 무엇을 하는지 말해주세요. 당신은 누구와 주로 영화를 보나요?

### 답변 구성 핵심표현

| 영화를 보기 전 하는 활동 | tìm hiểu trước về nội dung phim, điểm số, nhận xét để có được trải nghiệm xem phim tuyệt vời nhất<br>최고의 영화 감상 경험을 위해 영화 내용, 점수, 댓글 등을 미리 알아본다<br><br>rất cẩn thận để không bị spoil nên không tìm kiếm thông tin nào liên quan đến bộ phim định xem cả<br>스포 당하지 않도록 매우 조심해서 볼 영화와 관련된 정보는 전혀 검색하지 않는다<br><br>tìm hiểu lịch chiếu, đặt vé trước nếu đi xem phim vào thời gian cao điểm để tránh sự đông đúc và chen chúc<br>번잡함과 혼잡함을 피하기 위해 피크 시간대에 영화를 보러 갈 경우 미리 상영 시간을 알아보고 티켓을 예약한다<br><br>thực ra không chuẩn bị gì hết ngoại trừ mua bắp rang bơ và đồ uống vì thường có ý định đi xem phim chỉ là ngẫu hứng<br>사실 보통 영화를 보러 간다는 생각은 그냥 즉흥적으로 일어나기 때문에 팝콘과 음료수 사는 것 외에는 아무것도 준비하지 않는다 |
|---|---|
| 영화를 본 후 하는 활동 | tìm kiếm nhận xét đánh giá trên mạng hoặc tham gia các diễn đàn để thảo luận với cộng đồng trực tuyến<br>온라인에서 리뷰를 검색하거나 포럼에 가입하여 온라인 커뮤니티와 토론한다<br><br>viết nhận xét lên trên trang web blog cá nhân hoặc làm video trên youtube về nội dung phim để thể hiện cảm xúc và suy nghĩ sau khi xem phim<br>개인 블로그에 리뷰를 쓰거나 영화 내용에 대한 유튜브 영상을 만들어 영화를 보고 난 후의 느낌과 생각을 표현한다 |

| 모범답변 | |
|---|---|
| 영화보기 전에 하는 일 | Tôi thường đi xem phim với bạn bè hoặc gia đình. Trước khi bước vào phòng chiếu, tôi thường đến sớm để có thời gian mua đồ ăn nhẹ hoặc đồ uống, tận hưởng không khí xao xuyến và chia sẻ kỳ vọng với bạn bè hoặc gia đình. Trong thời gian chờ đợi, một số người thích đọc tóm tắt nội dung hoặc theo dõi trailer để tăng sự hứng thú.<br><br>저는 친구나 가족과 함께 영화를 자주 보러 갑니다. 저는 대개 상영관에 들어가기 전에 일찍 도착하여 간식이나 음료를 사서 설레는 분위기를 즐기고, 친구나 가족과 기대를 공유하는 시간을 갖습니다. 기다리는 시간에 어떤 사람들은 콘텐츠 요약을 읽거나 예고편을 시청하여 흥미를 더하는 것을 좋아합니다. |
| 영화를 본 후 하는 활동 | Sau buổi chiếu, tôi ưa thích dành thời gian ở lại để thảo luận về bộ phim với họ. Việc này thường góp phần vào sự chia sẻ ý kiến và cảm nhận cá nhân, làm cho trải nghiệm trở nên phong phú hơn. Đôi khi chúng tôi chọn ghé vào các quán cà phê hoặc nhà hàng gần rạp để tiếp tục không khí thư giãn và thảo luận.<br>Cuối cùng, sau khi về nhà, việc xem xét lại những ấn tượng và cảm xúc vừa trải qua là một trong những thói quen từ lâu của tôi. Như những người thích xem phim khác, tôi cũng thích viết nhận xét cá nhân, chia sẻ trên mạng xã hội hoặc thậm chí tham gia các diễn đàn để thảo luận chi tiết về bộ phim.<br><br>상영 후에는 그들과 함께 영화에 대해 토론하는 시간을 갖는 것을 좋아합니다. 이것은 개인적인 의견과 감정을 공유하는 데 기여하여 경험을 더욱 풍부하게 만듭니다. 때때로 우리는 휴식과 토론의 분위기를 이어가기 위해 극장 근처의 카페나 레스토랑을 방문하기로 선택하기도 합니다.<br>마지막으로, 집에 돌아온 후 방금 경험한 인상과 감정을 되돌아보는 것은 저의 오랜 습관 중 하나입니다. 영화 보기를 좋아하는 다른 사람들처럼 저도 개인적인 리뷰를 쓰고, 소셜 네트워크에 공유하거나, 포럼에 참여하여 영화에 대한 자세한 내용을 토론하는 것을 좋아합니다. |

**단어**  xao xuyến 설레다 | hứng thú 흥쳐, 흥미 | góp phần 기여하다 | diễn đàn 포럼

  **유형 3** 최근 영화를 보러 간 경험

> Hãy nhớ lại một bộ phim mà bạn đã xem trong gần đây nhất. Hãy nói về những gì đã có trước khi, trong và sau khi xem phim trong ngày đó.
> 최근에 봤던 영화를 떠올려 보세요. 그 날 중에 영화를 보기 전, 보는 중에 그리고 본 후에 있었던 것들에 대해 말해보세요.

### 모범답변

| | |
|---|---|
| 도입 | Chuyến đi xem phim gần đây nhất của tôi là một trải nghiệm đầy xúc cảm khi tôi chọn xem bộ phim <Mắt Biếc> - tác phẩm điện ảnh Việt Nam đình đám. Ngày đó, tôi quyết định dành một buổi chiều cuối tuần để thư giãn và đắm chìm trong câu chuyện tình yêu đẹp nhưng cũng đầy bi kịch của Ngạn và Hà Lan tức là các nhân vật chính trong phim <Mắt Biếc>.<br>가장 최근에 영화를 보러 간 것은 베트남 영화계의 유명한 영화 <드리미 아이즈: Mắt biếc>를 보기로 결정했을 때의 감동적인 경험이었습니다. 그날 저는 영화 <드리미 아이즈>의 주인공 응안과 하란의 아름답지만 비극적인 사랑 이야기에 빠져들며 휴식을 취하기 위해 주말 오후를 보내기로 했습니다 |
| 영화보기 전 | Tôi đặt vé trước để đảm bảo có chỗ ngồi tốt nhất và trải nghiệm hết mức khả năng hình ảnh và âm thanh của bộ phim.<br>가장 좋은 좌석을 확보하고 영화의 모든 시청각 기능을 경험하기 위해 미리 티켓을 예약했습니다. |
| 본 영화이야기 | Câu chuyện của Ngạn và Hà Lan đã cuốn hút tôi ngay từ những phút đầu tiên. Tình yêu thuần khiết giữa họ đã tạo ra những cảm xúc mạnh mẽ. Những cảnh quay tại làng quê hùng vĩ, cùng với âm nhạc độc đáo, đã làm cho mỗi khung hình trở nên sống động.<br>응안과 하란의 이야기는 처음부터 저를 사로잡았습니다. 이들의 순수한 사랑이 강렬한 감정을 자아냈습니다. 장엄한 시골 풍경과 독특한 음악이 프레임 하나하나를 생생하게 만들어주었습니다. |
| 영화를 본 후 | Sau khi kết thúc bộ phim, tôi và nhóm bạn thân đã ở lại quán cà phê gần đó để thảo luận và chia sẻ cảm nhận về phim <Mắt Biếc>. Mấy người bạn đã bày tỏ sự ấn tượng và biểu đạt lòng tự hào về sự phát triển của điện ảnh Việt Nam.<br>영화가 끝난 후에 친한 친구들과 함께 근처 카페에 남아 영화 <드리미 아이즈>의 소감을 나누며 이야기를 나눴습니다. 몇몇 친구들은 베트남 영화의 발전에 대한 인상과 자부심을 표현했습니다. |

**단어** | **đắm chìm** 빠져들다 | **hồi hộp** 긴장하다, 조마조마하다 | **cuốn hút** 매료시키다

 유형4
## 좋아하는 배우와 관련된 인상적인 뉴스

MP3 P2-06

Diễn viên hay nữ diễn viên yêu thích của bạn là ai? Hãy kể cho tôi nghe một câu chuyện về diễn viên đó mà bạn đã nghe trên tin tức. Hãy bắt đầu với một số chi tiết về diễn viên đó, sau đó nói tất cả các chi tiết về những gì đã xảy ra, hãy nói cho tôi biết về những điều đã khiến chuyện này trở nên đáng nhớ đối với những người thích xem phim.

가장 좋아하는 남자 혹은 여자 배우는 누구인가요? 당신이 뉴스를 통해 들었던 그 배우에 대한 이야기를 들려주세요. 그 배우에 대한 몇 가지 세부사항으로 시작해서 무슨일이 일어났는지 모든 세부사항을 말해주세요. 영화를 좋아하는 사람들에게 이 일이 기억에 남을 만하게 만든 것들에 대해 알려주세요.

### 모범답변

| 도입 | Tom Cruise, một trong những diễn viên nổi tiếng và tài năng nhất Hollywood, không chỉ nổi tiếng với những vai diễn hấp dẫn mà còn với sự táo bạo trong việc thực hiện những cảnh hành động đỉnh cao mà nhiều người còn nhớ mãi. |
| --- | --- |
| | 할리우드에서 가장 유명하고 재능 있는 배우 중 한 명인 톰 크루즈는 매력적인 역할뿐만 아니라 많은 사람들이 항상 기억할 절정의 액션 장면을 과감하게 연기하는 것으로도 유명합니다. |
| 뉴스를 통해 들은 배우에 관한 이야기 | Một câu chuyện đặc biệt về Tom Cruise mà tôi đã nghe qua tin tức là về những gì mà anh ấy làm trong quá trình quay phim <Nhiệm vụ Bất Khả Thi-Sụp đổ>. Anh đã quay một màn nhảy dù nảy tự do từ một máy bay chở hàng thực tế 25,000 feet (khoảng 7,620 mét) trên không trung. |
| | 뉴스에서 들은 톰 크루즈에 대한 특별한 이야기 중 하나는 그가 <미션 임파서블–폴아웃> 촬영 중 한 일입니다. 그는 상공 25,000피트(약 7,620미터) 실제 화물기에서 스카이다이빙 장면을 촬영했습니다. |
| 영화 팬들에게 기억에 남은 것 | Chính sự táo bạo và ý chí mạnh mẽ của Tom Cruise trong việc thực hiện cảnh hành động độc đáo này đã khiến <Nhiệm vụ Bất Khả Thi-Sụp đổ> trở thành một tác phẩm không thể bỏ qua đối với những người yêu thích sự hồi hộp và mạo hiểm. |
| | 이 독특한 액션 장면을 소화해낸 톰 크루즈의 대담함과 강한 의지가 <미션 임파서블–폴아웃>을 서스펜스와 모험 좋아하는 이들에게 놓칠 수 없는 작품으로 만들었습니다. |

**단어** **tài năng** 재능 있다 | **đỉnh cao** 절정 | **máy bay chở hàng** 화물기 | **táo bạo** 대담한

## 롤플레이 유형2
# 영화 티켓 구매 정보 요청

Bây giờ tôi muốn đưa ra một tình huống để bạn diễn kịch bằng tiếng Việt. Bạn hãy lắng nghe, sau đó diễn kịch lại tình huống đó bằng tiếng Việt. Bạn muốn xem phim với bạn của bạn. Hãy gọi điện thoại cho rạp chiếu phim hỏi 3 đến 4 câu hỏi để có được thông tin về vé xem phim mà bạn muốn mua.

지금 제가 베트남어로 당신이 연기하도록 한 상황을 드릴 겁니다. 당신은 잘 듣고 나서 이 상황을 베트남어로 재연해 보세요. 당신은 친구와 함께 영화를 보고 싶습니다. 영화관에 연락을 해서 당신이 구입하고 싶은 영화 티켓에 대한 정보를 얻기 위해 서너가지 질문을 하세요.

### 모범답변

A lô, rạp chiếu phim Hà Nội phải không? Tôi muốn hỏi một chút về việc đặt vé xem phim. Tôi định đi xem bộ phim Quá nhanh quá nguy hiểm ở đó vào cuối tuần này với bạn tôi mà nếu tôi đến xem vào buổi sáng thì có được ưu đãi nào không? À thế hả, thế thì may quá. Thế giá vé là một vé 100,000 đồng đúng không? Thế lịch chiếu là từ mấy giờ? 8 giờ à? Khá là sớm nhỉ. Vậy, tôi phải làm thế nào để đặt vé trước? Có cách nào để tôi kiểm tra chương trình chiếu trực tuyến không? Qua trang web hoặc ứng dụng di động hả anh? Ồ, cảm ơn anh rất nhiều. Tôi sẽ xem xét và quyết định sau nhé. Chúc bạn một ngày tốt lành nhé.

여보세요. 하노이시네마 맞죠? 영화표 예매에 대해 조금 여쭤보고 싶습니다. 이번 주말에 친구와 함께 그곳에 영화 분노의 질주를 보러 갈 예정인데, 오전에 가면 할인이 되나요? 아 그렇군요. 정말 다행이네요. 그럼 티켓 가격은 100,000VND 맞나요? 그럼 상영스케줄은 몇 시부터인가요? 8시요? 꽤 이른 시간이네요? 그렇다면 티켓을 미리 예약하려면 어떻게 해야 하나요? 온라인으로 상영 프로그램을 확인할 수 있는 방법이 있나요? 웹사이트나 모바일 앱을 통해서요? 아, 감사합니다. 나중에 생각해 보고 결정하겠습니다. 좋은 하루 되세요.

**단어** lịch chiếu 상영스케줄

 **영화** 롤플레이 유형3
# 영화관에서 잘못 판매한 티켓 문제 해결

> Tôi xin lỗi nhưng có một vấn đề bạn cần giải quyết. Khi đến rạp chiếu phim, bạn nhận ra rằng đã bị bán nhầm vé cho mình. Bạn hãy giải thích tình huống khó khăn của bạn với người bán vé và đưa ra hai đến ba giải pháp để thay thế.
>
> 미안하지만 당신이 해결해야 하는 문제가 하나 있습니다. 영화관에 도착했을 때 당신에게 잘못된 티켓이 판매되었다는 것을 알게되었습니다. 매표소 직원에게 당신의 곤란한 상황을 설명하고 대처하기 위한 두세 가지 대안을 제시하세요.

### 모범답변

Chào anh. Tôi vừa nhận ra rằng tôi đã nhận được vé sai khi đến rạp. Vé này không khớp với lịch chiếu và chỗ ngồi mà tôi đã đặt trước trên ứng dụng di động. Chắc khi rút ra vé trên máy bán vé tự động thì máy có sự sai lầm gì đó. Làm thế nào nhỉ.. Thế tôi đề xuất một số giải pháp. Thứ nhất anh có thể chuyển vé của tôi sang lịch chiếu 7 giờ tối nay được không? Tôi hy vọng rằng chỗ ngồi thì vẫn là cùng chỗ ngồi mà tôi đã đặt trước. Nếu không chuyển lịch chiếu với cùng chỗ ngồi thì hãy chuyển sang ngày khác như ngày mai cho tôi nhé. Nếu không thể thay đổi lịch chiếu hoặc chỗ ngồi thì có cách nào để tôi được nhận hoàn trả tiền không? Tôi đến đây để xem phim cùng với bạn bè thế nên muốn giữ cho kế hoạch của chúng tôi. Cám ơn nhé.

여보세요. 안녕하세요. 저는 극장에 도착했을 때 티켓을 잘못 받았다는 것을 막 깨달았습니다. 이 티켓은 모바일 앱에서 예약한 상영 시간 및 좌석과 일치하지 않습니다. 아마도 자동발매기에서 티켓을 뽑았을 때 기계에 문제가 있었던 것 같습니다. 어떻게 해야 할까요... 그래서 몇 가지 해결책을 제안합니다. 먼저, 오늘 밤 7시 상영 일정으로 티켓을 바꿔주실 수 있나요? 그 자리가 제가 예약했던 자리 그대로였으면 좋겠습니다. 같은 좌석으로 상영 일정을 변경할 수 없는 경우 내일 같은 다른 날짜로 변경해 주시기 바랍니다. 상영 시간이나 좌석을 변경할 수 없는 경우 환불을 받을 수 있는 방법이 있나요? 저는 친구들과 영화를 보러 왔기 때문에 우리의 계획을 지키고 싶어요. 감사합니다.

**단어** | **khớp với** ~에 맞다, 일치하다 | **máy bán vé tự động** 자동발매기

 **영화** 롤플레이 응용 유형
## 티켓 예매 및 구매 시 문제가 발생한 경험

Vở kịch đã kết thúc rồi ở đây. Bạn đã bao giờ trải nghiệm điều gì đó tương tự chưa? Bạn đã bao giờ đặt trước hoặc mua vé mà phát sinh vấn đề chưa? Hãy kể về trải nghiệm này. Hãy cung cấp thông tin cơ bản về địa điểm và thời điểm trải nghiệm này xảy ra cũng như bạn đã ở đó với ai. Điều quan trọng nhất là việc nói chi tiết về chuyện này và những gì bạn đã làm để giải quyết vấn đề này.

상황 연극은 이미 종료되었습니다. 유사한 경험을 한 적이 있나요? 티켓을 예매했거나 구매했는데 문제가 발생한 적이 있나요? 이 경험에 대해 말해보세요. 이 경험이 발생한 장소와 시점에 관한 기본 정보와 당신이 그곳에 누구와 함께 있었는지 정보를 제공하세요. 제일 중요한 것은 이 일에 대한 구체적인 사항과 이 문제를 해결하기 위해 당신이 했던 것을 말하는 것입니다.

### 모범답변

| | |
|---|---|
| 도입 | Chắc tôi đã có một trải nghiệm tương tự rồi. Tôi không nhớ rõ ngày tháng chính xác nhưng chắc là cách đây mấy tháng.<br>저도 비슷한 경험이 있었습니다. 정확한 날짜는 기억나지 않지만 아마 몇 달 전이었을 겁니다. |
| 발생한 문제 | Tôi đã đặt vé xem phim trực tuyến cho một buổi chiếu phim tại một rạp chiếu phim gần nhà. Tôi đã chọn suất chiếu với bạn bè vào chiều thứ Bảy. Tôi sử dụng dịch vụ đặt vé trực tuyến của rạp để đặt thuận tiện và nhanh chóng. Tới rạp vào chiều thứ Bảy, tôi và bạn bè đã phát hiện rằng vé mà tôi đã đặt không khớp với suất chiếu mà chúng tôi muốn. Chúng tôi đều cảm thấy rất bất ngờ và thất vọng về tình huống này.<br>집 근처 극장에서 영화 감상을 위해 영화 티켓을 온라인으로 예약했습니다. 토요일 오후에 친구들과 보는 것으로 선택했어요. 저는 편리하고 빠른 예매를 위해 극장의 온라인 예매 서비스를 이용했습니다. 토요일 오후에 극장에 도착했을 때 친구들과 저는 제가 예약한 티켓이 우리가 원하는 상영 일정과 일치하지 않는다는 것을 발견했습니다. 우리 모두는 이 상황에 대해 매우 놀라고 실망감을 느꼈어요. |
| 문제 해결 과정 | Chúng tôi liền đến quầy bán vé để giải quyết vấn đề. Tại quầy bán vé, tôi giải thích tình huống với nhân viên và cung cấp thông tin chi tiết về vé và suất chiếu mà tôi mong muốn. Nhân viên rất nhanh chóng kiểm tra hệ thống và xác nhận rằng đã có sự nhầm lẫn trong quá trình đặt vé. Để giải quyết vấn đề, họ đã rất cố gắng để giữ cuộc đặt nguyên của chúng tôi nhưng bộ phim mà chúng tôi chọn rất ăn khách nên hết chỗ ngồi từ lâu rồi. Tôi hơi tức giận và cảm thấy khó chịu vì chuyện đó không phải là lỗi của tôi mà phải chịu thôi. |

| | |
|---|---|
| | 우리는 문제를 해결하기 위해 즉시 매표소로 갔습니다. 티켓 카운터에서 직원에게 상황을 설명하고, 제가 원하는 티켓과 상영 일정에 대한 구체적인 정보를 알려줬어요. 직원은 매우 신속하게 시스템을 확인하고 예약 과정에서 실수가 있었음을 확인했습니다. 그 문제를 해결하기 위해서 그들은 우리의 기존 예약을 유지하기 위해 열심히 노력했지만 우리가 선택한 영화는 인기가 좋아서 오래 전에 좌석이 매진되었습니다. 그 일이 저의 잘못이 아니었지만 참아야만 해서 조금 화가 나기도 하고 불편하게 느껴지기도 했어요. |
| 결말 | **Cuối cùng họ đã thay đổi vé tôi sang vé ngày sau cho tôi. Họ cũng xin lỗi về sự nhầm lẫn và cung cấp hai voucher xem phim miễn phí với ghế ngồi tốt nhất.**<br><br>결국 그들은 저의 티켓을 다음 날 티켓으로 변경해 주었습니다. 또한 혼란을 준 것에 사과했고, 가장 좋은 자리어 무료 영화 이용권 2매를 제공해 줬습니다. |

**단어** **quầy bán vé** 매표소 | **nhầm lẫn** 실수 | **bắt buộc phải** ~하지 않을 수 없다

 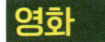 고득점 필수 유형1
# 영화의 과거와 현재 비교

> Bạn có thể so sánh những phim điện ảnh mà bạn đã xem khi bạn còn nhỏ và lớn lên với bộ phim ngày hôm nay không? Hãy kể cho tôi nghe về những bộ phim đã thay đổi như thế nào. Hãy liệt kê những điểm tương đồng và sự khác biệt với phim quá khứ và hiện tại.
>
> 당신이 성장하면서 본 영화와 오늘날의 영화를 비교할 수 있나요? 영화가 어떻게 변화했는지 알려주세요. 과거 영화와 현재 영화의 공통점과 차이점을 나열해 보세요.

### 모범답변

| | |
|---|---|
| 도입 | Theo tôi, phim điện ảnh đã thay đổi qua nhiều năm nhưng vẫn còn có những điểm tương đồng giữa quá khứ và hiện tại.<br>제 생각에는 영화는 세월이 지나면서 변해왔지만 과거와 현재 사이에는 여전히 공통점이 있습니다. |
| 공통점 | Những phim điện ảnh mà tôi đã từng xem trong những năm tôi lớn lên và hiện tại đều gồm có những giá trị không biến đổi mãi mãi như tình yêu, đoàn kết, niềm tin, sự hạnh phúc, gia đình v.v… Ngoài ra, mặc dù hiện nay cũng có những phim điện ảnh có twist nhưng bố cục câu chuyện chính của các phim điện ảnh thì không thay đổi nhiều.<br>제가 성장하면서 본 영화들과 지금의 영화들은 모두 사랑, 화합, 믿음, 행복, 가족 등 영원히 변하지 않는 가치들을 담고 있습니다. 또한 요즘 반전 영화도 나오기는 하지만, 영화의 메인 스토리 구성은 크게 변하지 않았습니다. |
| 차이점1 | Nói về sự khác biệt thì tôi không thể không đề cập đến hiệu ứng đặc biệt và công nghệ 3D, công nghệ hiện đại đã mang lại sự tiến bộ lớn trong quá trình sản xuất phim, từ chất lượng hình ảnh đến âm thanh và hiệu ứng đặc biệt. Những cảnh trong phim sử dụng công nghệ này ngày càng không khác gì những khung cảnh mọi người có thể trải nghiệm trong thực tế, thậm chí gần chạm đến khung cảnh mà con người mong muốn trong lý tưởng nên để lại một trải nghiệm mãng liệt.<br>차이점을 이야기하자면 특수효과와 3D 기술을 빼놓을 수 없습니다. 현대 기술은 화질부터 사운드, 특수효과에 이르기까지 영화 제작 과정에서 큰 발전을 가져왔습니다. 이 기술을 활용한 영화 속 장면은 점점 현실에서 경험할 수 있는 장면과 다르지 않고, 심지어 사람들이 이상적으로 원하는 장면에 가까워 강렬한 경험을 선사합니다. |

**차이점2**

Trước đây thì để thưởng thức một bộ phim, người ta phải đến tận chỗ ngồi trong rạp chiếu phim hoặc chờ đợi mãi suất chiếu có phim trên tivi, nhưng hiện nay người ta có thể trải nghiệm những phim qua nhiều nền tảng phân phối đa dạng như các dịch vụ phát sóng trực tuyến Netflix, Youtube v.v.. theo đó các lựa chọn của khán giả về địa điểm, thời gian để xem, thể loại phim cũng tăng lên.

과거에는 영화를 보려면 극장에 가서 자리에 앉거나 TV에서 영화가 상영될 때까지 기다려야 했지만 이제는 넷플릭스, 유튜브 등 서비스과 같은 다양한 플랫폼을 통해 영화를 경험할 수 있습니다. 이에 따라 관객의 영화 시청을 위한 장소, 시간, 장르에 대한 선택지 또한 증가했습니다.

**단어** | **truyền cảm hứng** 영감을 주다 | **thông điệp** 메시지 | **điện ảnh cú twist** 반전 영화 | **hiệu ứng đặc biệt** 특수효과 | **mãng liệt** 강렬하다 | **nền tảng phân phối** 배급 플랫폼

 고득점 필수 유형2
# 친구나 가족과 이야기하는 영화 관련 관심사

Bạn thảo luận về chủ đề hoặc vấn đề nào liên quan đến phim khi nói chuyện với bạn bè hoặc gia đình mình? Tại sao những vấn đề này lại thú vị với các bạn của bạn? Và tại sao chúng lại quan trọng đến vậy?

친구나 가족과 이야기할 때 영화와 관련된 어떤 주제나 문제를 논의하시나요? 이러한 문제가 당신의 친구들에게 흥미로운 이유는 무엇입니까? 그리고 그것이 왜 그렇게 중요합니까?

## 모범답변

| | |
|---|---|
| 가족과 영화 관련 이야기 | Thực ra, tôi ít khi xem phim với gia đình vì mỗi người một sở thích. Trong gia đình tôi, mọi người không thích xem phim lắm ngoại trừ tôi. Vì thế gia đình tôi chỉ nói về phim này hay không hay, phim kia ăn khách, phim nọ có xuất hiện diễn viên nào nhận giải Oscar v.v.. <br><br> 사실 저는 가족과 영화를 보는 경우가 거의 없습니다. 왜냐하면 각자 취향이 다르기 때문입니다. 우리 가족은 저를 제외하고 모두 영화 보는 걸 별로 안 좋아합니다. 그래서 우리 가족은 이 영화가 재미있는지 없는지, 저 영화가 흥행했는지, 그 영화에 오스카상을 받은 배우가 나오는지 등등만 이야기합니다. |
| 친구와 영화 관련 이야기 | Nhưng tôi cũng có một số nhóm bạn say mê phim, chúng tôi thường đặt cuộc hẹn xem phim cùng nhau và thảo luận về phim sau khi xem phim, đó là một nhiệm vụ rất quan trọng đối với nhóm bạn tôi. Chúng tôi rất thích phân tích các nhân vật trong phim. Ví dụ, một nhân vật nào đó trong phim đã trải qua nhiều khó khăn và sóng gió trong cuộc sống, thay đổi về giá trị quan, trở thành phạm tội do một tình huống không thể tránh khỏi thì chúng tôi thường thảo luận về điều này đúng hay sai hoặc là có thể là như vậy hay không hề như thế được. Thông qua cuộc thảo luận này chúng tôi có thể hiểu biết về quan điểm của mỗi người trong nhóm bạn và mở rộng tâm trí của mình được. <br> Ngoài ra, chúng tôi còn thích nói chuyện và tìm hiểu một cách sâu sắc về ý định và thông điệp mà phim đó mang lại, đặc biệt là những ý định và thông điệp của đạo diễn cố ý che giấu mà chúng tôi phải cố gắng tìm kiếm qua manh mối trong các cảnh phim thì mới được biết. Nó giống như một câu đố giải được một bí mật lớn nên chúng tôi rất thích thú. |

하지만 저는 또한 영화에 대한 열정이 있는 몇몇 친구 그룹이 있는데, 우리는 종종 함께 영화 약속을 잡고 영화를 본 후 영화에 대해 토론하며 그것은 저의 친구들에게 매우 중요한 일입니다. 우리는 영화 속 인물들을 분석하는 것을 정말 좋아합니다. 예를 들어, 영화 속 어떤 인물이 인생에서 많은 어려움과 격동을 겪으며, 가치관이 바뀌고, 피할 수 없는 상황으로 인해 범죄자가 되었다면, 이것은 옳은 것인가 틀린 것인가 아니면, 그럴 수도 있다, 절대로 그럴 수 없다에 대해 토론합니다. 이 토론을 통해 우리는 친구들 각자의 관점을 이해하고 자신의 생각을 확장할 수 있습니다.

또한 우리는 영화가 전달하는 의도와 메시지, 특히 우리는 영화 장면에서 단서를 찾아야만 알 수 있는 감독이 의도적으로 숨긴 의도와 메시지에 대해 깊이 이야기하고 탐구하는 것을 좋아합니다. 마치 큰 비밀을 푸는 수수께끼 같아서 우리는 매우 즐겁습니다.

**단어** | **phân tích** 분석하다 | **sóng gió** 격동(바람과 파도) | **tâm trí** 마음, 정신

# Unit 3 | 여가활동 - 공원

## ＊유형별 기출문제 한눈에 보기

여가 활동 카테고리에서 공원 주제는 걷기, 조깅 등과 함께 연동하여 답변을 준비하기 좋은 주제로 문제가 어렵지 않아 서베이 항목에서 선택하는 것을 적극 추천하는 주제 중 하나입니다.

| | | | |
|---|---|---|---|
| 유형1 | 현재시제 장소 묘사/종류 설명 | 좋아하는 공원 묘사 | |
| 유형2 | 현재시제 활동, 루틴, 단계 | 공원에서 활동 | |
| 유형3 | 과거시제 최초 혹은 최근 경험 | 최근에 공원에 간 경험 | |
| 유형4 | 과거시제 인상적인 경험 | 인상적인 공원 관련 경험 | |
| 롤플 유형1 | 면접관에게 질문하기 | 가는 공원에 대해 Mai에게 질문하기 | |
| 롤플 유형2 | 상황에 대한 정보 요청 | 함께 공원을 가는 친구에게 정보 요청 | |
| 롤플 유형3 | 문제 상황 설명 및 대안 제시 | 공원 폐쇄에 따른 문제 해결 | 친구를 데리러 가지 못하는 상황 문제 해결 |
| 롤플 응용 유형 | 문제 발생 및 해결에 대한 과거 경험 | 인상적인 공원 관련 경험 | |
| 고득점 필수 유형1 | 2가지 대상 비교 또는 대조 | 어린이와 어른의 공원활동 비교 및 공원 시설 | |
| 고득점 필수 유형2 | 사회적 이슈, 최근 소식 및 관심사 | 최근 공원 관련 문제점, 원인 및 해결책 | |

＊유형5는 난이도 3, 4에서만 출제되며 AL이 목표인 난이도 5, 6에서는 출제되지 않습니다.
＊유형9, 유형10은 난이도 5, 6에서만 출제되며 IH, AL등급 취득에 관건이 되는 문항입니다.

## *기출문제 콤보 파악하기

### 공원 기출문제 COMBO THỨ NHẤT

| 오픽 시험 문항 번호 | 유형 | 기출문제 |
|---|---|---|
| 2번 | 유형1 | 좋아하는 공원 묘사 |
| 3번 | 유형2 | 공원에서의 활동 |
| 4번 | 유형3 | 공원에 갔던 최근 경험 |

### 공원 기출문제 COMBO THỨ HAI

| 오픽 시험 문항 번호 | | 유형 | 기출문제 |
|---|---|---|---|
| 5번 | 8번 | 유형1 | 좋아하는 공원 묘사 |
| 6번 | 9번 | 유형3 | 공원에 갔던 최근 경험 |
| 7번 | 10번 | 유형4 | 공원에서의 인상적인 경험 |

### 공원 기출문제 COMBO THỨ BA

| 오픽 시험 문항 번호 | 유형 | 기출문제 | |
|---|---|---|---|
| 11번 | 롤플 유형2 | 함께 공원에 가자는 친구에게 정보 요청 | |
| 12번 | 롤플 유형3 | 공원 폐쇄에 대한 문제 해결 | 친구를 데리러 가지 못하는 문제 해결 |
| 13번 | 유형4 | 공원에서의 인상적인 경험 | |

### 공원 기출문제 COMBO THỨ TƯ

| 오픽 시험 문항 번호 | 유형 | 기출문제 |
|---|---|---|
| 14번 | 고득점 필수 유형1 | 어린이와 어른의 공원 활동 비교 및 공원 시설 |
| 15번 | 고득점 필수 유형2 | 최근 공원 관련 문제점, 원인 및 해결책 |

*14번은 IH, 15번은 AL을 결정짓는 문제이므로 IH, A_을 목표로 하신다면 14,15번을 중점적으로 공략해야 합니다.

 **유형1 좋아하는 공원 묘사**

Bạn có nói trong bản khảo sát là bạn thích đến công viên. Bạn có công viên yêu thích không? Công viên đó trông như thế nào? Hãy miêu tả về công viên đó.
서베이에서 당신은 공원에 가는 것을 좋아한다고 했습니다. 가장 좋아하는 공원이 있나요? 그 공원은 어떻게 보이나요? 그 공원에 대해 묘사하세요.

### 답변 구성 핵심표현

| 공원묘사 | Các đường đi dạo chạy bộ và đạp xe nằm xen kẽ, thuận lợi cho người tập thể dục và chạy bộ, tạo nên không gian đa dạng để mọi người vận động<br>조깅 코스와 사이클링 코스가 잘 짜여 있어 운동자와 조깅하는 사람들에게 편리한 공간을 조성하여 사람들이 운동할 수 있는 다양한 공간을 조성한다 |
|---|---|
| 공원특징 | không chỉ là một nơi tuyệt vời để thư giãn, còn mang đến những trải nghiệm tập thể dục thú vị<br>휴식을 취하기에 좋은 장소일 뿐만 아니라 재미있는 운동 경험도 가져다준다<br><br>nổi tiếng với không gian rộng lớn, đắm chìm trong biến đổi màu sắc của các loài hoa và cây cỏ theo mùa<br>넓은 공간으로 유명하며, 계절에 따라 변하는 꽃과 식물의 색을 만끽할 수 있다<br><br>được biết đến với việc tạo nên một kết hợp hài hoà giữa thiên nhiên và các tiện ích hiện đại<br>자연과 현대적인 편의 시설이 조화롭게 조화를 이루는 것으로 유명하다 |

### 모범답변

| 도입 | Ở trung tâm thành phố mà tôi đang sinh sống, có một viên ngọc xanh tươi mang tên <Công Viên Thành Phố Hoà Bình>. Nơi đây không chỉ là một khuôn viên công cộng, mà còn là điểm hội tụ của những trải nghiệm tuyệt vời, nơi mà tôi thường xuyên tìm đến để tránh xa nhịp sống hối hả của thành phố.<br>제가 살고 있는 시내에는 〈평화 도시공원〉이라는 녹색 보석이 있습니다. 이곳은 공공 정원일 뿐만 아니라, 훌륭한 경험이 쌓인 곳이며, 도시의 번잡함을 벗어나 제가 자주 가는 곳이기도 합니다. |
|---|---|
| 공원 묘사 | Ngay khi bước vào cổng công viên, tôi sẽ bắt gặp những đám cỏ mềm mại màu xanh mướt dọc theo đường đi. Cây cổ thụ lâu năm, với tán lá rợp bóng, tạo nên không gian yên bình và bí ẩn. Mỗi bước đi đều làm tan biến những lo lắng, thay vào đó là cảm giác bình yên và hòa mình vào thiên nhiên. |

| | |
|---|---|
| | Công Viên Thành Phố Hoà Bình có một hệ thống hồ nước lớn, nơi cá chép đen và vàng bơi lội dưới ánh nắng mặt trời. Những cây cầu gỗ nhỏ nằm chồng lên nhau tạo nên bức tranh tuyệt vời giữa nước và lá cỏ. Người ta thường thấy cặp đôi đi dạo dưới những hàng cây hoa anh đào nở rộ vào mùa xuân.<br><br>공원 문에 들어서자마자 길을 따라 푸르른 부드러운 잔디가 펼쳐집니다. 나뭇잎이 그늘진 고목들이 평화롭고 신비로운 공간을 조성합니다. 걷는 걸음들은 걱정을 사라지게 하고 평화로운 느낌과 자연에 푹 빠지는 것으로 그것을 대체합니다.<br>평화 도시공원에는 검은 잉어와 노란색 잉어가 햇빛 아래 헤엄치는 큰 호수가 있습니다. 작은 나무 다리가 서로 겹겹이 놓여 있어 물과 풀 사이에 멋진 그림이 그려집니다. 봄이면 만발한 벚꽃나무 아래를 거닐고 있는 커플의 모습이 자주 볼 수 있습니다. |
| 공원 특징 | Các tiện ích công cộng cũng là điểm mạnh của công viên này. Có sân tập thể dục, khu vui chơi cho trẻ em, và các khu vực dành cho nhóm cộng đồng tổ chức sự kiện. Mỗi buổi tối, không khí trở nên sống động hơn với các hoạt động như nhóm tập yoga cộng đồng và buổi biểu diễn âm nhạc ngoài trời. Khi tôi ngồi dưới tán cây cổ thụ, hít thở bầu không khí trong lành, tôi luôn cảm thấy như mình đã tìm thấy một ốc đảo yên bình giữa lòng thành phố hối hả. Công Viên Thành Phố Hoà Bình không chỉ là nơi giải trí, mà còn là nơi tôi gọi <điểm thư giãn tâm hồn>.<br><br>공공시설도 이 공원의 장점입니다. 운동장, 어린이 놀이 공간, 커뮤니티 단체가 행사를 개최할 수 있는 공간이 있습니다. 매일 저녁 커뮤니티 요가 그룹, 야외 음악 공연 등의 활동으로 분위기가 더욱 활기를 띱니다. 제가 고목 그늘 아래 앉아 신선한 공기를 마실 때, 도시의 분주함 속에서 마치 평화로운 오아시스를 찾은 듯한 기분이 듭니다. 평화 도시공원은 여가를 위한 장소일 뿐만 아니라 제가 "영혼의 휴식처"라고 부르는 곳이기도 합니다. |

**단어**  **hội tụ** 모이다 | **nhịp sống** 생활의 리듬 | **hối hả** 서두르다. 분주하다 | **xanh mướt** 파릇파릇한 | **rợp bóng** 응달의 | **ốc đảo** 오아시스

  유형2 **공원에서의 활동**

Hãy kể cho tôi nghe về những gì bạn thường làm khi bạn đến công viên. Chuyến thăm quan công viên điển hình của bạn có bao gồm những hoạt động nào?
당신이 공원에 갈 때 하는 것들을 말해주세요. 일반적인 공원 방문은 어떤 활동들로 이루어지나요?

### 답변 구성 핵심표현

| | |
|---|---|
| 공원에서 하는 활동1 | 조깅과 운동을 하다 **chạy bộ và tập thể dục** \| 나무 그늘 아래서 거닐다 **dạo bước dưới bóng cây** \| 요가나 명상을 한다 **tập yo-ga hay thiền định** \| 앉아서 독서를 하거나 꽃과 자연을 감상한다 **ngồi đọc sách hay ngắm hoa và thiên nhiên** \| 스포츠와 게임을 한다 **chơi thể thao và game** \| 예술 및 음악 이벤트에 참여한다 **tham gia các sự kiện nghệ thuật và âm nhạc** |
| 공원에서 하는 활동2 | **Để tăng cường sức khỏe và kỹ năng thể thao, mỗi tuần tôi đều chơi bóng chuyền hoặc bóng rổ ở công viên, ở đó, các sân chơi công cộng thường có sẵn cho mọi người tham gia.** 건강과 스포츠 기술을 향상시키기 위해 매주 누구나 참여할 수 있는 공공 운동장이 있는 공원에서 배구나 농구를 한다 **đôi khi tôi mang theo sách để đọc dưới bóng cây, tận hưởng tĩnh lặng và không khí yên bình** 때로는 책을 가져와 나무 그늘 아래에서 고요함과 평화로운 분위기를 즐기며 읽을 때도 있다 **gia đình tôi thường hay tổ chức những buổi picnic, mang theo giỏ mây picnic, vừa thư giãn dưới bóng cây vừa chia sẻ đồ ăn vừa cười đùa** 우리 가족은 종종 소풍을 가는데, 소풍 바구니를 가져와 나무 그늘 아래에서 휴식을 취하면서, 음식을 나누고 웃고 즐긴다 |

### 모범답변

| | |
|---|---|
| 도입 | **Tôi thích thực hiện một số hoạt động khi đến công viên, nó chủ yếu là hoạt động để tận hưởng những khoảnh khắc thoải mái và thư giãn giữa cuộc sống hối hả.** 저는 공원에 갈 때 몇 가지 활동을 하는 것을 좋아하는데, 그것은 주로 바쁜 삶 속에서 편안함과 휴식의 순간을 즐기는 활동입니다. |

| | |
|---|---|
| 공원 활동1 | Sáng sớm là thời điểm hoàn hảo để những đường đi dạo trong công viên trở nên sôi động. Tôi thường xuyên thực hiện các hoạt động như chạy bộ, đạp xe, hoặc thậm chí là các lớp tập thể dục ngoài trời để bắt đầu ngày mới với năng lượng tích cực.<br><br>이른 아침은 공원의 산책로가 활기를 띠기에 가장 좋은 시간입니다. 저는 긍정적인 에너지로 하루를 시작하기 위해 정기적으로 조깅, 자전거 타기 또는 야외 운동 수업 등의 활동도 합니다. |
| 공원 활동2 | Thêm vào đó, tôi còn thích tận hưởng không gian yên bình của công viên để đọc sách, viết nhật ký, vẽ tranh, hoặc thậm chí là để thiền định.<br><br>또한 저는 공원의 평화로운 공간에서 책을 읽고, 일기를 쓰고, 그림을 그리거나 명상을 하는 것을 즐깁니다. |
| 공원 활동3 | Ngoài ra, tôi thi thoảng dắt chó đi dạo ở công viên. Công viên cũng là điểm hẹn lý tưởng cho những người chủ chó. Dạo bước dưới bóng cây, chó cưng có thể tận hưởng không gian mở và gặp gỡ những bạn mới.<br><br>게다가 공원에서는 가끔 개를 산책시키곤 합니다. 이 공원은 또한 견주들을 위한 이상적인 만남의 장소이기도 합니다. 나무 그늘 아래를 산책하면서 반려견도 열린 공간을 즐기고 새로운 친구들을 만날 수 있습니다. |
| 공원 활동4 | Cuối cùng, hễ tôi cảm thấy lo lắng bất an là tôi đến công viên để giảm căng thẳng và tìm lại sự ổn định tinh thần. Khi tôi dạo bước nhẹ nhàng dọc theo đường đi dạo trong công viên, cảm giác gió nhẹ và hương thơm của cây cỏ giúp tôi tạo ra một không gian tĩnh lặng và thoải mái.<br><br>마지막으로 걱정스럽거나 불안할 때마다 공원에 가서 스트레스를 줄이고 정신적 안정을 되찾습니다. 공원 산책로를 따라 가볍게 걸을 때 가벼운 바람의 느낌과 나무의 향기가 조용하고 편안한 공간을 만들어줍니다. |

**단어** hối hả 바쁜, 서두르는 | hoàn hảo 완전하다 | trở nên sôi động 활기를 띠다 | thiền định 명상하다 | hương thơm 향기

  **유형3 공원에 갔던 최근 경험**

Hãy mô tả về trải nghiệm của bạn vào lần cuối cùng bạn đến công viên. Nói cho tôi biết công viên nào bạn đã đến, bạn đến với ai và những gì bạn đã làm khi đến đó thật chi tiết. Chuyện gì đã xảy ra trong chuyến đi thăm của bạn?

최근에 공원에 갔었던 경험을 설명해주세요. 어느 공원을 누구와 갔었고 그곳에 갔을 때 당신은 무엇을 했는지 자세히 말해주세요. 당신의 방문 중에는 무슨 일이 일어났나요?

### 모범답변

| | |
|---|---|
| 도입 | Cuối tuần vừa qua, tôi đã quyết định tận hưởng không khí trong lành và năng lượng tích cực bằng cách đi xe đạp tại công viên gần nhà.<br>지난 주말, 집 근처 공원에서 자전거를 타며 신선한 공기와 긍정적인 에너지를 즐기기로 했습니다. |
| 공원에서<br>자전거 탄 일 | Bắt đầu từ khu vực đầu vào của công viên, tôi đạp xe qua những lối đi xanh mát và đồng cỏ xanh rờn. Cảm giác gió mát làm tôi cảm thấy thoải mái và sẵn sàng khám phá những khu vực mới của công viên.<br>공원 입구부터 자전거를 타고 무성한 녹색 길과 푸른 초원을 통과했습니다. 시원한 바람의 느낌으로 편안함을 느꼈고 공원의 새로운 지역을 탐험할 준비가 되었습니다. |
| 자전거를 타면서<br>발생한 일과<br>만났던 사람 | Trong hành trình của mình, tôi gặp một nhóm bạn đang chuẩn bị cho một cuộc đua xe đạp nhẹ. Họ mời tôi tham gia và chúng tôi bắt đầu cuộc đua xuyên qua các con đường cong vòng và đường dốc trong công viên. Sự cạnh tranh nhẹ nhàng nhưng hứng khởi đã tạo nên một ký ức thú vị. Sau đó, trên đường đi, tôi chạm trán với một nghệ sĩ đường phố đang biểu diễn một màn xiếc vô cùng hấp dẫn. Tôi dừng lại và thưởng thức màn biểu diễn tài năng, một trải nghiệm không ngờ trong chuyến đi xe đạp của mình. Cuối cùng, tôi quyết định đón hoàng hôn trên bánh xe. Đưa chiếc xe đạp đến bờ hồ và ngồi ngắm ánh hoàng hôn tuyệt vời. Khung cảnh lung linh và sự yên bình khiến tôi cảm thấy như đang ở giữa một bức tranh sống động.<br>여정 중에 저는 자전거 경주를 준비하고 있는 한 무리의 친구들을 만났습니다. 그들은 저를 초대했고 우리는 공원의 구부러진 길과 경사면을 질주했습니다. 가볍지만 흥미진진한 경쟁이 즐거운 추억을 만들었습니다. 그 후 가는 길에 아주 매력적인 서커스 공연을 펼치는 거리 공연자를 맞닥뜨렸습니다. 저는 자전거 여행 중 뜻밖의 경험인 장기자랑을 멈추어 서서 즐겼습니다. 마지막으로 저는 자전거 위에서 일몰을 맞이하기로 결정했습니다. 자전거를 끌고 호숫가로 가 앉아서 멋진 일몰을 감상했습니다. 반짝이는 풍경과 평화로움이 마치 살아있는 그림 속에 있는 듯한 느낌을 주었습니다. |

| | |
|---|---|
| 마무리 | Hành trình xe đạp cuối tuần vừa qua không chỉ giúp tôi rèn luyện sức khỏe mà còn mang lại những trải nghiệm độc đáo và đáng nhớ. Sự gặp gỡ với bạn bè, tham gia cuộc đua, và đắm chìm trong vẻ đẹp tự nhiên tạo nên một ngày cuối tuần tràn đầy năng lượng tích cực và kỷ niệm đáng nhớ.<br>지난 주말의 자전거 여행은 건강 단련에 도움이 되었을 뿐만 아니라 독특하고 기억에 남는 경험을 선사했습니다. 친구들과 만나고, 경주에 참가하고, 자연의 아름다움에 푹 빠져 보는 것은 긍정적인 에너지와 기억에 남는 추억으로 가득한 주말을 만들어 주었습니다. |

**단어** đồng cỏ xanh rờn 푸른 초원 | cong vòng 구부러진 | chạm trán 맞닥뜨리다 | xiếc 서커스 | lung linh 반짝이다

 **공원** 유형4 **공원에서의 인상적인 경험**　　MP3 P2-09

Hãy kể cho tôi nghe về một trải nghiệm đáng nhớ mà bạn đã có khi đến công viên. Nó có thể là điều gì đó vui hoặc bất ngờ xảy ra. Hãy bắt đầu từ thông tin cơ bản như chuyện đó xảy ra bao giờ, ở đâu, bạn đã với ai và bạn đã làm gì. Điều gì khiến chuyến đi đó trở nên khó quên?

공원에 갔을 때 겪었던 기억에 남는 경험에 대해 이야기해주세요. 재미있거나 예상치 못한 일이 일어났을 수도 있습니다. 언제, 어디서 그 일이 일어났는지, 당신은 누구와 함께 있었는지 무엇을 했는지와 같은 기본 정보부터 시작하세요. 무엇이 그 방문을 잊지 못하게 만들었습니까?

### 모범답변

| | |
|---|---|
| 도입 | Cách đây vài tuần, tôi quyết định dành thời gian tại công viên để thư giãn và tận hưởng không khí trong lành với bạn thân tôi, Ji-min<br>몇 주 전에, 저는 가장 친한 친구인 지민과 함께 공원에서 휴식을 취하고 신선한 공기를 마시며 시간을 보내기로 했습니다. |
| 공원에서 한 일 | Chúng tôi đến công viên vào buổi chiều, chọn một khu vực yên tĩnh gần hồ để ngồi và trò chuyện.<br>우리는 오후에 공원에 가서 호수 근처의 조용한 지역을 선택하여 앉아서 이야기를 나누었습니다. |
| 공원에서 발생한 인상적인 일 | Mặc dù có vẻ như mọi thứ diễn ra suôn sẻ, nhưng một sự kiện đáng nhớ đã xảy ra, làm cho chuyến đi trở nên không giống bất kỳ lần nào. Khi chúng tôi đang trò chuyện vui vẻ, tôi bất ngờ nhận ra mình không còn chiếc điện thoại di động trong túi. |

| | |
|---|---|
| | Cơn hoảng loạn lan tỏa khi tôi và Ji-min cùng nhau kiểm tra mọi nơi mà tôi có thể để quên chiếc điện thoại. Chiếc điện thoại không chỉ là một công cụ liên lạc mà còn chứa đựng nhiều thông tin quan trọng và kỷ niệm. Việc đánh mất chiếc điện thoại làm tôi cảm thấy bất an và bối rối. Chúng tôi ngay lập tức bắt đầu tìm kiếm, hỏi những người xung quanh và kiểm tra lại từng địa điểm chúng tôi đã dừng lại. Cảm giác buồn chán và tuyệt vọng tràn ngập tôi khi mọi nỗ lực tìm kiếm đều thất bại. Tuy nhiên, điều khiến chuyến đi này trở nên khó quên không chỉ là vậy, mà còn là cách Ji-min đã giúp tôi vượt qua tình trạng khó khăn. Bằng sự hỗ trợ và lời an ủi, Ji-min đã giúp tôi nhìn nhận mọi thứ với tâm lý tích cực hơn. |
| | 모든 일이 순조롭게 진행될 것 같았지만, 여느 때와는 다른 공원 방문을 만들어준 기억에 남는 사건이 일어났습니다. 즐겁게 이야기를 나누던 중 갑자기 주머니에 휴대폰이 없다는 걸 깨달았습니다. 지민이와 함께 휴대폰을 놔둘 수 있는 곳을 모두 확인하면서 패닉감이 몰려왔습니다. 전화기는 의사소통 도구일 뿐만 아니라 많은 중요한 정보와 추억을 담고 있습니다. 전화기 분실은 나를 불안하고 혼란스럽게 만들었습니다. 우리는 즉시 주변을 둘러보고 우리가 갔었던 모든 장소를 다시 확인하기 시작했습니다. 아무리 찾으려고 노력해도 실패해서나는 낙담과 절망감에 압도되었습니다. 하지만 이번 공원 방문을 잊을 수 없게 만든 것은 그것뿐만 아니라, 친구 지민이가 내가 어려운 상황을 극복할 수 있도록 도와주었기 때문입니다. 지민이의 응원과 위로의 말은 제가 좀 더 긍정적인 사고방식으로 모든 것을 볼 수 있도록 도와주었습니다. |
| 결말과<br>나의 느낌 | Mặc dù cuối cùng chiếc điện thoại không được tìm thấy, nhưng trải nghiệm này đã tạo ra một liên kết mạnh mẽ giữa chúng tôi. Chúng tôi đã học cách đối mặt với khó khăn và quan trọng nhất là giữ tinh thần lạc quan và lưu giữ những ký ức tích cực từ chuyến đi này. |
| | 비록 핸드폰은 결국 찾지 못했지만, 이 경험은 우리 사이에 강한 유대감을 형성했습니다. 우리는 어려움에 직면하는 방법을 배웠고, 가장 중요한 것은 이번 공원 방문을 통해 긍정적인 마음을 유지하고 긍정적인 추억을 간직하는 것입니다. |

**단어** **hoảng loạn** 패닉하다, 겁먹다 | **lan tỏa** 퍼지다 | **chứa đựng** 담다 | **tràn ngập** 압도하다, 가득차다

 롤플레이 유형2
# 함께 공원에 가자는 친구에게 정보 요청

Bây giờ tôi muốn đưa ra một tình huống để bạn diễn kịch bằng tiếng Việt. Bạn hãy lắng nghe, sau đó diễn kịch lại tình huống đó bằng tiếng Việt. Một người bạn của bạn rủ bạn cùng đến công viên. Bạn hãy hỏi từ 3 đến 4 câu hỏi để tìm hiểu các chi tiết về chuyến đi đến công viên này.

지금 제가 베트남어로 당신이 연기하도록 한 상황을 드릴 겁니다. 당신은 잘 듣고 나서 이 상황을 베트남어로 재연해 보세요. 당신의 한 친구가 함께 공원에 가자고 청합니다. 이 공원방문에 관련한 세부사항을 알기 위해 서너 가지 질문을 하세요.

## 모범답변

Ý tưởng tuyệt vời nhỉ! Thế cậu muốn đến công viên nào? Công viên Hoa anh đào gần sông Hàn đúng không cậu? Thế chúng tớ gặp nhau lúc mấy giờ cậu ạ? 2 giờ chiều chủ nhật? Ừ được chứ. Thế tớ sẽ chuẩn bị những gì cho chuyến đi này? Cho tớ hỏi một chút, có gì đặc biệt ở công viên đó vào chiều chủ nhật không? Ồ, buổi biểu diễn âm nhạc và xe bán đồ ăn nhẹ? Tốt quá nhỉ. Thế bên đó có chỗ ngồi và không gian để ăn uống và thư giãn không? À tớ có thảm dã ngoại, tớ sẽ mang theo nó nhé. Và lại tớ nghe nói là công viên đó nổi tiếng với show nhạc nước, cậu có biết show bắt đầu từ mấy giờ không? À, lúc 8 giờ tối, thế thì tớ cần phải mang theo áo khoác cho ấm. Cậu cũng nhớ mặc vào áo ấm nhé. Cám ơn cậu đã tổ chức chuyến đi lần này, tớ mong đợi quá. Thế hẹn gặp lại vào chủ nhật nhé.

좋은 생각이야! 너는 어느 공원에 가고 싶어? 한강 근처 벚꽃공원 맞지? 그럼 우리 몇 시에 만나? 일요일 오후 2시? 응 가능해. 그럼 이번에는 무엇을 챙겨갈까? 질문 좀. 일요일 오후에 그 공원에 특별한 일이 있어? 아, 음악 공연이랑 푸드 트럭? 너무 좋아. 그러면 거기에 먹고 쉴 수 있는 자리랑 공간이 있어? 아, 나한테 피크닉 돗자리가 있는데 그걸 가지고 갈게. 또 그 공원은 분수쇼로 유명하다고 들었는데, 쇼가 언제 시작하는지 알아? 아, 저녁 8시, 그러면 따듯하게 재킷을 챙겨야겠다. 너도 따뜻한 옷을 입는 거 잊지 마. 이번 공원 방문 가자고 해서 고마워. 기대되네. 그럼 일요일에 다시 만나.

**단어** **buổi biểu diễn** 음악 공연 | **xe bán đồ ăn nhẹ** 푸드 트럭

 롤플레이 유형3-1
# 공원 폐쇄 관련 상황 설명 및 문제 해결

> Tôi xin lỗi nhưng có một vấn đề bạn cần giải quyết. Bạn mới biết là vào ngày hẹn đi đến công viên với bạn của bạn, công viên lại đóng cửa. Bạn hãy liên hệ với bạn của bạn, giải thích về tình huống đó và đưa ra một đến hai kế hoạch khác để thay thế.
>
> 미안하지만 당신이 해결해야 하는 문제가 하나 있습니다. 당신은 당신의 친구와 함께 공원에 가기로 약속한 날에 공원이 문을 닫는다는 것을 방금 알았습니다. 친구에게 전화해서 이 상황을 설명하고 한두 가지 대안을 제시하세요.

## 모범답변

A lô, cậu Toàn, tớ có chuyện cần nói với cậu. Giờ này tớ mới biết là công viên Hoa anh đào mà chúng ta định đến sẽ đóng cửa một thời gian. Tớ cũng không chắc về lý do tại sao nhưng ban quản lý công viên đó thông báo trên trang web rằng họ đang thực hiện một dự án tu sửa khẩn cấp. Thế, tớ nghĩ chúng tớ cần một số kế hoạch thay thế. Chúng tớ có thể đến công viên khác hoặc là thay vì đi picnic ở công viên, làm những hoạt động khác như xem phim, đến thăm bảo tàng, đi nghe buổi hoà nhạc v.v…thế nào cậu? À, làm gì cũng được hả cậu? Để tớ xem… Lý do ban đầu tớ muốn đến công viên đó là vì ở đó có xe bán đồ ăn nên không đến công viên khác cũng không sao. Thế chúng tớ đến thăm bảo tàng quốc gia thì thế nào? Tớ nghe nói là cuối tuần sau có một sự kiện trưng bày đặc biệt ở bảo tàng đó, những chuyên đề được giới thiệu gồm: Văn hoá Trầu Cau Việt Nam, Tượng gốm cổ Việt Nam v.v… Tớ đã muốn đến thăm một lần với cậu từ lâu. Ồ thế thì tốt quá. Thế công viên thì sau khi dự án tu sửa kết thúc thì chúng tớ đi thôi nhé. Cám ơn cậu thông cảm cho.

여보세요, Toàn, 너에게 할 말이 있어. 방금 우리가 가려고 했던 벚꽃공원이 잠시 폐쇄된다는 소식을 알게 되었어. 나도 이유는 확실치 않은데 공원 관리 측에서 웹사이트에 긴급 보수 공사를 진행 중이라고 공지했어. 그래서 대체 계획이 몇 개 필요하다고 생각해. 우리는 다른 공원으로 가거나 아니면 공원에 소풍을 가는 대신에 영화 감상, 박물관 방문, 콘서트 관람 등 다른 활동을 하는 것은 어때? 아, 뭐든지 괜찮다고? 어디 보자... 원래 그 공원에 가고 싶었던 이유는 거기 푸드 트럭이 있어서였기 때문에 다른 공원에 가지 않아도 괜찮아. 그러면 국립박물관에 가보는 건 어때? 다음 주말에 그 박물관에서 특별 전시회가 열린다고 들었는데, 소개된 주제는 베트남 쩌우와 까우 문화, 베트남 고대 도자기 조각상 등이야. 오래전부터 너와 한 번 가보고 싶었거든. 오 그러면 너무 좋다. 그러면 공원은 보수 공사가 끝나면 가자. 이해해줘서 고마워.

**단어** | **tu sửa** 보수하다 | **bảo tàng quốc gia** 국립박물관 | **trưng bày** 전시하다

## 공원 롤플레이 유형3-2
## 친구를 데리러 가지 못하는 상황 설명 및 문제 해결

MP3 P2-10

> Tôi xin lỗi nhưng có một vấn đề bạn cần giải quyết. Bạn của bạn nói bạn rằng bạn ấy muốn bạn đến đón mình sau một tiếng nữa, nhưng bạn có việc phải làm lúc đó. Hãy giải thích về lý do mà bạn không thể đến một tiếng sau một cách chi tiết và đưa ra một đến hai kế hoạch khác để thay thế.
>
> 미안하지만 당신이 해결해야 하는 문제가 하나 있습니다. 당신의 친구가 한 시간 후에 자신을 데리러 오기를 원한다고 말했지만 당신은 그때 할 일이 있습니다. 한 시간 후에 갈 수 없는 이유를 구체적으로 설명하고 한두 가지 대안을 제시 하세요.

### 모범답변

> Chào cậu, tớ rất tiếc vì tớ không thể đến đón cậu sau một tiếng như cậu đã nói. Hiện tại, tớ đang có một số việc phải hoàn thành và không thể chủ động thời gian được. Tớ phải phân tích tài liệu và báo cáo cho cấp trên cho đến 5 giờ chiều. Tớ xin lỗi nhé. Thế cậu có thể chờ tớ ở nhà cậu đến 5 giờ chiều được không? Lúc đó thì tớ có thể đến đón cậu được. Hay là cậu có thể sử dụng dịch vụ đón Grab để đến đây được không? Nếu cậu chưa sử dụng dịch vụ này trước đây, tớ có thể hướng dẫn cách sử dụng chúng giúp cậu. Tớ mong rằng cậu thông cảm cho.
>
> 친구야 안녕, 안타깝지만 네가 말한 대로 한 시간 후에 너를 데리러 갈 수가 없어. 지금 완성해야 하는 업무가 좀 있어서 시간을 조절하기 힘들어. 다섯 시까지 자료를 분석하고 상사에게 보고해야 돼. 미안해. 그럼 다섯 시까지 집에서 기다려줄 수 있을까? 그때면 내가 널 데리러 갈 수 있어. 아니면 그랩 타고(그랩 서비스 사용해서) 여기 오는 거 가능할까? 만약 그거 써본 적 없으면 내가 어떻게 하는지 알려줄게. 양해 바랄게.

**단어** **chủ động thời gian** 시간에 주도권을 갖다 | **phân tích** 분석하다

## 롤플레이 응용 유형
## 공원에서 인상적인 경험

Vở kịch đã kết thúc rồi ở đây. Hãy kể cho tôi nghe về một trong những trải nghiệm đáng nhớ của bạn khi đến thăm công viên. Có lẽ điều gì đó tuyệt vời, bất ngờ hoặc hài hước đã xảy ra. Hãy giải thích chi tiết trải nghiệm này. Bạn đã ở với ai, tình huống này diễn ra khi nào và ở đâu, và bạn đã làm những việc gì khi ở đó? Giải thích những gì đã xảy ra trong ngày hôm đó khiến nó trở nên đặc biệt đáng nhớ.

상황 연극은 이미 종료되었습니다. 공원을 갔을 때 기억에 남는 경험 중 하나를 말해주세요. 어쩌면 즐거웠거나, 예상치 못한 일, 재미있는 일이 일어났을 수도 있습니다. 이 경험을 자세히 설명해주세요. 누구와 함께 있었고, 언제 어디서 이런 상황이 발생했으며, 그곳에 있는 동안 무엇을 했나요? 그날에 벌어졌던 어떤 것들이 그 경험을 특별히 기억에 남게 만들었는지 설명하세요.

### 모범답변

| | |
|---|---|
| 도입 | Cuối tuần vừa qua, tôi đến công viên với gia đình. Đã lâu lắm rồi chúng tôi không có cơ hội thư giãn và tận hưởng những khoảnh khắc bên nhau. Công viên là nơi lý tưởng để giữ được những kỷ niệm tốt đẹp. Ngày bắt đầu tốt lành, khi chúng tôi thuê xe đạp để khám phá khu vực xanh tươi của công viên. Có vẻ có điều gì đó thú vị đang chờ đợi chúng tôi phía trước.<br><br>지난 주말 가족과 함께 공원에 갔습니다. 아주 오래도록 우리는 함께하는 순간들을 누리고 푹 쉬는 기회가 없었습니다. 공원은 좋은 추억을 간직하기에 이상적인 장소입니다. 우리는 자전거를 빌려 공원의 녹지를 탐험하면서 하루를 잘 시작했습니다. 앞으로 뭔가 흥미로운 일이 우리를 기다리고 있을 것 같았습니다. |
| 발생한 예상치 못한 일 | Tuy nhiên, khi tôi đang vừa đi xe đạp vừa ngắm cảnh đẹp, một sự cố đột ngột đã xảy ra. Khi đang đi qua một quãng đường đất, tôi bất ngờ bị mắc kẹt trong một ổ gà. Trong thoáng chốc, tôi bất ngờ đánh mất sự cân bằng và chao lưng xuống, hậu quả là những vết thương nhẹ ở đầu gối. Cảm giác đau nhức và rơi vào trạng thái bất ngờ khiến tôi không thể tiếp tục hành trình. Gia đình tôi ngay lập tức chăm sóc và đưa tôi đến trạm y tế gần công viên. Sau khi được kiểm tra và điều trị những vết thương, tôi đã quyết định tiếp tục chuyến đến thăm công viên bằng cách đi dạo và ngồi nghỉ trên bờ hồ. Sự hỗ trợ và sự chia sẻ từ gia đình làm tôi cảm thấy ấm lòng và quên đi nhanh chóng về sự kiện không may trước đó. |

|   |   |
|---|---|
|   | 그런데 자전거를 타면서 아름다운 풍경을 감상하던 중 갑작스러운 사고가 발생했습니다. 비포장도로를 지나가던 중 저는 갑자기 도로에 파인 구멍에 빠졌습니다. 순간, 갑자기 균형을 잃고 넘어져 무릎에 경미한 부상을 당했습니다. 통증과 당황스러움 때문에 여정을 계속할 수 없었습니다. 우리 가족은 즉시 저를 돌보고 공원 근처에 보건소로 데려갔습니다. 상처 검사와 치료를 받은 후 호숫가를 산책하고 앉아 호숫가를 걷고 앉아서 쉬는 방법으로 공원 방문을 지속하기로 결정했습니다. 가족들의 도움과 나눔 덕분에 저는 마음이 따뜻해졌고, 이전의 운 나쁜 사건을 금방 잊어버리게 되었습니다. |
| 마무리 | Mặc dù có chút sự cố bất ngờ, nhưng ngày hôm đó trở nên đặc biệt và khó quên vì sự chăm sóc và hỗ trợ từ gia đình, cũng như những khoảnh khắc hạnh phúc mà chúng tôi đã tận hưởng cùng nhau.<br><br>비록 예상치 못한 사고가 있었지만, 그 날은 가족들의 보살핌과 도움, 그리고 함께 즐겼던 행복한 순간들 덕분에 특별하고 잊지 못할 추억이 되었습니다. |

**단어**  **sự cố đột ngột** 갑작스러운 사고 | **mắc kẹt** 빠지다. 갇히다 | **ổ gà** 도로에 파인 구멍 | **đau nhức** 통증 | **trạm y tế** 보건소 | **vết thương** 상처 | **ấm lòng** 마음이 따뜻한

**공원** 고득점 필수 유형1
# 어린이와 어른의 공원 활동 비교 및 공원 시설

Bạn hãy so sánh các hoạt động mà trẻ em thực hiện ở công viên với những gì người lớn làm ở công viên. Hãy kể cho tôi về những cơ sở vật chất tại các công viên nhằm phục vụ tiện lợi cho cả trẻ em và người lớn.

아이들이 공원에서 하는 활동과 어른들이 공원에서 하는 활동을 비교해 보세요. 어린이와 어른 모두에게 편의를 제공하기 위한 공원 시설에 대해 알려주세요.

## 모범답변

| 도입 | Có vẻ như ở công viên, trẻ em và người lớn đều thỏa sức tham gia vào nhiều hoạt động khác nhau tùy thuộc vào sở thích và mục đích của họ.<br>공원에서는 어린이부터 어른까지 각자의 관심과 목적에 따라 다양한 활동에 자유롭게 참여할 수 있는 것 같습니다. |
|---|---|
| 아이들이 공원에서 하는 활동 | Trẻ em thường hân hoan chạy chơi trong khu vui chơi với cầu trượt, xích đu và bập bênh. Các buổi chơi này không chỉ giúp họ phát triển kỹ năng vận động mà còn tạo cơ hội để tương tác xã hội và kết bạn mới.<br>아이들은 미끄럼틀, 그네, 시소를 이용해 놀이터에서 즐겁게 뛰어 놉니다. 이러한 놀이시간은 운동 능력을 개발하는 데 도움이 될 뿐만 아니라 사회적 상호 작용과 새로운 친구를 사귈 수 있는 기회도 제공합니다. |
| 어른들이 공원에서 하는 활동 | Ngược lại, người lớn thường tập trung vào việc duy trì sức khỏe bằng cách tham gia các hoạt động như chạy bộ, đạp xe, và giãn cơ. Công viên cũng là nơi lý tưởng để thư giãn, nghỉ ngơi và hòa mình vào không khí trong lành sau những ngày làm việc bận rộn. Đặc biệt, các cặp đôi thường tận hưởng không gian lãng mạn với hoa nở rực rỡ và cây cỏ xanh mướt.<br>이에 비해 성인들은 조깅, 사이클링, 스트레칭 등의 활동을 통해 건강 유지에 집중하는 경우가 많습니다. 공원은 바쁜 업무를 마친 후 긴장을 풀고 휴식을 취하고 신선한 공기에 푹 잠기기에 이상적인 장소이기도 합니다. 특히, 화사하게 피어난 꽃과 싱그러운 초록빛 식물이 어우러진 로맨틱한 공간을 즐기는 커플들이 많습니다. |

**공원 시설**

Hiện nay, công viên đã trang bị đầy đủ cơ sở vật chất để đáp ứng mọi nhu cầu của những người ở mọi lứa tuổi. Trong số đó, điều làm cho ấn tượng nhất với tôi là các tiện ích giải trí tại công viên. Các sân khấu ngoại ô hoặc khu vực biểu diễn tại công viên thường tổ chức các sự kiện văn hoá, nghệ thuật và giải trí dành cho cả trẻ em và người lớn. Những buổi hoà nhạc, vở kịch và chương trình âm nhạc thường xuyên diễn ra, thu hút sự quan tâm của cả trẻ em và người lớn. Ngoài ra, công viên còn có bể bơi, là điểm đến lý tưởng cho cả gia đình để tận hưởng và làm dịu mát bản thân trong những ngày nắng nóng. Cuối cùng, công viên luôn cung cấp cho mọi người không gian xanh bao gồm các đường dạo và quãng đường chạy bộ, khu vực dành riêng cho xe đạp, cùng với những khu vườn hoa tuyệt vời. Nhờ vào những điều này, mọi người có thể nạp lại năng lượng cho cuộc sống hàng ngày của họ.

현재 공원에는 모든 연령대의 사람들의 요구를 충족할 수 있는 시설이 완비되어 있습니다. 그 중 가장 인상 깊었던 것은 공원에 있는 여가 시설이었습니다. 교외 무대나 공원 공연장에서는 어린이와 성인 모두를 위한 문화, 예술, 엔터테인먼트 행사가 열리는 경우가 많습니다. 콘서트, 연극, 음악 쇼가 정기적으로 개최되어 어린이와 어른 모두의 관심을 끌고 있습니다. 또한, 공원에는 수영장도 있어 온 가족이 더운 날 더위를 식힐 수 있는 이상적인 장소입니다. 마지막으로, 공원은 산책로와 조깅 코스, 자전거 전용 구역, 멋진 꽃밭 등을 포함한 녹지 공간을 항상 사람들에게 제공합니다. 이 덕분에 모두는 일상을 위해 재충전할 수 있습니다.

**단어** **hân hoan chạy chơi** 신나서 뛰어 놀다 | **kỹ năng vận động** 운동 능력 | **rực rỡ** 화려하다 | **xanh mướt** 싱그럽다

 고득점 필수 유형2
## 최근 공원 관련 문제점, 원인 및 해결책

> Bạn hãy dành một lúc để thảo luận các vấn đề mà các công viên ngày nay phải đối mặt. Những thách thức lớn nhất mà các công viên công cộng phải đối mặt hiện nay là gì? Hãy kể cho tôi về những gì đã gây ra những vấn đề này. Hãy giải thích một số bước đang được thực hiện để giải quyết những vấn đề này và để bảo vệ công viên hoặc những người sử dụng công viên.
>
> 오늘날 공원이 직면한 문제에 대해 잠시 논의해보겠습니다. 오늘날 공공 공원이 직면한 가장 큰 과제는 무엇입니까? 이러한 문제의 원인이 무엇인지 알려주십시오. 이러한 문제를 해결하며 공원이나 공원을 이용하는 사람들을 보호하기 위한 몇 가지 단계들을 설명하세요.

### 모범답변

| | |
|---|---|
| 공원이 직면한 문제 | Hiện nay, các công viên công cộng đang đối mặt với một số thách thức lớn trong những năm qua.<br>현재 공공 공원은 수년에 걸쳐 몇 가지 주요 과제에 직면해 있습니다. |
| 과밀화 문제 | Theo tôi, thách thức lớn nhất là vấn đề quá tải. Một số công viên rơi vào tình trạng quá tải, khi số lượng người dùng công viên vượt qua sức chứa của công viên. Điều này dẫn đến những hậu quả như việc vứt rác bừa bãi, ô nhiễm môi trường, sự mẫu thuẫn và xung đột giữa người sử dụng công viên, thậm chí là các vấn đề liên quan đến an ninh và an toàn, cũng như những hành vi rối loạn trật tự công cộng. Vấn đề này càng trở nên nổi bật trong các thành phố lớn với sự gia tăng dân số.<br>제 생각에는 가장 큰 문제는 과밀화 문제입니다. 일부 공원은 공원 이용자 수가 공원 수용 인원을 초과하는 경우 혼잡합니다. 이로 인해 쓰레기 투기, 환경오염, 공원 이용자들 간의 갈등과 충돌, 심지어는 치안 및 안전 문제, 공공질서 문란 행위까지 초래됩니다. 이러한 문제는 인구가 증가하는 대도시에서 더욱 두드러집니다. |
| 해결책 | Nhằm giải quyết vấn đề này, chính quyền hoặc ban quản lý công viên đã thiết lập hạn chế về số lượng người dùng trong công viên, đặc biệt là vào các dịp lễ hoặc sự kiện đặc biệt. Họ thực hiện một số bước như đặt giới hạn về số lượng người được phép nhập vào công viên trong một khoảng thời gian cụ thể, lên kế hoạch và quản lý cẩn thận cho các sự kiện, giảm số lượng sự kiện diễn ra đồng thời, đảm bảo có đủ nhân sự để duy trì trật tự. |

Thêm vào đó, các cơ quan phụ trách và liên quan cũng đang nỗ lực tổ chức chiến dịch quảng bá và giáo dục về việc bảo vệ và duy trì không gian công cộng, nhằm tăng cường ý thức về hậu quả của những hành vi gây thiệt hại cho người khác.

Nhờ những nỗ lực này, các vấn đề mà nhiều công viên đang phải đối mặt có thể giảm dần, tạo ra một môi trường thoải mái, an toàn và bền vững cho cả công viên và những người sử dụng nó.

이 문제를 해결하기 위해 당국이나 공원관리위원회는 특히 휴일이나 특별 행사 기간 동안 공원 사용자 수를 제한했습니다. 그들은 특정 기간 동안 공원에 입장할 수 있는 사람 수에 대한 제한을 설정하고, 행사를 신중하게 계획 및 관리하고, 동시에 진행되는 행사 수를 줄이며 질서 유지를 위한 충분한 인력 등 여러 조치를 취합니다. 또한, 책임 기관 및 관련 기관에서는 타인에게 피해를 끼치는 행위의 결과에 대한 인식을 제고하기 위해 공공 장소 보호 및 유지에 관한 홍보 및 교육 캠페인을 시행하기 위해 노력하고 있습니다.

이러한 노력 덕분에 많은 공원이 직면하고 있는 문제가 점차 줄어들어 공원과 공원 이용자 모두에게 편안하고 안전하며 지속 가능한 환경을 조성할 수 있습니다.

**단어** | **quá tải** 과밀화 | **vứt rác bừa bãi** 쓰레기 투기 | **mẫu thuẫn** 갈등 | **chiến dịch** 캠페인

# Unit 4 | 여가활동 - 해변

## ＊유형별 기출문제 한눈에 보기

여가 활동 카테고리에서 해변 주제는 휴가나 출장의 국내여행, 해외여행 그리고 돌발 주제의 자유시간등과 함께 연동하여 답변을 준비하기 좋은 주제로 문제가 어렵지 않아 서베이 항목에서 선택하는 것을 적극 추천하는 주제 중 하나입니다.

| | | |
|---|---|---|
| 유형1 | 현재시제 장소 묘사/종류 설명 | 좋아하는 해변 묘사 |
| 유형2 | 현재시제 활동, 루틴, 단계 | 해변에서 활동 |
| 유형3 | 과거시제 최초 혹은 최근 경험 | 최근에 해변에 간 인상적인 경험 |
| 유형4 | 과거시제 인상적인 경험 | 해변에서의 인상적인 경험 |
| 롤플 유형1 | 면접관에게 질문하기 | 좋아하는 해변에 대해 Mai에게 질문하기 |
| 롤플 유형2 | 상황에 대한 정보 요청 | 해변에 가기 위해 친구에게 정보 요청 |
| 롤플 유형3 | 문제 상황 설명 및 대안 제시 | 날씨로 해변에 갈 수 없는 문제 해결 |
| 롤플 응용 유형 | 문제 발생 및 해결에 대한 과거 경험 | 해변에서의 날씨 등 관련된 인상적인 경험 |
| 고득점 필수 유형1 | 2가지 대상 비교 또는 대조 | 두 개의 해변 공통점과 차이점 비교 |
| 고득점 필수 유형2 | 사회적 이슈, 최근 소식 및 관심사 | 해변 보호 관련 관심사 |

＊유형5는 난이도 3, 4에서만 출제되며 AL이 목표인 난이도 5, 6에서는 출제되지 않습니다.
＊유형9, 유형10은 난이도 5, 6에서만 출제되며 IH, AL등급 취득에 관건이 되는 문항입니다.

## *기출문제 콤보 파악하기

### 해변 기출문제 COMBO THỨ NHẤT

| 오픽 시험 문항 번호 | 유형 | 기출문제 |
|---|---|---|
| 2번 | 유형1 | 좋아하는 해변 묘사 |
| 3번 | 유형2 | 해변에서 활동 |
| 4번 | 유형3 | 최근에 해변에 간 인상적인 경험 |

### 해변 기출문제 COMBO THỨ HAI

| 오픽 시험 문항 번호 | | 유형 | 기출문제 |
|---|---|---|---|
| 5번 | 8번 | 유형1 | 좋아하는 해변 묘사 |
| 6번 | 9번 | 유형3 | 최근에 해변에 간 인상적인 경험 |
| 7번 | 10번 | 유형4 | 해변에서의 인상적인 경험 |

### 해변 기출문제 COMBO THỨ BA

| 오픽 시험 문항 번호 | 유형 | 기출문제 |
|---|---|---|
| 11번 | 롤플 유형2 | 해변에 가기 위해 친구에게 정보 요청 |
| 12번 | 롤플 유형3 | 날씨로 해변에 갈 수 없는 문제 해결 |
| 13번 | 유형4 | 해변에서의 날씨 등 관련된 인상적인 경험 |

### 해변 기출문제 COMBO THỨ TƯ

| 오픽 시험 문항 번호 | 유형 | 기출문제 |
|---|---|---|
| 14번 | 고득점 필수 유형1 | 두 개의 해변 공통점과 차이점 비교 |
| 15번 | 고득점 필수 유형2 | 해변 보호 관련 관심사 |

*14번은 IH, 15번은 AL을 결정짓는 문제이므로 IH, AL을 목표로 하신다면 14,15번을 중점적으로 공략해야 합니다.

## 해변  유형1  좋아하는 해변 종류와 이유

`MP3 P2-12`

Bạn có nói trong bản khảo sát là bạn thích đi biển. Bạn thường đi biển nào? Hãy miêu tả về bãi biển đó trông như thế nào.

설문조사에서 해변 가는 것을 좋아한다고 말하셨습니다. 당신은 보통 어떤 해변에 가나요? 그 해변이 어떻게 생겼는지 묘사하세요.

### 모범답변

| | |
|---|---|
| 좋아하는 해변 | Bãi biển Gyeongpodae, một thiên đường biển tuyệt vời, nằm ở phía đông thành phố Gangneung, tỉnh Gangwon, Hàn Quốc. Đây là một trong những bãi biển đẹp và nổi tiếng nhất ở Hàn Quốc, được biết đến với cảnh đẹp hòa quyện giữa biển xanh, cát trắng mịn, và không khí trong lành. <br> 훌륭한 바다의 천국인 경포대 해변은 한국 강원도 강릉시 동쪽에 위치합니다. 이곳은 한국에서 가장 아름답고 유명한 해변 중 하나로, 푸른 바다, 부드러운 백사장, 그리고 신선한 공기가 조화롭게 어우러진 아름다운 풍경으로 알려져 있습니다. |
| 좋아하는 해변의 특징 | Bãi biển Gyeongpodae nổi tiếng với dải cát trắng dài và mịn màng, mà bạn có thể dễ dàng bước chân vào bờ và đắm mình trong làn sóng nhẹ nhàng của Biển Đông. Ánh nắng mặt trời mềm mại của buổi bình minh hoặc hoàng hôn tạo nên bức tranh tuyệt vời, tô điểm thêm cho vẻ đẹp tự nhiên hùng vĩ. Bãi biển đó là bãi biển dài đến hơn 6 km, cho phép du khách thả chân dạo bộ dọc theo bờ biển và hòa mình vào không gian yên bình của biển cả. Đặc biệt, bãi biển này nổi bật với hình ảnh những hàng cây dương xỉ dọc theo bờ biển, tạo nên khung cảnh tráng lệ và độc đáo. Ngoài ra, có những quán cà phê và nhà hàng phục vụ đặc sản địa phương, giúp bạn thưởng thức ẩm thực độc đáo của khu vực. <br> 경포대 해변은 길고 부드러운 백사장으로 유명하며, 쉽게 해안에 걸어갈 수 있고 동해의 부드러운 파도에 몸을 담글 수 있습니다. 일출이나 일몰의 부드러운 햇살은 훌륭한 그림을 만들어 내어 자연의 웅장함을 더욱 부각시킵니다. 그 해변은 6km 이상에 이르는 긴 해변으로, 여행자들이 해안을 따라 산책하며 바다의 평온한 공간에 푹 빠지게 해줍니다. 특히 이 해변은 해안을 따라 늘어선 해변잔디의 이미지가 눈에 띄며 독특하고 화려한 풍경을 만들어냅니다. 또한 현지 특산품을 제공하는 카페와 레스토랑이 있어 지역의 독특한 미식을 즐기실 수 있습니다. |
| 마무리 | Bãi biển Gyeongpodae không chỉ là điểm đến lý tưởng cho những chuyến du lịch thư giãn mà còn là nơi lý tưởng để tận hưởng những khoảnh khắc yên bình và vẻ đẹp tuyệt vời của thiên nhiên. <br> 경포대 해변은 휴양여행의 이상적인 목적지일 뿐만 아니라 평온한 순간 및 자연의 아름다움을 즐길 수 있는 최고의 장소입니다. |

 **được biết đến** 알려지다 | **hòa quyện** 조화롭다 | **cát trắng mịn** 부드러운 백사장 | **làn sóng** 파도 | **tô điểm** 부각하다

 유형2 해변에서 하는 활동

Hãy kể cho tôi nghe về một số việc mà bạn thường làm khi đi biển. Một chuyến thăm điển hình đến bãi biển bao gồm những gì?

해변에 갔을 때 당신이 하는 활동 몇 가지를 말해보세요. 전형적인 해변 방문은 어떤 요소로 구성되나요?

### 답변 구성 핵심표현

| 해변 방문 시 하는 활동 | tắm biển 해수욕 \| xây lâu đài cát 모래성 만들기 \| chơi thể thao biển 해변 스포츠 \| thư giãn dưới ô dù bãi biển 비치 파라솔 아래 휴식 \| nướng thịt trên bãi cát 모래 사장에서 바비큐 굽기 \| dạo chơi dọc bờ biển 해안을 따라 산책 \| thư giãn dưới bóng dừa 코코넛 나무 그늘 아래 휴식 \| đi thuyền chuối 바나나 보트 타기 \| thưởng thức món hải sản tươi ngon 신선하고 맛있는 해산물 음식 즐기기 \| tìm chòm sao 별자리 찾기 \| lướt sóng 서핑 \| thực hiện hoạt động lặn biển 스쿠버다이빙 \| lửa trại 캠프파이어 |

### 모범답변

| 도입 | Mỗi năm, gia đình tôi chọn bãi biển làm điểm đến lý tưởng để tránh xa cuộc sống hối hả và tận hưởng những giây phút bình yên.<br>매년 우리 가족은 바쁜 삶에서 벗어나 평화로운 순간을 즐길 수 있는 이상적인 목적지로 해변을 선택합니다. |
|---|---|
| 첫 번째 활동 | Hành trình của chúng tôi thường bắt đầu bằng việc thuê ô dù bãi biển và dựng lều trên bãi cát trắng mịn màng. Việc này không chỉ giúp chúng tôi tận hưởng ánh nắng mát mẻ mà còn tạo ra một không gian riêng tư để thư giãn.<br>우리 여정은 대개 비치 파라솔을 대여하고 부드러운 백사장 위에 텐트를 치는 것부터 시작됩니다. 이 일은 시원한 햇빛을 즐길 수 있게 도와줄 뿐만 아니라, 휴식을 취할 수 있는 개인적 공간을 만들어줍니다. |
| 두 번째 활동 | Sau khi sẵn sàng, bước chân của chúng tôi không thể chờ đợi được nữa, và chúng tôi hoà mình vào làn nước biển mát lạnh. Tắm biển không chỉ là hoạt động giúp chúng tôi giải tỏa mệt mỏi mà còn là mục đích chính khi đến bãi biển. Sau đó, bữa trưa biển ngon miệng được tổ chức, với việc nướng thịt heo ba chỉ trên bãi cát thì tạo nên một bữa tiệc đầy ấn tượng và hương vị đặc trưng. |

| | |
|---|---|
| | 준비를 마친 우리의 발걸음은 더 이상 기다릴 수 없이, 시원한 바닷물에 몸을 담급니다. 해수욕은 피로를 풀어주는 활동일 뿐만 아니라 해변에 가는 주요 목적이기도 합니다. 그 후에 모래사장에서 삼겹살을 굽는 맛있는 해변의 점심 식사가 펼쳐지면 인상적이고 풍미 가득한 잔치를 만들어 냅니다. |
| 오후 및 저녁 활동 | Buổi chiều là thời gian lý tưởng để dạo chơi dọc theo bờ biển, thưởng thức cái se lạnh của cát dưới chân và ngắm nhìn phong cảnh biển hùng vĩ. Khi hoàng hôn buông xuống, chúng tôi thường tìm chòm sao trên bầu trời đêm. Việc kể chuyện hài hoặc chuyện ma dưới bầu trời đầy sao là một hoạt động thú vị, hồi hộp và tạo nên không khí ấm cúng, gắn bó với nhau.<br><br>오후는 해변을 따라 산책하고 발 아래 모래의 서늘함을 즐기고 장엄한 바다 풍경을 감상하기에 이상적인 시간입니다. 황혼이 내리면 우리는 종종 밤하늘에서 별자리를 찾습니다. 별이 가득한 하늘 아래에서 재미있는 이야기나 괴담을 들려주는 것은 흥미롭고 스릴 넘치는 활동이며 아늑하고 친밀한 분위기를 조성합니다. |

**단어** **dựng lều** 텐트를 치다 | **mịn màng** 부드러운 | **se lạnh** 서늘한 | **chuyện ma** 괴담 | **chòm sao** 별자리 | **buông xuống** 내리다, 늘어뜨리다 | **vẻ đẹp** 아름다움

**해변** 유형3
# 최근에 해변에 간 인상적인 경험

> Hãy kể về trải nghiệm của bạn vào lần cuối cùng bạn đi biển. Hãy nói một cách chi tiết bạn đến bãi biển nào, bạn đã làm gì khi ở đó và ai đã đến đó cùng bạn. Chuyện gì đã xảy ra và đáng nhớ nhất trong chuyến đi thăm của bạn?
>
> 최근에 해변에 갔던 경험을 말해보세요. 구체적으로 어떤 해변을 갔고 그곳에서 무엇을 했으며 누구와 함께 갔는지 설명하세요. 당신의 방문중에 어떤 일이 일어났고 가장 기억에 남았나요?

## 모범답변

| 최근 해변에 갔던 시기와 함께 간 사람 | Lần cuối cùng tôi đi biển là vào tháng 8 năm ngoái, khi gia đình tôi quyết định tổ chức một chuyến nghỉ ngơi ở bãi biển Hyeop-jae đảo Jeju. Bãi biển Hyeop-jae là một điểm đến nổi tiếng với cát trắng mịn và không gian yên tĩnh. Chúng tôi đã bắt đầu chuyến đi bằng việc thuê một căn nhà nghỉ gần bãi biển để thuận tiện cho việc di chuyển.<br><br>마지막으로 해변에 간 것은 지난 8월, 우리 가족이 제주도 협재해변에서 휴가를 보내기로 결정했을 때였습니다. 협재해변은 고운 백사장과 조용한 분위기로 유명한 곳입니다. 편리한 교통을 위해 해변 근처 펜션을 빌려 여정을 시작했습니다. |
|---|---|
| 최근 해변에서 한 일 | Buổi sáng, chúng tôi dậy sớm để tận hưởng bức tranh bình minh tuyệt vời trên bãi biển. Tôi cùng gia đình đã dành thời gian chơi đùa trong làn nước biển mát lạnh và tận hưởng những giây phút bình yên. Bãi biển Hyeop-jae còn nổi tiếng với các quán cà phê và nhà hàng phục vụ hải sản tươi ngon. Chúng tôi đã thưởng thức những món đồ biển ngon miệng và tận hưởng không khí biển tinh khôi. Buổi chiều, chúng tôi quyết định nghỉ ngơi dưới ô dù bãi biển. Tôi có thể ngủ ngày thật thoải mái với tiếng sóng nước êm dịu và làn gió mát mẻ sảng khoái. Về tối, chúng tôi đã ngồi trên bãi cát và chờ đợi hoàng hôn buông xuống. Chúng tôi đã thả hồn trong không khí yên bình của bãi biển, nói chuyện và tận hưởng những khoảnh khắc cuối ngày trên bờ biển.<br><br>아침에 우리는 해변에서 멋진 일출을 감상하기 위해 일찍 일어났습니다. 가족과 함께 시원한 바닷물에서 놀며 평화로운 시간을 보냈습니다. 협재해변은 신선하고 맛있는 해산물을 서비스하는 카페와 레스토랑으로도 유명합니다. 우리는 맛있는 해산물 요리를 즐기고 청명한 바다 공기를 즐겼습니다. 오후에는 비치 파라솔 아래서 휴식을 취하기로 결정했습니다. 저는 잔잔한 파도소리와 시원하고 상쾌한 바람에 편안하게 낮잠을 잘 수 있었습니다. 저녁이 되자 우리는 모래 위에 앉아 일몰을 기다렸습니다. 우리는 해변의 평화로운 분위기 속에 푹 빠져서 이야기하며 해변에서의 하루의 마지막 순간을 즐겼습니다. |

**단어** tinh khôi 청명한, 순수한

**해변** 유형4 해변에서의 인상적인 경험

MP3 P2-12

Hãy kể cho tôi nghe về trải nghiệm của bạn khi đi biển. Có lẽ điều gì đó bất ngờ hoặc thú vị đã xảy ra. Hãy kể cho tôi nghe tất cả về trải nghiệm đó. Bắt đầu với một số thông tin cơ bản về thời gian và địa điểm, bạn đã đi cùng ai và bạn làm gì - sau đó nói cho tôi câu chuyện về những gì đã xảy ra ngày hôm đó khiến chuyến đi đó trở nên thật đáng nhớ.

해변에 갔을 때 생겼던 경험 한 가지를 설명해주세요. 예상치 못했거나 재미있는 일이겠지요. 그 경험을 모두 말해주세요. 시간과 장소, 당신이 누구와 함께 갔고 무엇을 했는지와 같은 기본 정보부터 시작해서 그날 벌어졌던 그 경험을 기억에 남게 만든 것이 무엇인지 알려주세요.

### 모범답변

| | |
|---|---|
| 도입 | Chuyến đi nghỉ dưỡng trên bãi biển Mỹ Khê với gia đình đã mang đến cho tôi một trải nghiệm không ngờ và kinh khủng đồng thời.<br>제가 미케 해변에서 가족과 보낸 휴가는 예상치 못하고 끔찍했던 체험을 가져왔습니다. |
| 발생한 일의 원인 | Mọi chuyện bắt đầu từ một sự nhầm lẫn nhỏ nhưng lại để lại ấn tượng lâu dài. Sau khi nhìn thấy những tia nắng mặt trời trải dài trên bãi biển, tôi quyết định bôi kem trước khi ra khỏi phòng khách sạn. Tuy nhiên, vì một sự nhầm lẫn nhỏ, tôi lấy nhầm loại kem. Thay vì là kem chống nắng, tôi đã sử dụng kem bồi dưỡng. Điều tôi không biết là kem bồi dưỡng không cung cấp bảo vệ chống nắng, và tôi đã ngủ mất trên bãi cát.<br>모든 일은 작은 혼동에서 시작되었지만 오래 지속될 인상을 남겼습니다. 해변에 길게 펼쳐진 햇볕을 보고 저는 호텔방을 나가기 전에 자외선 차단제를 발라야겠다고 결심했습니다. 하지만 작은 혼동으로 저는 크림의 종류를 잘못 집었습니다. 자외선 차단제 대신에 저는 피부 보습제를 발라버렸습니다. 저는 피부 보습제가 자외선을 차단하지 않는다는 사실을 알지 못하고 모래사장 위에서 잠이 들어버렸습니다. |
| 결과 | Kết quả, khi tôi thức dậy, mặt tôi bắt đầu trở nên ửng đỏ và đau đớn. Vào buổi tối, tình trạng của tôi không cải thiện mà ngược lại còn trở nên tồi tệ hơn. Da tôi đã đỏ ửng và bắt đầu bong tróc, khiến tôi cảm thấy rất đau đớn.<br>그 결과로, 제가 깬 후 얼굴은 점점 붉어지며 통증이 나타나기 시작했습니다. 저녁이 되면서 제 상태는 좋아지지 않고 나빠지기만 했습니다. 제 피부는 붉어지고 벗겨지기 시작했고, 저는 큰 고통을 느끼게 되었습니다. |
| 나의 대처 | Dù kỳ nghỉ có những khó khăn, nhưng nó lại tạo nên một câu chuyện độc đáo và kinh khủng mà tôi sẽ nhớ suốt đời.<br>비록 휴가는 힘들었지만, 그것은 저에게 평생 기억에 남을 독특하고 끔찍한 이야기를 만들어주었습니다. |

**단어** | **không ngờ** 예상치 못한 | **kinh khủng** 끔찍한 | **trải dài** 길게 펼쳐지다 | **kem bồi dưỡng** 피부 보습제 | **làn da** 피부 | **ửng đỏ** 붉어지다 | **bong tróc** 껍질이 벗겨지다

  **해변** 롤플레이 유형2
## 해변에 가기 위해 친구에게 정보 요청

MP3 P2-13

> Bây giờ tôi muốn đưa ra một tình huống để bạn diễn kịch bằng tiếng Việt. Bạn hãy lắng nghe, sau đó diễn kịch lại tình huống đó bằng tiếng Việt. Bạn định đi biển với bạn của bạn vào cuối tuần này. bạn hãy gọi điện thoại cho bạn của bạn hỏi từ 3 đến 4 câu hỏi về kế hoạch đi biển của bạn.

지금 제가 베트남어로 당신이 연기하도록 한 상황을 드릴 겁니다. 당신은 잘 듣고나서 이 상황을 베트남어로 재연해보세요. 당신이 이번 주말에 친구와 함께 해변에 가려고 합니다. 친구에게 전화해서 당신의 해변가기 계획에 대해 3-4가지 질문을 해보세요.

### 모범답변

A-lô, Long ơi, cậu có rảnh không? Tớ muốn thảo luận về kế hoạch đi biển cuối tuần này, cậu có thể chia sẻ ý kiến và gợi ý với tớ không? Tớ nghe nói ở bãi biển đó có dịch vụ đi thuyền chuối, cậu nghĩ sao nếu chúng ta thử nghiệm? Giá cả cũng khá hợp lý từ những thông tin tớ có được. Còn về bạn Minh, bạn ấy muốn tham gia chuyến đi nữa. Cậu nghĩ sao về việc có thêm một thành viên, nhóm chúng ta sẽ trở nên đông vui và thú vị hơn. Tớ cũng có kế hoạch tự nướng thịt ba chỉ tại bãi biển. Cậu biết chỗ nào có thể thuê thiết bị nướng và phụ kiện không? Mong cậu có thể chia sẻ thông tin với tớ. Cuối cùng, tớ muốn biết thêm về những hoạt động đặc sắc tại bãi biển đó. Có những điều gì độc đáo và thú vị mà chúng ta không nên bỏ lỡ? Cậu giúp tớ nắm bắt thông tin để chúng ta có kế hoạch vui vẻ và trọn vẹn nhé!

여보세요, 롱아, 나야. 너 시간 있어? 나는 이번 주말 해변 여행 계획에 대해 얘기하고 싶어서 너는 의견과 아이디어를 나에게 공유해 줄 수 있니? 거기 해변에서 바나나보트 타는 서비스가 있다는데, 우리가 시도해보면 어떨까? 내가 얻은 정보로 볼 때 나는 그 가격도 꽤 합리적인 것 같더라고. 그리고 친구 밍도 이 여행에 참가하길 원해. 추가 구성원이 있다면 우리 팀이 더 활기차고 재미있어질 것 같지 않아? 나는 해변에서 삼겹살을 직접 굽고 싶어. 굽기 도구를 빌릴 수 있는 곳을 알고 있을까? 내게 정보를 알려줄 수 있으면 좋겠어. 마지막으로 그 해변에서 놓쳐서는 안 될 어떤 독특하고 흥미로운 활동들이 있는지 더 알고 싶어. 우리 여행이 즐겁고 완벽하게 계획될 수 있도록 나를 도와 정보를 파악해줘.

**단어** thuyền chuối 바나나보트 | trọn vẹn 완전하다

 **해변** 롤플레이 유형3
# 날씨로 해변에 갈 수 없는 문제 해결 및 대안 제시

Tôi xin lỗi nhưng có một vấn đề bạn cần giải quyết. Bạn vừa phát hiện ra rằng ở bãi biển bạn định đến, thời tiết sẽ xấu vào cuối tuần tới. Hãy gọi điện thoại cho bạn của bạn và nói về thời tiết và đưa ra 2 đến 3 lựa chọn để thay thế.

미안하지만 당신이 해결해야 하는 문제가 하나 있습니다. 이번 주말에 해변에 갈 계획이었는데 날씨가 좋지 않을 것이라는 것을 알게 되었습니다. 친구에게 전화해서 날씨에 대해 말하고 대체하기 위한 2-3가지 선택지를 제시하세요.

### 모범답변

A-lô, Long ơi, cậu rảnh không? Tớ vừa kiểm tra thời tiết cho chuyến đi cuối tuần đến bãi biển Mỹ Khê và có vẻ như thời tiết xấu. Có khả năng mưa to và gió lớn đấy. Thì nghĩa là chúng ta cần xem xét lại kế hoạch. Ừ, chúng ta thay đổi bãi biển đi, có bãi nào thời tiết dự báo tốt hơn không nhỉ? Tớ nghe đâu cuối tuần này ở Nha Trang trời đẹp lắm, còn bãi Đại Lãnh thế nào? Cậu đã từng đến chưa?
Nếu cậu vẫn muốn đến bãi biển Mỹ Khê thì chúng ta có thể xem xét việc hoãn chuyến đi và lên một kế hoạch khác vào một ngày có thời tiết tốt hơn. Chúng ta cùng nghĩ xem nên làm gì tiếp theo nhé. Cậu có ý kiến gì?

여보세요, 롱, 시간 있어? 주말 미케 해변 여행을 위해 방금 날씨를 확인해 봤는데 날씨가 나쁜 것 같아. 많은 비와 강한 바람이 불 가능성이 있다네. 우리 계획 다시 생각해야겠다. 응, 갈 해변을 바꾸자. 일기예보에서 날씨가 더 좋은 해변이 없을까? 이번 주말 냐짱 날씨가 너무 좋다던데, 다이란 해변은 어때? 가본 적 있어?
그래도 미케 해변에 가고 싶다면 여행을 연기하고 날씨가 좋은 날에 다른 계획을 세우는 것을 고려해 볼 수 있어. 다음에 무엇을 해야 할지 생각해 보자. 어떻게 생각해?

**단어** hoãn 연기하다

## 롤플레이 응용 유형
# 해변에서의 날씨 등 관련된 인상적인 경험

> Vở kịch đã kết thúc rồi ở đây. Bạn có trải nghiệm nào ấn tượng khi đi biển không? Chẳng hạn như thời tiết xấu hoặc có thể chuyện gì đó xảy ra khiến bạn không thể có một thời gian vui vẻ. Hãy kể cho tôi thật chi tiết chuyện gì đã xảy ra, diễn biến như thế nào? Và kết quả như thế nào?
>
> 상황 연극은 이미 종료되었습니다. 해변에 갔을 때 인상 깊었던 경험이 있나요? 예를 들어, 날씨가 좋지 않거나 즐거운 시간을 보낼 수 없는 일이 발생했을 수도 있습니다. 무슨 일이 일어났고, 어떻게 되었는지 자세히 말씀해주세요. 그리고 결과는 어땠나요?

### 모범답변

| | |
|---|---|
| 인상 깊었던 경험 | Mùa hè năm nay, khi tôi và những người bạn thân từ thời học sinh trung học quyết định thực hiện một chuyến đi biển, trải nghiệm của chúng tôi đã để lại ấn tượng khá đặc biệt và khác biệt. Ban đầu, thời tiết trông hoàn hảo với bầu trời xanh biếc và ánh nắng ấm.<br>올 여름, 고등학교 시절 절친한 친구들과 바다로 여행을 떠나기로 했을 때, 우리의 경험은 다소 특별하고 색다른 인상을 남겼습니다. 처음에는 날씨가 파란 하늘과 따뜻한 햇살로 완벽해 보였습니다. |
| 발생한 사건 | Tuy nhiên, vào buổi chiều, một cơn mưa rào bất ngờ xuất hiện nhanh chóng. Chúng tôi không kịp chuẩn bị và bị ướt sũng.<br>그러나 오후에는 갑자기 빠르게 소나기가 내렸습니다. 우리는 대비할 시간도 없이 흠뻑 젖었습니다. |
| 나의 대처 | Mặc dù thất vọng về thời tiết, nhưng chúng tôi quyết định không để điều này làm mất hứng thú. Thậm chí, cơn mưa đã tạo nên một không khí mát mẻ và phá vỡ cái nóng của buổi trưa. Mặc dù không có cơ hội tận hưởng bãi biển dưới ánh nắng mặt trời, nhưng chúng tôi quyết định thưởng thức những quán cà phê ven biển và đặc sản hải sản tại đây. Món ăn ngon và không khí ven biển tạo nên một buổi tối tuyệt vời. Ngày kế tiếp, thời tiết đã trở lại tốt đẹp và chúng tôi có thể tận hưởng trọn vẹn bãi biển với cát trắng và biển xanh. Điều bất ngờ là trải nghiệm dưới cơn mưa đã tạo nên ký ức đặc biệt và thú vị trong chuyến đi của chúng tôi, làm cho nó trở nên đầy đủ và khó quên. |

비록 우리는 날씨가 실망스러웠지만 이것이 우리의 신남을 잃게 하지 않기로 결정했습니다. 비가 내려도 시원한 공기를 만들어줘 한 낮의 더위를 식혀주었습니다. 비록 우리는 햇별 아래 해변을 즐길 기회는 없었지만 이곳에서 해변 카페와 해산물 명물 요리를 즐기기로 결정했습니다. 맛있는 음식과 바닷가 공기가 멋진 저녁을 만들어 주었습니다. 다음날은 다시 날씨가 좋아져서 백사장과 푸른 바다가 있는 해변을 마음껏 즐길 수 있었습니다. 깜짝 놀란 점은 빗속에서의 경험이 우리 여행의 특별하고 흥미로운 추억을 만들어서 충족되고 잊을 수 없는 여행으로 만들었다는 것입니다.

**단어** xanh biếc 파란, 감청 | phá vỡ 깨뜨리다

## 해변 고득점 필수 유형1
## 두 개의 해변 공통점 차이점 비교

MP3 P2-14

Hãy nhớ lại về hai bãi biển khác nhau mà bạn đã từng đến. Mỗi bãi biển trông như thế nào? Hãy nói cho tôi biết những điểm tương đồng và khác biệt giữa hai bãi biển và lý do bạn thích một bãi biển hơn.

당신이 가 본 두 개의 다른 해변을 기억해 보세요. 각 해변은 어떻게 생겼나요? 두 해변의 공통점과 차이점과 한 해변을 더 좋아하는 이유를 설명하세요.

### 모범답변

**해변1**

Tôi đã từng đến hai bãi biển khác nhau: bãi biển Hyeopjae ở đảo Jeju và bãi biển Gyeongpodae ở thành phố Gangneung.
Bãi biển Hyeopjae ở Jeju có làn nước trong xanh và sóng dịu dàng. Cát ở đây rất mịn và trắng, tạo nên một khung cảnh tuyệt đẹp. Khu vực xung quanh bãi biển này cũng có nhiều nhà hàng hải sản tươi ngon và các quán cà phê xinh xắn, tạo ra một không gian thư giãn và thoải mái.

저는 제주도 협재 해수욕장과 강릉시 경포대 해수욕장 두 곳을 가봤습니다.
제주 협재 해수욕장은 맑고 푸른 물과 잔잔한 파도가 있는 곳입니다. 이곳의 모래는 매우 매끄럽고 하얗고 아름다운 풍경을 만들어냅니다. 이 해변 주변 지역에는 신선한 해산물 레스토랑과 아름다운 카페가 많아 편안하고 편안한 분위기를 자아냅니다.

**해변2**

Bãi biển Gyeongpodae ở Gangneung cũng rất đẹp, với bãi cát dài và rộng. Nước biển ở đây xanh ngắt, nhưng sóng thường mạnh hơn so với Hyeopjae. Gyeongpodae nổi tiếng với cảnh bình minh tuyệt đẹp, và xung quanh bãi biển có nhiều khu vực picnic và các hoạt động giải trí ngoài trời.

| | |
|---|---|
| | 강릉의 경포대 해변도 길고 넓은 모래사장이 있어 매우 아름답습니다. 이곳의 바닷물은 파랗지만 협재보다 파도가 더 강한 경우가 많습니다. 경포대는 아름다운 일출로 유명하며, 해변 주변에는 피크닉 장소와 야외 레크리에이션 활동이 많이 있습니다. |
| 공통점 | **Điểm tương đồng giữa hai bãi biển này là cả hai đều có cảnh quan đẹp, nước biển sạch và là điểm đến lý tưởng cho các hoạt động giải trí và thư giãn.**<br>이 두 해변의 공통점은 둘 다 아름다운 풍경과 깨끗한 바닷물을 가지고 있으며 여가와 휴식 활동을 위한 이상적인 목적지라는 것입니다. |
| 차이점 | **Tuy nhiên, Hyeopjae có sóng dịu hơn và nước trong hơn, trong khi Gyeongpodae có sóng mạnh hơn và là nơi lý tưởng để ngắm bình minh.**<br>**Tôi thích bãi biển Hyeopjae hơn vì nước ở đây trong xanh và sóng dịu dàng, tạo cảm giác thư giãn và thoải mái hơn khi tắm biển và vui chơi.**<br>하지만 협재는 파도가 잔잔하고 물이 맑고, 경포대는 파도가 더 강하고 일출을 감상하기에 더할 나위 없이 좋은 곳입니다.<br>제가 협재 해수욕장을 더 좋아하는 이유는 이곳의 물이 맑고 푸른데 파도가 잔잔하여 해수욕하고 놀 때 더 편안하고 평안한 느낌을 주기 때문입니다. |

**단어**  **dịu dàng** 온화한, 유순한 | **bình minh** 여명

 고득점 필수 유형2
## 해변 보호 관련 관심사

MP3 P2-14

> Những vấn đề chính mà mọi người xung quanh bạn nói đến khi nói về việc bảo vệ bãi biển là gì? Các vấn đề là gì và nguyên nhân của chúng là gì? Hãy giải thích những bước cần thực hiện để giải quyết những vấn đề này và bảo vệ các bãi biển.
>
> 해변 보호에 관해 주변 사람들이 주로 이야기하는 문제는 무엇인가요? 문제는 무엇이며 그 원인은 무엇입니까? 그리고 이러한 문제를 해결하고 해변을 보호하기 위해 취해야 할 조치를 설명하세요.

### 모범답변

| | |
|---|---|
| 도입 | Khi nói về bảo vệ bãi biển, các vấn đề chính thường được đề cập là ô nhiễm rác thải, xói mòn bờ biển và tác động của du lịch.<br><br>해변 보호에 대해 이야기할 때 자주 언급되는 주요 문제는 쓰레기로 인한 오염, 해안 침식 및 관광의 영향입니다. |
| 쓰레기로 인한 오염 | Ô nhiễm rác thải, đặc biệt là nhựa, đến từ sinh hoạt, du lịch và đánh bắt cá. Rác thải làm mất mỹ quan và gây hại cho động vật biển. Để giải quyết, cần giáo dục cộng đồng, tổ chức chiến dịch làm sạch bãi biển và hạn chế sử dụng nhựa dùng một lần. Chính quyền cần cải thiện chính sách xử lý rác thải.<br><br>쓰레기로 인한 오염, 특히 플라스틱은 생활, 관광, 어업에서 발생합니다. 쓰레기는 미관을 해치고 해양 동물에게 해를 끼칩니다. 이를 해결하려면 지역사회에 교육을 실시하고 해변 청소 캠페인을 조직하며 일회용 플라스틱 사용을 제한해야 합니다. 지방정부에서는 쓰레기 처리 정책을 개선해야 합니다. |
| 해안 침식 | Xói mòn bờ biển do biến đổi khí hậu và hoạt động xây dựng gây mất đất và ảnh hưởng hệ sinh thái. Giải pháp gồm xây kè chắn sóng, trồng cây xanh dọc bờ biển và giám sát xây dựng. Cần sự phối hợp giữa chính quyền, tổ chức và cộng đồng.<br><br>기후 변화와 건설 활동으로 인한 해안 침식은 (해안) 토지 손실을 초래하고 생태계에 영향을 미칩니다. 해결책에는 방파제 건설, 해안을 따라 나무 심기, 건설 관리 등이 포함됩니다. 지방 정부, 단체, 지역사회 간의 협력이 필요합니다. |
| 관광 | Du lịch đông đúc dẫn đến ô nhiễm và áp lực lên tài nguyên địa phương. Phát triển du lịch bền vững, kiểm soát số lượng du khách và đầu tư vào cơ sở hạ tầng xanh là cần thiết. Bảo vệ bãi biển đòi hỏi sự kết hợp giáo dục, chính sách quản lý và biện pháp kỹ thuật, cùng với sự phối hợp chặt chẽ của các bên liên quan.<br><br>오버투어리즘은 환경 오염과 지역 자원에 대한 압박으로 이어집니다. 지속 가능한 관광 개발, 방문객 수 통제, 친환경 인프라 투자가 필요합니다. 해변 보호에는 교육, 관리 정책, 기술 조치의 결합과 이해관계자의 긴밀한 협력이 필요합니다. |

**단어** | **xói mòn** 침식 | **mỹ quan** 미관 | **kè chắn sóng** 방파제 | **bền vững** 지속 가능한 | **đòi hỏi** 요구하다

# Unit 5 취미나 관심사 - 음악

## *유형별 기출문제 한눈에 보기

여가 활동 카테고리에서 음악 주제는 악기 연주하기 및 혼자 노래 부르기, 공연, 콘서트 등의 주제와 함께 연동하여 답변을 준비하기 좋은 주제로 문제가 어렵지 않아 서베이 항목에서 선택하는 것을 적극 추천하는 주제 중 하나입니다.

| | | |
|---|---|---|
| 유형1 | 현재시제 장소 묘사/종류 설명 | 즐겨 듣는 음악 종류, 밴드, 음악가 묘사 |
| 유형2 | 현재시제 활동, 루틴, 단계 | 음악 감상 방법 |
| 유형3 | 과거시제 최초 혹은 최근 경험 | 음악에 관심을 갖게 된 계기 및 이후 취향 변화 |
| 유형4 | 과거시제 인상적인 경험 | 인상적인 라이브 음악에 대한 경험 |
| 롤플 유형1 | 면접관에게 질문하기 | 오케스트라에서 바이올린을 연주하는 Mai에게 질문 |
| 롤플 유형2 | 상황에 대한 정보 요청 | 스피커 구입을 위해 정보 요청 |
| 롤플 유형3 | 문제 상황 설명 및 대안 제시 | 구입한 스피커가 고장 난 문제 해결 |
| 롤플 응용 유형 | 문제 발생 및 해결에 대한 과거 경험 | 장비가 고장 나서 해결했던 경험 |
| 고득점 필수 유형1 | 2가지 대상 비교 또는 대조 | 뮤지션 및 음악 장르 비교 |
| 고득점 필수 유형2 | 사회적 이슈, 최근 소식 및 관심사 | 최신 음악 장비 이슈 |

＊유형5는 난이도 3, 4에서만 출제되며 AL이 목표인 난이도 5, 6에서는 출제되지 않습니다.
＊유형9, 유형10은 난이도 5, 6에서만 출제되며 IH, AL등급 취득에 관건이 되는 문항입니다.

## * 기출문제 콤보 파악하기

### 음악 기출문제 COMBO THỨ NHẤT

| 오픽 시험 문항 번호 | 유형 | 기출문제 |
|---|---|---|
| 2번 | 유형1 | 즐겨 듣는 음악 종류, 밴드, 음악가 묘사 |
| 3번 | 유형2 | 음악 감상 방법 |
| 4번 | 유형3 | 음악에 관심을 갖게 된 계기 및 이후 취향 변화 |

### 음악 기출문제 COMBO THỨ HAI

| 오픽 시험 문항 번호 | | 유형 | 기출문제 |
|---|---|---|---|
| 5번 | 8번 | 유형1 | 즐겨 듣는 음악 종류, 밴드, 음악가 묘사 |
| 6번 | 9번 | 유형3 | 음악에 관심을 갖게 된 계기 및 이후 취향 변화 |
| 7번 | 10번 | 유형4 | 인상적인 라이브 음악에 대한 경험 |

### 음악 기출문제 COMBO THỨ BA

| 오픽 시험 문항 번호 | 유형 | 기출문제 |
|---|---|---|
| 11번 | 롤플 유형2 | 스피커 구입을 위해 정보 요청 |
| 12번 | 롤플 유형3 | 구입한 스피커가 고장 난 문제 해결 |
| 13번 | 롤플 응용 유형 | 장비가 고장 나서 해결했던 경험 |

### 음악 기출문제 COMBO THỨ TƯ

| 오픽 시험 문항 번호 | 유형 | 기출문제 |
|---|---|---|
| 14번 | 고득점 필수 유형1 | 뮤지션 및 음악 장르 비교 |
| 15번 | 고득점 필수 유형2 | 최신 음악 장비 이슈 |

*14번은 IH, 15번은 AL을 결정짓는 문제이므로 IH, AL을 목표로 하신다면 14,15번을 중점적으로 공략해야 합니다.

 유형1
# 즐겨듣는 음악 종류, 밴드, 음악가 묘사

Bạn có nói trong bản khảo sát là bạn thích nghe nhạc. Hãy kể cho tôi nghe về thể loại nhạc bạn thích nghe. Hãy nói về một số ban nhạc, nhà soạn nhạc hoặc nhạc sĩ yêu thích của bạn.
서베이에서 음악 감상을 좋아한다고 말했습니다. 당신이 즐겨 듣는 음악의 종류에 대해 이야기해 주세요. 당신이 가장 좋아하는 밴드, 작곡가 또는 음악가에 대해 말해보세요.

## 답변 구성 핵심표현

| 즐겨 듣는 음악 종류 | **nhạc Kpop** 케이팝 \| **nhạc Dance** 댄스음악 \| **nhạc trữ tình** 발라드 \| **nhạc Jazz** 재즈 \| **nhạc Pop** 팝 \| **nhạc Hiphop** 힙합 \| **nhạc cổ điển** 클래식 \| **nhạc Rock** 락음악 \| **nhạc trẻ** 대중가요 |
|---|---|
| 음악 장르별 특징 | **nhạc trữ tình 발라드:**<br>giàu cảm xúc, đầy cảm xúc 감성이 풍부하다 \| lời ca sâu lắng và tình cảm 가사의 의미가 깊고 서정적이다 \| chạm đến trái tim 심금을 울린다 \| có cảm giác buồn man mác 막막한 그리운 느낌이 있다 \| truyền cảm hứng 영감을 준다 \| da diết 애절하다 \| êm dịu, dịu dàng 부드럽고 온화하다 \| vỗ về tâm hồn 영혼을 위로한다<br><br>**nhạc Kpop** 케이팝 \| **nhạc Dance** 댄스음악 \| **nhạc trẻ** 대중가요:<br>nghe vui tai 들으면 귀가 즐겁다 \| hào hứng, phấn khích 신나고 흥분된다 \| gây cảm giác phấn khởi, thích thú 신나고 즐거운 느낌을 준다 \| dễ nghe, dễ nhớ 듣기 쉽고 잘 기억난다 \| có nhịp điệu nhanh, sôi động 빠르고 활기찬 템포를 가졌다 \| dễ khuấy động không khí 분위기를 띄우기 쉽다 \| tràn đầy sức sống, đầy năng lượng 에너지틱하다 \| tươi mới 신선하고 새롭다 \| cuốn hút 매력적이다 |
| 밴드, 작곡가, 음악가의 특징 | biểu tượng văn hóa 문화적 아이콘<br><br>nguồn cảm hứng lớn cho những người trên khắp thế giới 전 세계 사람들에게 영감을 주는 훌륭한 원천<br><br>đã xây dựng một danh tiếng vững chắc trong ngành công nghiệp âm nhạc 음악산업분야에서 확고한 명성을 구축했다<br><br>có giọng ca đặc biệt, sâu lắng và ấm áp 특별하며 그윽하고 따스한 목소리를 가지고 있다<br><br>tạo ra sự kết nối mạnh mẽ với người nghe 듣는 사람과 강한 유대감을 형성한다<br><br>làm tăng thêm sức hút 매력을 더한다 |

## 모범답변

| | |
|---|---|
| **좋아하는 음악 장르** | Trong các thể loại nhạc, tôi thích nghe nhạc Rock. Nhạc Rock, với những âm thanh đầy năng lượng của ghi-ta và vocal mạnh mẽ, mang đến một trải nghiệm âm nhạc mà không thể từ chối. Tôi thích cảm giác mạnh mẽ, sôi động và đôi khi là tinh tế của Rock, khiến mỗi bản nhạc trở nên cuốn hút và độc đáo, luôn có sức hút đặc biệt với những người yêu thích âm nhạc độc lập và sáng tạo.<br><br>음악 장르 중에서는 록 음악을 듣는 걸 좋아해요. 에너제틱한 기타 사운드와 파워풀한 보컬이 어우러진 록 음악은 거부할 수 없는 음악적 경험을 가져다 줍니다. 저는 강렬하고 생동감 넘치며 때로는 섬세한 Rock의 느낌을 좋아하며, 각 곡을 매력적이고 독특하게 만들어 항상 독립적이고 창의적인 음악을 사랑하는 사람들에게 특별한 끌림을 선사합니다. |
| **좋아하는 밴드** | Có rất nhiều ban nhạc nhạc Rock nổi tiếng, tôi là người hâm mộ của ban nhạc Honne. Mặc dù Honne không phải là ban nhạc thuộc thể loại Rock truyền thống, nhưng họ đã chinh phục tôi với sự đa dạng và tinh tế trong âm nhạc của mình. Honne mang lại một sự kết hợp tuyệt vời giữa các yếu tố điện tử và R&B, kết hợp với vocal ấm áp và lời bài hát tận tâm. Honne nổi bật với khả năng tạo ra âm nhạc đa dạng và độc đáo. Ngoài ra, lời bài hát của Honne thường chạm vào những đề tài tình cảm và cuộc sống hàng ngày, tạo nên một kết nối mạnh mẽ với người nghe nhạc. Nếu bạn quan tâm đến nhạc Rock đặc biệt, hãy nghe nhạc của họ một lần.<br><br>유명한 록 음악 밴드가 많지만, 저는 밴드 혼네(Honne)의 팬입니다. 혼네는 전통적인 록 밴드는 아니지만 음악의 다양성과 정교함으로 저를 사로잡았습니다. 혼네는 부드러운 보컬과 마음까지 닿는 가사의 결합 및 일렉트로닉과 R&B 요소 훌륭한 결합을 선사합니다. 혼네는 다양하고 독특한 음악을 창조하는 능력이 돋보입니다. 또한 혼네의 가사는 감성적인 주제와 일상생활을 자주 다루며 음악을 듣는 사람과 강한 유대감을 형성합니다. 만약 당신이 특별한 록 음악에 관심이 있다면 한번 그들의 음악을 들어보세요. |

**단어** **tinh tế** 섬세한 | **mê mẩn** 매료시키다 | **chinh phục** 사로잡다, 정복하다 | **đắm chìm vào** 몰입시키다 | **chạm vào** 다루다, 건드리다

 유형2 **음악 감상 방법**

> Hãy nói cho tôi biết về địa điểm và thời gian bạn thường nghe nhạc. Bạn có đi nghe buổi hòa nhạc hay là bạn thích nghe nhạc qua radio? Hãy kể cho tôi nghe về nhiều cách mà bạn thường thức âm nhạc.
> 주로 언제 어디서 음악을 듣는지 알려주세요. 콘서트에 가시나요, 아니면 라디오로 음악을 듣는 걸 좋아하시나요? 음악을 즐기는 다양한 방법에 대해 알려주세요.

### 답변 구성 핵심표현

| | |
|---|---|
| 음악을 즐기는 장소 | trên ô tô, xe buýt, tàu hỏa 자동차, 버스, 기차에서<br>trong không gian mở như công viên, bãi biển hoặc khu vườn<br>공원, 해변, 정원 등 열린 공간에서 |
| 음악을 즐기는 때 | khi làm việc nhà, nấu ăn, thư giãn 집안일, 요리, 휴식을 취할 때<br>khi gặp gỡ bạn bè và người thân 친구나 친척을 만날 때<br>trong thời gian di chuyển 이동하는 시간 중에<br>khi đi dạo để làm giảm căng thẳng, giữ tinh thần sảng khoái<br>긴장 완화, 상쾌함 유지를 위해 산책할 때<br>khi tập thể dục trong phòng tập gym 헬스장에서 운동할 때 |
| 음악을 즐기는 방법 | qua loa hoặc các hệ thống âm thanh tại gia đình<br>스피커 또는 홈 오디오 시스템을 통해<br>loa di động hoặc tai nghe 휴대용 스피커나 헤드폰 |

### 모범답변

| | |
|---|---|
| 도입 | Như một người yêu âm nhạc, tôi thường nghe nhạc ở nhiều địa điểm và thời gian khác nhau, tùy thuộc vào tình hình và tâm trạng của mình.<br>음악을 사랑하는 사람으로서 상황과 기분에 따라 많은 다양한 장소와 시간에 음악을 듣는 경우가 많습니다. |
| 집에서 듣는 경우 | Khi làm việc hoặc học tập tại nhà, tôi thường nghe nhạc qua tai nghe để tạo ra một môi trường làm việc tập trung và thoải mái. Âm nhạc có thể giúp tăng cường sự tập trung và cảm xúc. Thêm vào đó, khi tôi làm việc nhà như dọn phòng, rửa bát, lau sàn nhà và các công việc khác, tôi thường nghe nhạc qua loa Bluetooth. Đôi khi, tôi cảm thấy nhàm chán trong việc lặp đi lặp lại những công việc đơn giản. |

| | | Lúc đó, việc nghe nhạc giúp tôi cảm thấy vui vẻ hơn và giảm bớt cảm giác mệt mỏi. Loa Bluetooth trong nhà cho phép tôi dễ dàng điều khiển âm nhạc thông qua điện thoại di động hoặc giọng nói, từ việc lựa chọn bài hát, điều chỉnh âm lượng đến việc tắt và mở âm thanh. |
|---|---|---|
| | | 집에서 일하거나 공부할 때 집중하며 편안한 업무 환경을 조성하기 위해 저는 주로 헤드폰으로 음악을 듣습니다. 음악은 집중력과 감정을 높이는 데 도움이 될 수 있습니다. 또한, 방 청소, 설거지, 바닥 청소 등 집안일을 할 때 블루투스 스피커를 통해 음악을 자주 듣습니다. 가끔은 간단한 일을 반복해서 하는 것이 지루함을 느낄 때가 있습니다. 그때 음악을 들으면서 기분이 좋아지고 피로감이 줄어듭니다. 집에 있는 블루투스 스피커를 사용하면 노래 선택, 볼륨 조절, 소리 켜기/끄기 등을 휴대폰이나 음성으로 쉽게 제어할 수 있습니다. |
| | 외부에서 듣는 경우 | Khi đi làm về nhà, đi lại hoặc trong các chuyến du lịch, tôi thường nghe nhạc trong ô tô hoặc qua thiết bị di động của mình. Âm nhạc giúp tạo ra một không gian riêng tư và giúp tôi thư giãn trong thời gian di chuyển. Đôi khi, tôi thích đi nghe các buổi hòa nhạc trực tiếp để trải nghiệm âm nhạc một cách sống động và gần gũi hơn. Tôi cũng thường sử dụng radio hoặc các dịch vụ nhạc trực tuyến như Spotify, Apple Music hoặc YouTube để khám phá và nghe các bài hát mới, album hoặc danh sách phát từ các nghệ sĩ yêu thích của mình. |
| | | 출퇴근이나 이동시 혹은 여행을 갈 때, 차 안에서나 모바일 기기를 통해 음악을 듣는 경우가 많습니다. 음악은 사적인 공간을 만들어주고 이동 중 휴식을 취하는 데 도움을 줍니다. 때로는 좀 더 생생하고 가까운 방식으로 음악을 경험하기 위해 라이브 콘서트에 들으러 가는 것을 좋아합니다. 저는 또한 라디오나 Spotify, Apple Music, YouTube와 같은 온라인 음악 서비스를 자주 사용하여 내가 좋아하는 아티스트의 새로운 노래, 앨범 또는 재생 목록을 찾아 듣습니다. |

**단어** **nhàm chán** 지루한 | **điều chỉnh âm lượng** 볼륨 조절 | **dịch vụ nhạc trực tuyến** 온라인 음악 서비스

# 음악에 관심을 갖게 된 계기 및 이후 취향 변화

> Hãy kể cho tôi nghe về điều nào khiến bạn bắt đầu thích nghe nhạc. Ban đầu bạn thích thể loại nhạc nào? Hãy nói về sở thích âm nhạc của bạn phát triển như thế nào từ khi còn nhỏ cho đến bây giờ.
>
> 음악 감상을 좋아하게 된 계기에 대해서 말해주세요. 처음에는 어떤 종류의 음악을 좋아했나요? 어렸을 때부터 지금까지 음악적 취향이 어떻게 발전했는지 이야기해보세요.

### 모범답변

| 관심을 가지게 된 계기 | Khi tôi 10 tuổi, bắt đầu học piano, đó là thời điểm mà tôi bắt đầu quan tâm đến âm nhạc một cách nghiêm túc hơn.<br><br>저는 10살 때 피아노를 배우기 시작했고, 그때가 제가 더 진지하게 음악에 관심을 가지기 시작한 시기입니다. |
|---|---|
| 초반에 좋아했던 음악 장르 | Ban đầu, tôi thích nghe nhạc cổ điển và nhạc trữ tình, có lẽ vì những giai điệu và cảm xúc sâu lắng mà loại nhạc này mang lại. Mỗi khi tôi nghe nhạc cổ điển và nhạc trữ tình, tôi cảm thấy bình yên và giảm bớt căng thẳng do áp lực học tập cao.<br><br>처음에는 클래식 음악과 발라드를 듣는 것을 좋아했는데, 아마도 이런 종류의 음악이 가져다주는 멜로디와 깊은 느낌 때문이었을 것입니다. 클래식과 발라드를 들을 때마다 마음이 평화로워지고 학업에 대한 부담감으로 인한 스트레스도 감소되었습니다. |
| 관심 음악 장르의 변화 | Nhưng sau một thời gian, khi tôi trải nghiệm nhiều thể loại khác nhau, sở thích của tôi đã trải qua sự biến đổi. Tôi bắt đầu phát hiện ra sự sáng tạo và độ tự do trong âm nhạc Jazz. Tôi bị cuốn hút bởi sự linh hoạt, sự đa dạng và khả năng tự do sáng tạo của Jazz. Thời gian qua, tôi đã phát triển một sự đam mê sâu sắc với nhạc Jazz và tôi thấy mình ngày càng tìm hiểu và khám phá nhiều hơn về thể loại này. Âm nhạc Jazz không chỉ mang lại cho tôi niềm vui và sự hài lòng trong việc nghe và thưởng thức, mà còn là một nguồn cảm hứng và tinh thần trong cuộc sống hàng ngày của tôi.<br><br>하지만 시간이 지나고 다양한 장르를 경험하면서 제 취향은 변했습니다. 저는 재즈 음악의 창의성과 자유를 발견하기 시작했습니다. 저는 재즈의 유연성, 다양성, 창의적 자유에 매료되었습니다. 시간이 지나면서 저는 재즈 음악에 대한 깊은 열정을 갖게 되었고 이 장르에 대해 점점 더 많이 배우고 발견하게 되었습니다. 재즈음악은 듣고 즐기는 데에 기쁨과 만족을 줄 뿐만 아니라 일상생활에 영감과 기운을 주는 원천이기도 합니다. |

**단어**  **tư duy** 생각 | **ứng biến** 즉흥 연주 | **nguồn cảm hứng** 영감을 주는 원천

## 음악  유형4 인상적인 라이브 음악 경험

MP3 P2-15

Bạn có thể nhớ lại khoảng thời gian đặc biệt đáng nhớ khi bạn nghe nhạc sống không? Hãy mô tả trải nghiệm đó một cách chi tiết. Đó là khi nào, bạn ở đâu, bạn ở cùng ai, bạn đã nghe nhạc của ai, chuyện gì đã xảy ra? Hãy nói cụ thể điều gì đã khiến buổi biểu diễn đó trở nên khó quên hoặc đáng nhớ đến vậy.

라이브 음악을 들었을 때 특히 기억에 남는 순간을 기억하시나요? 그 경험을 자세히 설명해주세요. 언제, 어디에 있었는지, 누구와 함께 있었는지, 누구의 음악을 들었는지, 무슨 일이 있었는지? 그 공연을 그토록 잊을 수 없거나 기억에 남는 이유에 대해 구체적으로 설명하세요.

### 모범답변

| | |
|---|---|
| 일시, 함께 갔던 사람, 보러 갔던 콘서트 | Mấy tuần trước, tôi đã có một trải nghiệm âm nhạc không thể quên khi đi nghe một buổi hoà nhạc của ban nhạc Honne. Tôi đã đi một mình nhưng đó là một buổi biểu diễn tuyệt vời được để lại nhiều kỷ niệm. Buổi hoà nhạc diễn ra vào một buổi tối lạnh lẽo, bên trong một phòng hòa nhạc có ánh đèn mờ ấm áp. Tôi nhớ rõ không khí tươi mới, đầy sự hứng khởi và mong đợi trước buổi biểu diễn.<br><br>몇 주 전, 밴드 혼네(Honne)의 한 콘서트에 갔을 때 잊을 수 없는 음악적 경험을 했습니다. 혼자 갔지만 많은 추억을 남긴 멋진 공연이었습니다. 콘서트는 추운 저녁, 따뜻하고 희미한 조명이 켜진 콘서트 홀에서 열렸습니다. 공연 전 설렘과 기대감으로 가득했던 신선한 분위기를 또렷이 기억합니다. |
| 콘서트에서 느낀 점 | Khi Honne bắt đầu biểu diễn, không gian được lấp đầy bởi âm nhạc điện tử và hòa âm mê đắm. Tôi cảm nhận được nhịp điệu cuốn hút từng người trong đám đông, một cảm giác gần gũi mà tôi không cảm nhận được nếu không tham gia buổi biểu diễn này. Tôi đứng đây, một mình, nhưng không cảm thấy cô đơn. Thay vào đó, tôi cảm thấy mình tự do, có thể hòa mình vào âm nhạc, quên hết mọi lo âu và áp lực trong cuộc sống hàng ngày. Đó là một trải nghiệm giải phóng và bình yên, một khoảnh khắc tôi muốn lưu giữ mãi mãi trong ký ức của mình.<br><br>혼네가 공연을 시작했을 때, 공간은 매혹적인 일렉트로닉 음악과 하모니로 가득 차 있었습니다. 관객 한 사람 한 사람을 사로잡는 리듬, 이 공연에 참석하지 않았다면 느낄 수 없었던 친밀감을 느꼈습니다. 저는 여기 혼자 서있었지만 외롭지 않았습니다. 대신 자유로움을 느끼고, 음악에 몰입할 수 있고, 일상생활의 모든 걱정과 압박감을 잊을 수 있었습니다. 그것은 해방되고 평화로운 경험이었고, 영원히 기억하고 싶은 순간이었습니다. |

**단어** để lại nhiều kỷ niệm 많은 추억을 남기다 | lấp đầy 가득 채우다 | hòa âm 하모니 | mê đắm 매혹적인 | nhịp điệu 리듬 | cô đơn 외롭다

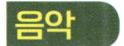 롤플레이 유형2
## 스피커 구입을 위해 정보 요청

Bây giờ tôi muốn đưa ra một tình huống để bạn diễn kịch bằng tiếng Việt. Bạn hãy lắng nghe, sau đó diễn kịch lại tình huống đó bằng tiếng Việt. Giả sử bạn muốn mua cái loa mới để nghe nhạc. Hãy giải thích cho nhân viên bán hàng những gì bạn đang tìm kiếm.

지금 제가 베트남어로 당신이 연기하도록 한 상황을 드릴 겁니다. 당신은 잘 듣고나서 이 상황을 베트남어로 재연해보세요. 당신이 음악 감상을 위해 새 스피커를 구매하고 싶다고 가정해 보세요. 당신이 찾고 있는 것이 무엇인지 판매 직원에게 설명하세요.

### 모범답변

Xin chào, tôi muốn được tư vấn về một chiếc loa mới để nghe nhạc qua bluetooth. Tôi đang tìm kiếm một loa có chất lượng âm thanh cao, nhưng giá cả phải hợp lý, khoảng chừng 600.000 đồng. Tôi hy vọng nó sẽ tương thích với các hệ điều hành phổ biến như iOS và Android, có công suất 15 W để tái tạo âm thanh chân thực và thể hiện tốt mọi thể loại nhạc. Thực sự, thương hiệu hoặc hãng nào không quan trọng với tôi nếu loa có thể đảm bảo chất lượng và có dịch vụ bảo hành đáng tin cậy. Cửa hàng của anh có cung cấp những sản phẩm nào phù hợp với những yêu cầu này không?

안녕하세요, 저는 블루투스로 음악을 듣기 위한 새 스피커에 대해 상담을 받고 싶습니다. 저는 고음질의 스피커를 찾고 있습니다만, 가격은 합리적으로 약 60만 동 정도로 원합니다. iOS와 Android와 같은 일반적인 운영 체제와 호환되는 것을 희망하며, 15W의 출력으로 실감나는 사운드를 재생하고 모든 음악 장르를 잘 소화하는 것이 좋습니다. 사실 저에게는 스피커가 품질을 보장하고 신뢰할 수 있는 보증 서비스를 제공한다면 스피커의 브랜드나 제조사가 중요하지 않습니다. 당신의 가게에 이러한 요구 사항을 충족하는 제품이 있습니까?

**단어** tương thích với ~와 호환되다 | hệ điều hành 운영 체제 | đáng tin cậy 신뢰할 만한

**음악** 롤플레이 유형3
# 구입한 스피커가 고장 난 상황 설명 및 대안 제시

Tôi xin lỗi nhưng có một vấn đề bạn cần giải quyết. Thật không may, bạn phát hiện ra có vấn đề với cái loa bạn đã mua và nó không hoạt động. Hãy liên hệ với cửa hàng và giải thích vấn đề. Sau đó, đưa ra hai giải pháp khác để thay thế cho tình huống này.

미안하지만 당신이 해결해야 하는 문제가 하나 있습니다. 안타깝게도 구입한 스피커에 문제가 있으며 그것이 작동하지 않는 다는 것을 알게 되었습니다. 매장에 연락해서 문제를 설명해보세요. 그런 다음 이 상황에 대한 두 가지 대안을 제시하세요.

## 모범답변

A lô, cửa hàng bán thiết bị điện tử ABC phải không? Tối qua tôi đã mua một chiếc loa bluetooth không dây từ cửa hàng của chị. Tuy nhiên, sau khi về nhà, tôi đã cố gắng kết nối loa với các thiết bị của mình, nhưng các thiết bị của tôi không thể nhận được tín hiệu bluetooth từ nó. Nếu chỉ một thiết bị không thể kết nối được, có thể là do máy của tôi có vấn đề. Tuy nhiên, tất cả các thiết bị ở nhà đều không thể kết nối, cho nên tôi nghĩ rằng loa có thể bị hỏng từ khi xuất kho. Do đó, tôi đề xuất hai giải pháp để giải quyết tình huống này. Thứ nhất, liệu chị có thể đổi sản phẩm mới và đảm bảo rằng loa mới có thể là máy được kết nối ổn định với các thiết bị như iphone, macbook không? Vì cửa hàng chị xa nhà tôi, nên tôi có thể gửi chiếc loa này cho chị qua dịch vụ giao hàng, và chị cũng có thể gửi sản phẩm mới cho tôi qua cùng cách được không? Nếu không thể đổi sản phẩm, liệu chị có thể hoàn lại tiền cho tôi không? Trong trường hợp đó, tôi cũng sẽ trả lại loa này qua dịch vụ giao hàng được không? Cám ơn chị đã lắng nghe và hỗ trợ tôi để giải quyết vấn đề này.

여보세요, 전자 제품을 판매하는 ABC 상점 맞나요? 어제 저녁 저는 당신의 상점에서 무선 블루투스 스피커를 구매했습니다. 그런데 집에 와서 스피커를 내 음악 장치와 연결하려고 했지만, 제 장치들이 그것으로부터 블루투스 신호를 받을 수 없었습니다. 하나의 장치만 연결할 수 없는 문제라면 내 장치에 문제가 있을 수 있습니다. 그러나 집 안의 모든 장치를 연결할 수 없기 때문에 제 생각에는 스피커가 출고 시부터 고장 났을 수도 있습니다. 그래서 이 상황을 해결하기 위해 두 가지 대안을 제안하고 싶습니다. 첫 번째로, 혹시 새 제품으로 교환하고 새로운 스피커가 아이폰, 맥북과 같은 기기들과 안정적으로 연결될 수 있는지 확인해주실 수 있나요? 당신의 가게가 저희 집에서 멀기 때문에, 저는 이 스피커를 택배로 보내고, 당신도 새 제품을 같은 방법으로 보내주실 수 있을까요? 만약 제품을 교환할 수 없다면, 환불해주실 수 있나요? 그 상황에서 저는 이 스피커를 택배로 돌려보낼 수 있을까요? 이 문제를 해결하는 데 도와주시고 들어주셔서 감사합니다.

**단어** kết nối 연결하다 | tín hiệu bluetooth 블루투스 신호 | xuất kho 출고하다

 롤플레이 응용 유형
## 전자기기가 고장 나서 해결했던 경험

Vở kịch đã kết thúc rồi ở đây. Hãy kể cho tôi nghe về trải nghiệm của bạn khi một số loại thiết bị bị hỏng hoặc không hoạt động đúng cách. Hãy giải thích bối cảnh liên quan tình huống này và kể về những gì đã xảy ra và bạn đã giải quyết tình huống này như thế nào.

상황 연극은 이미 종료되었습니다. 어떤 종류의 장비가 고장 나거나 제대로 작동하지 않았을 때의 경험에 대해 알려주십시오. 이 상황에 관련된 배경을 설명하고 무슨 일이 일어났는지, 어떻게 상황을 해결했는지 이야기해 보세요.

### 모범답변

| 장비가 고장 난 경험 | Khi tôi đang chuẩn bị cho một buổi tiệc nhỏ tại nhà và muốn sử dụng loa bluetooth để phát nhạc. Tuy nhiên, khi tôi kết nối loa với điện thoại di động của mình, tôi nhận thấy rằng loa không hoạt động đúng cách. Âm thanh không được tái tạo một cách rõ ràng và không ổn định, thêm vào đó bị kêu loẹt xoẹt. Điều này khiến tôi suy nghĩ rằng vấn đề không phải là do điện thoại của tôi mà có thể là do loa bluetooth đã hỏng.<br><br>집에서 작은 파티를 준비하고 있을 때였는데, 음악을 틀기 위해 블루투스 스피커를 사용하고 싶었습니다. 그러나 저의 휴대 전화와 스피커를 연결하면서 스피커가 제대로 작동하지 않음을 알았습니다. 소리가 명확하게 재생되지 않고 불안정하며 지지직거리는 소리도 들렸습니다. 이것은 문제가 저의 전화 때문이 아니라 스피커가 고장 났기 때문일 수도 있다고 생각하게 했습니다. |
|---|---|
| 해결 방법 | Để giải quyết tình huống này, tôi đã kiểm tra lại hướng dẫn sử dụng và thử các cách khắc phục cơ bản như tắt nguồn loa rồi mở lại và làm sạch loa, nhưng không thành công. Cuối cùng, tôi quyết định liên hệ với nhà sản xuất để biết về quy trình bảo hành. Họ hỗ trợ và yêu cầu tôi gửi loa cho họ kiểm tra và sửa chữa. Sau một thời gian chờ đợi, tôi nhận được loa đã được sửa chữa hoàn toàn và hoạt động tốt. Qua trải nghiệm này, tôi nhận thấy rằng việc liên hệ trực tiếp với nhà sản xuất khi gặp vấn đề có thể giúp giải quyết tình huống một cách nhanh chóng và hiệu quả.<br><br>이 문제를 해결하기 위해 사용 설명서를 다시 확인하고 스피커를 껐다가 켜보거나, 스피커를 청소하는 등 기본적인 문제 해결 방법을 시도해 보았지만, 성공하지 못했습니다. 마지막으로, 저는 제조업체에 연락하여 보증 절차에 대해 알아보기로 결정했습니다. 그들은 지원을 제공하고 스피커를 점검하고 수리하기 위해 저에게 스피커를 보내라고 요청했습니다. 기다린 시간 후에, 저는 완전히 수리되어 잘 작동하는 스피커를 받을 수 있었습니다. 이 경험을 통해 문제가 발생했을 때 제조업체에 직접 연락하는 것이 빠르고 효과적으로 문제를 해결할 수 있다는 것을 알게 되었습니다. |

**단어** loẹt xoẹt 지지직거리다 | quy trình bảo hành 보증 절차

 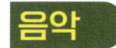 고득점 필수 유형1
# 뮤지션 및 음악 장르 비교

Bạn hãy chọn hai nhạc sĩ hoặc thể loại nhạc khác nhau. Hãy giải thích cả hai điều này càng chi tiết càng tốt. Thêm vào đó, bạn hãy so sánh những điều này về điểm tương đồng và sự khác biệt của chúng.

두 명의 다른 뮤지션이나 음악 장르를 선택하세요. 이 두 가지를 최대한 자세히 설명해주세요. 또한 공통점과 차이점을 비교해보세요.

### 모범답변

| | |
|---|---|
| 내가 좋아하는 음악 장르 | Tôi chọn thể loại nhạc trữ tình và Jazz. Cả hai đều là thể loại nhạc mà tôi thích và hay nghe nhất.<br>저는 발라드와 재즈를 선택하겠습니다. 둘 다 제가 가장 좋아하고 자주 듣는 음악 장르입니다. |
| 발라드 | Thứ nhất, nhạc trữ tình thì sử dụng những giai điệu nhẹ nhàng, dễ nghe với sự kết hợp của đàn ghi-ta, piano và các nhạc cụ khác. Khi tôi muốn đắm chìm trong cảm xúc, nhạc trữ tình luôn đưa tôi đến một thế giới đầy tình cảm, suy tư sâu xa về cuộc sống và tình yêu.<br>첫번째로, 발라드는 기타, 피아노, 기타 악기의 조합으로 부드럽고 듣기 쉬운 선율을 사용합니다. 감성에 푹 빠지고 싶을 때, 발라드는 언제나 저를 삶과 사랑에 대한 감성과 깊은 생각으로 가득 찬 세계로 데려갑니다. |
| 재즈 | Thứ hai là nhạc Jazz, nhạc Jazz có đặc điểm là sự sáng tạo cao, với việc biểu diễn ứng biến. Nhạc này thường sử dụng các nhạc cụ như kèn saxophone, trumpet, piano, double bass, và drum, và có thể bao gồm các yếu tố như swing, blues, và latin rhythms. Tính độc lập và khả năng tự do biểu diễn của các nghệ sĩ Jazz tạo ra những phần trình diễn đầy sức sống và sự độc đáo.<br>두 번째는 재즈 음악입니다. 재즈 음악은 높은 창의성과 즉흥 연주가 특징입니다. 이 음악은 색소폰, 트럼펫, 피아노, 더블베이스, 드럼과 같은 악기를 주로 사용하며 스윙, 블루스, 라틴 리듬과 같은 요소가 포함될 수도 있습니다. 재즈 아티스트의 연주의 독립성과 자유로움은 활력과 독창성이 넘치는 연주를 만들어냅니다. |
| 공통점 | Khi nói về điểm tương đồng, hai thể loại nhạc này đều chứa đựng nhiều cảm xúc và thường tập trung vào việc truyền đạt sâu sắc về tâm trạng và tình cảm con người. Chúng cung cấp cho người nghe một trải nghiệm mới lạ và giúp họ khắc phục tâm trạng hiện tại. |

|  | 공통점에 대해서 말하자면, 이 두 음악 장르는 모두 많은 감성을 담고 있으며 사람의 기분과 감정을 깊이 전달하는 데 중점을 둡니다. 듣는 이에게 새로운 경험을 제공하고 현재의 기분을 극복하도록 도와줍니다. |
|---|---|
| 차이점 | Về sự khác biệt, theo quan điểm của tôi, nhạc trữ tình thường tập trung vào việc kể chuyện và diễn đạt cảm xúc một cách trực tiếp và chân thành, trong khi Jazz thường chú trọng vào sự sáng tạo và khả năng ứng biến. Cả hai thể loại này đều có những đặc điểm riêng biệt trong việc sử dụng nhạc cụ và phong cách biểu diễn. Nhạc trữ tình thường mang lại cảm giác nhẹ nhàng, tĩnh lặng, trong khi Jazz thường sôi động và đa dạng.<br><br>차이점에 관한 저의 의견은 발라드 음악은 이야기를 전달하고 감정을 직접적이고 진실하게 표현하는 데 중점을 두는 반면, 재즈는 창조성과 즉흥성에 중점을 두는 경우가 많습니다. 두 장르 모두 악기 활용과 연주 스타일에서 뚜렷한 특징을 갖고 있습니다. 서정적인 음악은 부드럽고 조용한 느낌을 주는 반면, 재즈는 활기차고 다양합니다. |

**단어** **giai điệu** 멜로디 | **ca khúc** 곡 | **suy tư** 생각, 숙고 | **biểu diễn ứng biến** 즉흥 연주

 고득점 필수 유형2
# 최신 음악 장비 이슈

Bạn hãy giải thích về một số tiến bộ công nghệ mới, thiết bị điện tử mới mà những người thưởng thức âm nhạc hiện đang quan tâm đến. Họ đang nói chuyện về những điều gì? Hãy mô tả một số sản phẩm mới mà họ hào hứng và lý do tại sao.

현재 음악을 즐기는 사람들이 관심을 갖고 있는 새로운 기술적 발전과 새로운 전자 장치 몇 가지를 설명해주세요. 그들은 무엇에 대해 이야기하고 있습니까? 그들이 신나 하는 신제품 몇 가지와 그 이유를 설명하세요.

### 모범답변

| | |
|---|---|
| 새로운 전자 장치1 | Hiện nay, một trong những tiến bộ công nghệ mới mà những người thưởng thức âm nhạc đang quan tâm đến là tai nghe không dây AirPods Pro của Apple, được trang bị tính năng chống ồn chủ động.<br>Chức năng chống ồn chủ động này giúp người dùng cô lập khỏi âm thanh xung quanh, tạo ra một không gian nghe nhạc yên tĩnh và tập trung hơn. Điều này đặc biệt hữu ích khi người dùng muốn thưởng thức âm nhạc trong môi trường ồn ào như khi đi trên xe buýt, máy bay, hoặc trong các quán cà phê.<br>요즘 음악 애호가들이 관심을 갖고 있는 새로운 기술적 발전 중 하나는 노이즈 캔슬링 기능을 갖춘 Apple의 AirPods Pro 무선 이어폰입니다. 이 노이즈 캔슬링 기능은 사용자가 주변 소리로부터 격리되어 더 조용하고 집중된 음악 감상 공간을 조성하는 데 도움을 줍니다. 이는 사용자가 버스, 비행기를 탈 때 또는 카페 등 시끄러운 환경에서 음악을 즐기고 싶을 때 특히 유용합니다. |
| 본인의 경험 | Tôi cũng vừa mới mua và thử nghiệm thiết bị này. Khi sử dụng, tôi cảm thấy như mình đang tồn tại trong một thế giới âm nhạc riêng tư, cách ly hoàn toàn từ những tiếng ồn xung quanh. Ngoài tính năng chống ồn chủ động, tai nghe AirPods Pro còn được trang bị các tính năng khác như chế độ "Xuyên âm", cho phép âm thanh từ môi trường bên ngoài xuyên qua để người dùng có thể nghe âm thanh xung quanh mà không cần tháo tai nghe. Điều này rất hữu ích khi cần đảm bảo an toàn khi di chuyển trên đường phố hoặc khi cần nghe gọi điện. Sự kết hợp giữa chất lượng âm thanh tốt, tính năng chống ồn chủ động và tính di động của tai nghe AirPods Pro đã tạo ra một sản phẩm thu hút sự quan tâm của người thưởng thức âm nhạc kể cả tôi, đặc biệt là những người di chuyển nhiều và muốn trải nghiệm âm nhạc một cách tốt nhất. |

| | |
|---|---|
| | 저도 최근에 이 장치를 구입하여 들어봤습니다. 사용 시 주변의 소음으로부터 완전히 격리된 나만의 음악 세계에 존재하는 것 같은 느낌이 들었습니다. AirPods Pro 헤드폰에는 노이즈 캔슬링 기능 외에도 외부 환경의 소리를 통과시켜 사용자가 헤드폰을 벗지 않고도 주변 소리를 들을 수 있게 해주는 "주변음 허용" 모드와 같은 다른 기능도 탑재되어 있습니다. 길거리에서 이동 시 안전을 확보해야 할 때나 통화를 해야 할 때 매우 유용합니다. AirPods Pro 이어폰의 좋은 음질, 노이즈 캔슬링 및 휴대성이 결합하여 저를 포함한 음악 애호가, 특히 이동이 많고 최고의 음악을 체험하고 싶은 사람들의 관심을 끄는 제품을 만들어 냈습니다. |
| 새로운 전자 장치2 | **Thêm vào đó, loa thông minh có trí tuệ nhân tạo như Amazon Echo và Google Home đã mở ra một thế giới mới của tiện ích trong việc thưởng thức âm nhạc, điều này khiến nhiều người thích nghe nhạc hứng thú trò chuyện với nhau về chúng. Những người yêu âm nhạc không chỉ có thể tận hưởng những bản nhạc yêu thích mọi lúc mọi nơi, mà còn có thể điều chỉnh âm lượng và tìm kiếm thông tin về ca sĩ, bài hát chỉ bằng một cử chỉ đơn giản - nói chuyện. Đặc biệt, trong các tình huống như khi làm việc nhà, nấu ăn hay rửa bát, không gian của người dùng trở nên rộng lớn hơn với khả năng điều khiển âm nhạc bằng giọng nói. Không cần phải dừng lại để thao tác trực tiếp trên loa, người dùng có thể dễ dàng chọn nhạc, điều chỉnh âm lượng và truy cập vào một kho lưu trữ âm nhạc khổng lồ chỉ bằng một lời nói. Điều này không chỉ tạo ra một trải nghiệm thú vị mà còn giúp tăng cường sự thuận tiện và linh hoạt trong cuộc sống hàng ngày của họ.**<br><br>또한, 아마존 에코, 구글 홈 등 인공지능이 탑재된 스마트 스피커는 음악을 즐기는 새로운 편리함의 세계를 열어 음악을 좋아하는 많은 사람들이 신나게 그것에 대한 이야기를 할 수 있게 해줍니다. 음악을 좋아하는 사람들은 언제 어디서나 자신이 좋아하는 음악을 즐길 수 있을 뿐만 아니라, 간단한 제스처-음성-만으로 볼륨 조절, 아티스트 및 노래에 대한 정보를 찾을 수도 있습니다. 특히 집안일, 요리, 설거지 등의 상황에서는 음성으로 음악을 제어할 수 있어 사용자의 공간이 더욱 넓어집니다. 스피커를 직접 작동하기 위해 동작을 멈출 필요가 없으며 사용자는 말 한 마디만으로 쉽게 음악을 선택하고, 볼륨을 조정하고, 거대한 음악 아카이브에 액세스할 수 있습니다. 이는 즐거운 경험을 만들 뿐만 아니라 일상 생활의 편리성과 유연성을 높이는 데 도움이 됩니다. |

**단어**   **chống ồn chủ động** 노이즈 캔슬링 | **tồn tại** 존재하다 | **cách ly** 격리하다 | **điều khiển** 제어하다

## Unit 6　취미나 관심사 - 악기 연주하기

### ✱ 유형별 기출문제 한눈에 보기

취미나 관심사 카테고리에서 악기 연주하기 주제는 음악 감상하기, 혼자 노래 부르거나 합창하기 등과 함께 연동하여 답변을 준비하기 좋은 주제로 문제가 어렵지 않아 서베이 항목에서 선택하는 것을 적극 추천하는 주제 중 하나입니다.

| | | |
|---|---|---|
| 유형1 | 현재시제 장소 묘사/종류 설명 | 좋아하는 악기, 음악의 종류, 작곡가 묘사 |
| 유형2 | 현재시제 활동, 루틴, 단계 | 악기 연주 루틴 묘사 |
| 유형3 | 과거시제 최초 혹은 최근 경험 | 악기 연주에 관심을 갖게 된 계기 및 이후 취향 변화 |
| 유형4 | 과거시제 인상적인 경험 | 인상인 악기 연주 경험 |
| 롤플 유형1 | 면접관에게 질문하기 | 악기 연주에 대해 Mai에게 질문 |
| 롤플 유형2 | 상황에 대한 정보 요청 | 악기 구입을 위해 정보 요청 |
| 롤플 유형3 | 문제 상황 설명 및 대안 제시 | 구입한 악기에 발생한 문제 해결 |
| 롤플 응용 유형 | 문제 발생 및 해결에 대한 과거 경험 | 악기 사용 중 악기에 문제가 생겨서 해결했던 경험 |
| 고득점 필수 유형1 | 2가지 대상 비교 또는 대조 | 두 종류의 악기 비교하기 |
| 고득점 필수 유형2 | 사회적 이슈, 최근 소식 및 관심사 | 좋아하는 음악가 또는 작곡가 관련 이슈 |

✱ 유형5는 난이도 3, 4에서만 출제되며 AL이 목표인 난이도 5, 6에서는 출제되지 않습니다.
✱ 유형9, 유형10은 난이도 5, 6에서만 출제되며 IH, AL등급 취득에 관건이 되는 문항입니다.

## *기출문제 콤보 파악하기

### 악기 연주 기출문제 COMBO THỨ NHẤT

| 오픽 시험 문항 번호 | 유형 | 기출문제 |
|---|---|---|
| 2번 | 유형1 | 좋아하는 악기, 음악의 종류, 작곡가 묘사 |
| 3번 | 유형2 | 악기 연주 루틴 묘사 |
| 4번 | 유형3 | 악기 연주에 관심을 갖게 된 계기 및 이후 취향 변화 |

### 악기 연주 기출문제 COMBO THỨ HAI

| 오픽 시험 문항 번호 | | 유형 | 기출문제 |
|---|---|---|---|
| 5번 | 8번 | 유형1 | 자주 연주하는 악기, 음악의 종류, 작곡가 묘사 |
| 6번 | 9번 | 유형3 | 악기 연주에 관심을 갖게 된 계기 및 이후 취향 변화 |
| 7번 | 10번 | 유형4 | 인상적인 악기 연주 경험 |

### 악기 연주 기출문제 COMBO THỨ BA

| 오픽 시험 문항 번호 | 유형 | 기출문제 |
|---|---|---|
| 11번 | 롤플 유형2 | 악기 구입을 위해 정보 요청 |
| 12번 | 롤플 유형3 | 구입한 악기에 발생한 문제 해결 |
| 13번 | 롤플 응용 유형 | 악기 사용 중 악기에 문제가 생겨서 해결했던 경험 |

### 악기 연주 기출문제 COMBO THỨ TƯ

| 오픽 시험 문항 번호 | 유형 | 기출문제 |
|---|---|---|
| 14번 | 고득점 필수 유형1 | 두 종류의 악기 비교하기 |
| 15번 | 고득점 필수 유형2 | 좋아하는 음악가 또는 작곡가 관련이슈 |

*14번은 IH, 15번은 AL을 결정짓는 문제이므로 IH, AL을 목표로 하신다면 14,15번을 중점적으로 공략해야 합니다.

**악기 연주하기** 유형1
# 좋아하는 악기, 음악의 종류, 작곡가 묘사

> Bạn có nói trong bản khảo sát là bạn thích chơi nhạc cụ. Bạn thích chơi nhạc cụ nào? Hãy kể cho tôi nghe về thể loại nhạc và nhà soạn nhạc mà bạn yêu thích.
> 설문조사에서 악기 연주를 좋아한다고 말씀하셨습니다. 어떤 악기 연주를 좋아하시나요? 좋아하는 음악 장르와 작곡가에 대해 말해 보세요.

## 답변 구성 핵심표현

| | |
|---|---|
| 자주 연주하는 악기 | piano(đàn dương cầm) 피아노 \| đàn ghi-ta 기타 \| đàn ghi-ta điện 일렉기타 \| trống Drum 드럼 \| đàn vĩ cầm 바이올린 \| sáo Flute 플루트 \| đàn xen-lô 첼로 |
| 좋아하는 음악 종류 | nhạc cổ điển 클래식 \| nhạc Rock 락 \| nhạc trữ tình 발라드 \| nhạc đồng quê 컨트리 뮤직 \| nhạc R&B 알앤비 \| nhạc Pop 팝 \| nhạc thời đại mới 뉴에이지 음악 |

## 모범답변

| | |
|---|---|
| 자주 연주하는 악기 | Tôi thường chơi piano và ngoài ra, tôi cũng có thể chơi đàn ghi-ta và đàn vĩ cầm. Tuy nhiên, đối với tôi, piano luôn là nhạc cụ mà tôi yêu thích nhất bởi vì tôi cảm nhận được rằng nó có khả năng thể hiện nhiều cảm xúc khác nhau với âm thanh tuyệt vời của nó.<br>저는 주로 피아노를 연주하고 기타와 바이올린도 연주할 수 있습니다. 하지만 저에게 있어서 피아노는 항상 제가 가장 사랑하는 악기였습니다. 왜냐하면 피아노는 그 멋진 소리로 다양한 감정을 표현할 수 있는 능력이 있다고 느끼기 때문입니다. |
| 좋아하는 음악 종류 및 작곡가1 | Thể loại nhạc yêu thích của tôi là đa dạng, nhưng tôi đặc biệt thích chơi những bản nhạc mang tính cảm xúc sâu sắc và tinh tế. Trong âm nhạc cổ điển, tôi rất ngưỡng mộ các nhà soạn nhạc như Beethoven và Mozart. Những tác phẩm của họ luôn chứa đựng sự sôi động, sức sống và cảm xúc mạnh mẽ.<br>좋아하는 음악 장르는 다양하지만, 감성이 깊고 섬세한 곡들을 연주하는 것을 특히 좋아합니다. 클래식 음악에서는 베토벤이나 모차르트 같은 작곡가들을 크게 존경해요. 그들의 작품에는 늘 설렘과 활력, 강렬한 감정이 담겨 있습니다. |

| 좋아하는 음악 종류 및 작곡가2 | Thêm vào đó, tôi cũng rất thích chơi những bản nhạc của nghệ sĩ Yiruma. Anh ấy vừa là nhà soạn nhạc vừa là nhạc sĩ Hàn Quốc nổi tiếng. Nhạc của Yiruma thường mang tính đơn giản và dễ nghe, với những giai điệu nhẹ nhàng và êm dịu. 또한 저는 아티스트 이루마의 곡들을 연주하는 것도 정말 좋아해요. 그는 유명한 한국의 작곡가이자 연주자입니다. 이루마의 음악은 가볍고 부드러운 멜로디로 단순하고 듣기 쉽습니다. |
|---|---|

**단어** **cảm xúc** 감정 | **bản nhạc** 곡 | **ngưỡng mộ** 존경하다 | **sức sống** 활력 | **giai điệu** 멜로디

## 악기 연주하기  유형2 악기 연주 루틴 묘사   MP3 P2-18

Hãy kể cho tôi nghe về các hoạt động mang tính thói quen hoặc buổi tập thường ngày với nhạc cụ này. Bạn thường chơi ở đâu và khi nào? Bạn chơi mấy lần một tuần hoặc một tháng và với ai? Hãy cung cấp càng nhiều thông tin càng tốt.
이 악기를 사용하는 습관적인 활동이나 연습 세션에 대해 알려주세요. 주로 언제 어디서 연주하나요? 일주일 또는 한 달에 몇 번, 누구와 함께 연주합니까? 가능한 한 많은 정보를 제공해주세요.

### 답변 구성 핵심표현

| 악기 연습 장소와 시간 | **집:** ở nhà, vì đây là không gian yên tĩnh, ít bị quấy rầy để tập trung tốt nhất, có thể chơi mọi lúc tiện cho mình 집에서, 가장 집중할 수 있는 조용하고 덜 방해받는 공간이며, 언제든지 편한 시간에 연주할 수 있기 때문이다<br><br>**연습실:** phòng tập, có thể luyện tập với các bạn cùng lớp hoặc với sự hướng dẫn của giáo viên 연습실, 같은 반 친구들과 함께 연습하거나 선생님의 지도를 받을 수 있다 |
|---|---|
| 연습 횟수 | **매일:** để nâng cao kỹ năng, tôi thường tập luyện hàng ngày, mỗi buổi tập kéo dài từ 30 phút trở lên, tuỳ thuộc vào trình độ và thời gian rảnh của mình 실력을 향상시키기 위해 보통 매일 연습한다 각 훈련 세션은 레벨과 자유 시간에 따라 30분 이상 지속한다<br><br>**3-4회:** tuy bận rộn, rất cố gắng để dành ra 3-4 buổi mỗi tuần để luyện tập, điều này giúp duy trì và cải thiện kỹ năng của mình đều đặn 바쁘더라도 일주일에 3~4번씩 따로 연습을 하려고 노력하는데, 이는 균등하게 실력을 유지하고 향상시키는 데 도움이 된다<br><br>**주말에만:** chỉ còn có thời gian rảnh vào cuối tuần, tận dụng 1-2 tiếng cuối tuần để tập luyện 주말에만 자유시간이 있고, 주말에 1~2시간씩 활용해서 연습한다 |

### 모범답변

| | |
|---|---|
| 악기 연습 시간 및 장소 | Hằng ngày, buổi sáng sớm hoặc buổi tối là thời gian yêu thích của tôi để chơi piano. Tôi thích bắt đầu mỗi ngày bằng một buổi tập piano để đánh thức tinh thần và tạo ra một bầu không khí tích cực cho ngày mới. Thường thì, tôi chơi piano ở trong phòng riêng của mình, nơi có đủ không gian và yên tĩnh để tập trung. <br><br> 매일, 이른 아침이나 저녁은 피아노 연주를 하는 저의 가장 좋아하는 시간입니다. 저는 정신을 깨우고 새로운 날을 위한 긍정적인 분위기를 조성하기 위해 매일 피아노 연습으로 하루를 시작하는 것을 좋아합니다. 보통 저는 집중할 공간이 충분히 있고 조용한 제 방에서 피아노를 연주합니다. |
| 악기 연습 횟수 | Về tần suất, tôi thường chơi piano khoảng 4 đến 5 lần một tuần. Nhưng đôi khi, nếu có thời gian và cảm hứng, tôi cũng tập trung nhiều hơn vào việc chơi nhạc. Buổi tập thường kéo dài từ 30 phút đến một giờ, tùy thuộc vào lịch trình và tâm trạng của tôi. <br><br> 악기 연습의 빈도로 따지면 저는 보통 일주일에 4~5번 정도 피아노를 칩니다. 하지만 때로는 시간이 있고 느낌이 오면 음악 연주에 더 집중할 때도 있습니다. 연습은 저의 일정과 기분에 따라 보통 30분에서 1시간 정도 소요됩니다. |
| 함께 연습하는 사람 | Đôi khi, tôi thích chơi piano một mình để tập trung hoàn toàn vào âm nhạc và cảm xúc của mình. Nhưng cũng có những lúc, tôi mời bạn bè hoặc gia đình đến để cùng thưởng thức âm nhạc. Em gái tôi cũng thích chơi đàn vĩ cầm, khi chúng tôi cùng hợp tấu những bản nhạc mà chúng tôi thích, bố mẹ tôi luôn ngồi nghe với nụ cười trên môi, và khi chúng tôi kết thúc, họ luôn dành cho chúng tôi một tràng pháo tay ấm áp. <br><br> 가끔은 음악과 감성에 온전히 집중하기 위해 혼자 피아노를 치는 걸 좋아합니다. 하지만 때로는 친구나 가족을 초대하여 음악을 즐길 때도 있습니다. 여동생도 바이올린 연주를 좋아하는데, 우리가 좋아하는 음악을 합주할 때 부모님은 늘 웃는 얼굴로 앉아서 들어주시고, 곡이 끝나면 늘 따뜻한 박수를 보내주십니다. |
| 여가의 기능을 가진 연주 | Đôi khi, tôi sẽ dành thời gian để học những bản nhạc mới, hoặc thậm chí là để sáng tác và ghi lại những ý tưởng âm nhạc của riêng mình. Điều này không chỉ giúp tôi giải tỏa stress mà còn là cách tạo ra sự sáng tạo và đam mê trong cuộc sống hàng ngày. <br><br> 때로는 새로운 곡을 배우거나 심지어는 저만의 음악적 아이디어를 창작하고 녹음하는 데 시간을 할애합니다. 이는 스트레스 해소에 도움이 될 뿐만 아니라 일상생활에서 창의력과 열정을 키워주는 방법이기도 합니다. |

**단어** | tần suất 빈도 | tùy thuộc vào ~에 따라 달려있다 | hợp tấu 합주하다

**악기 연주하기** 유형3
# 악기 연주에 관심을 갖게 된 계기 및 이후 취향 변화

MP3 P2-18

> Hãy kể cho tôi nghe khi nào bạn bắt đầu thích nhạc cụ này. Bạn đã học lớp nào? Ai dạy cho bạn cách chơi nhạc cụ đó? Hãy nói tóm tắt về sở thích của bạn về nhạc cụ này phát triển như thế nào từ khi còn nhỏ cho đến bây giờ.
>
> 이 악기를 처음 좋아하게 된 때는 언제였는지 말해주세요. 어떤 수업을 들었나요? 그 악기 연주법을 누가 가르쳐줬나요? 어렸을 때부터 지금까지 이 악기에 대한 관심이 어떻게 발전했는지 간략하게 이야기해 보세요.

### 모범답변

| | |
|---|---|
| 악기를 좋아하게 된 계기 | Tôi bắt đầu quan tâm đến nhạc cụ này từ khi còn nhỏ, cụ thể là khi tôi khoảng 7 tuổi. Lúc đó, tôi được mẹ cho đi học piano. Người dạy tôi là một cô giáo tại nhà, cô ấy rất kiên nhẫn và nhiệt tình, giúp tôi nắm vững những kiến thức cơ bản về âm nhạc và cách chơi đàn. Ban đầu, tôi cảm thấy rất hào hứng và thích thú với piano. Những âm thanh du dương và giai điệu mượt mà từ cây đàn làm tôi say mê.<br><br>저는 어린 나이에, 특히 7살쯤 되었을 때 이 악기에 관심을 갖게 되었습니다. 그 당시 어머니는 저에게 피아노 레슨을 받으라고 보냈습니다. 저를 가르쳐 주신 분은 가정 교사이셨습니다. 그녀는 참을성이 많고 열정적이어서 제가 음악에 대한 기본 지식과 피아노 연주 방법을 익힐 수 있도록 도와주었습니다. (피아노를 배운 초기에) 저는 피아노를 치는 것이 매우 신이 났고 좋았습니다. 피아노의 감미로운 사운드와 부드러운 멜로디가 저를 사로잡았습니다. |
| 악기에 대한 관심의 변화와 이유 | Khi lớn lên, sở thích của tôi về nhạc cụ đã có sự thay đổi. Tôi không chỉ còn yêu thích piano, một nhạc cụ acoustic, mà còn mở rộng ra nhiều loại nhạc cụ điện tử khác như ghi-ta điện tử và vĩ cầm điện tử. Sự thay đổi này bắt nguồn từ đam mê với âm thanh phong phú và cuồng liệt của nhạc cụ điện tử, những âm thanh có thể khiến người nghe xúc động đến mức rơi nước mắt. Thêm vào đó, nhạc cụ điện tử nhẹ hơn và dễ mang theo so với nhạc cụ acoustic, và chúng có khả năng kết nối với các thiết bị âm thanh khác, giúp biểu diễn dễ dàng và linh hoạt hơn trong các buổi hòa nhạc hoặc thu âm. Mỗi loại nhạc cụ mang đến cho tôi những trải nghiệm và cảm xúc khác nhau. Hiện tại, mặc dù công việc và cuộc sống bận rộn, tôi vẫn dành thời gian để chơi nhạc cụ. Âm nhạc trở thành một phần quan trọng trong cuộc sống của tôi, giúp tôi thư giãn và tìm thấy niềm vui. |

나이가 들면서 악기에 대한 취향이 바뀌었습니다. 저는 여전히 어쿠스틱 악기인 피아노를 좋아할 뿐만 아니라 전자 기타, 전자 바이올린 등 다른 많은 전자 악기에도 지경을 넓혔습니다. 이러한 변화는 듣는 이가 눈물을 흘릴 정도까지 감동하게 만드는 사운드, 풍부하고 강렬한 전자 악기의 소리에 대한 열망에서 비롯되었습니다. 또한 전자 악기는 어쿠스틱 악기보다 가볍고 휴대성이 뛰어나며 다른 오디오 장치에 연결할 수 있어 콘서트나 녹음 시 더 수월하고 편하게 공연할 수 있도록 돕습니다. 각 악기들은 저에게 다양한 경험과 감정을 가져다줍니다. 요즘은 일과 생활이 바빠도 시간을 내어 악기를 연주하고 있어요. 음악은 제 삶의 중요한 부분이 되었고, 긴장을 풀고 기쁨을 찾는 데 도움이 됩니다.

**단어** | **kiên nhẫn** 참을성이 많다 | **hào hứng** 신이 나다 | **cuồng liệt** 강렬하다

**악기 연주하기**   유형4
# 인상적인 악기 연주 경험

MP3 P2-18

Hãy nói cho tôi nghe về một trải nghiệm cụ thể mà bạn đã từng chơi một loại nhạc cụ nổi bật trong tâm trí bạn. Đó có thể là khoảng thời gian bạn chơi trước một hoặc nhiều người, điều gì đó hài hước hoặc bất ngờ đã xảy ra hoặc đơn giản là khoảng thời gian vui vẻ gần đây nhất mà bạn chơi. Hãy kể cho tôi toàn bộ câu chuyện từ đầu đến cuối càng chi tiết càng tốt. Hãy đảm bảo giải thích điều gì khiến trải nghiệm đó trở nên đáng nhớ hoặc đặc biệt.

당신의 마음속에 기억에 남는 악기를 연주했던 구체적인 경험에 대해 말해주세요. 한 명 또는 여러사람들 앞에서 연주한 시간일 수도 있고, 재미있거나 예상치 못한 일이 발생한 것일 수도 있고, 단순히 가장 최근에 연주했던 즐거운 시간일 수도 있습니다. 전체 이야기를 처음부터 끝까지 최대한 자세히 말씀해주세요. 그 경험이 기억에 남거나 특별했던 이유를 반드시 설명하세요.

**모범답변**

학예회에서 피아노를 연주한 경험

Một trong những trải nghiệm đáng nhớ nhất của tôi với piano là khi tôi biểu diễn hội diễn văn nghệ của trường cấp 3. Đó là cơ hội tôi trình diễn tài năng âm nhạc trước bạn bè, thầy cô và phụ huynh. Tôi đã chọn chơi một bản piano solo của Chopin, một tác phẩm phức tạp và đầy cảm xúc. Khi bước lên sân khấu, tôi cảm thấy hồi hộp nhưng cũng rất tự tin. Ánh đèn sân khấu sáng rực và tiếng vỗ tay của khán giả làm tim tôi đập nhanh hơn. Tôi bắt đầu chơi những nốt đầu tiên, mọi thứ diễn ra suôn sẻ.

제가 피아노와 함께했던 가장 기억에 남는 경험 중 하나는 고등학교 학예회에서 공연했을 때였습니다. 그것은 학생들이 친구, 선생님, 부모님 앞에서 자신의 음악적 재능을 선보일 기회였습니다. 저는 복잡하고 감성적인 작품인 쇼팽의 피아노 독주곡을 연주하기로 선택했습니다. 무대에 섰을 때 긴장도 되었지만 또 매우 자신감이 있었습니다. 밝은 무대 조명과 관객들의 박수 소리에 심장이 더욱 빨리 뛰게 했습니다. 저는 첫 음을 연주하기 시작했고 모든 게 순조롭게 진행되었습니다.

| | |
|---|---|
| 예상치 못한 상황 | Tuy nhiên, khi đến đoạn cao trào của bản nhạc, một trong những phím đàn bị kẹt, không phát ra âm thanh. Hoảng hốt trong chốc lát, nhưng tôi nhớ lời thầy dặn: "Hãy tiếp tục chơi như không có gì xảy ra." Tôi nhanh chóng điều chỉnh và sử dụng những phím khác để tiếp tục phần trình diễn.<br><br>그런데 노래가 절정에 이르렀을 때 건반 중 하나가 멈춰서 소리가 나지 않았습니다. 잠시 당황했지만 "아무 일도 없었던 것처럼 계속 연주해라"라는 선생님의 말씀이 생각났습니다. 연주를 계속하기 위해 빠르게 조정하고 다른 키를 사용했습니다. |
| 사람들의 반응 및 나의 느낌 | Khi kết thúc, tôi nhận được một tràng pháo tay nồng nhiệt. Sau buổi biểu diễn, nhiều người đến khen ngợi và động viên tôi. Thầy giáo âm nhạc cũng khen ngợi sự bình tĩnh và linh hoạt của tôi khi đối mặt với sự cố. Trải nghiệm này đặc biệt và đáng nhớ vì nó dạy tôi cách đối mặt và vượt qua khó khăn.<br><br>끝나자 뜨거운 박수를 받았습니다. 공연이 끝난 후 많은 분들이 오셔서 칭찬과 격려를 해주셨습니다. 음악 선생님도 사고에 직면했을 때 저의 침착함과 유연성을 칭찬해 주셨습니다. 이 경험은 저에게 어려움에 직면하고 극복하는 방법을 가르쳐 주었기 때문에 특별하고 기억에 남습니다. |

**단어** **trình diễn** 선보이다 | **sân khấu** 무대 | **cao trào** 절정, 최고조 | **phím đàn** 건반 | **khen ngợi** 칭찬하다

 **악기 연주하기** 롤플레이 유형2
# 악기 구입을 위해 정보 요청

MP3 P2-19

> Bây giờ tôi muốn đưa ra một tình huống để bạn diễn kịch bằng tiếng Việt. Bạn hãy lắng nghe, sau đó diễn kịch lại tình huống đó bằng tiếng Việt. Bạn có hứng thú với việc mua một nhạc cụ mới. Hãy liên hệ với người quản lý cửa hàng bán nhạc cụ và để lại tin nhắn thoại bao gồm ba đến bốn câu hỏi để xác định những gì có sẵn cho việc mua.
>
> 지금 제가 베트남어로 당신이 연기하도록 한 상황을 드릴 겁니다. 당신은 잘 듣고나서 이 상황을 베트남어로 재연해보세요. 당신은 새로운 악기 구입에 관심이 있습니다. 악기 판매점 매니저에게 연락하여 구매를 목적으로 어떤 것이 있는지 알아보기 위한 3-4가지 질문을 포함한 음성 메시지를 남겨주세요.

### 모범답변

> Xin chào, tôi muốn được tư vấn về đàn piano điện. Tôi đã gọi điện cho cửa hàng của chị nhưng không nghe điện thoại, nên để lại tin nhắn thoại như thế này. Tôi nghe nói rằng trong các thương hiệu đàn piano điện, Yamaha và Dynatone được khách hàng rất ưa chuộng. Chị có thể so sánh sự khác biệt giữa hai thương hiệu này cho tôi được không? Tôi đã học chơi piano vài năm rồi, hiện đang ở trình độ trung cấp, chị có thể giới thiệu loại đàn nào phù hợp với tôi không? Tôi định sử dụng nó trong nhà nên cần mua thêm tai nghe dành cho đàn piano điện, hiện nay loại tai nghe tốt giá khoảng bao nhiêu tiền? Cảm ơn chị và mong sớm nhận được phản hồi từ chị. Chào chị.
>
> 안녕하세요, 전자피아노에 대한 상담을 받고 싶어요. 당신의 매장에 전화했는데 전화를 받지 않아서 이렇게 음성메세지를 남깁니다. 디지털 피아노 브랜드 중에는 Yamaha와 Dynatone이 고객들에게 인기가 매우 높다고 들었습니다. 이 두 브랜드의 차이점을 비교해 주실 수 있나요? 저는 몇 년 동안 피아노를 배웠는데 현재 중급 수준입니다. 저에게 적합한 피아노를 추천해주실 수 있나요? 집에서 사용할 예정이라 전자피아노용 헤드폰을 구매해야 하는데 요즘 좋은 헤드폰의 가격은 얼마인가요? 감사드리며 곧 답변을 받을 수 있기를 바랍니다. 안녕히 계세요.

## 악기 연주하기   롤플레이 유형3
## 구입한 악기에 발생한 문제 해결

Tôi xin lỗi nhưng có một vấn đề bạn cần giải quyết. Sau khi mua nhạc cụ này, bạn nhận thấy nó có vấn đề. Bạn hãy liên hệ với người quản lý cửa hàng để để lại thoại giải thích tình huống này, mô tả chi tiết về vấn đề và đề xuất hai đến ba giải pháp khả thi để giải quyết vấn đề.

미안하지만 당신이 해결해야 하는 문제가 하나 있습니다. 악기를 구입한 후 문제가 있음을 발견했습니다. 매장 관리자에게 연락하여 상황을 설명하고, 문제에 대해 자세히 묘사하고, 문제 해결을 위한 2-3가지 가능한 대안을 제시하는 음성 메일을 남겨주세요.

### 모범답변1

Xin chào, tôi là khách hàng đã mua đàn piano điện từ cửa hàng của chị gần đây. Tôi để lại tin nhắn này để thông báo về một vấn đề tôi gặp phải với nhạc cụ này. Sau khi mang về nhà và sử dụng, tôi nhận thấy một số phím không phát ra âm thanh đúng cách, có vẻ như chúng bị lỗi. Tôi mong chị có thể giúp tôi giải quyết vấn đề này. Chị có thể gửi nhân viên kỹ thuật đến kiểm tra và sửa chữa tại nhà cho tôi được không? Nếu không thể sửa chữa, chị có thể đổi cho tôi một chiếc đàn piano điện mới tương tự được không? Nếu hai phương án trên không khả thi, tôi xin hoàn trả đàn và nhận lại tiền. Rất mong chị phản hồi sớm để tôi có thể tiếp tục sử dụng nhạc cụ mà không gặp trở ngại. Cảm ơn chị nhiều. Chào chị.

안녕하세요, 저는 최근 당신의 매장에서 디지털 피아노를 구입한 고객입니다. 저는 이 악기에 내가 겪고 있는 문제를 알려드리기 위해 이 메시지를 남깁니다. 집에 가져와서 사용해 보니 일부 키의 소리가 제대로 나지 않는 것을 발견했는데, 고장이 난 것 같았습니다. 이 문제를 해결하는 데 도움을 주셨으면 좋겠습니다. 우리 집에서 점검하고 수리할 기술자를 보낼 수 있나요? 수리할 수 없는 경우, 비슷한 새 전자 피아노로 교환해주실 수 있나요? 위의 두 가지 옵션이 불가능할 경우 악기를 반품하고 금액을 돌려받고 싶습니다. 빠른 답변 부탁드리며, 문제없이 계속해서 악기를 사용할 수 있기를 바랍니다. 감사합니다. 안녕히 계세요.

### 악기 연주하기 — 롤플레이 응용 유형
## 악기 사용 중 악기에 문제가 생겨서 해결했던 경험

Vở kịch đã kết thúc rồi ở đây. Bạn đã bao giờ gặp vấn đề với một nhạc cụ khi sử dụng nó chưa? Hãy kể chuyện về một trong những tình huống đó và những gì bạn đã làm để giải quyết vấn đề. Hãy cho tôi biết bất cứ điều gì đã xảy ra khiến tình huống này trở nên khó khăn hoặc đặc biệt.

상황 연극은 이미 종료되었습니다. 악기를 사용할 때 악기에 문제가 있었던 적이 있습니까? 그러한 상황 중 하나와 그 문제를 해결하기 위해 당신이 무엇을 했는지에 대해 이야기해 주세요. 이 상황을 어렵게 만들었거나 특별하게 만든 모든 일을 알려주세요.

### 모범답변

| | |
|---|---|
| 도입 | Một lần, tôi mua một đàn piano điện tử một cửa hàng trực tuyến nổi tiếng. Khi đàn piano được giao đến, tôi rất hào hứng lắp đặt và bắt đầu chơi thử.<br>한번은 유명 온라인 매장에서 전자키보드를 구입한 적이 있습니다. 전자키보드가 도착했을 때 저는 매우 신나서 키보드를 설치하고 시험 연주를 시작했습니다. |
| 악기에 발생한 문제 | Tuy nhiên, sau khi kết nối và bật nguồn, đàn không phát ra âm thanh nào. Tôi kiểm tra kỹ các kết nối và dây cáp nhưng vẫn không giải quyết được vấn đề.<br>그런데 전원을 연결하고 켜보니 키보드에서 소리가 나지 않습니다. 연결과 케이블을 주의 깊게 확인했지만 여전히 문제를 해결할 수 없었습니다. |
| 해결 방법 | Cảm thấy bối rối và thất vọng, tôi gọi điện cho bộ phận chăm sóc khách hàng của cửa hàng. Sau khi mô tả chi tiết vấn đề, họ yêu cầu tôi thử một số bước khắc phục như kiểm tra nguồn điện, thử tai nghe và đặt lại cài đặt của đàn. Dù đã làm theo hướng dẫn nhưng đàn vẫn không có âm thanh. Nhân viên cửa hàng sau đó xin lỗi và đề nghị hai giải pháp: họ có thể gửi kỹ thuật viên đến kiểm tra và sửa chữa tại nhà hoặc đổi cho tôi một cây đàn piano điện mới. Vì tôi cần đàn để chuẩn bị cho một buổi biểu diễn sắp tới, tôi quyết định chọn phương án đổi đàn mới.<br>혼란스럽고 답답한 마음에 매장 고객 서비스 부서에 전화했습니다. 문제를 자세히 설명한 후 그들은 전원 공급 장치 확인, 헤드폰 테스트, 키보드 설정 재설정 등 몇 가지 문제 해결 절차를 시도해보라고 저에게 요청했습니다. 지침을 따랐는데도 키보드에서 여전히 소리가 나지 않았습니다. 그러자 매장 직원은 사과하고 두 가지 해결책을 제안했습니다. 기술자를 보내 집에서 검사하고 수리하도록 하거나 새 전자 키보드로 교환해주는 것이었습니다. 다가오는 공연을 준비하기 위해 피아노가 필요했기 때문에 새로운 피아노로 바꾸는 옵션을 선택하기로 했습니다. |

| 해결 | Sau vài ngày, cây đàn mới được giao đến và lần này nó hoạt động hoàn hảo. Vấn đề này trở nên đặc biệt khó khăn vì tôi đã có kế hoạch luyện tập và biểu diễn, và sự cố không mong muốn đã làm gián đoạn quá trình chuẩn bị. Tuy nhiên, nhờ vào sự hỗ trợ tận tình và nhanh chóng của cửa hàng, tôi đã có thể giải quyết vấn đề kịp thời và tiếp tục luyện tập mà không gặp trở ngại nào. |
|---|---|
| | 며칠 후 새 피아노가 도착했고 이번에는 완벽하게 작동했습니다. 이 문제는 (공연) 연습하고 공연할 계획이 있었는데, 원치 않은 사고로 준비 과정을 중단시켰기 때문에 특히 어려웠습니다. 하지만 매장의 진심어린 신속한 지원 덕분에 문제를 늦지 않게 해결하고 문제없이 계속 연습할 수 있었습니다. |

**단어** **nguồn điện** 전원 공급 | **đặt lại** 재설정 | **tận tình** 헌신적인, 진심을 다한

 **악기 연주하기** 고득점 필수 유형 1
# 두 종류의 악기 비교하기

Bạn có thể kể cho tôi nghe về hai nhạc cụ khác nhau không? Và thêm vào đó, hãy so sánh những điểm tương đồng và sự khác biệt giữa hai nhục cụ đó một cách cụ thể.

두 가지 다른 악기에 대해 알려주실 수 있나요? 그리고, 그 두 악기의 공통점과 차이점을 구체적으로 비교해보세요.

### 모범답변

| | |
|---|---|
| 공통점 | Đàn vĩ cầm và sáo flute, hai trong những nhạc cụ phổ biến và quen thuộc trên thế giới tôi chia sẻ một số điểm tương đồng như sau, thứ nhất, cả hai đều là nhạc cụ cổ điển, có khả năng tạo ra âm thanh để biểu diễn âm nhạc và đều có thể được chơi độc tấu hoặc kết hợp với các nhạc cụ khác để tạo ra âm nhạc nhóm. Đặc biệt, khi được chơi solo, sự quyến rũ độc đáo của chúng được tăng lên. Ngoài ra, cả hai đều dễ tiếp cận, dễ học về cả cơ hội học chơi và chi phí học, nên nhiều người thích học chơi chúng với sở thích riêng mình.<br><br>세계에서 가장 대중적이고 친숙한 악기인 바이올린과 플루트에 대해 다음과 같은 공통점들을 나눠볼게요. 첫째, 둘 다 음악 연주를 위한 소리를 낼 수 있는 클래식 악기이며 단독으로 연주하거나 그룹 음악을 만들기 위해 다른 악기와 함께 결합하여 연주할 수 있습니다. 특히 솔로로 연주할 경우 이들의 독특한 매력이 더욱 증대됩니다. 또한, 둘 다 연주를 배울 수 있는 기회와 학습 비용 측면 모두에서 쉽게 접근할 수 있고 배우기 쉽기 때문에 많은 사람들이 자신의 취미로 배우는 것을 좋아합니다. |
| 차이점 | Tuy nhiên, có những điểm khác biệt rõ ràng giữa hai nhạc cụ này. Đàn vĩ cầm là một nhạc cụ có dây trong khi sáo flute là một ống mảnh. Phong cách chơi cũng khác nhau đàn vĩ cầm thường được chơi bằng cách nhấn các nút trên bàn phím và cầm đàn, trong khi sáo flute thường được chơi bằng cách thổi vào một lỗ và mở và đóng các lỗ khác nhau để tạo ra các nốt nhạc. Âm thanh của đàn vĩ cầm thường có tính chất ấm áp và phong phú hơn, trong khi âm thanh của sáo flute thường rất trong trẻo và lanh lợi. Theo tôi, mỗi người có một nhạc cụ thích hợp với riêng mình. Trải nghiệm của tôi khi học chơi cả hai đã cho thấy rằng sáo flute dễ học hơn và tiến bộ nhanh hơn, tuy nhiên, tôi vẫn ưa thích đàn vĩ cầm vì âm thanh ấm áp và cảm giác khi chơi. |

그러나 이 두 악기 사이에는 분명한 차이점이 있습니다. 바이올린은 현이 있는 악기이고 플루트는 얇은 관입니다. 연주 스타일도 다릅니다. 바이올린은 일반적으로 운지를 누르고 악기를 쥐는 방식으로 연주되는 반면, 플루트는 일반적으로 한 구멍에 불고 다른 구멍을 열고 닫아 다른 소리를 만들어 연주합니다. 바이올린의 소리는 더 따뜻하고 풍부한 반면, 플루트의 소리는 매우 명확하고 민첩한 경우가 많습니다. 제 생각에는 사람마다 자신에게 맞는 악기가 있는 것 같아요. 두 가지 모두 연주를 배운 경험에 따르면 플루트가 배우기 더 쉽고 진행 속도도 더 빨랐지만, 저는 여전히 따뜻한 소리와 연주할 때 느낌 때문에 바이올린을 선호합니다.

**단어** | **độc tấu** 단독으로 연주하다 | **quyến rũ** 매력 있는 | **dây** 현 | **thổi** 불다, 불어넣다 | **lỗ** 구멍

## 악기 연주하기 — 고득점 필수 유형2
## 좋아하는 음악가 또는 작곡가 관련 이슈

`MP3 P2-20`

Tin tức hoặc truyền hình đưa tin về các nhà soạn nhạc hoặc nhạc sĩ. Hãy kể cho tôi nghe về điều gì đó bạn đã nghe qua phương tiện truyền thông hoặc được chứng kiến tận mắt về một nhạc sĩ hoặc nhà soạn nhạc mà bạn đặc biệt yêu thích. Ví dụ, đó có thể là về cuộc sống cá nhân của họ hoặc một buổi biểu diễn đặc biệt. Hãy nói một cách cụ thể.

뉴스나 TV에서 작곡가나 음악가들에 대한 소식을 전합니다. 당신이 특별히 좋아하는 음악가나 작곡가에 대해 매체를 통해 접했거나 직접 목격한 것을 이야기해 주세요. 예를 들어 그들의 개인적인 삶이나 특별한 연주에 대한 것일 수도 있겠습니다. 구체적으로 말해보세요.

### 모범답변

| | |
|---|---|
| 특별히 좋아하는 음악가나 작곡가 | Gần đây, tôi đã xem một chương trình truyền hình về nhà soạn nhạc và nghệ sĩ piano nổi tiếng người Hàn Quốc, Yiruma. Yiruma, tên thật là Lee Ru-ma, nổi tiếng với các bản nhạc piano đầy cảm xúc và lãng mạn, trong đó nổi bật nhất là bản "River Flows in You". <br><br>최근에 저는 한국의 유명한 작곡가이자 피아니스트인 이루마에 관한 TV 프로그램을 보았습니다. 이루마(본명 이루마)는 감성적이고 로맨틱한 피아노 곡으로 유명한데, 그 중 가장 주목받는 곡은 'River Flows in You'입니다. |
| 프로그램의 특별한 점 | Một phần đặc biệt của chương trình là khi Yiruma kể về quá trình sáng tác "River Flows in You". Anh nói rằng bản nhạc này được lấy cảm hứng từ thiên nhiên và những cảm xúc sâu lắng của con người. Yiruma thường tìm thấy cảm hứng khi đi dạo trong thiên nhiên hoặc khi trải qua những khoảnh khắc tĩnh lặng. Anh cũng chia sẻ rằng mục tiêu của mình khi sáng tác nhạc là chạm đến trái tim của người nghe, mang lại cho họ cảm giác bình yên và an lành. |

| | |
|---|---|
| | 이 프로그램의 특별한 부분은 이루마가 "River Flows in You" 작곡 과정에 대해 이야기하는 부분입니다. 그는 이 음악이 자연과 인간의 깊은 감정에서 영감을 받았다고 말했습니다. 이루마는 주로 자연 속을 산책하거나 조용한 순간을 보낼 때 영감을 얻습니다. 그는 또한 음악을 작곡할 때 자신의 목표가 듣는 사람의 마음을 닿아 평화와 행복감을 주는 것이라고 말했습니다. |
| 이루마의 특별 공연 | Ngoài những câu chuyện về âm nhạc, chương trình còn đưa khán giả đến với một buổi biểu diễn đặc biệt của Yiruma tại nhà hát lớn Seoul. Trong buổi biểu diễn này, Yiruma đã chơi một loạt các bản nhạc nổi tiếng của mình như "Kiss the Rain", "Maybe" và "Love Me". Chương trình kết thúc với một thông điệp đầy cảm hứng từ Yiruma: "Âm nhạc là ngôn ngữ của trái tim, và tôi hy vọng âm nhạc của mình có thể mang lại niềm vui và sự an ủi cho tất cả mọi người."<br><br>음악에 대한 이야기이외에도, 프로그램에서는 서울극장에서 펼쳐지는 이루마 특별 공연도 관객들에게 선사했습니다. 이 공연에서 이루마는 'Kiss the Rain', 'Maybe', 'Love Me' 등 자신의 명곡을 연주했습니다. 이루마는 "음악은 마음의 언어다. 내 음악이 모든 이들에게 기쁨과 위로를 줄 수 있었으면 좋겠다"는 감동의 메시지를 남기며 프로그램을 마무리했습니다. |
| 나의 느낌 | Qua chương trình này, tôi càng thêm ngưỡng mộ và yêu quý Yiruma không chỉ vì tài năng âm nhạc mà còn vì tâm hồn đẹp và lòng nhiệt huyết của anh dành cho nghệ thuật.<br><br>저는 이 프로그램을 통해 이루마의 음악적 재능뿐만 아니라 그의 아름다운 영혼과 예술에 대한 열정 때문에 더욱 그를 존경하고 좋아하게 되었습니다. |

**단어**   **sáng tác** 작곡하다 | **tĩnh lặng** 조용한 | **an lành** 평화로운

# Unit 7  취미나 관심사 - 혼자 노래 부르거나 합창하기

## ★ 유형별 기출문제 한눈에 보기

취미나 관심사 카테고리에서 혼자 노래 부르거나 합창하기 주제는 음악 감상하기, 악기 연주하기 등과 함께 연동하여 답변을 준비하기 좋은 주제로 문제가 어렵지 않아 서베이 항목에서 선택하는 것을 적극 추천하는 주제 중 하나입니다.

| | | |
|---|---|---|
| 유형1 | 현재시제 장소 묘사/종류 설명 | 즐겨 부르는 음악 장르 또는 노래 묘사 |
| 유형2 | 현재시제 활동, 루틴, 단계 | 노래 부르기 루틴묘사 |
| 유형3 | 과거시제 최초 혹은 최근 경험 | 노래 부르기에 관심을 갖게 된 계기 및 이후 취향 변화 |
| 유형4 | 과거시제 인상적인 경험 | 인상적인 노래 부르기 경험 |
| 롤플 유형1 | 면접관에게 질문하기 | 노래 부르는 것을 좋아하는 Mai에게 질문하기 |
| 롤플 유형2 | 상황에 대한 정보 요청 | 보컬 수업 수강을 위해 음악 학원에 정보 요청 |
| 롤플 유형3 | 문제 상황 설명 및 대안 제시 | 보컬 수업에 결석을 하게 된 문제 해결 |
| 롤플 응용 유형 | 문제 발생 및 해결에 대한 과거 경험 | 인상적인 노래 부르기 경험 |
| 고득점 필수 유형1 | 2가지 대상 비교 또는 대조 | 두 가수 비교하기 |
| 고득점 필수 유형2 | 사회적 이슈, 최근 소식 및 관심사 | 좋아하는 가수 관련 이슈 |

★ 유형5는 난이도 3, 4에서만 출제되며 AL이 목표인 난이도 5, 6에서는 출제되지 않습니다.
★ 유형9, 유형10은 난이도 5, 6에서만 출제되며 IH, AL등급 취득에 관건이 되는 문항입니다.

## *기출문제 콤보 파악하기

### 혼자 노래 부르거나 합창하기 기출 문제 COMBO THỨ NHẤT

| 오픽 시험 문항 번호 | 유형 | 기출문제 |
| --- | --- | --- |
| 2번 | 유형1 | 즐겨 부르는 음악 장르 또는 노래 묘사 |
| 3번 | 유형2 | 노래 부르기 루틴 묘사 |
| 4번 | 유형3 | 노래 부르기에 관심을 갖게 된 계기 및 이후 취향 변화 |

### 혼자 노래 부르거나 합창하기 기출 문제 COMBO THỨ HAI

| 오픽 시험 문항 번호 | | 유형 | 기출문제 |
| --- | --- | --- | --- |
| 5번 | 8번 | 유형1 | 즐겨 부르는 음악 장르 또는 노래 묘사 |
| 6번 | 9번 | 유형3 | 노래 부르기에 관심을 갖게 된 계기 및 이후 취향 변화 |
| 7번 | 10번 | 유형4 | 인상적인 노래 부르기 경험 |

### 혼자 노래 부르거나 합창하기 기출 문제 COMBO THỨ BA

| 오픽 시험 문항 번호 | 유형 | 기출문제 |
| --- | --- | --- |
| 11번 | 롤플 유형2 | 보컬 수업 수강을 위해 음악 학원에 정보 요청 |
| 12번 | 롤플 유형3 | 보컬 수업에 결석을 하게 된 문제 해결 |
| 13번 | 유형4 | 인상적인 노래 부르기 경험 |

### 혼자 노래 부르거나 합창하기 기출 문제 COMBO THỨ TƯ

| 오픽 시험 문항 번호 | 유형 | 기출문제 |
| --- | --- | --- |
| 14번 | 고득점 필수 유형1 | 두 명의 가수 비교하기 |
| 15번 | 고득점 필수 유형2 | 좋아하는 가수 관련 이슈 |

*14번은 IH, 15번은 AL을 결정짓는 문제이므로 IH, AL을 목표로 하신다면 14,15번을 중점적으로 공략해야 합니다.

## 유형 1 혼자 노래 부르거나 합창하기
## 즐겨 부르는 음악 장르 또는 노래 묘사

MP3 P2-21

Bạn có nói trong bản khảo sát là bạn thích hát. Bạn thích hát những thể loại nhạc hoặc bài hát nào?
설문조사에서 노래하기를 좋아한다고 말씀하셨습니다. 어떤 종류의 음악이나 곡을 노래 부르는 것을 좋아하나요?

### 답변 구성 핵심 표현

| 즐겨 듣는 음악 종류 | nhạc Kpop 케이팝 \| nhạc Dance 댄스음악 \| nhạc trữ tình 발라드 \| nhạc Jazz 재즈 \| nhạc Pop 팝 \| nhạc Hiphop 힙합 \| nhạc cổ điển 클래식 \| nhạc Rock 락음악 \| nhạc trẻ 대중가요 |
|---|---|
| 음악 장르별 특징 | **nhạc trữ tình 발라드:** giàu cảm xúc, đầy cảm xúc 감성이 풍부하다 \| lời ca sâu lắng và tình cảm 가사의 의미가 깊고 서정적이다 \| chạm đến trái tim 심금을 울린다 \| có cảm giác buồn man mác 막막한 그리운 느낌이 있다 \| truyền cảm hứng 영감을 준다 \| da diết 애절하다 \| êm dịu, dịu dàng 부드럽고 온화하다 \| vỗ về tâm hồn 영혼을 위로한다<br><br>**nhạc Kpop 케이팝 \| nhạc Dance 댄스음악 \| nhạc trẻ 대중가요:** nghe vui tai 들으면 귀가 즐겁다 \| hào hứng, phấn khích 신나고 흥분된다 \| gây cảm giác phấn khởi, thích thú 신나고 즐거운 느낌을 준다 \| dễ nghe, dễ nhớ 듣기 쉽고 잘 기억난다 \| có nhịp điệu nhanh, sôi động 빠르고 활기찬 템포를 가졌다 \| dễ khuấy động không khí 분위기를 띄우기 쉽다 \| tràn đầy sức sống, đầy năng lượng 에너지틱하다 \| tươi mới 신선하고 새롭다 \| cuốn hút 매력적이다 |

### 모범답변

| 노래 부르기 좋아하는 음악 장르 | Khi nói về sở thích âm nhạc, tôi luôn cảm thấy mình bị cuốn hút bởi những bài hát trữ tình. Thể loại này mang trong mình một sức hút đặc biệt, không chỉ bởi giai điệu du dương mà còn bởi những lời ca sâu lắng và ý nghĩa. Có một vài lý do khiến tôi yêu thích các bài hát trữ tình.<br><br>음악적 취향을 이야기할 때, 저는 늘 발라드 노래에 끌립니다. 이 장르는 감미로운 멜로디뿐만 아니라 의미 있고 심오한 가사말로 특별한 매력을 지니죠. 제가 발라드 노래를 좋아하는 데에는 몇 가지 이유가 있습니다. |
|---|---|

| | |
|---|---|
| 좋아하는 이유1 | Thứ nhất là những bài hát trữ tình thường có giai điệu nhẹ nhàng, du dương và dễ nghe. Âm nhạc trữ tình không cần phô trương hay cầu kỳ, mà chỉ cần những nốt nhạc giản dị cũng đủ để chạm đến trái tim người nghe.<br><br>첫 번째로 발라드 노래는 보통 부드럽고 듣기 좋은 멜로디를 가지고 있으며 듣기 쉽습니다. 발라드 음악은 화려하거나 꾸밈없이 단순한 음표만으로도 듣는 이들의 심금을 울리기 충분합니다. |
| 좋아하는 이유2 | Thứ hai, một trong những yếu tố quan trọng nhất khiến tôi yêu thích nhạc trữ tình chính là lời ca. Lời ca sâu lắng, ý nghĩa và giàu cảm xúc giúp tôi dễ dàng cảm nhận và đồng cảm với từng câu chuyện mà bài hát truyền tải.<br><br>두 번째로 제가 발라드 음악을 좋아하게 만드는 가장 중요한 요소 중 하나는 가사입니다. 의미 있고 심오하며 깊은 감성을 담은 가사는 노래가 전달하는 각각의 이야기를 쉽게 느끼고 공감할 수 있게 해줍니다. |
| 좋아하는 이유3 | Thêm vào đó, nhiều bài hát trữ tình gắn liền với những kỷ niệm đẹp và những giai đoạn quan trọng trong cuộc sống của tôi. Mỗi lần nghe lại hay hát những bài hát này, tôi lại nhớ về những kỷ niệm xưa, những khoảnh khắc đáng nhớ và những người mà tôi yêu quý. Những bài hát trữ tình mang lại cho tôi cảm giác yên bình và hạnh phúc. Đó chính là lý do tại sao thể loại nhạc này luôn chiếm một vị trí đặc biệt trong lòng tôi.<br><br>또한 많은 발라드 노래는 내 인생의 아름다운 추억과 중요한 시기와 연관되어 있습니다. 이 노래를 듣거나 부를 때마다 옛 추억, 기억에 남는 순간, 사랑하는 사람들이 생각납니다. 발라드 노래는 저에게 평화롭고 행복한 느낌을 가져다줍니다. 그렇기 때문에 이 음악 장르는 항상 저의 마음 속에 특별한 자리를 차지하고 있습니다. |

**단어** | **giai điệu du dương** 감미로운 멜로디 | **nốt nhạc** 음표 | **chạm đến trái tim** 심금을 울린다 | **lời ca sâu lắng** 심오한 가사말

## 유형 2 혼자 노래 부르거나 합창하기
## 노래 부르기 루틴 묘사

> Hãy miêu tả cho tôi về thói quen ca hát của bạn. Bạn có thường xuyên hát không? Bạn thường hát khi nào và ở đâu? Hãy kể cho tôi nghe về một số chi tiết về những việc bạn làm khi hát.
>
> 당신의 노래 습관을 나에게 설명해주세요. 노래를 자주 부르나요? 주로 언제, 어디서 노래를 부르나요? 노래를 부를 때 어떤 일을 하는지에 대해 몇 가지 내용을 알려주세요.

### 답변 구성 핵심 표현

| | |
|---|---|
| 노래 부르는 장소와 시간 | **집**: ở nhà, vì đây là không gian yên tĩnh, ít bị quấy rầy để tập trung tốt nhất, có thể hát mọi lúc tiện cho mình 집에서, 가장 집중할 수 있는 조용하고 덜 방해받는 공간이며, 언제든지 편리한 시간에 노래할 수 있기 때문이다<br>**연습실**: phòng tập, có thể luyện tập với các bạn cùng lớp hoặc với sự hướng dẫn của giáo viên 연습실, 같은 반 친구들과 함께 연습하거나 선생님의 지도를 받을 수 있다<br>**노래방**: quán karaoke, có thể thoải mái hét lên, hát hò, nhảy múa và tận hưởng thời gian vui vẻ cùng bạn bè và gia đình 마음껏 소리지르면서 부를 수 있고 춤도 추며 친구 및 가족과 즐길 수 있다 |
| 노래 부를 때 하는 일 | **노래 부르기 전**: khởi động giọng hát bằng các bài tập thanh nhạc cơ bản 기본적인 발성 연습으로 목소리를 풀어준다<br>**녹음**: ghi âm lại giọng hát của mình để nghe lại và tự đánh giá 녹음해서 듣고 평가하기도 한다 |

### 모범답변

| | |
|---|---|
| 도입 | Tôi rất yêu thích ca hát và biến nó thành một phần không thể thiếu trong cuộc sống hàng ngày. Tôi thường xuyên hát, gần như mỗi ngày, vì ca hát giúp tôi thư giãn và giải tỏa căng thẳng. Buổi tối sau khi hoàn thành công việc cũng là thời điểm tôi dành cho ca hát để thư giãn và giải trí.<br>저는 노래하는 것을 좋아하고 그것은 일상 생활에 없어서는 안 될 부분이 되었습니다. 저는 거의 매일같이 자주 노래를 부릅니다. 노래를 부르면 긴장이 풀리고 스트레스가 해소되기 때문이죠. 일을 마친 후 저녁때는 휴식과 오락을 위해 노래를 부르는 시간이기도 합니다. |

| | |
|---|---|
| 노래 부르는 장소와 시간 | Tôi thường hát khi ở nhà, đặc biệt là trong phòng ngủ hoặc phòng khách. Đôi khi, tôi cũng hát khi tắm – nơi âm thanh vang vọng làm cho giọng hát trở nên đẹp hơn. Tuy nhiên, tôi lo lắng việc hát ở nhà có thể làm ồn cho hàng xóm láng giềng, nên hiện nay tôi thích đến quán karaoke tiền xu. Ở đó, chỉ cần 500 won là có thể hát một bài hát trong phòng riêng đảm bảo có trang thiết bị ca hát như micro, loa sử dụng tốt. Thêm vào đó, khi lái xe, tôi cũng thích hát theo những bài hát yêu thích để cảm thấy thoải mái hơn trên đường.<br><br>집에 있을 때, 특히 침실이나 거실에서 자주 노래를 부릅니다. 때로는 샤워 중에도 노래를 부르는데, 울려퍼지는 소리가 음색을 더 좋게 만들어줍니다. 하지만 집에서 노래를 부르면 이웃에게 소음이 생길까 봐 걱정돼 요즘은 코인노래방에 가는 걸 좋아합니다. 그곳에서는 단돈 500원만 내면 좋은 마이크나 스피커와 같은 장비도 잘 갖추어져 있는 개인실에서 노래를 한 곡 부를 수 있습니다. 또한, 운전할 때 길에서 더 편안한 기분을 느끼도록 좋아하는 노래를 따라 부르는 것도 좋아합니다. |
| 노래 부를 때의 습관 | Khi hát, tôi bắt đầu bằng việc khởi động giọng hát với các bài tập thanh nhạc cơ bản để làm nóng giọng.<br><br>노래를 부를 때 목소리를 따뜻하게 하는 기본 발성 연습부터 시작합니다. |

**단어** **một phần không thể thiếu** 없어서는 안 될 부분 | **vang vọng** 울려퍼지다 | **biểu đạt** 표현하다, 피력하다

**혼자 노래 부르거나 합창하기** 　**유형3**　 MP3 P2-21
# 노래 부르기에 관심을 갖게 된 계기 및 이후 취향 변화

Bạn đã bắt đầu thích hát như thế nào? Có điều gì đặc biệt khiến bạn hứng thú với nó không? Ai đã dạy bạn cách hát? Bạn đã hát khi nào và ở đâu? Hãy mô tả về sự quan tâm ban đầu và hiện giờ trong lĩnh vực ca hát và nó phát triển như thế nào.

당신은 어떻게 노래를 좋아하게 되었나요? 그것에 관해 특별히 관심을 갖게 만든 것 있나요? 노래하는 법을 가르쳐준 사람은 누구인가요? 언제 어디서 노래를 불렀나요? 노래에 대한 초기 와 현재의 관심, 그리고 그것이 어떻게 발전했는지 설명해주세요.

### 모범답변

| 노래에 관심을 가지게 된 때와 계기 | Tôi bắt đầu quan tâm đến ca hát từ khi còn nhỏ, khoảng 10 tuổi, khi thường xuyên nghe nhạc cùng gia đình. Một chiếc đĩa CD của ca sĩ yêu thích được tặng vào sinh nhật đã khiến tôi mê mẩn và tự hát theo, cảm nhận sự vui vẻ và sự kết nối với âm nhạc. Âm nhạc luôn có khả năng thay đổi tâm trạng và đưa tôi vào những thế giới cảm xúc khác nhau. Điều đặc biệt khiến tôi hứng thú với ca hát là cảm giác tự do và niềm vui mà nó mang lại, giúp tôi thoát ly khỏi những lo toan thường nhật.<br><br>제가 노래에 관심을 가지게 된 것은 10살쯤 된 어린 시절, 가족들과 함께 음악을 자주 듣던 시절이었습니다. 생일에 가장 좋아하는 가수의 CD를 받았을 때 매료되어 따라 부르게 되었고, 음악의 즐거움과 그것과의 교감도 느꼈습니다. 음악은 항상 내 기분을 바꾸고 저를 다른 감성의 세계로 데려가는 능력이 있습니다. 특히 노래에 관심을 갖게 된 것은 그것이 가져다주는 자유로운 느낌과 기쁨, 일상의 걱정에서 벗어나는 데 도움이 된다는 점입니다. |
|---|---|
| 노래를 가르쳐준 사람 | Mẹ tôi, với giọng hát ấm áp, là người đầu tiên dạy tôi cách hát và luôn khuyến khích tôi.<br><br>부드러운 목소리를 가진 어머니는 저에게 노래하는 법을 가장 먼저 가르쳐주시고 늘 격려해주신 분입니다. |
| 노래에 대한 관심 및 변화 | Tôi bắt đầu hát nghiêm túc hơn khi tham gia vào dàn hợp xướng và các buổi biểu diễn văn nghệ ở trường, giúp tôi cải thiện kỹ năng và tự tin hơn. Hiện nay, tôi vẫn duy trì niềm đam mê ca hát bằng cách tham gia các lớp học hát và hát tại các quán karaoke với bạn bè. Tôi cũng ghi âm và chia sẻ các bài hát của mình trên mạng xã hội để nhận phản hồi từ cộng đồng. Tôi hy vọng sẽ tiếp tục cải thiện và chia sẻ niềm đam mê này với nhiều người hơn nữa. |

저는 학교에서 합창단과 학예회 공연에 참여하면서 노래를 더 진지하게 부르기 시작했는데, 그 덕분에 실력도 늘고 자신감도 붙었습니다. 지금도 친구들과 보컬 수업에서 노래 수업을 듣고 노래방에서 노래를 부르며 노래에 대한 열정을 계속 유지하고 있습니다. 또한 커뮤니티의 피드백을 얻기 위해 저의 노래를 녹음하고 소셜 미디어에 공유합니다. 앞으로도 더욱 발전시켜 이러한 열정을 더 많은 사람들과 공유할 수 있기를 바랍니다.

**단어** **mê mẩn** 매료되다 | **thoát ly khỏi** ~에서 벗어나다 | **lo toan thường nhật** 일상의 걱정 | **dàn hợp xướng** 합창

### 혼자 노래 부르거나 합창하기   유형 4
# 인상적인 노래 부르기 경험

MP3 P2-21

Hãy kể cho tôi nghe một câu chuyện về trải nghiệm mà bạn đã trải qua khi ca hát, có lẽ đây là lúc bạn hát hoặc biểu diễn trước khán giả, hoặc khi điều gì đó hài hước, đáng xấu hổ hoặc đáng ngạc nhiên xảy ra? Hãy mô tả cho tôi tất cả chi tiết về ký ức của bạn và sau đó cho tôi biết tại sao đó lại là một trải nghiệm ấn tượng như vậy.

노래를 부르면서 겪었던 경험에 대한 이야기를 들려주세요. 아마도 청중 앞에서 노래를 부르거나 공연을 했을 때, 혹은 재미있거나 창피하거나 놀라운 일이 일어났을 때였을 것입니다. 당신의 기억에 대한 모든 자세한 사항을 나에게 설명하고 그것이 왜 그렇게 인상적인 경험인지 말해주세요.

### 모범답변

| 친구 생일파티에서 노래한 경험 | Có một lần, tôi được mời biểu diễn hát tại một buổi tiệc sinh nhật của một người bạn. Tôi rất hào hứng và tự tin khi đến lúc lên sân khấu, nhưng mọi thứ đã không diễn ra như tôi mong đợi.<br><br>한번은 친구의 생일 파티에 초대받아 노래 공연을 한 적이 있었습니다. 무대에 오르는 순간만큼은 설렘과 자신감이 넘쳤지만 모든 것은 제가 기대한 대로 되지 않았습니다. |
|---|---|
| 예상치 못한 일의 발생 | Khi tôi bắt đầu hát, âm thanh từ loa bắt đầu gặp vấn đề kỹ thuật, và giọng hát của tôi bị nát, phát ra những âm thanh không đồng nhất và không đúng nhịp. Tôi cố gắng kiềm chế và hoàn thành bài hát, nhưng cảm giác bẽ bàng và bất lực không ngừng gia tăng. Sau khi kết thúc, tôi cảm thấy rất xấu hổ và muốn chạy trốn khỏi sự chú ý của mọi người. Tuy nhiên, điều bất ngờ xảy ra sau đó là sự ủng hộ và động viên từ phía khán giả.<br><br>노래를 부르기 시작하자 스피커에서 나오는 소리에 기술적인 문제가 생기기 시작했고, 제 목소리는 갈라져 음이 맞지 않고 박자도 맞지 않은 소리가 났습니다. 저는 참으려고 노력하며 노래를 마무리하려고 노력했지만, 굴욕감과 무력감은 계속 커져갔습니다. 끝내고 나니 너무 부끄러워서 모두의 주목에서 도망치고 싶었습니다. 그러나 그 다음에 일어난 뜻밖의 일은 관객들의 지지와 격려였습니다. |
| 나의 느낌 | Trải nghiệm này đã giúp tôi trở nên kiên nhẫn hơn và biết cách đối mặt với những tình huống khó khăn trong cuộc sống và trên sân khấu.<br><br>이 경험은 제가 좀 더 인내심을 갖고 인생과 무대에서 어려운 상황에 대처하는 방법을 아는 데 도움이 되었습니다. |

**단어**   **nát** 갈라지다, 구겨지다 | **đồng nhất** 동일하다 | **không đúng nhịp** 박자가 맞지 않다 | **chạy trốn** 도망치다 | **ủng hộ** 지지하다 | **xấu hổ** 창피하다 | **giữ vững tinh thần** 마음을 다잡다

### 혼자 노래 부르거나 합창하기 — 롤플레이 유형2
## 보컬 수업 수강을 위해 음악 학원에 정보 요청

Bây giờ tôi muốn đưa ra một tình huống để bạn diễn kịch bằng tiếng Việt. Bạn hãy lắng nghe, sau đó diễn kịch lại tình huống đó bằng tiếng Việt. Bạn hy vọng được học hát. Hãy liên hệ với một trung tâm âm nhạc và hỏi ba đến bốn câu hỏi để lấy thông tin cần thiết về trung tâm đó.

지금 제가 베트남어로 당신이 연기하도록 한 상황을 드릴 겁니다. 당신은 잘 듣고나서 이 상황을 베트남어로 재연해보세요. 당신은 노래하는 법을 배우기를 희망합니다. 음악 학원에 연락하여 해당 학원에 대해 필요한 정보를 얻기 위해 3~4가지 질문을 하세요.

**모범답변**

**답변2**

Xin chào, tôi muốn được tư vấn về khoá học hát. Cho tôi hỏi một chút. Tôi muốn biết về hình thức của các lớp học hát. Liệu có các lớp học cá nhân, nhóm nhỏ, hoặc lớp lớn không? Và giáo viên dạy như thế nào? Trong các lớp học hát, thông thường có bao nhiêu học sinh tham gia? Tôi muốn đảm bảo rằng lớp học sẽ không quá đông để giáo viên có thể chú trọng vào từng học viên. Về phương thức thanh toán, trung tâm của chị chấp nhận các hình thức thanh toán nào? Có hỗ trợ trả góp hoặc chiết khấu cho việc đăng ký nhiều khóa học không? Cám ơn chị đã giúp tôi.

안녕하세요, 보컬 강좌에 대해 상담을 받고 싶어요. 몇 가지 질문을 드려도 될까요? 보컬 수업의 형식을 알고 싶습니다. 개인, 소그룹, 대규모 수업이 있나요? 그리고 선생님은 어떻게 가르치나요? 보컬 수업에는 보통 몇 명의 학생이 참여하나요? 선생님이 각 학생에게 집중할 수 있도록 수업이 너무 혼잡하지 않았으면 좋겠습니다. 지불 방법과 관련하여 학원에서는 어떤 결제 방법이 가능한가요? 여러 강좌를 등록하면 할부나 할인 혜택이 있나요? 도와주셔서 감사합니다.

**단어**   **khóa học** 강좌

**혼자 노래 부르거나 합창하기** — 롤플레이 유형3

# 보컬 수업에 결석을 하게 된 문제 해결

Tôi xin lỗi nhưng có một vấn đề bạn cần giải quyết. Bạn đang ở trong tình huống phải vắng mặt trong vài buổi học hát tiếp theo. Hãy liên hệ với giảng viên phụ trách để cung cấp thông tin chi tiết về lý do vắng mặt và đề xuất hai đến ba giải pháp để bù đắp cho các buổi học này.

미안하지만 당신이 해결해야 하는 문제가 하나 있습니다. 당신은 다음 몇 번의 노래 레슨 수업을 놓쳐야 하는 상황에 처해 있습니다. 담당 강사에게 연락하여 결석사유에 대한 자세한 정보를 제공하고, 수업을 보충할 수 있는 해결방안을 2-3가지 제안해 주시기 바랍니다.

### 모범답변

Xin chào cô, tôi sợ là sẽ không thể tham dự các buổi học hát tiếp theo trong khoảng thời gian tới. Lý do của sự vắng mặt là tôi bắt buộc phải đi công tác ở nước ngoài. Tôi cảm thấy rất tiếc vì nhờ cô mà dạo này tôi rất hào hứng với việc học hát. Để bù đắp cho sự vắng mặt của mình, tôi đề xuất hai giải pháp như sau: Tôi sẽ tự ôn tập và nắm vững nội dung của các buổi học đã bị lỡ qua tài liệu mà cô đã cung cấp. Sau đó, tôi sẽ sẵn sàng tham gia bất kỳ bài kiểm tra hoặc bài tập nào có thể được giao trong thời gian tới. Tôi rất mong cô có thể sắp xếp một buổi học bù hoặc cung cấp cho tôi một buổi tư vấn riêng để bàn bạc và học hỏi thêm về nội dung đã được giảng dạy trong các buổi học đã vắng mặt. Xin lỗi vì sự bất tiện mà tôi đã gây ra cho cô. Tôi rất cảm ơn cô đã thông cảm và hỗ trợ tôi trong quá trình học hát.

안녕하세요, 제가 당분간 앞으로 예정된 보컬 수업에 참여하지 못할 것 같습니다. 결석의 이유는 제가 해외에 출장을 가야하기 때문입니다. 선생님 덕분에 최근에 노래를 배우는 것에 큰 흥미를 느끼고 있었기 때문에 정말 안타깝습니다. 저의 결석을 보충하기 위해 두 가지 제안을 드려요: 첫째로, 선생님께서 제공해주신 자료를 통해 놓친 강의 내용을 자습하고 숙지하겠습니다. 그 후에 당분간 주어질 수 있는 어떤 쪽지시험이나 과제라도 바로 참여하겠습니다. 선생님께서 보충 수업을 배정해주시거나 결석한 수업에서 가르치신 내용에 대해 추가로 공부하고 논의하기 위한 개별 상담을 제공해주실 수 있기를 희망합니다. 제가 불편을 끼쳐서 죄송하고, 이해해 주시고 노래 배우는 과정에서 저를 도와주셔서 감사합니다.

**단어**  bù đắp 보충하다 | học bù 보충 수업

### 혼자 노래 부르거나 합창하기
## 롤플레이 응용 유형  인상적인 노래 부르기 경험

MP3 P2-22

Hãy nhớ lại một trải nghiệm ca hát mà bạn đã có. Có thể là lần bạn biểu diễn hoặc hát trước mặt người khác hoặc khi một điều gì đó hài hước, bất ngờ, hoặc đáng xấu hổ xảy ra. Hãy miêu tả chi tiết về trải nghiệm này và giải thích tại sao nó lại đáng nhớ.

당신에게 있었던 노래 부르기 경험을 떠올려 보세요. 아마도 당신이 공연하거나 다른 사람들 앞에서 노래를 불렀던 때, 또는 재미있거나 예상치 못한 일이나 부끄러운 일이 일어났을 때일 것입니다. 이 경험을 자세히 설명하고 그것이 기억에 남는 이유를 설명해주세요.

### 모범답변

| 기억에 남는 노래 부르기 경험 | Một trong những trải nghiệm ca hát đáng nhớ nhất của tôi là khi tôi tham gia một buổi biểu diễn văn nghệ ở trường. Đó là lần đầu tiên tôi biểu diễn trước một đám đông lớn và cảm giác hồi hộp pha lẫn phấn khích đã làm cho buổi diễn trở nên khó quên. Khi đến lượt tôi lên sân khấu, tôi cảm thấy tim mình đập nhanh hơn bao giờ hết. Khi tôi bắt đầu hát, mọi thứ diễn ra suôn sẻ cho đến khi đến đoạn cao trào của bài hát.<br><br>제가 가장 기억에 남는 노래 경험 중 하나는 학교에서 학예회 공연에 참여했을 때였습니다. 그것은 많은 관중들 앞에서 처음으로 한 공연이었고 그 긴장감과 설렘이 뒤섞여 잊지 못할 공연이었습니다. 저의 차례가 되어 무대에 오르자 심장이 그 어느 때보다 빠르게 뛰는 것을 느꼈습니다. 일단 노래를 부르기 시작하니 노래의 절정 부분에 이르기까지 모든 것은 순조롭게 진행되었습니다. |
|---|---|
| 갑자기 발생한 일 | Đột nhiên, micro bị hỏng và không phát ra tiếng. Trong giây phút đó, tôi cảm thấy vô cùng bối rối và lo lắng. Tuy nhiên, thay vì dừng lại, tôi quyết định tiếp tục hát mà không cần micro. Khán giả dường như cảm nhận được sự cố này và bắt đầu vỗ tay theo nhịp để ủng hộ tôi. Sau buổi biểu diễn, nhiều người đã đến khen ngợi và động viên tôi. Một số bạn bè còn nói rằng họ cảm thấy tiết mục của tôi rất đặc biệt và đáng nhớ chính vì sự cố đó.<br><br>갑자기 마이크가 고장이 나서 소리가 나지 않았습니다. 그 순간 저는 매우 혼란스럽고 걱정스러웠습니다. 하지만 저는 멈추는 대신 마이크 없이 노래를 계속하기로 결정했습니다. 관객들은 이 사건을 감지한 듯 저를 응원하기 위해 박자에 맞춰 박수를 치기 시작했습니다. 공연이 끝난 후 많은 분들이 오셔서 칭찬과 격려를 해주셨습니다. 몇몇 친구들도 그 사건 때문에 저의 순서가 매우 특별하고 기억에 남는 것 같다고 말했습니다. |

**단어**  **buổi biểu diễn văn nghệ** 학예회 공연 | **đoạn cao trào** 절정, 클라이막스 | **vỗ tay theo nhịp** 박자에 맞춰 박수를 치다

**혼자 노래 부르거나 합창하기**
## 고득점 필수 유형1 **두 가수를 비교하기**

Hãy chọn hai ca sĩ mà bạn yêu thích và miêu tả chi tiết về họ. Thêm vào đó, hãy so sánh những điểm tương đồng và sự khác biệt giữa hai ca sĩ đó một cách cụ thể.

당신이 좋아하는 가수 두 명을 선택하고 자세히 묘사해주세요. 또한 두 가수의 공통점과 차이점을 구체적으로 비교하세요.

### 모범답변

| 좋아하는 가수 | Hai ca sĩ mà tôi yêu thích là một thành viên nhóm nhạc BTS và ca sĩ Park Hyo Shin. Cả hai đều là những nghệ sĩ xuất sắc trong làng âm nhạc Hàn Quốc, nhưng mỗi ca sĩ có phong cách và đặc điểm riêng biệt. Nhóm nhạc BTS, gồm bảy thành viên, ra mắt vào năm 2013 và nhanh chóng trở thành hiện tượng toàn cầu. Âm nhạc của BTS pha trộn nhiều thể loại như hip-hop, pop, R&B và EDM, với những ca khúc mang thông điệp sâu sắc về cuộc sống và tình yêu. Các bài hát nổi tiếng của họ bao gồm "Dynamite" và "Butter" Park Hyo Shin là một ca sĩ solo nổi tiếng với giọng hát đầy cảm xúc và kỹ thuật xuất sắc. Ra mắt vào năm 1999, anh chuyên về dòng nhạc trữ tình và pop với những ca khúc trữ tình như "Wild Flower" và "Snow Flower."<br><br>제가 가장 좋아하는 두 가수는 그룹 방탄소년단 멤버와 가수 박효신입니다. 두 가수 모두 한국 가요계의 뛰어난 아티스트이지만 각자 자신만의 스타일과 특징을 갖고 있습니다. 7명의 멤버로 구성된 그룹 방탄소년단은 2013년 데뷔해 단숨에 세계적인 이슈가 되었습니다. 방탄소년단의 음악은 힙합, 팝, R&B, EDM 등 다양한 장르를 혼합하여 삶과 사랑에 대한 심오한 메시지를 담은 노래로 이루어져 있습니다. 히트곡으로는 '다이너마이트', '버터' 등이 있습니다. 박효신은 감성적인 보이스와 뛰어난 테크닉을 겸비한 솔로가수로 유명합니다. 1999년 데뷔한 그는 '야생화', '눈꽃' 등 발라드 곡으로 발라드 및 팝 음악에 특화되어 있습니다. |
|---|---|
| 공통점 | Nói về điểm tương đồng thì cả hai ca sĩ đều có tài năng âm nhạc vượt trội, lượng fan hâm mộ lớn và những ca khúc mang thông điệp ý nghĩa.<br><br>공통점을 말하자면 두 가수 모두 뛰어난 음악적 재능과 수많은 팬, 그리고 의미 있는 메시지를 담은 노래를 갖고 있다는 점입니다. |
| 차이점 | Về sự khác biệt thì thứ nhất là phong cách âm nhạc. BTS đa dạng về thể loại, còn Park Hyo Shin chuyên về nhạc trữ tình. BTS có những buổi biểu diễn sôi động, trong khi Park Hyo Shin tập trung vào giọng hát và cảm xúc. |

Cả BTS và Park Hyo Shin đều mang đến những trải nghiệm âm nhạc độc đáo và đáng nhớ, làm giàu thêm nền âm nhạc Hàn Quốc.

차이점 중 첫 번째는 음악 스타일입니다. 방탄소년단은 장르가 다양하고, 박효신은 발라드 음악에 특화되어 있습니다. 방탄소년단은 신나는 퍼포먼스를 펼치는 반면 박효신은 보컬과 감성에 집중합니다. 방탄소년단과 박효신 모두 독창적이고 기억에 남는 음악적 경험을 선사하며 한국 음악계를 더욱 풍성하게 만들고 있습니다.

**단어** | **phong cách** 스타일 | **ra mắt** 데뷔하다 | **vượt trội** 뛰어난 | **làm giàu** 풍성하게 만든다

**혼자 노래 부르거나 합창하기**

## 고득점 필수 유형2 좋아하는 가수 관련 이슈

MP3 P2-23

Ngày nay, các ca sĩ thường được coi như những diễn viên nổi tiếng và thường xuyên xuất hiện trên các bản tin thời sự hoặc trên TV. Hãy nhớ lại câu chuyện lần cuối cùng bạn nghe về công việc, cuộc sống cá nhân, trải nghiệm hoặc sự kiện xảy ra với một ca sĩ nào đó. Hãy giải thích cụ thể về câu chuyện mà bạn đã đọc hoặc nghe.

요즘 가수들은 유명 배우로 여겨지며 뉴스나 TV에도 자주 등장합니다. 특정 가수의 작품, 개인의 삶, 경험, 또는 그 가수에게 일어난 사건에 대해 최근에 들었던 이야기를 떠올려보세요. 당신이 읽거나 들은 이야기에 대해 구체적으로 설명해 주세요.

**모범답변**

| 가수에게 일어난 사건 | Lần cuối cùng tôi nghe về nhóm nhạc BTS là khi họ thông báo về việc tạm ngừng hoạt động để các thành viên thực hiện nghĩa vụ quân sự. Đây là một sự kiện quan trọng và được đưa tin rộng rãi trên các phương tiện truyền thông. Cụ thể, các thành viên BTS đã quyết định tạm ngừng hoạt động nhóm để từng người một thực hiện nghĩa vụ quân sự bắt buộc tại Hàn Quốc. Đây là một quyết định khó khăn nhưng cần thiết, vì luật pháp Hàn Quốc yêu cầu tất cả nam giới phải tham gia nghĩa vụ quân sự trong một khoảng thời gian nhất định. |

제가 마지막으로 그룹 방탄소년단에 대해 들은 것은 멤버들이 군 복무 중 임시로 활동을 중단한다고 발표했을 때였습니다. 이는 중요한 사건으로 언론에도 널리 보도되었습니다. 구체적으로 방탄소년단 멤버들은 차례로 국내 병역의무를 이행하기 위해 그룹 활동을 잠정 중단하기로 결정했습니다. 한국 법에 따르면 모든 남성은 일정 기간 동안 군복무를 해야 하기 때문에 이는 어렵지만 필요한 결정이었습니다.

| 팬들의 반응 | Thông tin này đã gây ra nhiều sự quan tâm và lo lắng từ phía fan hâm mộ trên toàn thế giới, nhưng cũng nhận được sự tôn trọng và ủng hộ vì đây là trách nhiệm công dân. Các thành viên BTS đã chia sẻ về quyết định này trong một buổi họp báo, bày tỏ sự biết ơn sâu sắc đối với sự ủng hộ của fan hâm mộ và hứa hẹn sẽ trở lại mạnh mẽ hơn sau khi hoàn thành nghĩa vụ quân sự. Họ cũng tiết lộ kế hoạch tiếp tục sáng tác và sản xuất âm nhạc trong thời gian này để không làm gián đoạn hoàn toàn hoạt động nghệ thuật của nhóm. |
|---|---|
| | 이 내용은 전 세계 팬들의 많은 관심과 걱정을 불러일으켰지만, 이는 시민의 책임이기 때문에 존경과 지지를 받기도 했습니다. 방탄소년단 멤버들은 기자간담회를 통해 이러한 결정에 대해 팬들의 지지에 깊은 감사를 표하며, 군 복무를 마치고 더욱 강해져서 돌아오겠다고 약속했습니다. 아울러 이들은 그룹의 예술 활동에 완전히 방해가 되지 않도록 이 기간 동안 계속해서 작곡과 프로듀싱을 이어나갈 계획도 밝혔습니다. |

**단어** **tạm ngừng hoạt động** 임시로 활동을 중단 | **thực hiện nghĩa vụ quân sự** 군복무를 하다 | **trách nhiệm công dân** 시민의 책임 | **trưởng thành** 성숙한

# Unit 8 운동 - 걷기

## *유형별 기출문제 한눈에 보기

운동 카테고리에서 걷기 주제는 공원, 조깅, 헬스 등과 함께 연동하여 답변을 준비하기 좋은 주제로 문제가 어렵지 않아 서베이 항목에서 선택하는 것을 적극 추천하는 주제 중 하나입니다.

| | | | |
|---|---|---|---|
| 유형1 | 현재시제 장소 묘사/종류 설명 | 걷기를 하는 장소 묘사 | |
| 유형2 | 현재시제 활동, 루틴, 단계 | 걷기 루틴 묘사 | |
| 유형3 | 과거시제 최초 혹은 최근 경험 | 걷기를 하게 된 계기 | |
| 유형4 | 과거시제 인상적인 경험 | 인상적인 걷기 경험 | |
| 롤플 유형1 | 면접관에게 질문하기 | 걷기를 하는 장소에 대해 Mai에게 질문하기 | |
| 롤플 유형2 | 상황에 대한 정보 요청 | 걷기를 하자는 친구에게 정보 요청 | 걷기용 신발 구매를 위한 정보 요청 |
| 롤플 유형3 | 문제 상황 설명 및 대안 제시 | 친구와 걷기를 더 할 수 없는 문제 해결 | 구입한 신발에 생긴 문제 해결 |
| 롤플 응용 유형 | 문제 발생 및 해결에 대한 과거 경험 | 걷기를 하다가 문제가 있었던 경험 | 불만족스러운 물건 구매 경험 |
| 고득점 필수 유형1 | 2가지 대상 비교 또는 대조 | 우리나라 사람들의 걷기 빈도수 과거와 현재 비교 | |
| 고득점 필수 유형2 | 사회적 이슈, 최근 소식 및 관심사 | 걷기의 효능 설명 | |

*유형5는 난이도 3, 4에서만 출제되며 AL이 목표인 난이도 5, 6에서는 출제되지 않습니다.
*유형9, 유형10은 난이도 5, 6에서만 출제되며 IH, AL등급 취득에 관건이 되는 문항입니다.

## * 기출문제 콤보 파악하기

### 걷기 기출 문제 COMBO THỨ NHẤT

| 오픽 시험 문항 번호 | 유형 | 기출문제 |
|---|---|---|
| 2번 | 유형1 | 걷기를 하는 장소 묘사 |
| 3번 | 유형2 | 걷기 루틴 묘사 |
| 4번 | 유형3 | 걷기를 하게 된 계기 설명 |

### 걷기 기출 문제 COMBO THỨ HAI

| 오픽 시험 문항 번호 | | 유형 | 기출문제 |
|---|---|---|---|
| 5번 | 8번 | 유형1 | 걷기를 하는 장소 묘사 |
| 6번 | 9번 | 유형3 | 걷기를 하게 된 계기 |
| 7번 | 10번 | 유형4 | 인상적인 걷기 경험 |

### 걷기 기출 문제 COMBO THỨ BA

| 오픽 시험 문항 번호 | 유형 | 기출문제 | |
|---|---|---|---|
| 11번 | 롤플레이 유형2 | 걷기를 하자는 친구에게 정보 요청 | 걷기용 신발 구매를 위한 정보 요청 |
| 12번 | 롤플레이 유형3 | 친구와 걷기를 더 할 수 없는 문제 해결 | 구입한 신발에 생긴 문제 해결 |
| 13번 | 롤플레이 응용 유형 | 걷기를 하다가 문제가 있었던 경험 | 불만족스러운 물건 구매 경험 |

### 걷기 기출 문제 COMBO THỨ TƯ

| 오픽 시험 문항 번호 | 유형 | 기출문제 |
|---|---|---|
| 14번 | 고득점 필수 유형1 | 우리나라 사람들의 걷기 빈도수 과거와 현재 비교 |
| 15번 | 고득점 필수 유형2 | 걷기의 효능 설명 |

*14번은 IH, 15번은 AL을 결정짓는 문제이므로 IH, AL을 목표로 하신다면 14,15번을 중점적으로 공략해야 합니다.

## 걷기 — 유형1 걷기 하는 장소 묘사

MP3 P2-24

Trong bản khảo sát, bạn chỉ ra rằng bạn thích đi bộ. Hãy miêu tả nơi mà bạn thường đi bộ. Nơi đó trông như thế nào?

서베이에서 당신은 걷는 것을 좋아한다고 했습니다. 당신이 주로 걷는 장소를 묘사하세요. 그 장소는 어떻게 생겼나요?

### 모범답변

| 좋아하는 걷기 장소 | Tôi thích đi bộ và thường đi bộ ở công viên gần nhà, một nơi thật sự lý tưởng cho hoạt động này.<br>저는 걷는 것을 좋아하고 집 근처 공원에서 자주 산책하는데, (그 공원은) 이 활동에 정말 이상적인 장소입니다. |
|---|---|
| 걷기 장소에 있는 것 | Công viên có một con đường mòn dài và rộng, được thiết kế dành riêng cho những người thích đi bộ, chạy bộ, hoặc đạp xe. Con đường mòn trong công viên được lát gạch, giúp cho việc đi bộ trở nên dễ dàng và thoải mái.<br>공원에는 걷기, 조깅, 자전거 타기를 즐기는 사람들을 위해 특별히 설계된 길고 넓은 산책로가 있습니다. 공원 산책로는 포장되어 있어 걷기 쉽고 편안합니다. |
| 걷기 장소의 편의시설 | Ngoài ra, công viên còn có các tiện ích như nhà vệ sinh công cộng, đài phun nước uống, và khu vực tập thể dục ngoài trời với các thiết bị tập luyện cơ bản. Điều này giúp cho người đi bộ có thể thực hiện nhiều hoạt động thể thao khác nhau trong cùng một không gian.<br>Công viên gần nhà là một nơi lý tưởng để đi bộ không chỉ vì cảnh quan đẹp và không gian thoáng đãng, mà còn vì cảm giác an toàn mà nó mang lại.<br>또한 공원에는 공중 화장실, 식수대, 기본적인 운동 장비를 갖춘 야외 운동 공간 등의 편의 시설도 마련되어 있습니다. 이를 통해 걷는 사람은 동일한 공간에서 다양한 스포츠 활동을 수행할 수 있습니다.<br>지역 공원은 아름다운 풍경과 탁 트인 공간뿐만 아니라 그것이 가져다주는 안전감 때문에 걷기에 이상적인 장소입니다. |

**단어** **đường mòn** 산책로 | **đài phun nước uống** 식수대 | **gắn kết** 결속하다, 유대감을 가지게 하다

## 걷기 | 유형2 걷기 루틴 묘사

**MP3 P2-24**

Hãy kể cho tôi nghe bạn thường đi bộ bao xa. Bạn thường đi bộ trong bao lâu? Bạn thường đi bộ mỗi ngày hay mấy lần một tuần? Hãy nói về thói quen đi bộ của bạn.

당신은 주로 얼마나 멀리 걷나요? 당신은 얼마나 오래 걷기를 하나요? 매일 혹은 일주일에 몇 번 걷기를 하나요? 당신의 걷기 습관(루틴)에 대해 말하세요.

### 모범답변

| 도입 | Tôi thường đi bộ khoảng 2 km mỗi lần.<br>저는 보통 한 번에 2km 정도 걷습니다. |
|---|---|
| 걷기 시간과 루틴 | Thời gian đi bộ của tôi thường kéo dài từ 30 phút đến một giờ, tuỳ thuộc vào tốc độ và lộ trình tôi chọn. Tôi thường cố gắng duy trì thói quen đi bộ mỗi ngày, nhưng thực tế là tôi thường đi bộ khoảng 4 lần một tuần. Thói quen đi bộ của tôi rất linh hoạt và phụ thuộc vào lịch trình hàng ngày. Tôi thích đi bộ vào buổi sáng sớm hoặc chiều tối, khi thời tiết mát mẻ và không quá đông đúc. Điều này giúp tôi bắt đầu ngày mới với tinh thần sảng khoái hoặc kết thúc ngày làm việc với cảm giác thư giãn.<br>저의 걷기 시간은 제가 선택한 속도와 경로에 따라 보통 30분에서 1시간 정도 소요됩니다. 평소에는 매일 걷는 습관을 유지하려고 노력하는데, 실제로는 일주일에 4번 정도 걷습니다. 저의 걷기 루틴은 유연하며 일일 일정에 따라 달라집니다. 저는 날씨가 선선하고 사람이 많이 붐비지 않는 이른 아침이나 늦은 저녁에 걷는 것을 좋아합니다. 이는 상쾌한 기분으로 하루를 시작하거나 편안한 기분으로 일한 하루를 마무리하는 데 도움이 됩니다. |
| 걷는 장소와 걸을 때 하는 일 | Khi đi bộ, tôi thường chọn lộ trình qua công viên gần nhà. Đây là một không gian xanh mát, với con đường mòn rợp bóng cây, giúp tôi cảm thấy gần gũi với thiên nhiên và tận hưởng không khí trong lành. Thỉnh thoảng, tôi cũng thay đổi lộ trình để khám phá những con đường mới hoặc những khu vực khác trong khu phố. Trong khi đi bộ, tôi thường nghe nhạc hoặc các podcast yêu thích để vừa giải trí, vừa học hỏi thêm nhiều điều mới. Có những ngày, tôi thích đi bộ trong yên lặng để suy nghĩ và thư giãn đầu óc.<br>저는 걸을 때 집 근처 공원을 지나는 길을 택하는 경우가 많습니다. 나무 그늘이 늘어선 산책로가 있는 시원한 녹지 공간으로, 자연과 가까워지는 것이 느껴지고 신선한 공기를 즐기게 해 줍니다. 때로는 새로운 거리나 동네의 다른 지역을 탐험하기 위해 경로를 변경하기도 합니다. 걷는 동안 저는 즐거움과 새로운 것을 배우기 위해 음악이나 좋아하는 팟캐스트를 자주 듣습니다. 어떤 날은 생각에 잠기고 머리를 쉬게 하기 위해 조용하게 걷는 것을 좋아합니다. |

**단어** | **lộ trình** 경로 | **linh hoạt** 유연한 | **rợp bóng cây** 나무 그늘이 늘어선 | **yên lặng** 조용한

**걷기** 유형3 걷기를 하게 된 계기

Hãy nói cho tôi biết về thời điểm mà bạn bắt đầu đi bộ thường xuyên. Điều gì khiến bạn bắt đầu đi bộ thường xuyên?

당신이 규칙적이고 지속적인 걷기를 시작한 시기에 대해 말해주세요. 무엇이 당신으로 하여금 규칙적인 걷기를 시작하게 했나요?

### 모범답변

| 도입 | Tôi bắt đầu đi bộ thường xuyên vào khoảng một năm trước. Có hai lý do chính khiến tôi quyết định thay đổi thói quen vận động của mình.<br><br>저는 약 1년 전부터 규칙적으로 걷기 시작했습니다. 제가 운동 습관을 바꾸기로 결심한 이유는 크게 두 가지입니다. |
|---|---|
| 걷기에 관심을 갖게 된 계기1 | Đầu tiên, trong một lần kiểm tra sức khỏe định kỳ, bác sĩ đã khuyên tôi nên tập thể dục đều đặn hơn. Kết quả kiểm tra cho thấy tôi cần cải thiện sức khỏe tim mạch và kiểm soát cân nặng. Bác sĩ nhấn mạnh rằng đi bộ là một hình thức tập luyện dễ dàng và hiệu quả, phù hợp với lịch trình bận rộn của tôi. Ông cũng giải thích rằng đi bộ đều đặn có thể giúp giảm nguy cơ mắc các bệnh tim mạch và cải thiện chức năng hô hấp.<br><br>첫째, 정기 건강 검진 중에 의사가 저에게 좀 더 규칙적으로 운동하라고 조언했습니다. 검사 결과 심혈관 건강을 개선하고 체중을 조절해야 하는 것으로 나타났습니다. 의사는 걷기가 저의 바쁜 일정에 맞는 쉽고 효과적인 운동 형태라고 강조했습니다. 그는 또한 규칙적인 걷기가 심혈관 질환의 위험을 줄이고 호흡 기능을 향상시키는 데 도움이 될 수 있다고 설명했습니다. |
| 걷기에 관심을 갖게 된 계기2 | Thứ hai, vào thời điểm đó, tôi đã xem một chương trình trên tivi nói về những lợi ích tuyệt vời của việc đi bộ. Chương trình nêu rõ rằng đi bộ không chỉ giúp cải thiện sức khỏe thể chất mà còn có tác động tích cực đến tinh thần, giảm căng thẳng và lo âu. Thuyết phục bởi cả lời khuyên của bác sĩ và thông tin từ chương trình truyền hình, tôi quyết định bắt đầu đi bộ.<br><br>둘째, 그 당시 저는 TV에서 걷기의 큰 이점에 관한 프로그램을 시청했습니다. 이 프로그램에서는 걷기가 신체 건강을 향상시킬 뿐만 아니라 긍정적인 정신적 영향을 주어 스트레스와 불안을 줄여준다고 분명하게 말했습니다. 의사의 조언과 TV 프로그램의 정보에 설득되어 저는 걷기 시작하기를 결정했습니다. |

| 나의 변화 | Ban đầu, tôi chỉ đi bộ ngắn trong công viên gần nhà, nhưng dần dần, tôi tăng dần khoảng cách và thời gian đi bộ. Từ đó, tôi đã cố gắng duy trì việc đi bộ thường xuyên. Thói quen này đã giúp tôi cảm thấy khỏe mạnh hơn, năng động hơn, và cũng thư giãn hơn sau những ngày làm việc căng thẳng. Tôi nhận thấy rằng không chỉ sức khỏe thể chất của mình được cải thiện mà cả tinh thần cũng trở nên sảng khoái và vui vẻ hơn. |
|---|---|
| | 처음에는 집 근처 공원에서 짧은 시간 걷기만 했으나 점차 거리와 걷는 시간을 늘렸습니다. 그 이후로 저는 정기적인 걷기를 유지하려고 노력했습니다. 이 습관은 제가 스트레스를 많이 받으며 일한 하루들 이후에 더 건강해지고, 더 활동적이며, 더 편안한 기분을 느끼는 데 도움이 되었습니다. 육체적 건강이 좋아졌을 뿐만 아니라, 마음도 더 상쾌해지고 즐거워졌음을 느꼈습니다 |

  **đều đặn** 규칙적인 | **bệnh tim mạch** 심혈관 질환 | **chức năng hô hấp** 호흡 기능 | **thể chất** 체질 | **cơ bắp** 근육 | **tuần hoàn máu** 혈액 순환

## 걷기  유형4  인상적인 걷기 경험

`MP3 P2-24`

Bạn có trải nghiệm đáng nhớ mà bạn có được khi đi bộ không? Chuyện đó xảy ra bao giờ, ở đâu, bạn đã với ai và chuyện gì đã xảy ra? Chuyện đó có gì đặt biệt? Hãy nói về trải nghiệm đó từ đầu đến cuối.

당신은 걷기를 하다가 겪은 기억에 남는 경험이 있나요? 그 일은 언제 어디서 일어났고 당신은 누구와 함께 있었나요? 그리고 무슨 일이 있었나요? 그 일은 뭐가 특별했나요? 그 경험에 대해 처음부터 끝까지 말해주세요.

### 모범답변

| 걷기 중 발생한 일 | Một trải nghiệm đáng nhớ mà tôi có được khi đi bộ là lần tôi nhặt được ví của người khác. Chuyện đó xảy ra vào một buổi sáng chủ nhật, khoảng hai tháng trước, khi tôi đi bộ trên đường mòn trong công viên gần nhà. Khi đang đi trên đoạn đường mòn quen thuộc, tôi bất ngờ nhìn thấy một chiếc ví nằm bên lề đường, nửa lấp dưới một bụi cây. Tôi cúi xuống nhặt chiếc ví lên và mở ra xem xét để tìm thông tin của người chủ. Bên trong ví có một ít tiền mặt, thẻ căn cước và một vài giấy tờ cá nhân khác. |
|---|---|
| | 걸으면서 기억에 남는 경험 중 하나는 다른 사람의 지갑을 주웠던 때였습니다. 약 두 달 전 어느 일요일 아침, 집 근처 공원 산책로를 걷고 있을 때 일어났습니다. 익숙한 산책로를 걷다가 문득 길가에 덤불 속에 반쯤 덮여져 있는 지갑이 보였습니다. 저는 몸을 굽혀 지갑을 집어 들고 열어 주인의 정보를 찾았습니다. 지갑 안에는 약간의 현금과 신분증, 그리고 몇 가지 개인 서류가 들어 있었습니다. |

| | |
|---|---|
| 나의 대처 | Không chần chừ, tôi quyết định mang chiếc ví đến phòng quản lý công viên, nơi có thể giúp tôi tìm cách liên hệ với chủ nhân của chiếc ví. Nhân viên phòng quản lý công viên gọi điện thoại báo cho tôi biết rằng họ đã liên lạc được với chủ nhân của chiếc ví. Người đó rất vui mừng và biết ơn vì chiếc ví đã được tìm thấy và giữ an toàn. Anh ấy cảm ơn tôi qua điện thoại, nói rằng ví không chỉ chứa tiền mà còn nhiều giấy tờ quan trọng.<br><br>저는 주저하지 않고 지갑 주인에게 연락할 수 있는 방법을 찾는 데 도움을 줄 공원 관리 사무소에 지갑을 가져가기로 결정했습니다. 공원 관리 직원이 저에게 전화를 걸어 지갑 주인에게 연락을 했다고 알려왔습니다. 그 사람은 지갑을 찾아주고 안전하게 보관한 것에 대해 매우 기뻐하고 감사했습니다. 지갑에는 돈뿐만 아니라 중요한 서류도 많이 들어 있다며 전화로 고맙다고 했습니다. |
| 나의 느낌 | Tôi cảm thấy rất vui và hài lòng vì đã làm được một việc tốt. Kể từ đó, mỗi lần đi bộ trong công viên, tôi luôn nhớ đến trải nghiệm đáng nhớ này.<br><br>좋은 일을 했기 때문에 매우 기쁘고 만족스러웠습니다. 그 이후로 저는 공원을 걸을 때마다 이 기억에 남는 경험을 항상 기억합니다. |

**단어**  **nhặt** 줍다 | **bụi cây** 덤불 | **cúi xuống** 몸을 굽히다

## 걷기 롤플레이 유형2-1
## 걷기를 하자는 친구에게 정보 요청

MP3 P2-25

Bây giờ tôi muốn đưa ra một tình huống để bạn diễn kịch bằng tiếng Việt. Bạn hãy lắng nghe, sau đó diễn kịch lại tình huống đó bằng tiếng Việt. Một người bạn của bạn định đi bộ. Bạn của bạn rủ bạn cùng đi bộ, bạn hãy hỏi từ 3 đến 4 câu hỏi về việc đi bộ.

지금 제가 베트남어로 당신이 연기하도록 한 상황을 드릴 겁니다. 당신은 잘 듣고 나서 이 상황을 베트남어로 재연해보세요. 당신의 한 친구가 걷기를 하러 간다고 합니다. 당신의 친구가 당신에게 함께 걷자고 청하는데 걷기에 대해 3-4가지 질문하세요.

### 모범답변

Này, cậu muốn rủ mình đi bộ, cụ thể là khi nào vậy? À, sáng thứ bảy này, Ok, lúc đó thì mình rảnh. Vậy chúng mình sẽ đi bộ ở đâu? Mình muốn địa điểm đi bộ trước. Công viên Hoa Bình hả cậu? Mình nghe nói là đường mòn ở đó rất tuyệt. Cậu đã đi bộ ở đó bao giờ chưa? Tốt nhỉ. Thế cậu có muốn mình mang theo nước hay đồ ăn nhẹ gì không? Ừ thế thì tốt quá. Thế chúng mình gặp sáng thứ bảy này nhé. Chào cậu.

저기, 너 나랑 걷기 하러 가고 싶다고? 구체적으로 언제 하려고? 아, 이번 토요일 아침이야. 괜찮아, 그때 나는 시간이 있어. 그러면 우리는 어디서 걷기 할까? 우리가 걸을 장소를 미리 알고 싶어. 호아빈 공원이야? 거기에 산책로가 매우 훌륭하다고 들었어. 너 거기서 걸어 본 적 있어? 좋네. 그러면 너는 내가 물이나 가볍게 간식 같은 거 가져가길 원해? 응, 그러면 좋겠다. 그럼 이번 토요일 아침에 만나자. 안녕.

 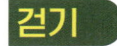 롤플레이 유형3-1
# 친구와 걷기를 더 할 수 없는 문제 해결

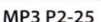

> Tôi xin lỗi nhưng có một vấn đề bạn cần giải quyết. Khi bạn đi bộ, bạn của bạn nói là muốn đi bộ nữa. Nhưng bạn thì không thể đi bộ nữa được.
> Hãy nói với bạn của bạn về lý do mà bạn không thể đi bộ nữa và đưa ra một đến hai giải pháp khác để thay thế.
>
> 미안하지만 당신이 해결해야 하는 문제가 하나 있습니다. 당신이 걷고 있는데 당신의 친구가 더 걷고 싶다고 말합니다. 하지만 당신은 더 걸을 수가 없습니다. 당신의 친구에게 더 걸을 수 없는 이유를 설명하고, 한 두가지 대안을 제시하세요.

### 모범답변

> Này, mình rất thích đi bộ với bạn, nhưng mình không thể đi bộ thêm được nữa. Bây giờ đã 5 giờ rồi và từ 5 giờ rưỡi mình có buổi học qua Zoom nên phải về nhà ngay bây giờ. Nhưng mình không muốn bỏ lỡ thời gian đi bộ với bạn. Chúng ta có thể làm thế này. Ngày mai chúng ta đi bộ tiếp nhé? Hoặc bạn cứ tiếp tục đi bộ, sau khi lớp học kết thúc vào 6 giờ rưỡi, mình sẽ gặp lại bạn để đi bộ tiếp. Bạn thấy thế nào?
>
> 저기, 나는 너랑 걷는 걸 정말 좋아하지만 더 이상 걸을 수 없어. 지금 5시이고 5시 반부터 줌 수업이 있어서 지금 집에 가야 해. 하지만 너와 함께 걷는 시간을 놓치고 싶지 않아. 이렇게 하자. 내일 다시 같이 걷자. 아니면 네가 계속 걷고, 6시 반에 수업이 끝난 후에 다시 만나서 같이 걷는 거. 너는 어떻게 생각해?

 **걷기** 롤플레이 응용 유형
# 걷기를 하다가 문제가 있었던 경험

Vở kịch đã kết thúc rồi ở đây. Bạn có nhớ một lần khi bạn đang đi bộ và có điều gì đó xảy ra khiến bạn phải quay lại hoặc thay đổi hướng đi của mình không? Tôi muốn nghe về một trải nghiệm đi bộ như thế này. Hãy kể cho tôi nghe mọi chuyện, từ đầu đến cuối. Bạn ở với ai? Bạn đã đi bộ ở đâu và khi nào? Tại sao bạn cần thay đổi lộ trình hoặc quay về bước đi của mình?

상황 연극은 이미 종료되었습니다. 걷고 있던 중 어떤 일이 일어나서 돌아오거나 경로를 바꾸게 된 때를 기억하시나요? 이런 걷기 경험에 대해 듣고 싶습니다. 처음부터 끝까지 모든 것을 말해주세요. 누구와 있었나요? 언제 어디서 걸었나요? 왜 경로를 바꾸거나 되돌아왔어야 했나요?

### 모범답변

| | |
|---|---|
| 도입 | Tôi nhớ một lần khi đang đi bộ và có một sự việc xảy ra khiến tôi phải quay lại và thay đổi hướng đi của mình. Chuyện này xảy ra vào một buổi chiều chủ nhật đẹp trời, khoảng 3 tháng trước. Tôi đi bộ cùng với bạn thân của mình trong công viên gần nhà. Hôm đó, chúng tôi bắt đầu đi bộ từ khoảng 4 giờ chiều, tận hưởng không khí trong lành và trò chuyện vui vẻ. Lộ trình của chúng tôi là đi hết con đường mòn dài khoảng 3 km, sau đó sẽ quay lại điểm xuất phát.<br><br>한번은 걷고 있었는데 어떤 일이 일어나서 다시 되돌아오고 가던 방향을 바꾸게 된 일이 기억납니다. 이 일은 약 3개월 전 어느 아름다운 일요일 오후에 일어났습니다. 저는 가장 친한 친구와 함께 집 근처 공원을 걸었습니다. 그날 우리는 오후 4시쯤부터 신선한 공기를 마시며 즐겁게 이야기를 나누며 산책을 시작했습니다. 우리의 경로는 약 3km 길이의 산책로를 다 간 후에 출발점으로 돌아가는 것입니다. |
| 갑자기<br>발생한 일 | Tuy nhiên, khi đi được khoảng nửa đường, chúng tôi đột nhiên nghe thấy tiếng la hét từ phía trước. Chúng tôi nhanh chóng nhận ra rằng có một đứa trẻ bị ngã và đang khóc to. Một người mẹ hốt hoảng đang cố gắng giúp con mình đứng dậy nhưng có vẻ đứa trẻ bị đau và không thể tự đứng lên. Tôi và bạn tôi lập tức chạy đến để xem có thể giúp gì. Đứa trẻ bị trầy xước khá nặng ở đầu gối và dường như rất đau đớn. Chúng tôi quyết định quay lại điểm xuất phát, nơi có một trạm y tế nhỏ của công viên, để báo cho nhân viên y tế biết tình hình. Trên đường quay lại, tôi cố gắng an ủi đứa trẻ và nói chuyện với người mẹ để cô ấy bớt lo lắng. |

| | |
|---|---|
| | 그런데 절반쯤 왔을 때 갑자기 앞에서 비명 소리가 들렸습니다. 우리는 한 아이가 넘어져서 큰 소리로 울고 있다는 것을 금방 알아차렸습니다. 당황한 엄마는 아이가 일어서도록 애쓰지만, 아이는 아파서 스스로 일어서지 못하는 것 같습니다. 제 친구와 저는 우리가 어떻게 도울 수 있는지 알아보기 위해 즉시 달려갔습니다. 아이는 무릎이 심하게 까져서 많이 아파 보였습니다. 우리는 의료진에게 상황을 알리기 위해 작은 공원 보건실이 있는 출발지로 돌아가기로 결정했습니다. 돌아오는 길에는 아이를 위로하고 엄마와 이야기를 나누며 걱정을 덜어주려고 노력했습니다. |
| 해결 | Khi đến trạm y tế, chúng tôi nhanh chóng báo cáo tình hình và dẫn một nhân viên y tế quay lại chỗ đứa trẻ bị ngã. Nhân viên y tế chăm sóc và băng bó vết thương cho đứa trẻ, đồng thời kiểm tra xem có bị thương nặng hơn không. Sau khi mọi việc đã ổn, chúng tôi nhận được lời cảm ơn chân thành từ người mẹ. Cô rất cảm kích vì sự giúp đỡ kịp thời của chúng tôi. Cảm giác giúp được người khác trong tình huống khẩn cấp làm chúng tôi cảm thấy rất vui và hài lòng.<br><br>보건실에 도착하자 우리는 신속하게 상황을 보고하고 의료진을 다친 아이에게로 안내했습니다. 의료진은 아이의 상처를 치료하고 붕대를 감아주었으며, 더 심각한 부상은 없는지 확인했습니다. 모든 일이 잘 안정된 후 우리는 어머니로부터 진심 어린 감사의 인사를 받았습니다. 그녀는 우리의 시기적절한 도움에 매우 감사해했습니다. 위급한 상황에서 다른 사람을 돕는다는 느낌은 우리를 매우 기쁘고 만족스럽게 만들어주었습니다. |

**단어** | **hốt hoảng** 당황하다 | **trầy xước** 까지다, 쓸리다 | **đầu gối** 무릎 | **vết thương** 상처

 **걷기** 롤플레이 유형2-2
# 걷기용 신발 구매를 위한 정보 요청

Bây giờ tôi muốn đưa ra một tình huống để bạn diễn kịch bằng tiếng Việt. Bạn hãy lắng nghe, sau đó diễn kịch lại tình huống đó bằng tiếng Việt. Bạn định mua giày đi bộ. Hãy gọi điện thoại cho cửa hàng bán giầy thể thao và hỏi 3 đến 4 câu hỏi để tìm hiểu về có giày đi bộ mà bạn cần hay không.

지금 제가 베트남어로 당신이 연기하도록 한 상황을 드릴 겁니다. 당신은 잘 듣고 나서 이 상황을 베트남어로 재연해 보세요. 걷기용 신발을 구입하려고 합니다. 운동화를 판매하는 상점에 전화를 해서 당신이 필요한 신발이 있는지를 알기 위해 3-4가지 질문을 하세요.

### 모범답변

Alo, chào chị, cho em hỏi đấy có phải là cửa hàng giày thể thao ABC không ạ? Em đang muốn mua một đôi giày đi bộ. Cho em hỏi cửa hàng chị có bán loại giày nào phù hợp với đi bộ không ạ? Em cần một đôi giày có độ bám tốt và đệm êm ái để có thể đi bộ lâu mà không bị đau chân. Không biết cửa hàng chị có mẫu nào phù hợp không ạ? Cảm ơn chị đã cho em biết một cách cụ thể. Cho em hỏi thêm, cửa hàng chị có size 240 cho các mẫu này không ạ? Cảm ơn chị nhiều. Em sẽ sắp xếp thời gian ghé qua cửa hàng sớm nhất có thể. Chào chị ạ.

여보세요, 안녕하세요. 거기가 ABC 운동화 매장인지 여쭤봐도 될까요? 걷기 운동화 한 켤레를 사고 싶어요. 당신의 가게에서 걷기에 적합한 신발을 판매하는지 물어봐도 될까요? 발이 아프지 않고 오랫동안 걸을 수 있도록 접지력이 좋고 쿠셔닝이 부드러운 신발이 필요합니다. 당신의 매장에 적합한 모델이 있는지 궁금합니다. 구체적으로 알려주셔서 감사합니다. 당신의 매장에 이 모델의 사이즈 240이 있나요? 정말 고마워요. 최대한 빨리 매장 방문 시간을 정하겠습니다. 안녕히 계세요.

**걷기** 롤플레이 유형3-2
# 구입한 신발에 생긴 문제 해결

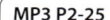
MP3 P2-25

Tôi xin lỗi nhưng có một vấn đề bạn cần giải quyết. Bạn định đi bộ với đôi giày mới mua, nhưng bạn không hài lòng.
Bạn hãy mang giày đến cửa hàng và kể cho nhân viên bán hàng biết và đưa ra một đến hai giải pháp khác để thay thế.

미안하지만 당신이 해결해야 하는 문제가 하나 있습니다. 당신이 새로 산 신발로 걷기를 하려고 하는데 마음에 들지 않습니다. 상점에 신발을 가지고 가서 판매직원에게 상황을 설명하고 한 두가지 대안을 제시하세요.

### 모범답변

Xin chào, tôi mới mua đôi giày này từ cửa hàng của chị vào ngày hôm qua, nhưng khi đi bộ, tôi không thấy thoải mái. Tôi có thể nói chuyện với nhân viên bán hàng về vấn đề này được không? À, nói chuyện với chị là được rồi à? Khi tôi đi bộ, tôi cảm thấy đôi giày này không có đủ độ đệm và phần gót chân bị đau sau khi đi một lúc. Tôi nghĩ đôi giày này không phù hợp với chân của tôi. Tôi có thể đổi hàng khác hoặc nhận lại tiền được không? Thế đầu tiên tôi muốn thử một đôi giày khác. Chị có thể giới thiệu một vài mẫu giày có độ đệm tốt hơn không? Tôi cần một đôi giày thoải mái cho việc đi bộ hàng ngày. Tôi sẽ thử cả hai mẫu giày đó. Và nếu được, tôi muốn thử đi bộ một chút trong cửa hàng để chắc chắn rằng chúng phù hợp. À, giày này tốt hơn nhiều. Thế chị có thể đổi sang đôi này được cho tôi không? Tôi cần trả thêm bao nhiêu hả chị? Vâng, tôi biết rồi. Cám ơn chị nhiều nhé.

안녕하세요. 어제 당신의 매장에서 이 신발을 구입했는데 걸을 때 불편합니다. 이에 대해 판매 직원과 이야기할 수 있나요? 아, 당신과 이야기하면 될까요? 걸을 때 이 신발은 쿠셔닝이 부족한 것 같고, 한참 걷다 보면 발뒤꿈치가 아픈 것 같은 느낌이 듭니다. 제 생각엔 이 신발이 내 발에 맞지 않는 것 같아요. 제가 다른 상품으로 교환하거나 환불받을 수 있나요? 그러면 먼저 다른 신발을 신어보고 싶어요. 쿠셔닝이 더 좋은 신발 모델을 추천해주실 수 있나요? 매일 걷기에 편안한 신발이 필요합니다. 나는 그 두 신발을 모두 신어볼게요. 그리고 가능하다면 매장을 조금 돌아다니며 신발이 잘 맞는지 확인하고 싶습니다. 아, 이 신발이 훨씬 나아요. 그럼 이 것으로 바꿔 주실 수 있나요? 추가로 얼마를 지불해야 합니까? 네, 알겠습니다. 매우 감사합니다.

**단어** **độ đệm** 쿠셔닝 | **phần gót chân** 발뒤꿈치

 롤플레이 응용 유형2
# 불만족스러운 물건 구매 경험

Vở kịch đã kết thúc rồi ở đây. Tôi muốn biết về một lần bạn cần trả lại một sản phẩm mà bạn không hài lòng. Hãy mô tả cho tôi về trải nghiệm đó càng chi tiết càng tốt. Bạn đã mua những gì? Tại sao bạn không hài lòng với món đồ đó? Bạn đã làm gì để giải quyết vấn đề một cách thỏa đáng?

상황 연극은 이미 종료되었습니다. 만족스럽지 않은 제품을 반납했던 경험에 대해 듣고 싶습니다. 이 경험을 최대한 구체적으로 말해주세요. 무엇을 구매했나요? 그 제품에 대해 어떤 점이 불만이었나요? 문제를 만족스럽게 해결하기 위해 어떻게 했나요?

## 모범답변

| | |
|---|---|
| 구매한 물건 | Một lần, tôi mua một chiếc áo khoác thể thao chống thấm nước từ một cửa hàng thể thao nổi tiếng. Tôi chọn chiếc áo khoác này vì nó được quảng cáo là có khả năng chống thấm nước tốt, rất phù hợp cho các hoạt động ngoài trời trong điều kiện thời tiết ẩm ướt. Khi nhận được áo khoác, tôi rất háo hức để thử nghiệm.<br><br>한번은 유명 스포츠 매장에서 방수 스포츠 재킷을 구입한 적이 있습니다. 방수 기능이 뛰어나 습한 날씨의 야외 활동에 매우 적합하다고 광고되어 있기 때문에 이 재킷을 선택했습니다. 재킷을 받았을 때 테스트해 보고 싶어서 기뻤습니다. |
| 구매한 물건에서 발생한 문제 | Tuy nhiên, ngay lần đầu tiên sử dụng trong một cơn mưa nhẹ, tôi phát hiện rằng áo khoác không chống thấm nước tốt như mong đợi. Sau khoảng 20 phút đi bộ trong mưa, nước bắt đầu thấm qua lớp vải và làm ướt lớp áo bên trong. Điều này khiến tôi rất thất vọng vì tôi đã mong đợi chiếc áo khoác sẽ giữ cho tôi khô ráo trong điều kiện mưa nhỏ.<br><br>하지만 가벼운 비 속에서 처음 사용했을 때 재킷이 기대만큼 방수가 되지 않는다는 것을 발견했습니다. 빗속을 걷고 약 20분 정도 지나자, 물이 천을 통해 스며들어 내부 층을 적시기 시작했습니다. 재킷이 약한 비에 제가 젖지 않게 유지시킬 것이라고 기대했기 때문에 이것은 매우 실망스러웠습니다. |
| 나의 대처 | Tôi quyết định mang áo khoác trở lại cửa hàng để phản ánh vấn đề và tìm giải pháp. Tôi mang theo hóa đơn mua hàng và kiểm tra chính sách hoàn trả của cửa hàng để đảm bảo rằng tôi đủ điều kiện để trả lại hoặc đổi sản phẩm.<br><br>저는 문제를 반영하고 해결책을 찾기 위해 재킷을 매장으로 다시 가져가기로 결정했습니다. 구매 영수증을 지참하고 해당 매장의 반품 정책을 확인하여 해당 제품이 반품 또는 교환 대상인지 확인했습니다. |

**문제 해결**

Khi đến cửa hàng, tôi gặp nhân viên bán hàng và giải thích tình huống. Tôi nói rõ rằng áo khoác không đáp ứng được yêu cầu chống thấm nước như đã quảng cáo và tôi rất thất vọng với chất lượng sản phẩm. Tôi yêu cầu hoàn trả hoặc đổi sang một sản phẩm khác có chất lượng tốt hơn. Nhân viên cửa hàng rất thông cảm và sau khi kiểm tra tình trạng áo khoác, họ đồng ý cho tôi đổi sang một mẫu áo khoác khác. Tôi chọn một chiếc áo khoác khác có đánh giá tốt hơn về khả năng chống thấm nước và thử nghiệm nó ngay tại cửa hàng. Nhân viên bán hàng cũng cho phép tôi kiểm tra kỹ hơn về các tính năng của áo khoác mới. Sau khi chọn xong sản phẩm mới, tôi hoàn tất thủ tục đổi hàng mà không phải trả thêm bất kỳ khoản phí nào do chiếc áo khoác mới có giá tương đương với chiếc cũ.

매장에 도착해서 판매원을 만나 상황을 설명했습니다. 저는 재킷이 광고된 것처럼 방수 요구 사항을 충족하지 못하며 제품 품질에 매우 실망했다는 점을 분명히 했습니다. 환불이나 더 좋은 품질의 다른 제품으로 교환을 요청했습니다. 매장 직원분은 매우 이해해주셨고, 재킷 상태를 확인한 후 다른 재킷 모델로 교환해주기로 하셨습니다. 저는 더 나은 방수 능력에 관해 더 좋은 평가를 가진 다른 재킷을 선택하고 매장에서 테스트했습니다. 판매원은 또한 새로운 재킷의 기능을 자세히 체크할 수 있도록 허락해 주었습니다. 새 제품을 선택한 후 새 재킷이 기존 재킷과 가격이 동일하기 때문에 추가 비용을 지불하지 않고 교환 절차를 완료했습니다.

**단어** **chống thấm nước** 방수 | **khô ráo** 젖지 않고 마른 | **chính sách hoàn trả** 반품 정책

**걷기** 고득점 필수 유형1
## 우리나라 사람들의 걷기 빈도수 과거와 현재 비교

MP3 P2-26

So với thời gian trước, người dân ở nước bạn đi bộ thường xuyên hơn hay ít hơn? Tại sao mọi người quyết định đi bộ thường xuyên hơn hoặc ít hơn so với trước đây?

이전 시대와 비교하여, 당신의 나라 사람들이 걷는 횟수가 늘어났나요, 아니면 줄어들었나요? 사람들은 왜 이전보다 더 자주 또는 덜 자주 걷기로 결정하나요?

### 모범답변

| 도입 | Có vẻ như người dân ở Hàn Quốc đang đi bộ ít hơn so với trước đây. |
|---|---|
| | 저는 한국 사람들이 예전보다 덜 걷는 것 같아요. |
| 덜 걷는 이유1 | Điều này có thể được giải thích bởi một số yếu tố đang diễn ra trong xã hội hiện nay. Một trong những yếu tố quan trọng là sự chuyển đổi từ nền kinh tế nông nghiệp sang nền kinh tế công nghiệp và dịch vụ. Điều này đã làm thay đổi lối sống của người dân, với nhiều người bận rộn trong môi trường văn phòng và có ít thời gian để đi bộ. Hạ tầng giao thông công cộng cũng đang phát triển mạnh mẽ, đặc biệt là ở các thành phố lớn như Seoul. Sự tiện lợi và hiệu quả của các phương tiện công cộng này có thể làm cho việc đi bộ trở nên ít phổ biến hơn, khi người dân có thể dễ dàng di chuyển bằng tàu điện ngầm hoặc xe buýt. |
| | 이는 오늘날 사회에서 이루어지는 여러 가지 요인으로 설명할 수 있습니다. 중요한 요인 중 하나는 농업 경제에서 산업 및 서비스 경제로의 전환입니다. 이로 인해 많은 사람들이 사무실 환경에 바쁘고 걸을 시간이 거의 없는 등 사람들의 라이프스타일이 바뀌었습니다. 특히 서울과 같은 대도시에서는 대중교통 인프라도 크게 발전하고 있습니다. 이러한 대중교통의 편리성과 효율성으로 인해 사람들은 지하철이나 버스를 타고 쉽게 이동할 수 있어서 걷기는 보다 덜 보편적이게 될 수 있습니다. |
| 덜 걷는 이유2 | Ngoài ra, phong cách sống hiện đại và sự phổ biến của công nghệ di động cũng góp phần vào việc giảm lượng thời gian mọi người dành cho hoạt động thể chất như đi bộ. Công nghệ di động đã trở thành một phần không thể thiếu trong cuộc sống hàng ngày, làm cho mọi người dành nhiều thời gian hơn cho việc sử dụng điện thoại di động và máy tính bảng thay vì tham gia vào các hoạt động ngoài trời. |

| | |
|---|---|
| | 또한, 현대적인 라이프스타일과 모바일 기술의 대중화로 인해 사람들이 걷기와 같은 신체 활동에 소비하는 시간이 줄어들었습니다. 모바일 기술은 일상 생활에서 없어서는 안 될 부분이 되었고, 사람들은 야외 활동에 참여하기보다는 휴대폰과 태블릿을 사용하여 더 많은 시간을 보내게 되었습니다. |
| 나의 경우 | Tuy nhiên, cá nhân tôi đã thấy mình đi bộ thường xuyên hơn trong thời gian gần đây. Tuy nhiên, người thân và bạn bè của tôi thì ít thường xuyên thực hiện hoạt động này hơn. Sự chênh lệch này có thể phản ánh một xu hướng rộng hơn trong xã hội, nơi mọi người ngày càng ít thực hiện các hoạt động thể chất và thay vào đó ưu tiên sử dụng công nghệ và các hoạt động giải trí khác.<br><br>하지만 개인적으로 최근에는 걷는 일이 더 많아졌습니다. 그러나 저의 가족과 친구들은 이 활동을 덜 자주 합니다. 이러한 격차는 사람들이 신체 활동을 덜하고 대신 기술 및 기타 여가 활동을 우선시하는 사회의 더 넓은 추세를 반영할 수도 있습니다. |

**단어** **chuyển đổi** 전환하다 | **kinh tế công nghiệp và dịch vụ** 산업 및 서비스 경제 | **phong cách sống** 라이프스타일 | **góp phần** 기여하다 | **chênh lệch** 격차

## 고득점 필수 유형2
### 걷기의 효능 설명

MP3 P2-26

Đi bộ được coi là một hoạt động lành mạnh. Hãy giải thích cho tôi về các lợi ích về mặt xã hội, thể chất và tinh thần của việc đi bộ. So với các hoạt động thể thao khác, đi bộ có lợi ích gì?

걷기는 건강한 활동으로 간주됩니다. 걷기의 사회적, 신체적, 정신적 이점을 설명해주세요. 다른 스포츠 활동과 비교하여 걷기의 이점은 무엇입니까?

**모범답변**

| | |
|---|---|
| 도입 | Tất nhiên, đi bộ là một hoạt động đơn giản nhưng lại mang lại nhiều lợi ích đáng kể cho sức khỏe và tinh thần của con người.<br>물론 걷기는 단순한 활동이지만 인간의 건강과 정신에 많은 상당한 이점을 가져다줍니다. |
| 걷기의<br>사회적 이점 | Về lợi ích về mặt xã hội thì việc đi bộ ít tốn nhiều năng lượng và không gây ra khí thải độc hại, giúp bảo vệ môi trường và làm giảm ô nhiễm không khí và đi bộ có thể là cơ hội tốt để gặp gỡ bạn bè, người thân và người mới, tạo ra cơ hội giao tiếp và kết nối với cộng đồng. |

| | |
|---|---|
| | 사회적 이점에서 걷기는 에너지 소비가 적고 유독가스를 배출하지 않으며 환경을 보호하고 대기 오염을 줄이는 데 도움이 되며 친구, 가족 친척 및 새로운 사람들을 만날 수 있는 좋은 기회가 되어 공동체와 소통하고 연결될 수 있는 기회를 조성할 수 있습니다. |
| 걷기의 정신적 이점 | Tiếp theo, về mặt tinh thần thì hoạt động vận động như đi bộ có thể giúp giảm căng thẳng và lo âu, đồng thời cải thiện tâm trạng và tăng cường sự tự tin. Hơn nữa, thời gian đi bộ có thể là cơ hội tốt để thư giãn, suy ngẫm và tập trung vào bản thân, giúp cải thiện sự tĩnh lặng và tinh thần sảng khoái. Cuối cùng, nhiều nghiên cứu đã chỉ ra rằng việc thực hiện hoạt động vận động như đi bộ có thể kích thích sự phát triển não bộ và cải thiện trí nhớ và sự tập trung.<br><br>다음으로, 정신적인 측면에서 걷기와 같은 운동 활동은 스트레스와 불안을 줄이는 동시에 기분을 개선하고 자신감을 높이는 데 도움이 될 수 있습니다. 또한, 걷는 시간은 긴장을 풀고, 곰곰이 생각에 몰두하고, 자신에게 집중할 수 있는 좋은 기회가 되어 평온함과 상쾌한 정신의 개선에 도움이 될 수 있습니다. 마지막으로, 걷기와 같은 운동 활동을 수행하면 뇌 발달을 자극하고 기억력과 집중력을 향상시킬 수 있다는 것이 많은 연구에서 나타났습니다. |
| 다른 스포츠 활동과 비교하여 걷기의 이점 | So với các hoạt động thể thao khác, đi bộ có lợi ích đặc biệt là tính tiện lợi và dễ dàng thực hiện, không cần đòi hỏi phải có sân chơi hoặc trang thiết bị đặc biệt. Điều này làm cho việc đi bộ trở thành một lựa chọn phổ biến và dễ dàng tiếp cận cho mọi người, không phụ thuộc vào độ tuổi hoặc trình độ thể chất.<br><br>걷기는 다른 스포츠 활동에 비해 스포츠 공간이나 특별한 장비 없이도 편리하고 쉽게 할 수 있다는 특별한 장점이 있습니다. 이러한 점들이 걷기를 연령이나 체력 수준에 관계없이 모든 사람에게 보편적이고 접근이 쉬운 선택지가 되도록 했습니다. |

**단어** | **khí thải độc hại** 유독가스 | **làm giảm ô nhiễm** 오염을 줄이다 | **suy ngẫm** 곰곰이 생각에 몰두하다

# Unit 9 운동 - 헬스

## * 유형별 기출문제 한눈에 보기

운동 카테고리에서 헬스 주제는 걷기, 조깅, 공원 등과 함께 연동하여 답변을 준비하기 좋은 주제로 문제가 어렵지 않아 서베이 항목에서 선택하는 것을 적극 추천하는 주제 중 하나입니다.

| 유형1 | 현재시제 장소 묘사/종류 설명 | 헬스를 하는 장소 묘사 |
|---|---|---|
| 유형2 | 현재시제 활동, 루틴, 단계 | 헬스장에서의 루틴 |
| 유형3 | 과거시제 최초 혹은 최근 경험 | 헬스에 관심을 갖게 된 계기 |
| 유형4 | 과거시제 인상적인 경험 | 인상적인 헬스클럽 경험 |
| 롤플 유형1 | 면접관에게 질문하기 | 다니는 헬스장에 대해 Mai에게 질문하기 |
| 롤플 유형2 | 상황에 대한 정보 요청 | 새로 생긴 헬스장에 연락해서 정보 요청 |
| 롤플 유형3 | 문제 상황 설명 및 대안 제시 | 친구와 헬스장에 갈 수 없는 문제 해결 |
| 롤플 응용 유형 | 문제 발생 및 해결에 대한 과거 경험 | 친구와의 계획을 수정했던 경험 |
| 고득점 필수 유형1 | 2가지 대상 비교 또는 대조 | 다녔던 헬스장이나 헬스클럽 비교 |
| 고득점 필수 유형2 | 사회적 이슈, 최근 소식 및 관심사 | 헬스장이나 헬스클럽 관련 이슈 |

＊유형5는 난이도 3, 4에서만 출제되며 AL이 목표인 난이도 5, 6에서는 출제되지 않습니다.
＊유형9, 유형10은 난이도 5, 6에서만 출제되며 IH, AL등급 취득에 관건이 되는 문항입니다.

## *기출문제 콤보 파악하기

### 헬스 기출 문제 COMBO THỨ NHẤT

| 오픽 시험 문항 번호 | 유형 | 기출문제 |
|---|---|---|
| 2번 | 유형1 | 헬스를 하는 장소 묘사 |
| 3번 | 유형2 | 헬스장에서의 루틴 |
| 4번 | 유형3 | 헬스에 관심을 갖게 된 계기 |

### 헬스 기출 문제 COMBO THỨ HAI

| 오픽 시험 문항 번호 | | 유형 | 기출문제 |
|---|---|---|---|
| 5번 | 8번 | 유형1 | 헬스를 하는 장소 묘사 |
| 6번 | 9번 | 유형3 | 헬스에 관심을 갖게 된 계기 |
| 7번 | 10번 | 유형4 | 인상적인 헬스장 경험 |

### 헬스 기출 문제 COMBO THỨ BA

| 오픽 시험 문항 번호 | 유형 | 기출문제 |
|---|---|---|
| 11번 | 롤플레이 유형2 | 새로 생긴 헬스장에 연락해서 정보 요청 |
| 12번 | 롤플레이 유형3 | 친구와 헬스장에 갈 수 없는 문제 해결 |
| 13번 | 롤플레이 응용 유형 | 친구와의 계획을 수정했던 경험 |

### 헬스 기출 문제 COMBO THỨ TƯ

| 오픽 시험 문항 번호 | 유형 | 기출문제 |
|---|---|---|
| 14번 | 고득점 필수 유형1 | 다녔던 헬스장이나 헬스클럽 비교 |
| 15번 | 고득점 필수 유형2 | 헬스장이나 헬스클럽 관련 이슈 |

*14번은 IH, 15번은 AL을 결정짓는 문제이므로 IH, AL을 목표로 하신다면 14,15번을 중점적으로 공략해야 합니다.

 유형1 헬스하는 장소 묘사

Hãy kể cho tôi nghe về phòng tập thể dục hoặc câu lạc bộ sức khỏe bạn thường đến trông như thế nào. Cơ sở đó nằm ở đâu? Cơ sở đó cung cấp những dịch vụ như thế nào cho các thành viên?

당신이 가는 헬스장이나 헬스 클럽이 어떻게 생겼는지 말해보세요. 그 시설은 어디에 위치하나요? 그 시설은 회원들에게 어떤 서비스를 제공하나요?

## 답변 구성 핵심 표현

| 헬스장 묘사 | **nằm trong công ty, tuy nhỏ nhưng rất tốt và tiện lợi**<br>회사 내에 위치해 있지만 작지만 매우 좋고 편리하다<br>**phòng tập này được trang bị đầy đủ các thiết bị cơ bản như máy chạy bộ, xe đạp tập**<br>이 헬스장에는 런닝머신, 운동용 자전거 등 기본 장비가 완비되어 있다<br>**dù diện tích không lớn, nhưng không gian được bố trí hợp lý**<br>면적은 크지 않지만 공간을 합리적으로 배치했다<br>**tạo cảm giác thoải mái khi tập luyện**<br>운동할 때 편안한 느낌을 준다<br>**cơ sở này cung cấp các dịch vụ như huấn luyện viên cá nhân, hướng dẫn các bài tập phù hợp với từng người**<br>이 시설은 개인 트레이너, 개인에게 적합한 운동 지도 등의 서비스를 제공한다 |
|---|---|

## 모범답변

| 자주 가는<br>헬스장 묘사 | Phòng tập thể dục mà tôi thường đến là Fitness Red ở gần nhà tôi. Đây là một cơ sở hiện đại với diện tích rộng rãi, thiết kế thoáng đãng và phong cách trang trí năng động, trẻ trung. Fitness Red nằm trên tầng ba của một tòa nhà thương mại, dễ dàng tìm thấy nhờ biển hiệu lớn và sáng sủa. Vị trí này rất thuận tiện vì gần các trạm xe buýt và bãi đỗ xe, giúp cho việc di chuyển đến phòng tập trở nên dễ dàng. Phòng tập được trang bị đầy đủ các thiết bị hiện đại và tiên tiến.<br>제가 주로 다니는 헬스장은 집 근처에 있는 피트니스 레드입니다. 넓은 면적, 바람이 잘 통하게 설계되어 있으며 역동적이고 젊게 꾸며진 스타일을 갖춘 현대적인 시설입니다. 피트니스 레드는 상가건물 3층에 위치하고 있으며 크고 밝은 간판으로 찾기가 쉽습니다. 이곳은 버스정류장과 주차장이 가까워 헬스장까지 가기가 매우 편리합니다. 헬스장에는 현대적이고 첨단 장비가 완비되어 있습니다. |
|---|---|

| | |
|---|---|
| 헬스장의 서비스 | Fitness Red có đội ngũ huấn luyện viên chuyên nghiệp, có chứng chỉ và nhiều kinh nghiệm. Họ cung cấp các buổi huấn luyện cá nhân hóa, phù hợp với nhu cầu và mục tiêu của từng người. Hàng ngày, có nhiều lớp học nhóm như yoga, zumba, pilates, kickboxing và các lớp cardio cường độ cao. Sau khi tập luyện, các thành viên có thể thư giãn và hồi phục cơ bắp tại khu vực xông hơi ướt hoặc phòng xông hơi khô. Phòng thay đồ sạch sẽ, rộng rãi với nhiều tủ đựng đồ an toàn cho các thành viên sử dụng. Fitness Red có quầy nước cung cấp nước uống, sinh tố và các loại thực phẩm chức năng như protein shakes, giúp các thành viên bổ sung dinh dưỡng sau khi tập luyện. Các thành viên có thể nhận được lời khuyên từ chuyên gia dinh dưỡng về chế độ ăn uống hợp lý, giúp tối ưu hóa kết quả tập luyện.<br><br>피트니스 레드는 전문적이고 인증을 받았으며 경험이 풍부한 트레이너로 구성된 팀을 보유하고 있습니다. 각 개인의 필요와 목표에 맞는 맞춤형 코칭 세션을 제공합니다. 매일 요가, 줌바, 필라테스, 킥복싱, 고강도 유산소 수업 등 다양한 그룹 수업이 진행됩니다. 운동 후에는 건식이나 습식 사우나실에서 휴식을 취하고 근육을 회복할 수 있습니다. 탈의실은 깨끗하고 넓으며 회원들이 사용할 수 있는 캐비넷이 많이 있습니다. 피트니스 레드에는 식수와 스무디, 단백질 쉐이크 등 기능성 식품을 제공하는 워터바가 있어 운동 후 영양보충에 도움을 줍니다. 회원은 영양전문가로부터 적절한 식단에 대한 조언을 받아 운동 결과를 최적화하는 데 도움을 받을 수 있습니다. |
| 마무리 | Tôi thích đến Fitness Red không chỉ vì các trang thiết bị hiện đại và dịch vụ đa dạng, mà còn vì môi trường thân thiện và chuyên nghiệp. Các huấn luyện viên và nhân viên luôn nhiệt tình, sẵn sàng giúp đỡ và tư vấn cho các thành viên. Đây là nơi lý tưởng để rèn luyện sức khỏe và nâng cao thể lực.<br><br>저는 현대적인 장비와 다양한 서비스뿐만 아니라 친절하고 전문적인 환경 때문에 피트니스 레드에 오는 것을 좋아합니다. 트레이너들과 스태프들은 항상 열정적이며 회원들에게 도움과 조언을 줄 준비가 되어 있습니다. 이곳은 운동을 하고 체력을 향상시키기에 이상적인 장소입니다. |

**단어**  cơ sở 시설 | buổi huấn luyện 코칭 세션 | phòng xông hơi khô 건식 사우나

 **유형2 헬스 루틴 묘사**

Hãy cho tôi biết về thói quen thường ngày của bạn khi bạn đến phòng tập thể dục hoặc câu lạc bộ sức khỏe. bạn thường làm gì khi đến đó, bạn đến khi nào và bạn chuẩn bị như thế nào trước và sau khi đến đó.

당신이 헬스장이나 헬스 클럽에서 규칙적으로 하는 것들에 대해 말해보세요. 그곳에 가면 보통 어떤 것들을 하나요? 언제 가고 그곳에 가기 전과 그곳에 도착한 후에 어떻게 준비를 하나요?

### 모범답변

| | |
|---|---|
| 도입 | Khi đến phòng tập thể dục gần nhà, tôi có một thói quen khá rõ ràng và nhất quán. Thường thì tôi đến phòng tập vào buổi sáng sớm, khoảng 6 giờ, để bắt đầu ngày mới với năng lượng tích cực.<br>저는 집 근처 헬스장에 갈 때 꽤 명확하고 일관된 루틴이 있습니다. 보통 저는 아침 일찍, 6시쯤 헬스장에 가서 긍정적인 에너지로 하루를 시작합니다. |
| 헬스장 가기 전에 하는 일 | Trước khi đến phòng tập, tôi thường chuẩn bị quần áo thể thao, giày tập và một chai nước lọc từ tối hôm trước để tiết kiệm thời gian.<br>헬스장에 가기 전에는 시간을 절약하기 위해 전날 밤에 운동복, 운동화, 물 한 병을 준비하는 경우가 많습니다. |
| 헬스장 가서 하는 일 | Khi đến phòng tập, tôi bắt đầu với bài khởi động nhẹ nhàng trong khoảng 5-10 phút để làm nóng cơ thể và tránh chấn thương. Sau đó, tôi thường chạy bộ trên máy chạy khoảng 20-30 phút để cải thiện sức bền và đốt cháy calo. Tiếp theo, tôi chuyển sang các bài tập cơ bắp, tập trung vào các nhóm cơ chính như ngực, lưng, và chân. Tôi sử dụng các máy tập tạ để thực hiện các bài tập này. Cuối cùng, tôi kết thúc buổi tập bằng việc giãn cơ toàn thân để thư giãn cơ bắp và giúp cơ thể phục hồi nhanh chóng.<br>헬스장에 가면 몸을 따뜻하게 하고 부상을 피하기 위해 5~10분 정도 가벼운 준비 운동으로 시작합니다. 그 후에는 지구력 향상과 칼로리 소모를 위해 주로 러닝머신에서 20~30분 정도 조깅을 합니다. 다음으로 가슴, 등, 다리와 같은 주요 근육 그룹에 초점을 맞춘 코어 운동으로 넘어갑니다. 저는 이러한 운동을 수행하기 위해 웨이트 머신을 사용합니다. 마지막으로 근육을 풀어주고 몸의 빠른 회복을 돕기 위해 전신 스트레칭으로 운동을 마무리합니다. |
| 헬스 끝나고 하는 일 | Sau khi tập xong, tôi luôn tắm rửa và thay đồ tại phòng tập trước khi bắt đầu ngày làm việc. Tôi cũng không quên uống nước và có một bữa ăn nhẹ giàu protein để cung cấp năng lượng và giúp cơ bắp phục hồi.<br>운동 후에는 일과를 시작하기 전에 항상 헬스장에서 샤워를 하고 옷을 갈아입습니다. 또한 에너지를 공급하고 근육 회복을 돕기 위해 물을 마시고 단백질이 풍부한 간식을 먹는 것도 잊지 않습니다. |

**단어** | **năng lượng tích cực** 긍정적인 에너지 | **máy tập tạ** 웨이트 머신

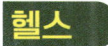 **유형3 헬스에 관심을 갖게 된 계기**

MP3 P2-27

> Điều khiến bạn bắt đầu tập thể cục ở phòng tập thể dục là gì? Hãy kể cho tôi nghe về trải nghiệm của bạn đến phòng tập thể dục lần đầu tiên.
> 당신에게 헬스장에서 운동을 시작하게 한 계기가 무엇인가요? 당신이 처음 헬스클럽에 갔던 경험을 말해보세요.

### 모범답변

| | |
|---|---|
| 헬스에 관심을 갖게 된 계기 | Điều khiến tôi bắt đầu quan tâm đến việc tập thể dục ở phòng tập thể dục là lời khuyên từ bác sĩ sau khi tôi kiểm tra sức khỏe định kỳ. Kết quả cho thấy tôi cần phải tăng cường hoạt động thể chất để cải thiện sức khỏe tổng thể và kiểm soát cân nặng. Cùng thời điểm đó, tôi xem một chương trình trên tivi về những lợi ích của việc tập gym và cảm thấy rất hứng thú. Chính vì thế, tôi quyết định thử đến phòng tập thể dục lần đầu tiên.<br><br>제가 헬스장 운동에 관심을 가지게 된 계기는 정기 건강검진을 받은 후 의사 선생님이 해준 조언이었습니다. 결과는 전반적인 건강을 개선하고 체중을 조절하기 위해 신체 활동을 늘려야 한다는 것을 보여주었습니다. 동시에 저는 피트니스의 이점에 관한 TV 프로그램을 보았고 매우 흥미를 느꼈습니다. 그래서 처음으로 헬스장에 가보기로 결심했습니다. |
| 헬스장에 처음 간 경험 | Trải nghiệm lần đầu đến phòng tập thể dục của tôi khá đặc biệt và đáng nhớ. Khi bước vào phòng tập, tôi cảm thấy hơi lo lắng và bỡ ngỡ vì không quen thuộc với các thiết bị và không biết bắt đầu từ đâu. Tuy nhiên, nhân viên tại phòng tập rất nhiệt tình và thân thiện. Họ chào đón tôi, hướng dẫn tôi đăng ký thành viên và đưa tôi tham quan khắp nơi. Sau khi hoàn tất thủ tục, một huấn luyện viên cá nhân đã dành thời gian để tư vấn và giúp tôi lập kế hoạch tập luyện phù hợp với mục tiêu và thể trạng của mình.<br><br>헬스장에 간 첫 경험은 아주 특별하고 기억에 남습니다. 헬스장에 들어섰을 때 장비가 낯설고 어디서부터 시작해야 할지 몰랐기 때문에 약간 걱정되고 어쩔 줄 모르는 느낌이 들었습니다. 하지만 헬스장 직원들은 매우 열정적이고 친절했습니다. 저를 반갑게 맞아주시고, 회원가입을 안내해 주시고, 여기저기 데려다주셨습니다. 수속을 마친 후 개인 트레이너가 시간을 내어 저의 목표와 신체 상태에 맞는 운동 계획을 세울 수 있도록 조언하고 도와주었습니다. |
| 나의 느낌 | Mặc dù ban đầu tôi cảm thấy mệt mỏi và khá vất vả, nhưng sau buổi tập đầu tiên, tôi cảm nhận được sự hứng khởi và năng lượng tích cực. Kể từ đó, việc tập gym đã trở thành một phần quan trọng trong cuộc sống hàng ngày của tôi, giúp tôi cải thiện sức khỏe và chất lượng cuộc sống.<br><br>처음에는 피곤하고 꽤 힘들었지만, 첫 번째 운동 후에는 설렘과 긍정적인 에너지를 느꼈습니다. 그 이후로 운동은 저의 일상생활의 중요한 부분이 되었고, 건강과 삶의 질을 향상시키는 데 도움이 되었습니다. |

**단어** | **bỡ ngỡ** 어쩔 줄 모르다 | **thể trạng** 신체 상태 | **huấn luyện viên** 트레이너

 # 유형4 인상적인 헬스장 경험

> Bạn hãy kể cho tôi nghe về trải nghiệm đáng nhớ nhất của bạn khi đến phòng tập thể dục hoặc câu lạc bộ sức khỏe. Đó có thể là một trải nghiệm gần đây hoặc thú vị, hay là bất ngờ. Hãy nói thật chi tiết từ đầu đến cuối.
>
> 당신이 헬스장 혹은 헬스클럽에 갔을 때 당신의 가장 기억에 남는 일을 말해주세요. 그것은 최근, 또는 흥미로운 아니면 뜻밖의 경험일 수 있습니다. 처음부터 끝까지 상세하게 말해주세요.

## 발생할 수 있는 인상적인 사건

| | |
|---|---|
| 유명인과 조우 | Tình cờ tập luyện bên cạnh một người nổi tiếng hoặc vận động viên chuyên nghiệp.<br>우연히 유명인이나 프로 운동선수 옆에서 헬스하다 |
| 운동장비 고장 | Sử dụng một thiết bị bị hỏng giữa chừng, gây ra tình huống dở khóc dở cười.<br>고장 난 설비를 사용해서 (운동)중에 반은 울고 반은 웃은 상황이 발생하다 |
| 다친 사람을 구호 | Giúp đỡ một người gặp sự cố hoặc chấn thương, cảm nhận ý nghĩa của việc hỗ trợ người khác.<br>사고를 당하거나 부상을 입은 사람을 돕고, 다른 사람을 돕는 것의 의미를 느낀다 |

## 모범답변

| | |
|---|---|
| 도입 | Một trong những trải nghiệm đáng nhớ nhất của tôi tại phòng tập thể dục xảy ra vào buổi sáng thứ bảy vừa qua. Tôi đến phòng tập sớm để tránh đông người và có thể thoải mái sử dụng các thiết bị. Sau khi khởi động, tôi quyết định chạy bộ trên máy chạy bộ. Khi tôi bắt đầu chạy, mọi thứ diễn ra bình thường. Bên cạnh tôi là một người đàn ông trung niên cũng đang chạy bộ. Chúng tôi chạy cạnh nhau trong vài phút, mỗi người tập trung vào nhịp chạy và âm nhạc trong tai nghe của mình.<br>헬스장에서 가장 기억에 남는 경험 중 하나는 지난 토요일 아침에 일어났습니다. 사람이 붐비는 것을 피하고 편안하게 장비를 이용하기 위해 일찍 헬스장에 갔습니다. 몸을 풀고 나서 런닝머신에서 달리기로 결정했습니다. 저는 달리기 시작했고 모든 것이 일상처럼 흘러갔습니다. 제 옆에는 역시 조깅을 하고 있는 중년 남성이 있었습니다. 우리는 몇 분 동안 나란히 달렸으며 각자 속도와 헤드폰의 음악에 집중했습니다. |

| | |
|---|---|
| 발생한 재미있는 사건 | Đột nhiên, tôi nghe thấy một tiếng rắm rất to từ máy chạy bộ bên cạnh. Tiếng rắm rõ ràng và vang lên khiến tôi không thể không chú ý. Tôi cảm thấy một sự khó xử và phải cố gắng nhịn cười. Tôi nhìn sang người đàn ông bên cạnh, và anh ta cũng đang tỏ vẻ ngại ngùng, nhìn xung quanh xem có ai để ý không. Cố gắng giữ bình tĩnh, tôi tiếp tục chạy bộ và tập trung vào màn hình máy chạy bộ trước mặt. Nhưng mỗi khi nghĩ lại về tiếng rắm, tôi lại muốn phì cười. Tôi quay mặt đi chỗ khác và cắn môi để không bật cười thành tiếng. Mặc dù vậy, tôi vẫn không thể kiềm chế được vài tiếng cười nhỏ và cảm thấy đôi chút áy náy vì có thể làm người đàn ông bên cạnh thấy ngại ngùng hơn.<br>Sau vài phút, không khí trở nên bình thường trở lại, và tôi tiếp tục tập trung vào bài tập của mình. Người đàn ông bên cạnh cũng giữ im lặng và tập trung vào nhịp chạy. Cuối cùng, cả hai chúng tôi hoàn thành buổi tập mà không có thêm sự cố nào nữa.<br>갑자기 옆에 있는 런닝머신에서 아주 시끄러운 방귀 소리가 들렸습니다. 방귀 소리가 너무 선명하고 울려서 주의를 집중할 수밖에 없었습니다. 저는 난처함을 느꼈고 웃지 않으려고 노력해야 했습니다. 옆에 있는 남자를 보니 그 사람도 민망해하는 표정으로 누군가가 관심을 갖고 있는지 주위를 둘러보고 있었습니다. 저는 침착함을 유지하려고 계속 조깅을 하며 제 앞에 있는 런닝머신 화면에 집중했습니다. 그런데 방귀 소리를 생각할 때마다 웃고 싶어졌습니다. 저는 큰 소리로 웃지 않으려고 고개를 돌리고 입술을 깨물었어요. 그럼에도 저는 여전히 작은 웃음을 참지 못했고 옆에 있는 남자를 더 민망하게 만들 수도 있다는 생각에 약간의 죄책감을 느꼈습니다.<br>몇 분이 지나자 분위기는 다시 정상으로 돌아왔고, 저는 계속해서 운동에 집중했습니다. 옆에 있던 남자도 조용히 달리는 데 집중했습니다. 결국 우리 둘 다 별다른 사고 없이 세션을 마쳤습니다. |
| 마무리 | Khi tôi rời phòng tập, tôi không thể không cười thầm khi nghĩ lại khoảnh khắc đó. Đó là một trải nghiệm vừa ngượng ngùng vừa hài hước, khiến tôi nhận ra rằng đôi khi những tình huống bất ngờ có thể làm cho buổi tập thêm phần thú vị và đáng nhớ.<br>헬스장을 나오며 그 순간을 떠올리며 웃음을 참을 수 없었습니다. 어색하면서도 웃긴 경험이었는데, 때로는 예상치 못한 상황이 운동 세션을 더욱 흥미롭고 기억에 남게 만들 수 있다는 사실을 깨닫게 해주었습니다. |

**단어** **nhịn cười** 웃음을 참다 | **tỏ vẻ ngại ngùng** 민망해하다 | **giữ bình tĩnh** 침착함을 유지하다

## 롤플레이 유형2
## 새로 생긴 헬스장에 연락해서 정보 요청

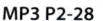

Bây giờ tôi muốn đưa ra một tình huống để bạn diễn kịch bằng tiếng Việt. Bạn hãy lắng nghe, sau đó diễn kịch lại tình huống đó bằng tiếng Việt. Bạn quan tâm đến việc tập thể dục ở phòng tập thể dục hoặc câu lạc bộ sức khỏe mới mở cửa gần đây trong khu vực của bạn. Hãy gọi điện thoại cho người quản lý để hỏi 3 đến 4 câu hỏi để tìm hiểu xem về phòng tập thể dục hoặc câu lạc bộ sức khỏe đó.

지금 제가 베트남어로 당신이 연기하도록 한 상황을 드릴 겁니다. 당신은 잘 듣고나서 이 상황을 베트남어로 재연해보세요. 당신은 최근에 동네에 새로 생긴 헬스장이나 헬스 클럽에서 운동을 하는 것에 관심이 있습니다. 이 헬스장이나 헬스 클럽에 대해 알아보기 위해 매니저에게 전화하여 3–4가지 질문을 해보세요.

### 모범답변

Xin chào, tôi là Hoa. Tôi quan tâm đến việc tập thể dục tại phòng tập thể dục của bạn. Tôi có thể hỏi một vài câu hỏi để tìm hiểu thêm không? Thứ nhất, phòng tập của bạn có những loại thiết bị và máy móc gì? Có đầy đủ các thiết bị như máy chạy bộ, xe đạp tập, và khu vực tập tạ không? Cảm ơn. Thứ hai, phòng tập của bạn có cung cấp các lớp học nhóm như yoga, pilates không? Và lịch học như thế nào? Tuyệt vời. Cuối cùng, cho tôi hỏi về chi phí thành viên và các gói dịch vụ mà phòng tập cung cấp. Có ưu đãi nào cho người đăng ký mới không? Cảm ơn bạn rất nhiều về thông tin. Tôi sẽ xem xét và có thể ghé thăm phòng tập sớm. Chúc bạn một ngày tốt lành!

안녕하세요 호아입니다. 저는 당신의 헬스장에서 운동하는 데 관심이 있습니다. 더 자세히 알아보기 위해 몇 가지 질문을 해도 될까요? 첫째, 당신의 헬스장에는 어떤 종류의 장비와 기계가 있습니까? 런닝머신, 운동용 자전거, 웨이트 트레이닝 공간과 같은 적절한 장비가 있습니까? 감사하다. 둘째, 당신의 헬스장에서는 요가나 필라테스 같은 그룹 수업을 제공합니까? 그리고 수업 일정은 어떻게 되나요? 엄청난. 마지막으로 헬스장에서 제공하는 멤버십 비용과 서비스 패키지에 대해 질문하겠습니다. 신규 가입자에게 인센티브가 있나요? 정보 주셔서 대단히 감사합니다. 생각해보고 곧 헬스장에 방문할 수도 있겠네요. 좋은 하루 보내세요!

**단어** **chi phí thành viên** 멤버십 비용 | **gói dịch vụ** 서비스 패키지

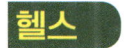 롤플레이 유형3
## 친구와 헬스장에 갈 수 없는 문제 해결

Tôi xin lỗi nhưng có một vấn đề bạn cần giải quyết. Bạn đã hẹn một người bạn của bạn đến phòng tập thể dục hoặc câu lạc bộ sức khỏe mới mở vào chiều nay. Tuy nhiên bạn nhận ra rằng hôm nay bạn sẽ không thể đến đó cùng với bạn của bạn được. Để lại một lời nhắn thoại cho bạn của bạn để giải thích tình huống và đưa ra ba đến bốn giải pháp khác để đặt lại cuộc hẹn.

미안하지만 당신이 해결해야 하는 문제가 하나 있습니다. 오늘 오후에 새로 생긴 헬스장이나 헬스클럽을 방문하기 위해 친구와 약속을 했습니다. 그러나 오늘 친구와 그곳에 갈 수 없다는 것을 알게 되었습니다. 상황을 설명하기 위해 음성 메세지를 남기고 약속을 다시 잡기 위해 3-4가지 대안을 제시하세요.

### 모범답변

Mình là Lan đây. Mình xin lỗi vì phải để lại lời nhắn này, nhưng mình có một tình huống đột xuất xảy ra và hôm nay mình không thể đến phòng tập thể dục mới mở cùng bạn như đã hẹn được. Thật sự mình rất mong chờ buổi tập này, nhưng hiện tại mình cần giải quyết một số việc cá nhân khẩn cấp.
Mình rất mong chúng ta có thể sắp xếp lại cuộc hẹn vào một thời gian khác. Chúng ta có thể hẹn vào chiều mai, cùng thời gian và địa điểm được không? Mình hy vọng ngày mai sẽ thuận tiện cho cả hai chúng ta. Nếu bạn rảnh vào cuối tuần, chúng ta có thể hẹn vào sáng thứ bảy hoặc chủ nhật. Buổi sáng cuối tuần thường thoải mái và không quá đông đúc. Nếu bạn không tiện vào cuối tuần, chúng ta có thể chọn một buổi tối trong tuần tới, sau giờ làm việc. Phòng tập thường mở cửa muộn nên chúng ta vẫn có thể tập luyện thoải mái. Mong bạn thông cảm và mình rất mong nhận được phản hồi của bạn để chúng ta có thể sắp xếp lại thời gian phù hợp. Cám ơn bạn rất nhiều và hy vọng sẽ gặp lại bạn sớm. Chúc bạn một ngày tốt lành!

나 란이야. 이 메시지를 남겨야만 해서 미안해. 오늘 돌발 상황이 생겨서 우리가 약속한 새로 오픈한 헬스장에 갈 수 없게 되었어. 정말 이번 운동을 기대하고 있었는데, 지금 긴급한 개인적인 일을 해결해야 해.
우리 다른 시간에 약속을 다시 잡았으면 해. 내일 오후, 같은 시간과 장소에서 만나는 건 어떨까? 내일이 우리 둘 다 편했으면 좋겠어. 만약 주말에 시간이 된다면, 토요일이나 일요일 아침에 만날 수 있어. 주말 아침은 보통 편하고 헬스장도 붐비지 않으니까. 주말이 어렵다면, 다음 주 중에 퇴근 후 저녁 시간을 선택할 수 있어. 헬스장이 늦게까지 열어서 저녁에도 편하게 운동할 수 있거든. 너의 이해를 바라고, 적절한 시간을 다시 잡을 수 있도록 너의 대답을 받길 바라. 정말 고마워. 곧 다시 보기를 희망해. 좋은 하루 보내!

# 롤플레이 응용 유형
## 친구와의 계획을 수정했던 경험

Vở kịch đã kết thúc rồi ở đây. Bạn đã bao giờ cần điều chỉnh dự định đã có với một người bạn của bạn với lý do nào đó chưa? Ban đầu bạn có dự định làm gì và lý do khiến bạn thay đổi những dự định đó là gì? Hãy nói chi tiết về tình huống đó và kết quả cuối cùng như thế nào?

상황 연극은 이미 종료되었습니다. 당신은 어떤 이유로 당신의 친구와 했던 계획(예정을) 조정해야 했던 적이 있습니까? 처음에는 당신은 무엇을 할 예정이었고 당신이 그 예정을 바꾸게 한 이유가 무엇인가요? 그 상황과 최종 결과가 어떠한지 자세히 말해주세요.

### 모범답변

| 처음 예정 | Có một lần, tôi và bạn thân của tôi, Linh, đã lên kế hoạch đi xem phim vào tối thứ bảy. Chúng tôi đã háo hức chờ đợi bộ phim mới ra mắt và đã đặt vé trước cả tuần để đảm bảo có chỗ ngồi tốt.<br>한 번은 저의 친한 친구인 링과 저는 토요일 저녁에 영화를 보러 갈 계획을 세웠습니다. 저희는 새 영화가 나오기를 간절하게 기다리고 있었고 좋은 자리를 확보하기 위해 일주일 전에 티켓을 예매했습니다. |
|---|---|
| 예정이 바뀐 이유 | Tuy nhiên, vào buổi chiều cùng ngày, tôi nhận được một cuộc gọi từ mẹ báo rằng bà bị ngã và tôi cần đưa đi khám bác sĩ. Mặc dù không quá nghiêm trọng, nhưng tôi vẫn muốn chắc chắn rằng mọi thứ ổn thỏa. Chúng tôi dự định sẽ gặp nhau tại rạp phim lúc 6 giờ chiều, sau đó đi ăn tối tại nhà hàng yêu thích của cả hai.<br>그러나 그날 오후, 어머니로부터 전화를 받았는데, 어머니가 넘어져서 의사에게 모셔 가야 한다는 것이었습니다. 비록 심각하지는 않았지만 그래도 모든 것이 괜찮은지 확인하고 싶었습니다. 우리는 오후 6시에 영화관에서 만나서 그 후에 우리가 가장 좋아하는 레스토랑에 가서 저녁을 먹기로 계획했습니다. |
| 나의 대처 | Khi nhận cuộc gọi từ mẹ, tôi lập tức gọi cho Linh để thông báo tình hình. Tôi giải thích rằng tôi cần đưa mẹ đi khám bác sĩ và có thể sẽ không kịp đến rạp phim đúng giờ. Linh rất thông cảm và hiểu rằng sức khỏe của mẹ tôi là ưu tiên hàng đầu.<br>어머니로부터 전화를 받자마자 저는 즉시 링에게 전화를 걸어 상황을 알렸습니다. 저는 어머니를 병원에 데려가야 하는데 제 시간에 영화관에 가지 못할 수도 있다고 설명했습니다. 링은 어머니의 건강이 최우선이라는 점을 깊이 양해해주고 이해하고 있습니다. |
| 해결 | Chúng tôi quyết định hủy buổi xem phim và thay vào đó sẽ xem lại lịch chiếu để chọn một thời điểm khác trong tuần. Linh cũng đề xuất rằng nếu tôi không thể ra ngoài được, cô ấy có thể ghé qua nhà tôi sau khi tôi đưa mẹ đi khám để cùng xem một bộ phim khác tại nhà và cùng nấu ăn, trò chuyện. |

Sau khi đưa mẹ đi khám và biết rằng bà không sao, tôi gọi lại cho Linh. Cô ấy đến nhà tôi mang theo một số món ăn nhẹ và một bộ phim hài lãng mạn mà cả hai đều thích. Chúng tôi đã có một buổi tối vui vẻ tại nhà, vừa xem phim vừa trò chuyện, và tôi cảm thấy rất biết ơn vì có một người bạn như Linh, người luôn thông cảm và sẵn sàng thay đổi kế hoạch khi cần.

우리는 영화 보는 것을 취소하고 대신 상영 일정을 검토하여 주중에 다른 시간을 선택하기로 결정했습니다. 링은 제가 밖에 나갈 수 없다면 제가 어머니를 병원에 모시고 간 후 우리 집에 들러서 집에서 다른 영화를 함께 보고 함께 요리하고 이야기할 수 있다고 했습니다.

저는 어머니를 의사에게 데려가서 괜찮다는 것을 알고 링에게 다시 전화했습니다. 그녀는 우리 둘 다 좋아하는 간식과 로맨틱 코미디 영화를 가지고 저희 집에 왔습니다. 저희는 집에서 영화를 보고 이야기를 나누며 즐거운 저녁을 보냈습니다. 항상 이해하고 필요할 때 계획을 기꺼이 바꿔주는 링과 같은 친구가 있다는 사실에 매우 감사했습니다.

**단어**  ưu tiên hàng đầu 최우선 | biết ơn 감사함을 느끼다

---

##  고득점 필수 유형1
## 다녔던 헬스클럽이나 헬스장 비교

MP3 P2-29

Bạn hãy so sánh hai phòng tập thể dục hoặc câu lạc bộ sức khỏe khác nhau mà bạn đã sử dụng. Hãy kể cho tôi nghe về cả những điểm tương đồng và khác biệt giữa hai cơ sở này. Bạn thích nơi nào hơn và vì sao?

당신이 이용한 두 개의 다른 헬스장이나 헬스클럽을 비교하십시오. 이 두 시설의 공통점과 차이점에 대해 말해 보세요. 어떤 장소를 더 좋아하고 그 이유는 무엇입니까?

| | |
|---|---|
| 두 개의 헬스장 | Tôi đã từng tập luyện tại hai phòng tập thể dục khác nhau như phòng tập thể dục gần nhà và phòng tập thể dục gần công ty.<br>저는 집 근처 헬스장과 회사 근처 헬스장 등 서로 다른 두 곳의 헬스장에서 운동 했었습니다. |
| 공통점 | Trước hết, nói về điểm tương đồng thì cả hai phòng tập thể dục đều trang bị máy móc và thiết bị tập luyện hiện đại, từ máy chạy bộ đến tạ tay và máy tập cơ bắp. Phòng tập thể dục gần nhà và phòng tập thể dục gần công ty đều có đội ngũ huấn luyện viên chuyên nghiệp, sẵn sàng giúp đỡ và hướng dẫn người tập luyện. Cả hai phòng tập đều có giờ mở cửa linh hoạt, từ sáng sớm đến tối muộn, giúp người tập có thể dễ dàng sắp xếp thời gian luyện tập. |

| | |
|---|---|
| | 우선, 공통점에 대해 말하자면, 두 헬스장 모두 런닝머신부터 덤벨, 근육 훈련 기계에 이르기까지 현대적인 기계와 운동 장비를 갖추고 있습니다. 집 근처 헬스장과 회사 근처 헬스장에는 모두 전문 트레이너 팀이 있어 사람들의 운동을 돕고 지도할 준비가 되어 있습니다. 두 헬스장 모두 이른 아침부터 늦은 저녁까지 유연한 개방 시간을 갖고 있어 회원들이 연습 시간을 쉽게 조정할 수 있습니다. |
| 차이점 | Về sự khác biệt thì phòng tập gần nhà có diện tích rộng rãi, không gian thoáng đãng, với nhiều khu vực tập luyện khác nhau như khu tập tạ, khu cardio và khu yoga trong khi phòng tập thể dục gần công ty có phòng tập nhỏ hơn, không gian hẹp hơn, khiến cho việc tập luyện đôi khi cảm thấy chật chội, đặc biệt vào giờ cao điểm. Thêm vào đó, phòng tập thể dục gần nhà thì cung cấp nhiều dịch vụ và tiện ích hơn như xông hơi, bể bơi, quầy nước uống và khu vực nghỉ ngơi. Còn phòng tập thể dục gần công ty thì chỉ có các tiện ích cơ bản, không có xông hơi hay bể bơi, dịch vụ nước uống cũng hạn chế.<br><br>차이점은 집 근처 헬스장은 공간이 넓고 공기가 잘 통하며 웨이트 트레이닝 공간, 유산소 운동 공간, 요가 공간 등 다양한 운동 공간이 있는 반면, 회사 근처 헬스장은 공간이 좁아 때때로 운동하는데 특히 피크 시간대에는 비좁은 느낌이 듭니다. 또한 집 근처의 헬스장에서는 사우나, 수영장, 음료 카운터, 휴게실 등 더 많은 서비스와 편의 시설을 제공합니다. 회사 근처 헬스장은 기본 편의시설만 있고 사우나나 수영장은 없고 식수 서비스도 제한적입니다. |
| 더 좋아하는 장소와 이유 | Tôi thích phòng tập thể dục gần nhà hơn vì không gian rộng rãi, thoáng đãng và nhiều dịch vụ tiện ích giúp tôi có trải nghiệm tập luyện thoải mái và đầy đủ hơn. Mặc dù phí thành viên cao hơn, nhưng tôi cảm thấy số tiền bỏ ra xứng đáng với những gì mình nhận được. Phòng tập thể dục gần công ty tuy có giá cả hợp lý và phù hợp với những ai chỉ cần một phòng tập cơ bản, nhưng sự chật chội và thiếu tiện ích khiến tôi không cảm thấy thoải mái khi tập luyện ở đó.<br><br>저는 공간이 넓고 바람이 잘 통하며, 편리한 서비스가 많아 더욱 편안하고 충분한 운동 경험을 할 수 있기 때문에 집에서 가까운 헬스장을 선호합니다. 비록 회원비가 더 높지만, 제가 얻은 만큼 돈의 가치를 하는 것처럼 느껴집니다. 회사 근처 헬스장은 가격도 적당하고 기본적인 헬스장만 필요한 분들에게 적합하지만, 좁고 편의시설이 부족해서 운동하기가 불편해요. |

**단어** **trang bị máy móc** 기계 장치 | **giờ mở cửa linh hoạt** 유연한 개방 시간 | **quầy nước uống** 음료 카운터 | **phí thành viên** 회원비

## 고득점 필수 유형2
### 헬스장이나 헬스클럽 관련 이슈

Khi nói chuyện về phòng tập thể dục hoặc câu lạc bộ sức khỏe, những vấn đề nào được đề cập đến? Hãy chọn một trong những vấn đề này. Sau đó bạn hãy cung cấp một số thông tin về vấn đề này và giải thích lý do tại sao nó lại được mọi người đặc biệt quan tâm hoặc chú ý đến.

헬스장이나 헬스클럽 관해 이야기할 때 어떤 이슈가 나오나요? 이슈 들 중 하나를 선택해 주세요. 그런 다음 이 이슈에 대한 정보를 제공하고 이 이슈가 특히 관심이나 주의를 끄는 이유를 설명하세요.

### 모범답변

| 헬스장 관련 이슈 | Khi nói chuyện về phòng tập thể dục hoặc câu lạc bộ sức khỏe, những vấn đề thường được đề cập đến bao gồm trang thiết bị, huấn luyện viên. Trong đó, tôi thấy trang thiết bị và huấn luyện viên là những vấn đề được mọi người đặc biệt quan tâm.<br>헬스장이나 헬스클럽에 대해 이야기할 때 자주 언급되는 이슈에는 장비, 트레이너입니다. 그 중에서도 장비와 트레이너는 사람들이 특히 관심있는 이슈라고 생각합니다. |
|---|---|
| 장비 | Trang thiết bị tại phòng tập thể dục bao gồm máy chạy bộ, máy tập tạ, xe đạp tập và nhiều thiết bị khác giúp người tập luyện đạt được các mục tiêu sức khỏe và thể hình khác nhau. Chất lượng và sự đa dạng của các thiết bị này có ảnh hưởng lớn đến hiệu quả tập luyện của người dùng. Trang thiết bị chất lượng cao và được bảo trì tốt sẽ giảm nguy cơ chấn thương trong quá trình tập luyện. Do đó, khi lựa chọn một phòng tập thể dục hoặc câu lạc bộ sức khỏe, mọi người thường đặc biệt chú ý đến trang thiết bị để đảm bảo rằng họ có thể tập luyện một cách hiệu quả, an toàn và thoải mái.<br>헬스장의 장비에는 운동하는 사람이 다양한 건강 및 피트니스 목표를 달성하는 데 도움이 되는 런닝머신, 웨이트 머신, 운동용 자전거 등과 기타 많은 장비가 포함됩니다. 이러한 장치의 품질과 다양성은 사용자의 운동 효과에 큰 영향을 미칩니다. 고품질의 잘 관리된 장비는 운동 중 부상 위험을 줄여줍니다. 따라서 사람들은 헬스장이나 헬스클럽을 선택할 때 효과적이고 안전하며 편안하게 운동할 수 있도록 장비에 특별한 주의를 기울이는 경우가 많습니다. |
| 트레이너 | Thứ hai, huấn luyện viên là một trong những yếu tố quan trọng mà mọi người thường quan tâm khi nói chuyện về phòng tập thể dục hoặc câu lạc bộ sức khỏe. Huấn luyện viên có chuyên môn và kiến thức sâu rộng về thể hình, dinh dưỡng và các bài tập phù hợp. |

| | |
|---|---|
| | Họ có thể giúp người tập lập kế hoạch tập luyện hiệu quả, tối ưu hóa thời gian và công sức để đạt được mục tiêu sức khỏe. Huấn luyện viên đảm bảo rằng người tập thực hiện các bài tập đúng kỹ thuật, giúp tránh chấn thương và đạt hiệu quả cao nhất. Họ có thể điều chỉnh tư thế và cách thực hiện bài tập để phù hợp với từng cá nhân.<br>둘째, 트레이너는 헬스장이나 헬스클럽에 대해 이야기할 때 사람들이 흔히 관심을 가지는 중요한 요소 중 하나입니다. 트레이너는 피트니스, 영양 및 적절한 운동에 대한 광범위한 전문성과 지식을 갖추고 있습니다. 그들은 운동하는 사람이 효과적인 운동 계획을 세우고 건강 목표를 달성하기 위한 시간과 노력을 최적화하는 데 도움이 될 수 있습니다. 트레이너는 운동가가 올바른 기술로 운동을 수행하도록 하여 부상을 방지하고 최상의 결과를 얻을 수 있도록 돕습니다. 개개인에 맞게 자세와 운동 방법을 조절할 수 있습니다. |
| 마무리 | Tóm lại, khi nói chuyện về phòng tập thể dục, người ta thường nhắc đến các trang thiết bị và huấn luyện viên của phòng tập thể dục mà họ đi tập luyện. Nếu phòng tập có trang thiết bị hiện đại hoặc huấn luyện viên giỏi, thì chủ đề này luôn trở nên sôi nổi và thu hút sự quan tâm của mọi người.<br>요약하자면, 헬스장에 관해 이야기할 때 사람들은 종종 연습하러 가는 헬스장의 장비와 트레이너를 언급합니다. 헬스장에 현대적인 장비가 있거나 훌륭한 트레이너가 있다면 이 주제는 항상 흥미롭고 모든 사람의 관심을 끕니다. |

**단어** **tập luyện** 운동하다, 피트니스하다 | **mục tiêu thể hình** 피트니스 목표 | **kiến thức sâu rộng** 광범위한 지식 | **tối ưu hóa** 최적화 | **công sức** 노력

# Unit 10

## 휴가나 출장 - 집에서 보내는 휴가

### ＊유형별 기출문제 한눈에 보기

휴가나 출장 카테고리에서 집에서 보내는 집에서 보내는 휴가 주제는 국내여행, 해외여행, 거주지 등 여러 주제와 함께 연동하여 답변을 준비하기 좋은 주제로 문제가 어렵지 않아 서베이 항목에서 선택하는 것을 적극 추천하는 주제 중 하나입니다.

| | | |
|---|---|---|
| 유형1 | 현재시제 장소 묘사/종류 설명 | 휴가 때 함께 시간을 보내는 사람들 묘사 |
| 유형2 | 현재시제 활동, 루틴, 단계 | 휴가 때 하는 활동 묘사 |
| 유형3 | 과거시제 최초 혹은 최근 경험 | 최근에 집에서 휴가를 보낸 경험 |
| 유형4 | 과거시제 인상적인 경험 | 인상적인 휴가경험 |
| 롤플 유형1 | 면접관에게 질문하기 | 휴가 때 함께 시간을 보내는 사람에 대해 Mai에게 질문하기 |
| 롤플 유형2 | 상황에 대한 정보 요청 | 휴가 때 공연을 보기 위해 티켓 구매에 필요한 정보 요청 |
| 롤플 유형3 | 문제 상황 설명 및 대안 제시 | 아파서 공연에 못 가게 된 문제 해결 |
| 롤플 응용 유형 | 문제 발생 및 해결에 대한 과거 경험 | 티켓 구매 후 공연에 갈 수 없었던 경험 |
| 고득점 필수 유형1 | 2가지 대상 비교 또는 대조 | 과거와 현재의 휴가 방법 비교 |
| 고득점 필수 유형2 | 사회적 이슈, 최근 소식 및 관심사 | 휴가의 장점과 중요성 |

＊유형5는 난이도 3, 4에서만 출제되며 AL이 목표인 난이도 5, 6에서는 출제되지 않습니다.
＊유형9, 유형10은 난이도 5, 6에서만 출제되며 IH, AL등급 취득에 관건이 되는 문항입니다.

## *기출문제 콤보 파악하기

### 집에서 보내는 휴가 기출문제 COMBO THỨ NHẤT

| 오픽 시험 문항 번호 | 유형 | 기출문제 |
| --- | --- | --- |
| 2번 | 유형1 | 휴가 때 함께 시간을 보내는 사람들 묘사 |
| 3번 | 유형2 | 휴가 때 하는 활동 묘사 |
| 4번 | 유형3 | 최근에 집에서 휴가를 보낸 경험 |

### 집에서 보내는 휴가 기출문제 COMBO THỨ HAI

| 오픽 시험 문항 번호 | | 유형 | 기출문제 |
| --- | --- | --- | --- |
| 5번 | 8번 | 유형1 | 휴가 때 함께 시간을 보내는 사람들 묘사 |
| 6번 | 9번 | 유형3 | 최근에 집에서 휴가를 보낸 경험 |
| 7번 | 10번 | 유형4 | 인상적인 휴가경험 |

### 집에서 보내는 휴가 기출문제 COMBO THỨ BA

| 오픽 시험 문항 번호 | 유형 | 기출문제 |
| --- | --- | --- |
| 11번 | 롤플레이 유형2 | 휴가 때 공연을 보기 위해 티켓 구매에 필요한 정보 요청 |
| 12번 | 롤플레이 유형3 | 아파서 공연에 못 가게 된 문제 해결 |
| 13번 | 롤플레이 응용 유형 | 티켓 구매 후 공연에 갈 수 없었던 경험 |

### 집에서 보내는 휴가 기출문제 COMBO THỨ TƯ

| 오픽 시험 문항 번호 | 유형 | 기출문제 |
| --- | --- | --- |
| 14번 | 고득점 필수 유형1 | 과거와 현재의 휴가 방법 비교 |
| 15번 | 고득점 필수 유형2 | 휴가의 장점과 중요성 |

*14번은 IH, 15번은 AL을 결정짓는 문제이므로 IH, AL을 목표로 하신다면 14,15번을 중점적으로 공략해야 합니다.

### 집에서 보내는 휴가 — 유형1
# 휴가 때 함께 시간을 보내는 사람들 묘사

> Hãy kể cho tôi nghe về những người bạn thích gặp và dành thời gian cùng kỳ nghỉ. Bạn thường có kỳ nghỉ với ai?
>
> 휴가 중에 만나고 싶고 함께 시간을 보내고 싶은 사람들에 대해 말해보세요. 당신은 주로 누구와 함께 휴가를 보내나요?

**모범답변**

| | |
|---|---|
| 가족 | Gia đình luôn đứng ở vị trí hàng đầu trong lòng tôi. Vì công việc, tôi thường phải xa nhà và ít có cơ hội để trò chuyện với gia đình. Vì vậy, mỗi kỳ nghỉ, tôi cố gắng dành thời gian tối đa cho họ. Chúng tôi thường cùng nhau lên kế hoạch cho một kỳ nghỉ dài, đi du lịch hoặc thậm chí chỉ là ở nhà và thư giãn bên nhau. Những khoảnh khắc như ăn tối cùng nhau, chơi game, hoặc thậm chí chỉ là nói chuyện về những điều linh tinh đã giúp tôi cảm thấy hạnh phúc và bình yên.<br><br>저의 마음속엔 언제나 가족이 1순위입니다. 일 때문에 집을 떠나야 하는 경우가 많고, 가족과 대화할 기회가 거의 없습니다. 그래서 휴가마다 그들과 최대한 많은 시간을 보내려고 노력해요. 우리는 보통 함께 긴 휴가를 계획하거나, 여행을 가거나, 단지 집에 머물면서 함께 휴식을 취하기도 합니다. 함께 저녁을 먹고, 게임을 하고, 심지어 잡담을 나누는 순간도 행복하고 평화로운 느낌을 줍니다. |
| 친구 | Không chỉ gia đình mà còn có bạn bè, những người đồng hành với tôi qua nhiều thăng trầm trong cuộc sống. Dù chúng tôi có thể không gặp nhau thường xuyên, nhưng mỗi khi có cơ hội, tôi luôn muốn dành thời gian bên họ trong kỳ nghỉ. Cùng nhau khám phá những địa điểm mới, chia sẻ những trải nghiệm thú vị và tạo ra những kỷ niệm đáng nhớ là những điều tôi luôn mong chờ khi gặp gỡ bạn bè trong kỳ nghỉ.<br><br>가족뿐만 아니라, 인생의 우여곡절을 함께 겪은 저의 동행자인 친구들도 있습니다. 비록 자주 만나지는 못하더라도 기회가 있을 때마다 휴가 중에 함께 시간을 보내고 싶습니다. 함께 새로운 장소를 탐험하고, 흥미로운 경험을 공유하고, 기억에 남는 추억을 만드는 것은 휴가 중에 친구들을 만날 때 항상 기대되는 일입니다. |

**단어** **khoảnh khắc** 순간 | **đồng hành với** ~와 동행하다 | **thăng trầm** 우여곡절

## 집에서 보내는 휴가 — 유형2
### 휴가 때 하는 활동 묘사

**Những hoạt động bạn thích làm với những người bạn đến thăm hoặc gặp khi đi nghỉ là gì?**
휴가 중에 방문하거나 만나는 사람들과 즐겨하는 활동은 무엇입니까?

### 모범답변

| | |
|---|---|
| 도입 | Khi đi nghỉ, tôi thích làm nhiều hoạt động khác nhau với gia đình và bạn bè.<br>휴가 중에는 가족, 친구들과 함께 다양한 활동을 하는 것을 좋아합니다. |
| 가족과 하는 일 | Với gia đình, tôi thường chỉ nghỉ ngơi trong nhà, xem TV, nấu ăn cùng nhau và thực hiện tổng vệ sinh. Chúng tôi thường nấu những món ăn mà mọi người đều yêu thích và cùng nhau xem các bộ phim hoặc chương trình truyền hình thú vị. Những lúc như thế này, cả nhà có dịp quây quần bên nhau, trò chuyện và chia sẻ về cuộc sống. Đôi khi, chúng tôi cũng đi cắm trại ở khu cắm trại gần nhà để thay đổi không khí và tận hưởng thiên nhiên. Đó là những chuyến đi ngắn nhưng rất vui và ý nghĩa, giúp mọi người gắn kết hơn.<br>저는 가족들과 함께 주로 집에서 쉬고, TV를 보고, 함께 요리를 하고, 대청소를 합니다. 우리는 모두가 좋아하는 요리를 자주 만들고, 재미있는 영화나 TV 프로그램도 함께 시청합니다. 이런 때에는 온 가족이 함께 모여 삶에 대해 이야기하고 공유할 수 있는 기회를 갖습니다. 때로는 집 근처 캠핑장에 캠핑을 가서 분위기를 바꾸고 자연을 즐기기도 합니다. 짧지만 매우 재미있고 의미 있는 여행으로, 모두가 더욱 연결될 수 있도록 돕습니다. |
| 친구와 하는 일 | Với bạn bè, tôi thích đi xem phim hoặc tham gia các buổi hòa nhạc của ca sĩ mà chúng tôi yêu thích. Những buổi đi chơi này luôn đầy ắp tiếng cười và những kỷ niệm đáng nhớ. Chúng tôi thường chọn những bộ phim mới ra rạp hoặc những bộ phim được đánh giá cao để xem cùng nhau. Sau khi xem phim, chúng tôi thường ngồi lại quán cà phê để trò chuyện và chia sẻ cảm nhận về bộ phim. Ngoài ra, tham gia các buổi hòa nhạc là một cách tuyệt vời để chúng tôi tận hưởng âm nhạc và cảm nhận không khí sôi động của buổi diễn.<br>친구들과 함께 영화를 보러 가거나 좋아하는 가수의 콘서트에 참석하는 것을 좋아합니다. 이러한 나들이는 항상 웃음과 기억에 남는 추억으로 가득 차 있습니다. 우리는 새로 개봉한 영화나 평점이 높은 영화를 골라 함께 보는 경우가 많습니다. 영화를 본 후 우리는 종종 카페에 앉아 이야기를 나누며 영화에 대한 감상을 나누곤 합니다. 또한 콘서트에 참석하는 것은 음악을 즐기고 공연의 생동감 넘치는 분위기를 느낄 수 있는 좋은 방법입니다. |

**단어** **thực hiện tổng vệ sinh** 대청소를 하다 | **cắm trại** 캠핑하다 | **rèn luyện sức khỏe** 건강을 단련하다 | **gần gũi** 가까워지다

 **집에서 보내는 휴가** 유형3
# 최근에 집에서 휴가를 보낸 경험

> Hãy kể cho tôi nghe về những việc bạn đã làm trong kỳ nghỉ vừa qua ở nhà. Hãy mô tả chi tiết về những gì bạn đã làm từ đầu đến cuối ngày, về tất cả các hoạt động bạn đã làm và tất cả những người bạn đã gặp ngày hôm đó.
> 
> 지난 휴가 동안 집에서 무엇을 했는지 말해주세요. 하루의 시작부터 끝까지 무엇을 했는지, 어떤 활동을 했는지, 그날 만난 모든 사람들에 대해 자세히 설명해주세요.

### 모범답변

| | |
|---|---|
| 도입 | Trong kỳ nghỉ vừa qua ở nhà, tôi đã có một loạt các hoạt động thú vị và bổ ích.<br>집에서의 지난 휴가 동안 흥미롭고 보람 있는 일련의 활동을 가졌습니다. |
| 첫째날 활동 | Buổi sáng đầu tiên, tôi đã quyết định dành thời gian nghỉ ngơi thật nhiều để giảm mệt mỏi từ công việc. Sau khi thức dậy, tôi đã thưởng thức một buổi chiều Netflix và đọc một số truyện tranh mà tôi đã để lâu không đọc. Buổi tối, tôi gặp một vài bạn bè để đi ăn tối và thảo luận về những kế hoạch cho các ngày kỳ nghỉ tiếp theo.<br>첫날 아침에는 업무로 인한 피로를 풀기 위해 푹 휴식을 취하기로 했습니다. 잠에서 깨어난 뒤 넷플릭스 타임을 즐기며 그동안 읽지 않았던 만화책도 읽었습니다. 저녁에는 친구들을 만나 저녁을 먹고 다음 휴가 계획을 논의했습니다. |
| 둘째날 활동 | Sáng sớm ngày thứ hai, tôi bắt đầu thực hiện tổng vệ sinh cho căn nhà của mình. Tôi dọn dẹp, lau chùi và sắp xếp lại những đồ nội thất trong nhà. Buổi trưa, tôi đã tổ chức một bữa trưa nhẹ và tiếp tục làm việc với các công việc sửa sang nhỏ. Buổi chiều, sau khi hoàn thành việc vệ sinh, tôi thưởng thức một buổi spa tại nhà để thư giãn và tận hưởng không gian riêng tư của mình.<br>일찍부터 집 대청소를 시작했습니다. 정리정돈을 하고 쓸고 닦고 집안의 가구를 재배치했습니다. 정오에는 가벼운 점심을 차려 먹고 소규모의 정리정돈 작업을 계속했습니다. 오후에는 청소를 마친 후 집에서 스파를 하며 나만의 프라이빗한 공간을 듬뿍 즐기며 휴식을 취했습니다. |
| 셋째날 활동 | Buổi sáng của ngày thứ ba, tôi đã đi mua sắm ở trung tâm thương mại để mua những món đồ mới cho bản thân. Buổi trưa, tôi đã thưởng thức một bữa trưa ngon và thỏa thích món tráng miệng nổi tiếng ở quán cà phê gần nhà. Buổi chiều, tôi dành thời gian thư giãn và chơi game suốt buổi chiều và buổi tối để tự thưởng cho bản thân sau một ngày mua sắm mệt mỏi. |

Buổi sáng của ngày thứ ba, tôi đã đi mua sắm ở trung tâm thương mại để mua những món đồ mới cho bản thân. Buổi trưa, tôi đã thưởng thức một bữa trưa ngon và thỏa thích món tráng miệng nổi tiếng ở quán cà phê gần nhà. Buổi chiều, tôi dành thời gian thư giãn và chơi game suốt buổi chiều và buổi tối để tự thưởng cho bản thân sau một ngày mua sắm mệt mỏi.

셋째날 아침, 저는 새로운 물건을 사기 위해 쇼핑몰에 쇼핑을 갔습니다. 점심에는 집 근처 카페에서 맛있는 점심을 먹고 유명한 디저트를 실컷 즐겼습니다. 저는 쇼핑으로 지친 하루를 보낸 후 나 자신에게 보상을 주기 위해 오후와 저녁 내내 휴식을 취하고 게임을 하며 시간을 보냈습니다.

**단어** | **lau chùi** 닦다, 걸레질하다 | **sửa sang** 정리정돈 하다 | **thỏa thích** 실컷 즐기다

## 집에서 보내는 휴가 — 유형 4
### 인상적인 휴가 경험

MP3 P2-30

Bạn có thể kể cho tôi về một trải nghiệm bất ngờ, bất thường hoặc hài lòng mà bạn có được khi đi nghỉ được không? Hãy kể về tất cả các chi tiết của trải nghiệm đó. Hãy nói về những gì đã xảy ra và bạn đã ở với ai. Tại sao trải nghiệm đó lại khó quên và đáng nhớ đến vậy?

휴가 중에 겪었던 예상치 못한, 특이하거나 만족스러운 경험에 대해 말씀해주실 수 있나요? 그 경험의 모든 세부 사항에 대해 말해주세요. 무슨 일이 일어났는지, 누구와 함께 있었는지 이야기해 보세요. 그 경험이 왜 그토록 잊히지 않고 기억에 남을까요?

### 모범답변

| | |
|---|---|
| 도입 | Kỳ nghỉ hè vừa qua, tôi không đi du lịch ở nơi nào xa mà chỉ nghỉ ngơi ở nhà.<br>지난 여름휴가에는 멀리 여행도 가지 않고 집에서 그냥 쉬었습니다. |
| 휴가 중에 겪었던 예상치 못한 일 | Buổi tối, khi đang thư giãn trong phòng khách, tôi bất ngờ nghe thấy tiếng pháo hoa nổ vang bên ngoài. Ngay lập tức, tôi chạy ra ngoài để xem pháo hoa. Trời đêm rực rỡ với những ánh sáng lung linh và tiếng pháo hoa vui tai. Tôi rất ngạc nhiên và tự hỏi vì sao lại có pháo hoa.<br>저녁, 거실에서 휴식을 취하고 있는데 갑자기 밖에서 불꽃이 터지는 소리가 들렸습니다. 곧바로 불꽃놀이를 보러 밖으로 뛰쳐나갔습니다. 밤하늘은 반짝이는 불빛과 즐거운 불꽃놀이 소리로 찬란하게 빛났습니다. 저는 매우 놀랐고 왜 불꽃놀이를 하고 있는 지 궁금했습니다. |

| | |
|---|---|
| 지역 축제 | Khi tôi đi đến khu vực phát ra tiếng pháo hoa, tôi mới biết đó là ngày hội trong khu vực tôi đang sống. Điều này thật sự bất ngờ vì tôi không hề biết trước về sự kiện này. Không chỉ có pháo hoa, mà còn có chợ đêm với rất nhiều gian hàng bán đồ ăn, đồ uống, và các sản phẩm thủ công. Không khí nhộn nhịp, đầy vui tươi và phấn khích khiến tôi cảm thấy như đang tham gia một lễ hội lớn. Tôi đã gặp nhiều người hàng xóm, cùng họ chia sẻ niềm vui và thưởng thức các món ăn ngon.<br><br>불꽃놀이가 벌어지는 지역에 가보니 제가 살고 있는 지역의 축제라는 걸 깨달았습니다. 저는 이 행사에 대해 사전에 몰랐기 때문에 정말 놀랐습니다. 불꽃놀이뿐만 아니라 음식, 음료, 수공예품을 판매하는 부스가 많은 야시장도 있습니다. 기쁨과 설렘이 가득한 왁자지껄한 분위기는 마치 큰 축제에 참여하는 듯한 느낌을 주었습니다. 많은 이웃을 만나 기쁨을 나누고 맛있는 음식도 즐겼습니다. |
| 나의 느낌 | Trải nghiệm này thật sự khó quên và đáng nhớ vì tôi không ngờ rằng mình lại có thể tận hưởng một buổi tối thú vị và đầy màu sắc ngay tại nơi mình đang sống. Những khoảnh khắc bất ngờ như thế này làm cho cuộc sống trở nên phong phú và ý nghĩa hơn. Đó là một kỷ niệm đẹp và là minh chứng rằng không cần phải đi xa để có những trải nghiệm đáng nhớ.<br><br>제가 살고 있는 곳에서 흥미롭고 다채로운 저녁을 즐길 수 있을 것이라고는 기대하지 않았기 때문에 이 경험은 정말 잊을 수 없고 기억에 남는 경험이었습니다. 이런 예상치 못한 순간들은 삶을 더욱 풍요롭고 의미 있게 만들어줍니다. 그것은 기억에 남는 경험을 하기 위해 멀리 여행할 필요가 없음을 나타내주는 증거이자 아름다운 추억입니다. |

**단어** **pháo hoa** 불꽃 | **nổ vang** 터져 울리다 | **rực rỡ** 찬란하게 | **tự hỏi** 궁금하다 | **gian hàng** 부스 | **nhộn nhịp** 왁자지껄한

### 집에서 보내는 휴가 — 롤플레이 유형1
### 휴가 때 공연을 보기 위해 티켓 구매에 필요한 정보 요청

MP3 P2-31

Bây giờ tôi muốn đưa ra một tình huống để bạn diễn kịch bằng tiếng Việt. Bạn hãy lắng nghe, sau đó diễn kịch lại tình huống đó bằng tiếng Việt. Bạn đang đi nghỉ và bạn muốn đi xem buổi biểu diễn. Bạn cần hai vé. Hãy gọi điện thoại cho phòng bán vé và hỏi một số câu hỏi để có được tất cả thông tin cần thiết cho việc mua vé.

지금 제가 베트남어로 당신이 연기하도록 한 상황을 드릴 겁니다. 당신은 잘 듣고 나서 이 상황을 베트남어로 재연해 보세요. 당신은 휴가 중이고 공연을 보러 가고 싶습니다. 티켓 2장이 필요합니다. 매표소에 전화를 해서 티켓 구매와 관련된 모든 정보를 얻기 위해 몇 가지 질문을 하세요.

#### 모범답변

Xin chào, đấy là phòng bán vé xem buổi biểu diễn không? Tôi muốn mua hai vé để xem buổi biểu diễn vào tối mai. Chị có thể cho tôi biết còn vé không và giá vé là bao nhiêu không? Thế, vé VIP thì có gì khác biệt không? Cảm ơn chị đã cung cấp thông tin cho. Tôi muốn biết thêm về thời gian bắt đầu buổi biểu diễn và nếu có chỗ đậu xe gần nhà hát không? Cảm ơn chị. Và nếu tôi muốn đặt vé trước, tôi có thể thanh toán bằng thẻ tín dụng không? Tốt quá. Vậy tôi sẽ đặt hai vé VIP cho buổi biểu diễn ngày mai và thanh toán bằng thẻ tín dụng qua điện thoại. Cảm ơn chị. Tạm biệt!

안녕하세요, 거기가 공연 매표소인가요? 내일 저녁 공연을 보기 위해 티켓 두 장을 사고 싶어요. 아직 티켓이 남아 있는지, 가격은 얼마인지 알려주실 수 있나요? 그렇다면 VIP 티켓에는 차이가 있나요? 정보를 제공해 주셔서 감사합니다. 공연 시작 시간과 공연장 근처에 주차장이 있는지 더 알고 싶습니다. 감사합니다. 그리고 티켓을 미리 예약하고 싶은 경우 신용카드로 결제할 수 있나요? 매우 좋네요. 그러면 내일 공연 VIP 티켓 두 장을 예약하고 핸드폰에서 신용카드로 결제하겠습니다. 감사합니다. 안녕히 계세요.

**단어** thanh toán 결제하다

**집에서 보내는 휴가** 롤플레이 유형2
# 아파서 공연에 못 가게 된 문제 해결

Tôi xin lỗi nhưng có một vấn đề bạn cần giải quyết. Thật không may, bạn nhận ra rằng mình bị ốm vào ngày biểu diễn. Hãy gọi điện thoại cho bạn của bạn và kể cho bạn của bạn nghe chuyện gì đã xảy ra. Đưa ra hai giải pháp khác để thay thế cho tình huống này.

미안하지만 당신이 해결해야 하는 문제가 하나 있습니다. 안타깝게도 공연 당일 몸이 아프다는 사실을 깨닫게 됩니다. 친구에게 전화해서 무슨 일이 있었는지 말해주세요. 이 상황에 대해 2가지 대체 대안을 제시하세요.

### 모범답변

Xin chào mình đây. Rất tiếc phải báo cho bạn biết, mình bị ốm vào hôm nay nên không thể đi xem buổi biểu diễn như đã hẹn được. Mình rất mong đợi buổi biểu diễn này, nhưng sức khỏe hiện tại không cho phép. Nhưng không sao, chúng ta có thể sắp xếp lại. Bạn có thể rủ một người khác đi cùng thay mình được không? Mình sẽ nhượng lại vé cho người đó. Nếu không, chúng ta có thể giữ vé và xem buổi biểu diễn khác vào lần tới khi mình khỏe lại. Mình sẽ cố gắng sắp xếp để chúng ta có thể đi cùng nhau. Thật tiếc vì không thể đi hôm nay. Mong bạn thông cảm và chúng ta sẽ có cơ hội khác để tận hưởng buổi biểu diễn. Cảm ơn bạn nhiều nhé!

안녕, 나야. 안타깝지만 너에게 알려줘야만 해. 나 오늘 아파서 약속했던 공연에 갈 수가 없어. 이 공연 정말 기대하고 있었는데, 지금 건강이 허락해주질 않네. 하지만 괜찮아, 우리가 다시 계획을 세울 수 있어. 네가 나 대신에 다른 사람을 데리고 가도 될까? 내가 그 사람에게 티켓을 줄게. 아니면 우리가 티켓을 가지고 있다가 내가 나아지면 다음번에 다른 공연을 같이 보는 것도 좋아. 다음에 꼭 같이 갈 수 있도록 할게. 오늘 못 가게 되어 정말 아쉽다. 이해해주길 바라며 우리가 공연을 즐길 다른 기회가 있을 거야. 정말 고마워 친구야.

**단어** rủ 놀자고 초대하다, 청하다

# 티켓 구매 후 공연에 갈 수 없었던 경험

Vở kịch đã kết thúc rồi ở đây. Bạn đã bao giờ mua vé và lên kế hoạch rồi nhưng nhận ra rằng mình không thể đi xem biểu diễn đó chưa? Điều này xảy ra khi nào và tình huống đó ra sao? Hãy mô tả cho tôi mọi thứ bạn có thể về tình huống này và cho tôi biết bạn đã cố gắng giải quyết vấn đề đó như thế nào.

상황 연극은 이미 종료되었습니다. 티켓을 구매하고 계획을 세웠는데 그 공연에 갈 수 없다는 걸 깨달은 적이 있나요? 언제 이런 일이 일어났으며 상황은 어땠나요? 이 상황에 대해 할 수 있는 모든 것을 설명하고 이를 해결하기 위해 어떻게 노력했는지 알려주세요.

## 모범답변

| | |
|---|---|
| 도입 | Tôi nhớ có một lần đã mua vé và lên kế hoạch chi tiết để đi xem một buổi biểu diễn ca nhạc của ban nhạc yêu thích. Đó là một buổi biểu diễn được tổ chức vào cuối tuần và tôi đã chuẩn bị rất kỹ lưỡng từ việc mua vé sớm, lên lịch trình, đến cả việc sắp xếp phương tiện đi lại. Tôi đã rủ thêm một vài người bạn thân cùng đi để trải nghiệm buổi biểu diễn này.<br>한번은 티켓을 사서 제가 좋아하는 밴드의 음악 공연을 보러 갈 세부 계획을 세웠던 기억이 납니다. 주말에 열리는 공연이었는데, 일찍 티켓을 구매하고, 일정을 계획하고, 교통수단을 마련하는 것까지 정말 꼼꼼하게 준비했어요. 저는 이 공연을 경험하기 위해 친한 친구 몇 명을 초대했습니다. |
| 공연에<br>갈 수 없었던<br>이유 | Tuy nhiên, chỉ một tuần trước ngày diễn ra sự kiện, tôi nhận được thông báo từ công ty về một cuộc họp quan trọng không thể bỏ qua vào đúng ngày diễn ra buổi biểu diễn. Vì tính chất quan trọng của cuộc họp, tôi không thể từ chối hay sắp xếp lại được. Cảm giác thất vọng và tiếc nuối bao trùm lấy tôi. Tôi phải nghĩ cách giải quyết vấn đề này.<br>그런데 행사 일주일 전, 회사로부터 공연 당일 빠질 수 없는 중요한 미팅이 있다는 통보를 받았습니다. 회의의 중요성 때문에 저는 회의를 거부하거나 일정을 변경할 수 없었습니다. 실망감과 안타까움이 저를 압도했습니다. 이 문제를 해결할 방법을 생각해야 했습니다. |
| 나의 대처 | Đầu tiên, tôi liên hệ với ban tổ chức buổi biểu diễn để hỏi về chính sách hoàn vé hoặc chuyển nhượng vé cho người khác. Rất may, ban tổ chức cho phép chuyển nhượng vé, vì vậy tôi đã đăng thông tin vé lên mạng xã hội và các trang web trao đổi vé để tìm người mua lại. Sau một vài ngày, tôi đã tìm được một người bạn của bạn mình muốn mua lại vé và chúng tôi nhanh chóng thực hiện giao dịch. |

Dù không thể đi xem buổi biểu diễn như kế hoạch, tôi cảm thấy nhẹ nhõm vì không để lãng phí vé và cũng giúp được người khác có cơ hội thưởng thức buổi biểu diễn. Cuối cùng, vào ngày diễn ra buổi biểu diễn, tôi tập trung vào công việc và cuộc họp mà mình không thể bỏ qua.

먼저 공연 주최측에 연락해 티켓 환불이나 티켓 타인 양도 정책에 대해 문의했습니다. 다행히 주최측에서 티켓 양도를 허용해주어서 구매자를 찾기 위해 SNS와 티켓 교환 사이트에 티켓 정보를 올렸습니다. 며칠 후 티켓을 구매하고 싶어하는 저의 친구의 친구를 찾을 수 있었고 우리는 신속하게 티켓을 거래했습니다. 비록 예정대로 공연을 관람하지는 못했지만, 티켓을 낭비하지 않고 다른 분들도 공연을 즐길 수 있는 기회가 있도록 도와준 것 같아 안도감을 느꼈습니다. 공연 당일에는 놓칠 수 없는 업무와 회의에 집중했습니다.

**단어**  **tính chất quan trọng** 중요성 | **bao trùm** 압도하다 | **chuyển nhượng** | 양도하다 | **nhẹ nhõm** 안도감을 느끼다

## 집에서 보내는 휴가
### 고득점 필수 유형 1
### 과거와 현재의 휴가 방법 비교

MP3 P2-32

Bạn hãy giải thích về cách hầu hết mọi người chọn dành thời gian đi nghỉ ở nước bạn. Hãy so sánh điều này với cách mọi người có kỳ nghỉ khi bạn còn nhỏ. Có phải cách đi nghỉ đã thay đổi không? Làm thế nào và vì sao cách đi nghỉ lại thay đổi ngày nay?

당신의 나라에서 대부분의 사람들이 휴가 시간을 어떻게 보내기로 설명해주세요. 이것을 당신이 어렸을 때 사람들이 어떻게 휴가를 보냈는지 비교해 보세요. 휴가를 가는 방식이 바뀌었나요? 오늘날 휴가 스타일은 어떻게, 왜 변화하고 있습니까?

### 모범답변

**오늘날 사람들이 휴가를 보내는 방법**

Ngày nay, hầu hết mọi người ở nước tôi thường chọn các điểm đến nổi tiếng với dịch vụ du lịch phát triển và nhiều hoạt động giải trí khi đi nghỉ. Các khu nghỉ dưỡng, bãi biển, thành phố lớn, và du lịch nước ngoài như Nhật Bản, đảo Guam, Thái Lan, và châu Âu đều rất phổ biến. Mọi người thường lên kế hoạch kỹ lưỡng, đặt phòng khách sạn trước và chọn những chuyến bay giá rẻ để tiết kiệm chi phí.

요즘 우리나라 대부분의 사람들은 휴가 때 관광 서비스가 발달하고 다양한 엔터테인먼트 활동을 즐길 수 있는 유명한 여행지를 선택하는 경우가 많습니다. 리조트, 해변, 대도시, 일본, 괌, 태국, 유럽 등 해외여행이 모두 매우 보편적입니다. 사람들은 종종 신중하게 계획을 세우고, 호텔 객실을 미리 예약하고, 비용을 절약하기 위해 저렴한 항공권을 선택합니다.

| | |
|---|---|
| 어렸을 때 사람들이 휴가를 보내는 방법 | Khi tôi còn nhỏ, cách đi nghỉ có phần khác biệt. Gia đình thường chọn các điểm du lịch gần nhà, như về quê thăm người thân hoặc đến những khu du lịch sinh thái yên tĩnh. Những chuyến đi này thường không đòi hỏi nhiều kế hoạch phức tạp và chi phí cũng thấp hơn. Du lịch nước ngoài khi đó ít phổ biến hơn do chi phí cao và thủ tục phức tạp.<br><br>제가 어렸을 때 휴가를 가는 방법은 좀 달랐습니다. 가족은 고향에 친척을 방문하거나 조용한 생태관광지로 가는 등 집에서 가까운 관광지를 선택하는 경우가 많았습니다. 이러한 여행은 대개 복잡한 계획이 필요하지 않으며 비용도 저렴합니다. 해외 여행은 높은 비용과 복잡한 절차로 인해 보편적이지 않았습니다. |
| 휴가 스타일의 변화 | Cách đi nghỉ thay đổi phần lớn nhờ vào sự phát triển của công nghệ thông tin và internet, giúp việc lên kế hoạch và đặt chỗ trở nên dễ dàng hơn. Kinh tế tăng trưởng và thu nhập cải thiện cũng cho phép mọi người du lịch xa hơn và thường xuyên hơn.<br><br>Hãng hàng không giá rẻ làm cho việc di chuyển thuận tiện và tiết kiệm hơn. Ngoài ra, mọi người ngày càng coi trọng việc cân bằng giữa công việc và cuộc sống, do đó họ dành nhiều thời gian hơn cho du lịch và nghỉ ngơi để tái tạo năng lượng và trải nghiệm cuộc sống.<br><br>휴가를 가는 방식은 정보 기술과 인터넷의 발전으로 인해 크게 바뀌었고, 이로 인해 계획 세우기와 예약이 더욱 쉬워졌습니다. 경제 성장과 소득 향상으로 인해 사람들은 더 멀리, 더 자주 여행할 수 있게 되었습니다. 저가항공은 이동을 더욱 편리하고 경제적으로 만들어줍니다. 또한 일과 삶의 균형을 중시하는 사람들이 늘어나면서 에너지를 충전하고 삶의 경험을 위해 여행과 휴식에 더 많은 시간을 들이고 있습니다. |

**단어** hoạt động giải trí 엔터테인먼트 활동 | khu du lịch sinh thái 생태관광지 | thủ tục 절차 | tái tạo năng lượng 에너지를 충전하다

## 집에서 보내는 휴가
### 고득점 필수 유형2
### 휴가의 장점과 중요성

MP3 P2-32

> Các chuyên gia tin rằng kỳ nghỉ là điều quan trọng đối với tất cả mọi người. Hãy nói chuyện về lợi ích và tầm quan trọng của kỳ nghỉ đối với các mối quan hệ giữa con người, sự phát triển cá nhân và sức khỏe của một người.
>
> 전문가들은 휴가가 모든 사람에게 중요하다고 믿습니다. 휴가가 인간관계, 자기계발, 건강에 미치는 이점과 중요성에 대해 이야기해 보세요.

### 모범답변

| | |
|---|---|
| 도입 | Theo tôi kỳ nghỉ là quan trọng đối với tất cả mọi người vì nó mang lại nhiều lợi ích cho các mối quan hệ giữa con người, sự phát triển cá nhân và sức khỏe của một người.<br><br>저의 생각에 휴가는 인간 관계, 개인 발전 및 건강에 많은 이점을 가져오기 때문에 모든 사람에게 중요합니다. |
| 인간관계의 이점 | Trước hết, kỳ nghỉ giúp cải thiện các mối quan hệ giữa con người. Khi có thời gian nghỉ ngơi, mọi người có thể dành nhiều thời gian hơn cho gia đình và bạn bè. Những khoảnh khắc cùng nhau du lịch, khám phá những địa điểm mới, và trải nghiệm các hoạt động thú vị giúp gắn kết các mối quan hệ. Ngoài ra, kỳ nghỉ cũng giúp giảm căng thẳng trong các mối quan hệ, bởi khi mọi người không phải lo lắng về công việc, họ có thể tập trung vào việc tận hưởng thời gian bên nhau.<br><br>우선, 휴가는 사람들 간의 관계 개선에 도움이 됩니다. 사람들은 쉴 시간이 있으면 가족, 친구들과 더 많은 시간을 보낼 수 있습니다. 함께 여행하고, 새로운 장소를 탐험하고, 흥미로운 활동을 경험하는 순간은 관계를 강화하는 데 도움이 됩니다. 또한, 휴가는 사람들이 일에 대해 걱정할 필요 없이 서로의 곁에서 시간을 보내는 데 집중할 수 있기 때문에 관계의 스트레스를 줄이는 데도 도움이 됩니다. |
| 자기계발의 이점 | Kỳ nghỉ cũng có tầm quan trọng lớn đối với sự phát triển cá nhân. Khi du lịch đến những địa điểm mới, con người có cơ hội trải nghiệm những văn hóa, phong tục và lối sống khác nhau. Điều này mở rộng tầm nhìn và hiểu biết, giúp họ phát triển kỹ năng giao tiếp và khả năng thích ứng.<br><br>휴가는 개인 발전에도 매우 중요합니다. 사람들은 새로운 장소를 여행할 때 다양한 문화, 관습, 생활 방식을 경험할 기회를 갖습니다. 이를 통해 시야와 이해력이 넓어지고 의사소통 기술과 적응력을 개발하는 데 도움이 됩니다. |

| **건강에 미치는 이점** | Về sức khỏe, kỳ nghỉ có tác động tích cực rõ rệt. Nghỉ ngơi giúp giảm căng thẳng và lo âu, cải thiện tâm trạng và tăng cường sức khỏe tinh thần. Khi không phải đối mặt với áp lực công việc và cuộc sống hàng ngày, cơ thể và tâm trí có thời gian để phục hồi và tái tạo năng lượng. Điều này không chỉ giúp cải thiện chất lượng giấc ngủ mà còn tăng cường hệ miễn dịch, giảm nguy cơ mắc các bệnh liên quan đến căng thẳng như bệnh tim mạch và trầm cảm. |

건강 측면에서 휴가는 명확한 긍정적인 영향을 미칩니다. 휴식은 스트레스와 불안을 줄이고 기분을 개선하며 정신 건강을 증진하는 데 도움이 됩니다. 일과 일상생활의 압박에 직면하지 않을 때 몸과 마음은 에너지를 회복하고 재생하는 시간을 갖습니다. 이는 수면의 질을 향상시키는 데 도움이 될 뿐만 아니라 면역체계를 강화시켜 심혈관 질환, 우울증 등 스트레스 관련 질환의 위험을 줄여줍니다.

**단어** | **lợi ích** 이점 | **phong tục** 관습 | **tác động** 영향 | **đối mặt với** ~에 직면하다 | **chất lượng giấc ngủ** 수면의 질 | **hệ miễn dịch** 면역체계

# Unit 11 휴가나 출장 - 국내여행

## *유형별 기출문제 한눈에 보기

휴가나 출장 카테고리에서 국내여행 주제는 해외여행, 집에서 보내는 휴가 등과 함께 연동하여 답변을 준비하기 좋은 주제로 문제가 어렵지 않아 서베이 항목에서 선택하는 것을 적극 추천하는 주제 중 하나입니다.

| | | | |
|---|---|---|---|
| 유형1 | 현재시제 장소 묘사/종류 설명 | 즐겨가는 여행지와 좋아하는 이유 묘사 | |
| 유형2 | 현재시제 활동, 루틴, 단계 | 여행을 준비하는 절차 | |
| 유형3 | 과거시제 최초 혹은 최근 경험 | 어렸을 때 갔던 여행 경험 | |
| 유형4 | 과거시제 인상적인 경험 | 인상적인 여행 경험 | |
| 롤플 유형1 | 면접관에게 질문하기 | 베트남 여행을 좋아하는 상대에게 질문하기 | |
| 롤플 유형2 | 상황에 대한 정보 요청 | 여행사에 연락해서 서울 여행에 필요한 정보 요청 | |
| 롤플 유형3 | 문제 상황 설명 및 대안 제시 | 환불 안 되는 티켓 문제 해결 | 원하는 날 여행을 할 수 없는 문제 해결 |
| 롤플 응용 유형 | 문제 발생 및 해결에 대한 과거 경험 | 휴가 계획을 세우다가 어려움이 있었던 경험 설명 | |
| 고득점 필수 유형1 | 2가지 대상 비교 또는 대조 | 과거와 현재의 여행 비교 | |
| 고득점 필수 유형2 | 사회적 이슈, 최근 소식 및 관심사 | 여행 관련 이슈 및 해결책 | |

*유형5는 난이도 3, 4에서만 출제되며 AL이 목표인 난이도 5, 6에서는 출제되지 않습니다.
*유형9, 유형10은 난이도 5, 6에서만 출제되며 IH, AL등급 취득에 관건이 되는 문항입니다.

## ✱ 기출문제 콤보 파악하기

### 국내 여행 기출 문제 COMBO THỨ NHẤT

| 오픽 시험 문항 번호 | 유형 | 기출문제 |
|---|---|---|
| 2번 | 유형1 | 즐겨 가는 여행지와 좋아하는 이유 묘사 |
| 3번 | 유형2 | 여행을 준비하는 절차 |
| 4번 | 유형3 | 어렸을 때 갔던 여행 경험 |

### 국내 여행 기출 문제 COMBO THỨ HAI

| 오픽 시험 문항 번호 | | 유형 | 기출문제 |
|---|---|---|---|
| 5번 | 8번 | 유형1 | 즐겨가는 여행지와 좋아하는 이유 묘사 |
| 6번 | 9번 | 유형3 | 여행을 준비하는 절차 |
| 7번 | 10번 | 유형4 | 인상적인 여행 경험 |

### 국내 여행 기출 문제 COMBO THỨ BA

| 오픽 시험 문항 번호 | 유형 | 기출문제 | |
|---|---|---|---|
| 11번 | 롤플레이 유형2 | 여행사에 연락해서 서울여행에 필요한 정보 요청 | |
| 12번 | 롤플레이 유형3 | 환불 안 되는 티켓 문제 해결 | 원하는 날 여행을 할 수 없는 문제 해결 |
| 13번 | 롤플레이 응용 유형 | 휴가 계획을 세우다가 어려움이 있었던 경험 설명 | |

### 국내 여행 기출 문제 COMBO THỨ TƯ

| 오픽 시험 문항 번호 | 유형 | 기출문제 |
|---|---|---|
| 14번 | 고득점 필수 유형1 | 과거와 현재의 여행 비교 |
| 15번 | 고득점 필수 유형2 | 여행 관련 이슈 및 해결책 |

✱14번은 IH, 15번은 AL을 결정짓는 문제이므로 IH, AL을 목표로 하신다면 14,15번을 중점적으로 공략해야 합니다.

## 좋아하는 여행지와 좋아하는 이유 묘사

Hãy nói về một số địa điểm bạn thích đi du lịch và lý do tại sao bạn thích đến đó.
당신이 여행을 즐기는 몇몇 장소와 그곳을 좋아하는 이유들을 말해주세요.

### 답변 구성 핵심 표현

| | |
|---|---|
| 서울 | Thủ đô năng động, nhiều điểm tham quan văn hóa và lịch sử, cũng như các khu mua sắm hiện đại và ẩm thực phong phú<br>역동적인 수도, 수많은 문화 및 역사적 명소, 현대적인 쇼핑지구 및 풍부한 요리 |
| 부산 | Thành phố cảng nổi tiếng với bãi biển Haeundae, chợ cá Jagalchi và nhiều nhà hàng hải sản tươi ngon<br>해운대 해변, 자갈치 시장, 신선한 해산물 레스토랑으로 유명한 항구도시 |
| 전주 | Thành phố nổi tiếng với ẩm thực truyền thống Hàn Quốc, đặc biệt là món bibimbap và khu làng cổ Hanok Village<br>전통 한식, 특히 비빔밥과 고대 한옥마을로 유명한 도시 |

### 모범답변

| | |
|---|---|
| 제주도 개괄 설명 | Đảo Jeju, còn được gọi là "Hawaii của Hàn Quốc," là hòn đảo lớn nhất và nổi tiếng nhất của Hàn Quốc. Đây là điểm đến lý tưởng cho những ai muốn tận hưởng cảnh quan thiên nhiên tuyệt đẹp và các hoạt động ngoài trời.<br>"한국의 하와이"라고도 알려진 제주도는 한국에서 가장 크고 유명한 섬입니다. 이곳은 아름다운 자연 경관과 야외 활동을 즐기고 싶은 사람들에게 이상적인 장소입니다. |
| 제주도의 유명한 것 | Jeju nổi tiếng với núi Hallasan, ngọn núi lửa cao nhất Hàn Quốc, và các thác nước tuyệt đẹp như thác Cheonjiyeon và thác Jeongbang. Những cảnh quan này mang lại cảm giác thư thái và yên bình.<br>제주는 우리나라에서 가장 높은 화산인 한라산과 천지연폭포, 정방폭포 등 아름다운 폭포로 유명합니다. 이러한 풍경은 휴식과 평화를 가져다줍니다. |
| 제주의 해변 | Jeju có nhiều bãi biển tuyệt đẹp với cát trắng mịn và nước biển trong xanh như bãi biển Hyeopjae và bãi biển Jungmun. Đây là nơi lý tưởng để tắm nắng, bơi lội và tham gia các hoạt động thể thao dưới nước. |

| | |
|---|---|
| | 제주에는 협재 해수욕장, 중문 해수욕장 등 고운 백사장과 맑고 푸른 바닷물이 어우러진 아름다운 해변이 많습니다. 이곳은 일광욕, 수영, 수상 스포츠 활동에 참여하기에 이상적인 장소입니다. |
| 제주의 문화 | Jeju có văn hóa và phong tục riêng biệt, với các truyền thuyết và câu chuyện dân gian hấp dẫn. Các khu chợ địa phương và làng dân tộc như làng dân gian Seongeup mang đến cái nhìn sâu sắc về cuộc sống và văn hóa của người dân đảo Jeju. Từ đi bộ leo núi trên đường mòn Olle đến thám hiểm các hang động như hang Manjanggul, Jeju cung cấp nhiều hoạt động thú vị cho những người yêu thích phiêu lưu và khám phá.<br>제주에는 흥미로운 전설과 설화 등 독특한 문화와 풍습이 있습니다. 지역 시장과 성읍민속촌과 같은 민속마을에서는 제주도민의 삶과 문화에 대한 깊은 시각을 가져다줍니다. 올레길 하이킹부터 만장굴과 같은 동굴 탐험까지, 제주는 모험과 발견을 사랑하는 사람들을 위한 다양한 흥미로운 활동을 제공합니다. |

**단어** **cảnh quan thiên nhiên** 자연 경관 | **hoạt động ngoài trời** 야외 활동 | **tắm nắng** 일광욕 | **truyền thuyết** 전설

**국내여행** 유형2 **여행 준비 절차**　　MP3 P2-33

Hãy kể cho tôi nghe về một số bước bạn thực hiện để chuẩn bị cho chuyến du lịch.
여행을 준비하는 몇 가지 절차들을 설명하세요.

**답변 구성 핵심 표현**

| | |
|---|---|
| 서류 준비 | chuẩn bị các giấy tờ cần thiết, điều này bao gồm kiểm tra hộ chiếu, thị thực (nếu cần), vé máy bay, và các giấy tờ xác nhận đặt chỗ ở<br>서류를 준비한다 여기에는 여권, 비자(필요한 경우), 항공권, 숙박 예약 확인 서류 확인이 포함된다 |
| 필요 물건 리스트 작성 및 짐 챙기기 | lập danh sách đồ dùng cần mang theo 가져갈 물건 목록을 작성한다<br>chuẩn bị các vật dụng cá nhân như đồ vệ sinh cá nhân, thuốc men (nếu cần), và các thiết bị điện tử như điện thoại, máy ảnh, và sạc pin 세면도구, 약(필요한 경우) 등 개인 물품과 휴대폰, 카메라, 배터리 충전기 등 전자 기기를 준비한다 |
| 날씨 체크 | kiểm tra thời tiết tại điểm đến để biết nên mang theo quần áo gì<br>어떤 옷을 가져갈지 알아보기 위해 목적지의 날씨를 확인한다 |

| | |
|---|---|
| **모범답변** | |
| 도입 | Trước khi thực hiện chuyến du lịch, tôi luôn chuẩn bị kỹ lưỡng để đảm bảo mọi thứ diễn ra suôn sẻ và có một kỳ nghỉ thú vị.<br>여행을 떠나기 전, 저는 모든 일이 순조롭게 진행되고 즐거운 휴가를 보낼 수 있도록 항상 꼼꼼하게 준비합니다. |
| 여행 계획 | Đầu tiên, tôi lên kế hoạch chi tiết cho chuyến đi. Điều này bao gồm việc chọn địa điểm, xác định thời gian đi và quay lại, và đặt vé máy bay hoặc vé tàu. Tôi thường nghiên cứu các điểm đến, xem xét những điểm tham quan nổi bật, và lập danh sách những hoạt động mà tôi muốn trải nghiệm. Việc này giúp tôi có một cái nhìn tổng quan và biết mình cần chuẩn bị gì.<br>먼저 여행을 구체적으로 계획합니다. 여기에는 목적지 선택, 출발 및 돌아오는 시간 결정, 비행기 또는 기차표 예약이 포함됩니다. 저는 종종 여행지를 조사하고, 인기 명소를 확인하고, 경험하고 싶은 활동 목록을 만듭니다. 이를 통해 개요를 파악하여 무엇을 준비해야 하는지 알 수 있습니다. |
| 예약 | Tiếp theo, tôi đặt chỗ ở trước. Tùy vào ngân sách và sở thích, tôi có thể chọn khách sạn, nhà nghỉ hoặc homestay(lưu trú nhà dân). Tôi thường kiểm tra đánh giá và bình luận từ những khách hàng trước đó để đảm bảo chỗ ở có chất lượng tốt và phù hợp với nhu cầu của mình.<br>다음으로 미리 숙소를 예약합니다. 예산과 선호도에 따라 호텔, 모텔, 홈스테이를 선택할 수 있습니다. 저는 숙소의 품질이 좋고 내 요구에 적합한지 확인하기 위해 이전 고객의 평점과 리뷰를 자주 확인합니다. |
| 재차 확인 | Trước khi lên đường, tôi kiểm tra kỹ lưỡng mọi thứ một lần nữa để đảm bảo không bỏ sót bất kỳ thứ gì. Tôi sắp xếp hành lý gọn gàng và kiểm tra lại các giấy tờ, vé, và thông tin chuyến đi. Tôi cũng kiểm tra lại các điều khoản bảo hiểm du lịch, nếu có, để đảm bảo rằng mình được bảo vệ trong suốt chuyến đi. Bằng cách chuẩn bị kỹ lưỡng từng bước, tôi có thể tận hưởng chuyến du lịch của mình một cách trọn vẹn và không phải lo lắng về những rắc rối không mong muốn.<br>떠나기 전에 저는 아무것도 놓친 것이 없는지 확인하기 위해 모든 것을 다시 한번 확인합니다. 짐을 깔끔하게 정리하고 서류와 티켓, 여행 정보를 확인합니다. 저는 또한 여행 내내 보호를 받을 수 있는지 확인하기 위해 여행 보험 약관을 다시 한번 확인합니다. 각 단계를 신중하게 준비함으로써 여행을 최대한 즐길 수 있으며 원치 않는 문제에 대해 걱정할 필요가 없습니다. |

**단어** ▎diễn ra suôn sẻ 순조롭게 진행되다 ▎nổi bật 눈에 띄다 ▎ngân sách 예산 ▎bình luận 리뷰

 국내여행 유형3 **어렸을 때 갔던 여행**

> Hãy suy nghĩ về một số chuyến du lịch mà bạn đã đi khi bạn còn nhỏ. Hãy kể cho tôi nghe bạn đã đi du lịch ở đâu và với ai và những điều bạn đã thấy trong chuyến đi.
>
> 어렸을 때 당신이 갔던 여행들을 떠올려 보세요. 당신이 어디를 갔고 누구와 함께였으며 여행 중에 당신이 봤던 것들을 설명해 주세요.

### 모범답변

| | |
|---|---|
| 도입 | Khi tôi còn nhỏ, cả gia đình tôi đi du lịch ở thành phố Gyeongju. Gyeongju là một thành phố lịch sử ở Hàn Quốc, nổi tiếng với nhiều di tích văn hóa và lịch sử quan trọng. Chúng tôi khởi hành vào sáng sớm từ Seoul, và sau vài giờ di chuyển bằng ô tô, chúng tôi đến Gyeongju.<br><br>제가 어렸을 때 온 가족이 경주로 여행을 떠났습니다. 경주는 한국의 역사적인 도시로 많은 중요한 문화 및 역사적 유적지로 유명합니다. 아침 일찍 서울에서 출발해 차로 몇 시간을 달려 경주에 도착했습니다. |
| 첫 번째로 갔던 곳 | Điểm dừng chân đầu tiên của chúng tôi là Bulguksa, một ngôi chùa cổ kính và là Di sản Thế giới của UNESCO. Tôi nhớ mình đã bị cuốn hút bởi kiến trúc tuyệt đẹp và bầu không khí yên bình của ngôi chùa. Chúng tôi dạo quanh các khu vực của chùa, ngắm nhìn các tượng Phật và các tác phẩm điêu khắc tinh xảo. Đặc biệt, tôi rất ấn tượng với Dabotap(tháp Dabo) và Seokgatap(tháp Seokga), hai công trình kiến trúc đặc trưng của Bulguksa.<br><br>우리의 첫 번째 목적지는 고대 사찰이자 유네스코 세계문화유산으로 지정된 불국사였습니다. 사찰의 아름다운 건축물과 평화로운 분위기에 매료되었던 기억이 납니다. 우리는 사원 지역을 돌아다니며 불상과 정교한 조각품을 감상했습니다. 특히 불국사의 특징적인 건축물인 다보탑과 석가탑은 매우 인상적이었습니다. |
| 두 번째로 갔던 곳 | Sau đó, chúng tôi tiếp tục hành trình đến Seokguram, một hang động nổi tiếng với tượng Phật khổng lồ bằng đá. Đường lên Seokguram khá dốc và quanh co, nhưng cảnh quan thiên nhiên xung quanh thật sự rất đẹp, với những hàng cây xanh mướt và không khí trong lành. Khi đến nơi, tôi cảm thấy rất kỳ diệu khi nhìn thấy tượng Phật ngồi lặng yên trong hang động, trông thật uy nghi và thanh tịnh.<br><br>이어서 우리는 거대한 석불상으로 유명한 동굴인 석굴암으로 여행을 계속했습니다. 석굴암으로 가는 길은 꽤 가파르고 구불구불하지만, 푸른 나무들이 줄지어 있고 공기가 맑아 주변의 자연 경관이 정말 아름답습니다. 도착했을 때 동굴 속에 조용히 앉아 있는 불상이 너무나 웅장하고 평화로워 보이는 것을 보고 정말 신묘한 느낌이 들었습니다. |

| | |
|---|---|
| 나의 느낌 | Chuyến đi đến Gyeongju cùng gia đình đã để lại trong tôi nhiều kỷ niệm đẹp và sâu sắc. Tôi không chỉ học được nhiều điều về lịch sử và văn hóa Hàn Quốc mà còn có thời gian quý báu bên gia đình, cùng nhau khám phá và trải nghiệm những điều mới mẻ. Những hình ảnh và cảm xúc từ chuyến đi đó vẫn còn sống động trong tâm trí tôi, nhắc nhở tôi về sự quan trọng của việc trân trọng và ghi nhớ những khoảnh khắc đáng nhớ trong cuộc sống.<br><br>가족과 함께한 경주 여행은 저에게 아름답고 깊은 추억을 많이 남겼습니다. 한국의 역사와 문화에 대해 많은 것을 배웠을 뿐만 아니라 가족과 함께 새로운 것을 탐구하고 경험하는 소중한 시간을 가졌습니다. 그 여행의 이미지와 느낌은 아직도 저의 마음 속에 생생하며, 인생에서 기억에 남는 순간을 소중히 여기고 기억하는 것의 중요성을 일깨워줍니다. |

**단어** di tích văn hóa và lịch sử 문화 및 역사적 유적지 | cổ kính 그대의 | dạo quanh 돌아다니다 | khổng lồ 거대한 | kỳ diệu 신묘한 | lặng yên 조용한 | uy nghi 웅장한 | thanh tịnh 평화로운, 평탄한

 **국내여행** 유형4 **인상적인 여행 경험**  `MP3 P2-33`

Du lịch đến những nơi khác nhau có thể mang lại nhiều trải nghiệm thú vị và bất ngờ. Hãy mô tả cho tôi một trải nghiệm du lịch khá đáng nhớ của bạn. Bắt đầu bằng cách giải thích cho tôi điều này xảy ra khi nào, bạn ở đâu và ai đi cùng bạn. Tiếp theo hãy kể cho tôi nghe về những điều khiến trải nghiệm đó trở nên đáng nhớ.

여러 다른 장소로의 여행은 흥미롭거나 놀라운 여러 경험을 가져옵니다. 상당히 기억에 남았던 여행 하나를 설명해주세요. 언제, 어디서, 누구와 함께 있었는지 대한 설명으로 시작해서 그 경험이 매우 기억에 남게 된 이유를 말해주세요.

### 모범답변

| | |
|---|---|
| 도입 | Một trong những trải nghiệm du lịch đáng nhớ nhất của tôi diễn ra khi tôi cùng gia đình đến đảo Jeju vào mùa hè năm ngoái.<br>가장 기억에 남는 여행 경험 중 하나는 지난 여름 가족과 함께 제주도에 갔을 때였습니다. |
| 방문한<br>협재해변 | Chúng tôi đến bãi biển Hyeopjae vào một buổi chiều nắng đẹp. Nước biển trong xanh và cát trắng mịn, tạo nên một khung cảnh tuyệt vời. Cả gia đình tôi quyết định dành cả buổi chiều để tắm biển và chơi đùa trên bãi cát. Chúng tôi mang theo một số đồ dùng như khăn tắm, dép lê, và các dụng cụ bơi lội.<br>햇살 좋은 오후, 협재 해수욕장에 도착했습니다. 맑고 푸른 바닷물과 고운 백사장이 멋진 풍경을 연출했습니다. 우리 가족은 모두 오후 시간을 모래사장에서 수영하고 놀기로 결정했습니다. 비치타올, 슬리퍼, 수영 장비 등 몇 가지 용품을 가져왔습니다. |

| | |
|---|---|
| 발생한 일 | Sau khi dạo quanh bãi biển và tìm được một chỗ thích hợp để ngồi, tôi vội vàng cởi dép và chạy xuống nước. Cảm giác mát lạnh của nước biển và ánh nắng ấm áp thực sự rất thư giãn. Tôi cùng anh chị em của mình bắt đầu lặn ngụp và chơi đùa trong sóng biển. Trong lúc đang vui chơi, một đợt sóng lớn ập đến và cuốn trôi một chiếc dép trái của tôi ra xa. Tôi nhận ra ngay nhưng không kịp bắt lại nó trước khi sóng cuốn đi.<br>Ban đầu, tôi nghĩ chiếc dép sẽ trôi dạt vào bờ, nhưng sóng biển ngày càng mạnh và nó cứ bị cuốn ra xa hơn. Tôi và anh trai cố gắng bơi ra để tìm kiếm nhưng không thấy chiếc dép đâu. Việc này khiến tôi vừa cảm thấy buồn cười vừa ngạc nhiên vì mất dép một cách kỳ lạ như vậy.<br>해변을 돌아다니며 적당한 자리를 찾은 후, 저는 재빨리 샌들을 벗고 물 속으로 뛰어들었습니다. 시원한 바닷물과 따뜻한 햇살이 정말 마음을 편안하게 해줬습니다. 저의 형제자매들과 저는 파도 속에서 다이빙하고 놀기 시작했습니다. 제가 즐겁게 놀고 있는 동안 큰 파도가 닥쳐와 저의 왼쪽 샌들 중 하나를 휩쓸어 갔습니다. 저는 즉시 그것을 알아차렸지만 파도가 그것을 휩쓸기 전에는 잡을 수 없었습니다.<br>처음에는 샌들이 해변에 표류할 것이라고 생각했지만 파도가 점점 거세지고 점점 더 멀리 휩쓸려갔습니다. 오빠와 저는 헤엄쳐 나가서 찾으려고 했지만 샌들을 찾을 수 없었습니다. 그토록 이상한 방식으로 신발을 잃어버렸다는 사실에 나는 웃기기도 하고 놀라기도 했습니다. |
| 나의 느낌 | Dù bị mất một chiếc dép, nhưng cả gia đình tôi đều bật cười trước tình huống này. Chúng tôi đùa nhau rằng chiếc dép trái có thể đã bắt đầu cuộc hành trình riêng của nó trên biển cả. Sau đó, tôi phải dành phần còn lại của buổi chiều chỉ với một chiếc dép phải và đi chân trần.<br>슬리퍼를 잃어버렸음에도 불구하고 이 상황에 온 가족이 웃었습니다. 우리는 왼쪽 샌들이 바다를 건너기 시작했을지도 모른다고 농담을 했습니다. 그런 다음 저는 오른쪽 한 짝 샌들만 신고 맨발로 나머지 오후를 보내야 했습니다. |

**단어** | **bãi cát** 모래사장 | **khăn tắm** 비치타올 | **dép lê** 슬리퍼 | **trôi dạt** 표류하다 | **kỳ lạ** 이상한 | **bật cười** 웃음을 터뜨리다

## 국내여행 롤플레이 유형2
## 여행사에 연락해서 서울 여행에 필요한 정보 요청

MP3 P2-34

Bây giờ tôi muốn đưa ra một tình huống để bạn diễn kịch bằng tiếng Việt. Bạn hãy lắng nghe, sau đó diễn kịch lại tình huống đó bằng tiếng Việt. Bạn muốn đi du lịch Seoul. Bạn hãy gọi điện thoại cho công ty du lịch hỏi từ 3 đến 4 câu hỏi để có thông tin mà bạn cần.

지금 제가 베트남어로 당신이 연기하도록 한 상황을 드릴 겁니다. 당신은 잘 듣고 나서 이 상황을 베트남어로 재연해 보세요. 당신이 서울여행을 희망하고 있습니다. 여행사에 연락해서 필요한 정보를 얻기 위한 3-4가지 질문을 하세요.

### 모범답변

Chào anh, tôi là Lan. Tôi muốn đi du lịch Seoul và tôi cần một số thông tin. Tôi có thể hỏi anh vài câu được không?

Đầu tiên, công ty anh hiện có những tour du lịch nào đến Seoul? Tôi quan tâm đến các tour bao gồm những điểm tham quan nổi bật và hấp dẫn. Anh có thể giới thiệu một số tour được yêu thích nhất không?

Tiếp theo, trong các tour đó, công ty có bao gồm những dịch vụ gì? Tôi muốn biết liệu tour có bao gồm khách sạn, các bữa ăn trong ngày, và phương tiện di chuyển trong suốt hành trình không? Điều này rất quan trọng vì tôi muốn đảm bảo rằng mọi thứ đều được sắp xếp chu đáo.

Tôi cũng muốn hỏi về giá cả của các tour du lịch này. Mức giá như thế nào cho mỗi loại tour, và hiện tại công ty có chương trình khuyến mãi hay ưu đãi đặc biệt nào không? Điều này sẽ giúp tôi lên kế hoạch ngân sách cho chuyến đi tốt hơn.

Cuối cùng, tôi muốn biết thêm về lịch trình cụ thể của các tour. Thường thì tour kéo dài bao nhiêu ngày và có những hoạt động gì đặc biệt không? Tôi hy vọng có thể tham gia vào những hoạt động thú vị và trải nghiệm văn hóa Hàn Quốc một cách trọn vẹn.

안녕하세요 란입니다. 서울로 여행을 가고 싶은데 정보가 필요해요. 몇 가지 질문을 드려도 될까요?
첫째, 현재 당신의 회사에서는 서울로 어떤 투어를 하고 있나요? 저는 훌륭하고 매력적인 관광지를 포함하는 여행에 관심이 있습니다. 가장 인기 있는 투어를 추천해 주실 수 있나요?
다음으로, 해당 투어에는 회사에서 어떤 서비스가 포함되어 있나요? 투어에 호텔, 당일 식사, 여행 중 교통수단이 포함되어 있는지 알고 싶습니다. 모든 것이 세심하게 배정되어 있는지 확인하고 싶기 때문에 이는 중요합니다.
또한 이 투어의 가격에 대해서도 물어보고 싶습니다. 각 투어의 가격은 얼마이며 회사에서 현재 프로모션이나 우대 혜택을 제공하고 있나요? 이것은 여행 예산을 더 잘 계획하는 데 도움이 될 것입니다.
마지막으로 구체적인 투어 일정에 대해 자세히 알고 싶습니다. 투어는 보통 며칠 동안 진행되며 특별한 활동이 있나요? 흥미로운 활동에 참여하고 한국 문화를 마음껏 경험할 수 있기를 바랍니다.

**단어** | **phương tiện di chuyển** 교통수단 | **khuyến mãi** 프로모션 | **kéo dài** 지속되다

# 롤플레이 유형3-1
## 환불 안 되는 티켓 문제 해결

Tôi xin lỗi nhưng có một vấn đề bạn cần giải quyết. Bạn đã đặt và mua vé máy bay không hoàn lại. Tuy nhiên, thật không may, bạn không thể đi du lịch vào tuần sau. Hãy gọi điện thoại cho đại lý du lịch của bạn giải thích những gì đã xảy ra và đưa ra hai đến ba giải pháp để giải quyết vấn đề này.

미안하지만 당신이 해결해야 하는 문제가 하나 있습니다. 당신은 환불이 안 되는 비행기 티켓을 예약하고 구매했습니다. 하지만 안타깝게도 다음주에 여행을 갈 수 없습니다. 여행사에 전화를 해서 무슨 일이 생겼는지 설명하고 이 문제 해결을 위해 2-3가지 대안을 제시하세요.

### 모범답변

Chào chị, tôi là Lan, khách hàng đã đặt vé máy bay không hoàn lại qua đại lý của chị. Tôi có một vấn đề cần được hỗ trợ và mong chị có thể giúp đỡ.

Thật không may, tôi vừa nhận được một tình huống khẩn cấp và không thể đi du lịch vào tuần sau như đã lên kế hoạch. Tôi biết rằng vé máy bay của tôi là loại không hoàn lại, nhưng tôi muốn tìm hiểu xem liệu có giải pháp nào khả thi để giải quyết vấn đề này không.

Trước tiên, tôi muốn hỏi liệu có thể đổi vé sang một ngày khác trong tương lai không? Tôi rất hy vọng có thể sắp xếp lại lịch trình mà không mất toàn bộ chi phí vé.

Nếu không thể đổi ngày, liệu có thể chuyển vé cho người khác được không? Tôi có một người bạn sẵn sàng đi thay tôi và nếu có thể, tôi muốn thay đổi tên hành khách trên vé.

Cuối cùng, nếu hai phương án trên không khả thi, chị có thể đề xuất một giải pháp nào khác không? Tôi rất mong nhận được sự giúp đỡ từ phía đại lý để có thể giải quyết tình huống này một cách tốt nhất. Cảm ơn chị rất nhiều và mong sớm nhận được phản hồi.

안녕하세요. 당신의 대리점을 통해 환불 불가 항공권을 예약한 고객 란입니다. 도움이 필요한 문제가 있고 도움을 주실 수 있기를 바랍니다.
안타깝게도 방금 긴급 상황이 생겨서 다음 주에 계획대로 여행할 수 없습니다. 저의 비행기 티켓은 환불되지 않는다는 것을 알고 있지만 이 문제에 대한 가능한 해결책이 있는지 알고 싶습니다.
먼저, 혹시 미래 중 다른 날짜로 티켓 변경이 가능한지 여쭤보고 싶습니다. 티켓 비용 전체를 잃지 않고 일정을 다시 잡을 수 있기를 진심으로 바랍니다.
날짜를 변경할 수 없는 경우, 티켓을 다른 사람에게 양도할 수 있나요? 제 대신 여행을 가겠다는 친구가 있는데, 가능하다면 항공권에 기재된 승객의 이름을 변경하고 싶습니다.
마지막으로, 위의 두 가지 옵션이 실현 가능하지 않은 경우 다른 대안을 제안해 주실 수 있나요? 이 상황을 가장 잘 해결할 수 있도록 대리점 측의 도움을 받기를 기대합니다. 정말 감사드리며 곧 답변을 받을 수 있기를 바랍니다.

**단어** hành khách 승객

## 국내여행 롤플레이 유형3-2
## 원하는 날 여행을 갈 수 없게 된 문제 해결

Tôi xin lỗi nhưng có một vấn đề bạn cần giải quyết. Đại lý du lịch cho biết rằng bạn không thể đi du lịch vào ngày mà bạn mong muốn. Hãy gọi điện thoại cho bạn của bạn, giải thích tình huống và đưa ra hai hoặc ba giải pháp để thay thế bằng cách để lại tin nhắn.

미안하지만 당신이 해결해야 하는 문제가 하나 있습니다. 여행사 직원이 당신이 원하는 날짜에 여행을 갈 수 없다고 알려왔습니다. 당신의 친구에게 전화해서 상황을 설명하고 2-3가지 대안을 제시하는 메세지를 남기세요.

### 모범답변

Chào bạn, mình là Lan đây. Mình xin lỗi phải để lại lời nhắn này, nhưng mình có một tình huống đột xuất cần thông báo cho bạn. Chúng mình đã đặt và mua vé máy bay không hoàn lại cho chuyến du lịch vào tuần sau. Tuy nhiên, không may là chúng mình không thể đi du lịch vào ngày đó được nữa.

Vì vậy, mình đã suy nghĩ đến một vài giải pháp để chúng mình có thể sắp xếp lại kế hoạch. Thứ nhất, chúng mình có thể đổi vé sang một ngày khác nếu điều đó thuận tiện cho bạn. Mình sẽ kiểm tra với đại lý du lịch về những ngày khả dụng khác và thông báo cho bạn sớm nhất có thể.

Thứ hai, nếu bạn vẫn muốn đi vào ngày đã định, chúng mình có thể tìm cách chuyển vé của mình cho người khác nếu điều đó được phép. Hoặc, nếu bạn không phiền, chúng mình có thể lên kế hoạch cho một chuyến du lịch khác trong tương lai gần và mình sẽ đảm bảo rằng lần này không có bất kỳ vấn đề gì xảy ra.

Mình thật sự xin lỗi vì sự bất tiện này và hy vọng bạn thông cảm. Mình rất mong nhận được phản hồi của bạn để chúng mình có thể tìm ra giải pháp tốt nhất. Cảm ơn bạn rất nhiều!

안녕, 나 란이야. 이 메시지를 남겨야 해서 미안한데, 갑자기 상황이 생겨서 너에게 알려줘야 해. 우리 다음 주에 여행 가려고 환불 불가한 비행기 표를 예약하고 샀잖아. 그런데 안타깝게도 그 날짜에 여행을 못 가게 됐어.

그래서 계획을 다시 잡을 수 있게 몇 가지 해결책을 생각해봤어. 첫째로, 만약 너한테 편하면 우리 다른 날로 표를 바꿀 수 있어. 여행사랑 다른 가능한 날짜를 확인하고 가능한 한 빨리 너에게 알려줄게.

둘째로, 만약 네가 정해진 날짜에 가고 싶다면, 그게 가능하면 내 표를 다른 사람에게 양도할 수 있는지 알아볼게. 아니면, 네가 괜찮다면 가까운 미래에 다른 여행을 계획하는 것도 좋은 방법일 것 같아. 이번에는 확실히 아무 문제가 없도록 할게.

이런 불편을 끼쳐서 정말 미안해. 네가 이해해줬으면 좋겠어. 우리가 최선의 해결책을 찾을 수 있도록 너의 답변을 기다릴게. 정말 고마워!

**국내여행** 롤플레이 응용 유형
# 휴가 계획을 세우다가 어려움이 있었던 경험

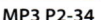

Vở kịch đã kết thúc rồi ở đây. Bạn có thể nhớ lại khó khăn mà bạn gặp phải khi lập kế hoạch cho kỳ nghỉ không? Hãy kể cho tôi nghe về trải nghiệm này và giải thích những gì bạn phải làm để giải quyết tình huống.

상황 연극은 이미 종료되었습니다. 휴가 계획을 세울 때 겪었던 어려움을 생각해 낼 수 있나요? 이 일에 대해 자세하게 말하고 문제 해결을 위해 무엇을 했는지 설명하세요.

### 모범답변

| | |
|---|---|
| 휴가 계획을 세울 때 겪었던 어려움 | Tôi nhớ lại một lần lập kế hoạch cho kỳ nghỉ mà tôi gặp phải khá nhiều khó khăn. Đó là một kỳ nghỉ hè mà tôi và gia đình dự định đi du lịch Busan. Chúng tôi đã rất háo hức và bắt đầu chuẩn bị mọi thứ từ trước đó khá lâu.<br><br>한 번은 휴가를 계획하면서 꽤 어려움을 겪었던 기억이 납니다. 가족과 함께 부산 여행을 계획했던 여름휴가였습니다. 우리는 매우 신나서 오래 전부터 모든 준비를 시작했습니다. |
| 첫 번째 어려움 | Khó khăn đầu tiên là việc đặt phòng khách sạn. Busan vào mùa hè thường rất đông khách du lịch, nên việc tìm được một khách sạn vừa ý với giá cả phải chăng không hề dễ dàng. Tôi đã dành nhiều giờ để tìm kiếm trên các trang web đặt phòng, gọi điện thoại trực tiếp đến các khách sạn nhưng tất cả đều báo hết phòng hoặc giá quá cao so với ngân sách của chúng tôi. Sau nhiều nỗ lực, tôi tìm được một homestay nhỏ xinh với giá hợp lý và vị trí thuận tiện. Tuy nhiên, do đã đặt muộn nên chúng tôi chỉ có thể ở đó trong ba đêm thay vì năm đêm như dự định.<br><br>첫 번째 어려움은 호텔 방을 예약하는 것이었습니다. 여름의 부산은 관광객으로 붐비는 경우가 많아 합리적인 가격에 만족스러운 호텔을 찾기가 쉽지 않습니다. 예약 웹사이트를 검색하고 호텔에 직접 전화하는 데 많은 시간을 보냈지만 모두 방이 없거나 가격이 예산에 비해 너무 높다고 했습니다. 많은 노력 끝에 합리적인 가격과 편리한 위치를 갖춘 멋지고 작은 홈스테이를 찾았습니다. 하지만 늦게 예약을 해서 예정대로 5박이 아닌 3박만 머물게 되었습니다. |
| 두 번째 어려움 | Khó khăn cuối cùng là việc sắp xếp lịch trình tham quan. Busan có rất nhiều điểm du lịch đẹp và hấp dẫn, nhưng với thời gian hạn chế, chúng tôi phải lựa chọn kỹ lưỡng những địa điểm ưu tiên để tham quan. Tôi đã phải nghiên cứu kỹ càng, xem đánh giá của những người đã đi trước, và cuối cùng lập ra một lịch trình hợp lý để có thể tham quan được nhiều nơi nhất mà không quá mệt mỏi. |

| | |
|---|---|
| | 마지막 어려움은 여행 일정을 조정하는 것이었습니다. 부산에는 아름답고 매력적인 관광지가 많지만, 제한된 시간 속에서 우선적으로 방문할 곳을 신중하게 선택해야 했습니다. 저는 열심히 조사하고, 이미 가본 사람들의 리뷰도 보고, 마침내 너무 피곤하지 않고 최대한 많은 곳을 방문할 수 있는 합리적인 일정을 짰습니다. |
| 마무리 | Sau khi vượt qua tất cả những khó khăn này, kỳ nghỉ của chúng tôi diễn ra rất suôn sẻ và vui vẻ. Mặc dù có nhiều thử thách trong việc lập kế hoạch, nhưng việc kiên nhẫn và linh hoạt trong từng tình huống đã giúp chúng tôi có một chuyến đi đáng nhớ.<br><br>이 모든 어려움을 극복한 후, 우리의 휴가는 매우 순조롭고 행복하게 진행되었습니다. 계획을 세우는 데 많은 어려움이 있었지만, 각 상황에 인내심을 갖고 유연하게 대처한 덕분에 기억에 남는 여행을 할 수 있었습니다. |

**단어** | **lập kế hoạch** 계획하다, 계획을 세우다 | **vừa ý** 만족스럽다 | **phải chăng** 합리적인 | **vị trí thuận tiện** 편리한 위치 | **kỹ càng** 철저한

### 국내여행 고득점 필수 유형 1
## 과거와 현재의 여행 비교

MP3 P2-35

Nhiều người tin rằng việc đi du lịch đã trở thành một cuộc đấu tranh trong 5 năm qua. Hãy kể cho tôi nghe về những thay đổi bạn đã ghi nhận khi đi du lịch. Nói chung khách du lịch và trải nghiệm du lịch bị ảnh hưởng như thế nào bởi những thay đổi này?

많은 사람들은 지난 5년 동안 여행이 힘든 일이 되었다고 생각합니다. 여행을 하면서 느낀 변화에 대해 말해 보세요. 전반적으로 이러한 변화는 관광객과 여행 경험에 어떤 영향을 미치나요?

**모범답변**

| | |
|---|---|
| 여행 관련 변화 | Trong 5 năm qua, việc đi du lịch đã trở thành một cuộc đấu tranh do nhiều yếu tố khác nhau. Những thay đổi lớn trong ngành du lịch không chỉ ảnh hưởng đến khách du lịch mà còn đến cả những trải nghiệm du lịch của họ.<br><br>5년 동안 여행은 여러 가지 요인으로 인해 한 투쟁이 되었습니다. 관광산업의 큰 변화는 관광객뿐만 아니라 그들의 여행 경험에도 영향을 미칩니다. |
| 변화의 요인1 | Thứ nhất, đại dịch COVID-19 đã gây ra sự gián đoạn lớn trong ngành du lịch toàn cầu. Trong giai đoạn đầu của đại dịch, các quốc gia đã đóng cửa biên giới và áp đặt các biện pháp hạn chế đi lại nghiêm ngặt. Nhiều chuyến bay bị hủy, khách sạn đóng cửa, và các điểm du lịch nổi tiếng trở nên vắng vẻ. |

|  | |
|---|---|
|  | 첫째, 코로나19 팬데믹으로 전 세계 관광 산업이 중단을 겪었습니다. 팬데믹 초기 단계에서 국가들은 국경을 폐쇄하고 엄격한 여행 제한을 가했습니다. 많은 항공편이 취소되고, 호텔이 문을 닫고, 인기 관광지가 인적이 끊겼습니다. 이로 인해 관광객 수가 급격히 줄어들고 사람들의 이동과 휴식 방식이 바뀌었습니다. |
| 변화의 요인2 | Thứ hai, yêu cầu về sức khỏe và an toàn đã trở nên nghiêm ngặt hơn. Khách du lịch tại thời điểm đó phải tuân thủ các quy định về xét nghiệm COVID-19 trước khi lên máy bay, đeo khẩu trang, giữ khoảng cách xã hội, và thậm chí phải cách ly khi đến nơi. Những biện pháp này đã làm tăng thêm phiền toái và căng thẳng cho hành trình của du khách.<br><br>둘째, 건강 및 안전 요구 사항이 더욱 엄격해졌습니다. 그때 여행자는 탑승 전 코로나19 검사, 마스크 착용, 사회적 거리두기, 심지어 도착 시 격리와 관련된 규정을 준수해야 했습니다. 이러한 조치로 인해 여행자의 여행에 번거로움과 스트레스가 가중되었습니다. |
| 변화의 요인3 | Thứ ba, chi phí du lịch đã tăng lên đáng kể. Giá vé máy bay, khách sạn và các dịch vụ du lịch khác đã tăng. Điều này đã khiến nhiều người phải cân nhắc lại kế hoạch du lịch của mình và có lẽ chọn những địa điểm gần hơn hoặc ít tốn kém hơn.<br>Hiện nay, tình hình chung đang phục hồi và quay trở lại thời kỳ trước đại dịch. Tôi rất vui vì có thể đi du lịch thoải mái, ngoại trừ việc chi phí đi lại tăng do giá cả tăng nhanh.<br><br>셋째, 여행 비용이 크게 증가했습니다. 항공료, 호텔 및 기타 여행 서비스 가격이 인상되었습니다. 이로 인해 많은 사람들이 여행 계획을 재고하고 아마도 더 가깝거나 더 저렴한 장소를 선택하게 되었습니다.<br>현재 전반적인 상황은 회복되어 팬데믹 이전 시기로 돌아가고 있습니다. 급격한 가격 인상으로 인해 여행 비용이 늘어난 점만 빼면 편안하게 여행할 수 있어서 만족스럽습니다. |

**단어** | **đấu tranh** 투쟁 | **đại dịch** 팬데믹 | **gián đoạn** 중단하다 | **nghiêm ngặt** 엄격한 | **cách ly** 격리하다 | **biện pháp** 조치 | **kỹ lưỡng** 주의 깊은, 면밀한 | **phục hồi** 회복하다

**국내여행** 고득점 필수 유형2
# 여행 관련 이슈 및 해결책

MP3 P2-35

> Khi mọi người nói chuyện về du lịch, mối quan tâm chính mà họ trình bày hoặc tập trung vào là gì? Điều gì đã gây ra những vấn đề như vậy? Những vấn đề này sẽ được giải quyết như thế nào trong tương lai?
>
> 사람들이 여행에 관해 이야기할 때 그들이 제시하거나 중점을 두는 주요 관심사는 무엇입니까? 그러한 문제의 원인은 무엇입니까? 이러한 문제는 앞으로 어떻게 해결될 것인가요?

### 모범답변

| | |
|---|---|
| 여행 관련 관심사 | Khi mọi người nói chuyện về du lịch, họ thường tập trung vào một số mối quan tâm chính như chi phí du lịch, an toàn và an ninh và chất lượng dịch vụ.<br><br>사람들은 여행에 대해 이야기할 때 여행 비용, 안전 및 치안, 서비스 품질과 같은 몇 가지 주요 관심사에 초점을 맞추는 경우가 많습니다. |
| 여행 비용 | Chi phí là một trong những mối quan tâm lớn nhất. Điều này bao gồm chi phí vé máy bay, chỗ ở, ăn uống, và các hoạt động giải trí. Giá cả tăng cao có thể làm cho du lịch trở nên khó tiếp cận đối với nhiều người.<br><br>비용은 가장 큰 관심사 중 하나입니다. 여기에는 항공료, 숙박비, 식사비, 여가 활동 비용이 포함됩니다. 물가 상승으로 많은 사람들이 여행을 더 쉽게 이용할 수 없게 될 수 있습니다. |
| 안전과 보안 | An toàn cá nhân và an ninh là yếu tố quan trọng. Mọi người lo lắng về tội phạm, khủng bố, và các rủi ro khác khi đi du lịch. Các khu vực có tình hình chính trị bất ổn thường bị hạn chế trong danh sách các điểm đến.<br><br>개인의 안전과 보안은 중요한 요소입니다. 사람들은 여행할 때 범죄, 테러 및 기타 위험에 대해 걱정합니다. 정치적 상황이 불안정한 지역은 목적지 목록에서 제한되는 경우가 많습니다. |
| 숙박시설의 질 | Chất lượng của chỗ ở, dịch vụ khách hàng, và các tiện nghi là một yếu tố quan trọng. Du khách mong đợi dịch vụ tốt và trải nghiệm đáng nhớ khi họ chi tiêu cho các chuyến đi.<br><br>숙박 시설의 질, 고객 서비스, 편의 시설이 중요한 요소입니다. 여행자는 여행 중에 좋은 서비스와 기억에 남는 경험을 기대합니다. |

| | |
|---|---|
| 문제의 원인 | Các vấn đề này xuất phát từ nhiều nguyên nhân khác nhau. Chi phí tăng cao do lạm phát, chi phí nhiên liệu, và sự gia tăng của các loại thuế du lịch. Tình hình chính trị và xã hội bất ổn, sự gia tăng của tội phạm và khủng bố là nguyên nhân gây ra mối lo ngại về an toàn và an ninh. Sự thiếu hụt nhân lực, đào tạo kém, và quản lý không hiệu quả trong ngành dịch vụ du lịch ảnh hưởng đến chất lượng dịch vụ.<br><br>이러한 문제는 다양한 원인을 통해 발생합니다. 인플레이션, 연료비, 관광세 인상으로 인해 비용이 증가하고 있습니다. 정치적, 사회적 불안정과 범죄 및 테러의 증가로 안전과 치안에 대한 우려가 커지고 있습니다. 관광 서비스 산업의 인력 부족, 열악한 교육, 비효율적인 관리는 서비스 품질에 영향을 미칩니다. |
| 해결책 | Để giải quyết các vấn đề này trong tương lai, cần phát triển các hình thức du lịch giá rẻ, cung cấp các gói dịch vụ trọn gói, và khuyến khích sử dụng công nghệ để tìm kiếm và so sánh giá cả. Tăng cường hợp tác quốc tế trong lĩnh vực an ninh, đầu tư vào công nghệ giám sát, và cung cấp thông tin cập nhật về an toàn cho du khách là những giải pháp cần thiết. Đầu tư vào đào tạo nhân viên, nâng cao chất lượng quản lý và dịch vụ, và thu hút nhân lực có trình độ cao vào ngành du lịch sẽ cải thiện chất lượng dịch vụ. Bằng cách tập trung vào các giải pháp này, ngành du lịch có thể đối phó với các mối quan tâm chính của du khách và cải thiện trải nghiệm du lịch trong tương lai.<br><br>미래에 이러한 문제를 해결하려면 저비용 형태의 관광을 개발하고 패키지 서비스를 제공하며 가격을 검색하고 비교하는 기술의 사용을 장려해야 합니다. 치안 분야의 국제 협력을 강화하고 감시 기술에 투자하며 관광객에게 최신 안전 정보를 제공하는 것이 필요한 솔루션입니다. 직원 교육에 투자하고, 관리 및 서비스 품질을 개선하고, 우수한 인력을 관광 산업에 유치하면 서비스 품질이 향상됩니다. 이러한 솔루션에 집중함으로써 관광 산업은 여행자의 주요 관심사에 대응하고 미래의 여행 경험을 향상시킬 수 있습니다. |

단어 | **tập trung vào** 초점을 맞추다 | **giá cả tăng cao** 물가 상승 | **tình hình chính trị bất ổn** 정치적 상황이 불안정한 | **lạm phát** 인플레이션 | **nhiên liệu** 연료 | **công nghệ giám sát** 감시 기술 | **nâng cao chất lượng** 품질 개선

# Unit 12 휴가나 출장 - 해외여행

## ＊유형별 기출문제 한눈에 보기

휴가나 출장 카테고리에서 해외여행 주제는 국내여행, 집에서 보내는 휴가, 해변 등과 함께 연동하여 답변을 준비하기 좋은 주제로 롤플레이에서 다소 다양한 내용이 출제되지만 서베이 항목에서 선택하는 것을 적극 추천하는 주제 중 하나입니다.

| | | | |
|---|---|---|---|
| 유형1 | 현재시제 장소 묘사/종류 설명 | 방문했던 해외 도시나 국가 사람들 묘사 | |
| 유형2 | 현재시제 활동, 루틴, 단계 | 해외여행을 할 때 즐겨하는 활동 | |
| 유형3 | 과거시제 최초 혹은 최근 경험 | 처음 간 해외여행 경험 | |
| 유형4 | 과거시제 인상적인 경험 | 인상적인 해외 여행 경험 | |
| 롤플 유형1 | 면접관에게 질문하기 | 캐나다 여행을 좋아하는 Mai에게 질문하기 | |
| 롤플 유형2 | 상황에 대한 정보 요청 | 여행사에 해외여행 정보 요청 | 다낭 여행 차량 렌트 정보 요청 |
| 롤플 유형3 | 문제 상황 설명 및 대안 제시 | 취소된 항공편에 대한 문제 해결 | 렌트에 필요한 면허증 관련 문제 해결 |
| 롤플 응용 유형 | 문제 발생 및 해결에 대한 과거 경험 | 취소된 항공편에 대한 또 다른 경험 | 여행 중 생긴 인상적인 경험 |
| 고득점 필수 유형1 | 2가지 대상 비교 또는 대조 | 과거와 현재의 해외여행 비교 | |
| 고득점 필수 유형2 | 사회적 이슈, 최근 소식 및 관심사 | 해외여행 시 사람들의 관심사 | |

＊유형5는 난이도 3, 4에서만 출제되며 A_이 목표인 난이도 5, 6에서는 출제되지 않습니다.
＊유형9, 유형10은 난이도 5, 6에서만 출제되며 IH, AL등급 취득에 관건이 되는 문항입니다.

## ＊기출문제 콤보 파악하기

### 해외여행 기출 문제 COMBO THỨ NHẤT

| 오픽 시험 문항 번호 | 유형 | 기출문제 |
|---|---|---|
| 2번 | 유형1 | 방문했던 해외 도시나 국가 사람들 묘사 |
| 3번 | 유형2 | 해외여행을 할 때 즐겨 하는 활동 |
| 4번 | 유형3 | 처음 간 해외여행 경험 |

### 해외여행 기출 문제 COMBO THỨ HAI

| 오픽 시험 문항 번호 | | 유형 | 기출문제 |
|---|---|---|---|
| 5번 | 8번 | 유형1 | 방문했던 해외 도시나 국가 그리고 사람들 묘사 |
| 6번 | 9번 | 유형3 | 처음 간 해외여행 경험 |
| 7번 | 10번 | 유형4 | 인상적인 해외 여행 경험 |

### 해외여행 기출 문제 COMBO THỨ BA

| 오픽 시험 문항 번호 | 유형 | 기출문제 | |
|---|---|---|---|
| 11번 | 롤플레이 유형2 | 여행사에 해외여행 정보 요청 | 다낭 여행 차량 렌트 정보 요청 |
| 12번 | 롤플레이 유형3 | 취소된 항공편에 대한 문제 해결 | 렌트에 필요한 면허증 관련 문제 해결 |
| 13번 | 롤플레이 응용 유형 | 취소된 항공편에 대한 또 다른 경험 | 여행 중 생긴 인상적인 경험 |

### 해외여행 기출 문제 COMBO THỨ TƯ

| 오픽 시험 문항 번호 | 유형 | 기출문제 |
|---|---|---|
| 14번 | 고득점 필수 유형1 | 과거와 현재의 해외여행 비교 |
| 15번 | 고득점 필수 유형2 | 해외여행 시 사람들의 관심사 |

＊14번은 IH, 15번은 AL을 결정짓는 문제이므로 IH, AL을 목표로 하신다면 14,15번을 중점적으로 공략해야 합니다.

## 해외여행 유형1
### 방문했던 해외 도시나 국가 사람들 묘사

MP3 P2-36

Hãy kể cho tôi nghe về một thành phố hoặc quốc gia mà bạn đã ghé thăm vào kỳ nghỉ. Nơi đó nằm ở đâu và trông như thế nào? Người dân ở đó như thế nào và có gì đặc biệt?

휴가 때 방문했던 도시나 나라에 대해 말해보세요. 그곳은 어디에 있으며 어떻게 생겼고 그곳 사람들은 어떻고 특이한 것은 무엇인가요?

### 모범답변

| 휴가 때 방문한 도시 | Một trong những chuyến đi đáng nhớ của tôi là chuyến ghé thăm thủ đô Hà Nội, Việt Nam. Hà Nội nằm ở phía Bắc của Việt Nam và là trung tâm chính trị, văn hóa, kinh tế quan trọng của cả nước. Thành phố này nổi bật với sự pha trộn độc đáo giữa nét cổ kính và hiện đại. |
|---|---|
| | 기억에 남는 여행 중 하나는 베트남의 수도 하노이를 방문한 것이었습니다. 하노이는 베트남 북부에 위치하고 있으며 베트남의 중요한 정치, 문화, 경제 중심지입니다. 이 도시는 고대와 현대의 특징이 독특하게 혼합되어 있습니다. |
| 하노이 특징 | Hà Nội được biết đến với những con phố nhỏ, khu phố cổ và những ngôi nhà có kiến trúc Pháp cổ kính. Khi tôi đến đó, điều đầu tiên tôi nhận thấy là không khí tấp nập, sôi động và đầy màu sắc. Những con phố nhỏ hẹp với những hàng quán, cửa hàng, và quán cà phê luôn đông đúc người qua lại. Hà Nội có một vẻ đẹp rất riêng, ồn ào, náo nhiệt nhưng lại có những góc nhỏ yên bình, lãng mạn. |
| | 하노이는 골목, 구시가지, 고대 프랑스 건축물이 있는 주택으로 유명합니다. 그곳에 도착했을 때 가장 먼저 눈에 띄는 것은 북적거리고 활기차고 다채로운 분위기였습니다. 상점과 레스토랑, 카페가 즐비한 좁은 골목은 늘 행인들로 붐빕니다. 하노이는 매우 독특한 아름다움을 갖고 있습니다. 시끄럽고 활기차지만 평화롭고 낭만적인 작은 구석도 있습니다. |
| 하노이 사람들 | Người dân Hà Nội rất thân thiện và hiếu khách. Họ sống chậm rãi và có lối sống tinh tế, giữ gìn nhiều giá trị truyền thống. |
| | 하노이 사람들은 매우 친절하고 손님을 환대합니다. 그들은 느긋하게 살고 세련된 생활방식을 유지하며 많은 전통적 가치를 보존하고 있습니다. |
| 하노이 음식 | Một điều đặc biệt khác về Hà Nội là ẩm thực. Ẩm thực Hà Nội rất phong phú và hấp dẫn. Tôi đã thưởng thức nhiều món ngon như phở, bún chả, bún thang, chả cá Lã Vọng và bánh cuốn. Những món ăn này không chỉ ngon miệng mà còn mang đậm hương vị truyền thống. |

Hà Nội cũng nổi tiếng với các món ăn đường phố như bánh mì, nem rán và cà phê trứng.

하노이의 또 다른 특별한 점은 요리입니다. 하노이 요리는 매우 풍부하고 매력적입니다. 저는 퍼, 분짜, 분탕, 짜까라봉, 바잉꾸온 등 맛있는 요리를 많이 즐겼습니다. 이 요리는 맛있을 뿐만 아니라 전통적인 맛과 향을 듬뿍 담고 있습니다. 하노이는 바잉미, 넴잔, 계란 커피 등 길거리 음식으로도 유명합니다.

**단어** **ghé thăm** 방문하다 | **pha trộn** 혼합되다 | **kiến trúc Pháp cổ kính** 고대 프랑스 건축물 | **tấp nập** 붐빈다 | **náo nhiệt** 활기찬 | **chậm rãi** 느긋한

**해외여행** 유형2
## 해외여행을 할 때 즐겨 하는 활동

MP3 P2-36

Hãy nói cho tôi về những hoạt động bạn thích làm khi đi nghỉ ở một thành phố hoặc quốc gia khác.
다른 도시나 나라에 휴가를 가서 당신이 즐겨 하는 활동들에 대해서 말해주세요.

### 답변 구성 핵심 표현

| | |
|---|---|
| 역사 및 문화 유적지 관광 | tham quan các di tích lịch sử và văn hóa để hiểu thêm về quá khứ và truyền thống của địa phương<br>지역의 과거와 전통에 대해 자세히 알아보기 위해 역사 및 문화 유적지를 방문한다 |
| 지역 음식 맛보기 | thưởng thức ẩm thực đặc sản, khám phá các món ăn độc đáo và học cách chế biến chúng<br>특선 요리를 즐기고, 독특한 요리를 발견하고, 요리 방법을 배운다 |
| 야외활동 참가 | tham gia các hoạt động ngoài trời như đi bộ đường dài, leo núi, hoặc tắm biển để tận hưởng vẻ đẹp thiên nhiên<br>하이킹, 등산, 수영 등 야외 활동에 참여하여 자연의 아름다움을 즐긴다 |
| 쇼핑과 기념품 탐색 | mua sắm và tìm kiếm những món quà lưu niệm độc đáo để mang về làm kỷ niệm<br>기념품으로 가져갈 독특한 기념품을 쇼핑하고 탐색한다 |

| 모범답변 | |
|---|---|
| 즐겨 하는 활동 | Khi đi nghỉ ở một quốc gia khác, tôi luôn tìm kiếm cơ hội để trải nghiệm đầy đủ văn hóa và lối sống địa phương.<br><br>저는 다른 나라에서 휴가를 보낼 때 항상 현지 문화와 생활 방식을 충분히 경험할 수 있는 기회를 찾습니다. |
| 역사적, 문화적 여행지를 방문 | Việc thăm quan các địa điểm lịch sử và văn hóa cũng là một phần quan trọng trong chuyến đi của tôi. Tôi luôn cố gắng thăm các bảo tàng, di tích lịch sử và công trình kiến trúc nổi tiếng để hiểu thêm về lịch sử và văn hóa của quốc gia đó. Khi đến Paris, tôi đã ghé thăm Bảo tàng Louvre, Tháp Eiffel và Nhà thờ Đức Bà. Ở Rome, tôi đã thăm Đấu trường La Mã và Vatican, nơi mang lại cho tôi những trải nghiệm không thể nào quên.<br><br>역사적, 문화적 여행지를 방문하는 것도 저의 여행의 중요한 부분입니다. 저는 그 나라의 역사와 문화를 더 많이 이해하기 위해 항상 박물관, 유적지, 유명 건축물을 방문하려고 노력합니다. 파리에 갔을 때 루브르 박물관, 에펠탑, 노트르담 대성당을 방문했어요. 로마에서는 콜로세움과 바티칸을 방문했는데, 이는 저에게 잊지 못할 경험을 선사했습니다. |
| 현지 생활을 체험 | Một hoạt động khác mà tôi rất yêu thích là trải nghiệm cuộc sống địa phương. Tôi thích đi dạo quanh các khu phố, chợ địa phương và hòa mình vào cuộc sống hàng ngày của người dân bản địa. Việc trò chuyện với người dân địa phương giúp tôi học hỏi thêm về phong tục, tập quán và cách sống của họ, đồng thời tạo ra những kết nối ý nghĩa.<br><br>제가 정말 좋아하는 또 다른 활동은 현지 생활을 체험하는 것입니다. 저는 동네와 현지 시장을 산책하고 현지 사람들의 일상 생활에 몰입하는 것을 좋아합니다. 현지 사람들과 이야기를 나누는 것은 의미 있는 관계를 형성하는 동시에 그들의 관습, 전통 및 생활 방식에 대해 더 많이 배우는 데 도움이 됩니다. |
| 예술과 엔터테인먼트 즐기기 | Cuối cùng, thưởng thức nghệ thuật và giải trí cũng là một phần quan trọng trong chuyến đi của tôi. Tôi thích tham dự các buổi biểu diễn nghệ thuật, nhạc sống và các sự kiện văn hóa đặc biệt. Khi đến New York, tôi đã xem một vở nhạc kịch trên Broadway. Ở Tây Ban Nha, tôi đã tham gia một buổi biểu diễn flamenco và trải nghiệm không khí sôi động của các lễ hội địa phương.<br><br>마지막으로, 예술과 엔터테인먼트를 즐기는 것도 저의 여행의 중요한 부분입니다. 저는 예술 공연, 라이브 음악, 특별 문화 행사에 참석하는 것을 즐깁니다. 뉴욕에 갔을 때 브로드웨이에서 뮤지컬을 봤어요. 스페인에서는 플라멩코 공연을 관람하며 현지 축제의 생동감 넘치는 분위기를 경험했습니다. |

**단어** công trình kiến trúc 건축물 | bản địa 현지 | nhạc sống 라이브 음악

**해외여행** 유형3 처음 간 해외여행

MP3 P2-36

Hãy mô tả cho tôi chuyến đi lần đầu của bạn đến một thành phố hoặc quốc gia khác. Chuyến đi du lịch đó là khi nào? Bạn đã đi đâu? Bạn đã đi với ai và bạn đã làm gì? Hãy mô tả trải nghiệm đó cho tôi càng chi tiết càng tốt.

다른 도시나 나라로의 첫 여행에 대해 설명해주세요. 그 여행은 언제였나요? 어디로 갔나요? 누구와 함께 갔으며 무엇을 했나요? 그 경험을 최대한 자세히 설명해주세요.

### 모범답변

| 도입 | Chuyến đi đầu tiên của tôi đến một quốc gia khác là khi tôi đến Đà Nẵng, Việt Nam, cùng với gia đình vào mùa hè vài năm trước. Thành phố này nổi tiếng với những bãi biển tuyệt đẹp, những di tích lịch sử và văn hóa phong phú, cùng với sự thân thiện của người dân địa phương. Chúng tôi đã chọn một khách sạn ven biển để có thể tận hưởng không khí trong lành và phong cảnh đẹp.<br><br>제가 처음으로 다른 나라를 여행한 것은 몇 년 전 여름에 가족들과 함께 베트남 다낭에 갔을 때였습니다. 이 도시는 아름다운 해변, 풍부한 역사 및 문화 유적지, 현지인들의 친절함으로 유명합니다. 우리는 신선한 공기와 아름다운 경치를 즐길 수 있도록 해변 호텔을 선택했습니다. |
|---|---|
| 다낭에서<br>한 일1 | Ngay sau khi nhận phòng và nghỉ ngơi một chút, chúng tôi bắt đầu chuyến thám hiểm của mình bằng việc ghé thăm Bà Nà Hills, một khu nghỉ mát nằm trên núi cao với cảnh quan hùng vĩ và kiến trúc ấn tượng. Chúng tôi đã đi cáp treo lên đỉnh núi, ngắm nhìn toàn cảnh thành phố và biển cả từ trên cao. Đặc biệt, Cầu Vàng với đôi bàn tay khổng lồ nâng đỡ là một điểm nhấn mà chúng tôi không thể bỏ qua. Chúng tôi đã chụp rất nhiều bức ảnh đẹp tại đây.<br><br>체크인하고 잠시 쉬다가 바로, 웅장한 풍경과 인상적인 건축물이 있는 높은 산에 위치한 리조트인 바나힐을 방문하여 탐험을 시작했습니다. 우리는 케이블카를 타고 산 정상에 올라 위에서 도시와 바다의 탁 트인 전망을 보았습니다. 특히 거대한 손이 이를 지탱하고 있는 골든 브릿지는 놓칠 수 없는 볼거리였습니다. 우리는 여기서 아름다운 사진을 많이 찍었습니다. |
| 다낭에서<br>한 일2 | Ngày tiếp theo, chúng tôi dành trọn vẹn cho việc tham quan Hội An, một thành phố cổ kính nằm cách Đà Nẵng không xa. Hội An nổi tiếng với những con phố nhỏ xinh xắn, những ngôi nhà cổ và đèn lồng lung linh vào ban đêm. Chúng tôi đi bộ dạo quanh phố cổ, thưởng thức các món ăn địa phương như cao lầu, bánh mì Hội An và tham gia vào các hoạt động thủ công như làm đèn lồng và nặn gốm. Buổi tối, cả gia đình ngồi thuyền trên sông Hoài, ngắm nhìn khung cảnh lãng mạn và thả đèn hoa đăng. |

| 다낭에서 한 일3 | 다음날 우리는 다낭에서 멀지 않은 고대 도시 호이안을 방문하는 데 전념했습니다. 호이안은 아름다운 골목, 고대 주택, 밤에 반짝이는 등불로 유명합니다. 우리는 구시가지를 산책하고 까오라우, 호이안 빵 등 현지 음식을 맛보고 등불, 도자기 만들기 등 공예 활동에 참여했습니다. 저녁에는 온 가족이 호아이강의 배에 앉아 낭만적인 풍경을 감상하고 등불을 풀어놓았습니다.<br><br>Trong suốt chuyến đi, chúng tôi cũng không quên dành thời gian thư giãn trên bãi biển Mỹ Khê, một trong những bãi biển đẹp nhất Việt Nam. Chúng tôi tắm biển, chơi đùa trên cát và tham gia các hoạt động thể thao dưới nước. Buổi tối, chúng tôi thường đi dạo dọc bờ biển, thưởng thức hải sản tươi ngon tại các nhà hàng ven biển.<br><br>여행 동안 우리는 베트남에서 가장 아름다운 해변 중 하나인 미케 해변에서 휴식을 취하는 시간도 잊지 않았습니다. 우리는 해변에서 수영하고, 모래사장에서 놀고, 수상 스포츠 활동에 참여했습니다. 저녁에는 자주 해변을 산책하고 해안 레스토랑에서 신선한 해산물을 맛보았습니다. |
|---|---|

**단어** | **thám hiểm** 탐험하다 | **cáp treo** 케이블카 | **toàn cảnh** 전경 | **Cầu Vàng với đôi bàn tay khổng lồ nâng đỡ** 거대한 손이 지탱하고 있는 골든 브릿지 | **lung linh** 반짝이다 | **nặn gốm** 도자기 만들기

 **해외여행** 유형4 **인상적인 해외여행 경험** `MP3 P2-36`

Đôi khi một sự kiện đặc biệt xảy ra khi một người đang đi du lịch. Tôi muốn biết bạn đã từng trải nghiệm đáng nhớ hoặc đáng ngạc nhiên trong chuyến đi của mình chưa. Hãy kể cho tôi nghe chi tiết về trải nghiệm đó. Bắt đầu bằng cách mô tả cho tôi thời gian và địa điểm bạn đi du lịch. Sau đó giải thích cho tôi tất cả các chi tiết cụ thể của trải nghiệm đó, đặc biệt, những gì đã xảy ra khiến chuyến đi trở nên đáng nhớ.

때로는 여행 중에 특별한 사건이 발생하기도 합니다. 여행 중 기억에 남는 일이나 놀라운 경험이 있었는지 알고 싶습니다. 그 경험에 대해 자세히 이야기해주세요. 언제, 어디로 여행하는지 설명하는 것부터 시작하세요. 그런 다음 그 경험의 모든 세부 사항, 특히 여행을 기억에 남게 만든 사건에 대해 설명해주세요.

**모범답변**

| 도입 | Trong chuyến đi Nhật Bản vào mùa đông năm ngoái, tôi đã có một trải nghiệm đặc biệt đáng nhớ mà chắc chắn sẽ không bao giờ quên. Chúng tôi đã quyết định đi nghỉ dưỡng tại một khu vực nổi tiếng với suối nước nóng ở tỉnh Nagano. Đây là lần đầu tiên tôi được tận hưởng một mùa đông đúng nghĩa với tuyết trắng phủ kín mọi nơi và không khí lạnh buốt, hoàn toàn khác biệt so với mùa đông ở quê nhà. |
|---|---|

| | |
|---|---|
| | 지난 겨울 일본 여행에서 저는 결코 잊지 못할 특히 기억에 남는 경험을 했습니다. 우리는 나가노현의 온천으로 유명한 지역에서 휴양을 가기로 결정했습니다. 제가 사는 곳의 겨울에 비해 전혀 다른, 사방에 하얀 눈이 덮이고, 찬 공기가 가득한 진정한 겨울을 느껴본 것은 이번이 처음입니다. |
| 내가 갔던 곳 | **Chúng tôi đến ryokan vào buổi chiều muộn, khi ánh hoàng hôn bắt đầu le lói qua những ngọn cây phủ đầy tuyết.** <br> 우리는 오후 늦게 료칸에 도착했는데, 눈 덮인 나무 꼭대기를 지나 일몰이 희미하게 빛나기 시작했습니다. |
| 인상 깊었던 활동 | **Sau khi nhận phòng và nghỉ ngơi, chúng tôi quyết định đi trải nghiệm tắm suối nước nóng ngay vào buổi tối đó. Chúng tôi mặc yukata và đi bộ ra khu vực suối nước nóng ngoài trời. Cảm giác bước chân trên con đường phủ tuyết lạnh buốt, trong khi khoác trên người bộ yukata mỏng manh, thật sự rất đặc biệt. Khi chúng tôi ngâm mình vào bồn nước nóng, hơi ấm từ suối nước nóng lan tỏa khắp cơ thể, xua tan đi cái lạnh buốt của mùa đông. Cảnh tượng tuyết rơi lất phất từ bầu trời đêm, đọng lại trên đầu và vai, hòa cùng hơi nước bốc lên từ suối nước nóng tạo nên một khung cảnh thật huyền ảo và lãng mạn. Tiếng nước chảy róc rách và tiếng gió thổi nhẹ qua những cành cây càng làm cho không gian thêm phần tĩnh lặng và thư thái. Khoảnh khắc đó, tôi cảm nhận được sự kết hợp hoàn hảo giữa cái lạnh của mùa đông và sự ấm áp của suối nước nóng, tạo nên một trải nghiệm khó quên. Đó là một cảm giác thật sự thư giãn và bình yên, khiến tôi quên đi mọi lo toan và áp lực của cuộc sống hàng ngày.** <br> 체크인하고 휴식을 취한 후, 우리는 그날 저녁 온천욕을 체험하기로 결정했습니다. 우리는 유카타(온천에 들어갈 때 입는 전통 의상)를 입고 야외 온천장으로 걸어갔습니다. 얇은 유카타를 입고 추운 눈 덮인 길을 걷는 기분은 정말 특별했습니다. 욕조에 몸을 담그면 온천의 온기가 몸 전체에 퍼져 겨울의 매서운 추위를 씻어줬습니다. 밤하늘에서 흩날리는 눈과 머리와 어깨에 내려 앉은 눈, 온천에서 피어오르는 증기가 어우러져 환상적이고 로맨틱한 광경을 연출했습니다. 졸졸 흐르는 물소리와 나뭇가지 사이로 불어오는 잔잔한 바람이 공간을 더욱 고요하고 편안하게 만들어 주었습니다. 그 순간, 저는 겨울의 추위와 온천의 따뜻함이 완벽한 조화를 이루며 잊지 못할 경험을 하게 된 것을 느꼈습니다. 정말 편안하고 평화로운 느낌이어서 일상생활의 모든 걱정과 압박감을 잊게 해 주었습니다. |
| 나의 느낌 | **Đó thực sự là một trong những chuyến đi đáng nhớ nhất trong cuộc đời tôi.** <br> 정말 제 인생에서 가장 기억에 남는 여행 중 하나였습니다. |

**단어** | **phủ kín** 덮다, 뒤집어쓰다 | **lạnh buốt** 시리다, 아주 차갑다 | **le lói** 희미하게 빛나다 | **bao phủ** 덮다 | **mỏng manh** 얇다 | **lan tỏa** 퍼지다 | **xua tan** 몰아내다 | **lất phất** 흩날리다 | **bốc lên** 피어오르다

**해외여행** 롤플레이 유형2-1
# 여행사에 해외여행 정보 요청

MP3 P2-37

> Bây giờ tôi muốn đưa ra một tình huống để bạn diễn kịch bằng tiếng Việt. Bạn hãy lắng nghe, sau đó diễn kịch lại tình huống đó bằng tiếng Việt. Bạn sẽ có một chuyến đi vào tháng tới, vì vậy bạn sẽ cần phải chuẩn bị cho chuyến du lịch đó. Hãy gọi điện thoại cho công ty du lịch để hỏi 3 đến 4 câu hỏi để có được thông tin cần thiết cho việc lên kế hoạch cho chuyến đi của bạn.
>
> 지금 제가 베트남어로 당신이 연기하도록 한 상황을 드릴 겁니다. 당신은 잘 듣고나서 이 상황을 베트남어로 재연해보세요. 다음 달에 여행을 가는데, 준비를 해야 할 것 같아요. 여행사에 전화해 3~4가지 질문을 하여 여행 계획을 세우는 데 필요한 정보를 얻으세요.

## 모범답변

Xin chào, đấy là công ty du lịch ABC tour phải không? Tôi muốn hỏi một số thông tin về chuyến du lịch sắp tới của tôi vào tháng tới.
Trước hết, công ty có gói du lịch nào đến Đà Nẵng không? Tôi muốn biết chi tiết về lịch trình và các điểm tham quan nổi bật. Thứ hai, tôi muốn hỏi về dịch vụ ăn uống trong gói du lịch. Công ty có bao gồm các bữa ăn hay tôi phải tự túc? Thứ ba, tôi muốn biết về phương tiện di chuyển trong suốt chuyến đi. Công ty có sắp xếp xe đưa đón từ sân bay và trong suốt chuyến đi không?
Cuối cùng, tôi muốn hỏi về chính sách hủy tour và hoàn tiền. Nếu có vấn đề phát sinh khiến tôi không thể tham gia chuyến đi, tôi có thể hủy tour và được hoàn lại bao nhiêu phần trăm số tiền?
Cám ơn rất nhiều!

안녕하세요, 여행사 ABC 투어인가요? 다음 달에 예정된 여행에 대한 정보를 여쭤보고 싶습니다.
우선, 다낭 여행 패키지가 있나요? 여행 일정과 추천 명소에 대해 자세히 알고 싶습니다. 두 번째로, 투어 패키지의 음식 서비스에 대해 묻고 싶습니다. 식사비는 여행사에서 부담하나요, 아니면 제가 직접 부담해야 하나요? 셋째, 여행 중 교통수단에 대해 알고 싶습니다. 여행사에서 공항 픽업 셔틀과 여행 내내 교통편을 마련해 주나요?
마지막으로 투어 취소 및 환불 정책에 대해 문의드리고 싶습니다. 여행에 참가할 수 없는 문제가 발생하면 투어를 취소하고 환불을 받을 수 있나요?
정말 감사합니다!

**단어** tự túc 자급하다 | xe đưa đón từ sân bay 공항 픽업 셔틀

## 롤플레이 유형3-1
## 취소된 항공권 문제 해결

> Tôi xin lỗi nhưng có một vấn đề bạn cần giải quyết. Khi đến sân bay, bạn được thông báo rằng chuyến bay của bạn đã bị hủy và không còn chuyến bay nào khác vì chúng đã được đặt trước. Hãy gọi điện thoại cho công ty du lịch của bạn, giải thích về tình huống này và đề xuất một số giải pháp khả thi cho tình trạng khó khăn này.
>
> 미안하지만 당신이 해결해야 하는 문제가 하나 있습니다. 공항에 도착했을 때 항공편이 취소되었으며 모두 이미 예약되어 다른 항공편이 없다는 통보를 받았습니다. 여행사에 전화하여 상황을 설명하고 이 곤경에 대한 몇 가지 가능한 대안을 제시하세요.

### 모범답변

Xin chào, tôi là Lan, đã đặt tour du lịch qua công ty của anh. Tôi đang gặp một vấn đề nghiêm trọng tại sân bay và cần sự giúp đỡ.

Chuyến bay của tôi đã bị hủy và không còn chuyến bay nào khác vì tất cả các chuyến đã được đặt kín chỗ. Tôi thực sự cần có một giải pháp cho tình huống này.

Công ty có thể giúp tôi tìm một chuyến bay thay thế không, có thể là qua một hãng hàng không khác hoặc qua một sân bay khác gần đó?

Nếu không có chuyến bay nào khả dụng trong ngày hôm nay, công ty có thể sắp xếp cho tôi một đêm ở khách sạn gần sân bay và đặt lại chuyến bay cho ngày mai không?

Trong trường hợp không thể giải quyết ngay lập tức, công ty có thể hoàn trả một phần hoặc toàn bộ chi phí của tôi để tôi có thể tự sắp xếp chuyến đi khác không?

Rất mong công ty có thể hỗ trợ tôi giải quyết vấn đề này sớm nhất có thể. Xin cám ơn.

안녕하세요. 저는 Lan입니다. 당신의 회사를 통해 투어를 예약했습니다. 공항에서 심각한 문제가 있어서 도움이 필요합니다.

저의 항공편이 취소되었고 모든 항공편이 예약되어 이용 가능한 다른 항공편이 없습니다. 이 상황에 대한 해결책이 정말로 필요합니다.

여행사에서 다른 항공사나 인근 공항 등을 통해 대체 항공편을 찾는 데 도움을 주실 수 있나요?

오늘 이용 가능한 항공편이 없다면 여행사에서 공항 근처 호텔에서 1박을 묵게 배치하여주시고 내일 항공편을 다시 예약해주실 수 있나요?

즉시 해결할 수 없는 경우 여행사에서 제가 스스로 다른 여정을 짤 수 있도록 비용의 일부 또는 전부를 환불해줄 수 있나요?

여행사에서 가능한 한 빨리 이 문제를 해결하는 데 도움을 줄 수 있기를 바랍니다. 감사합니다.

**해외여행** | 롤플레이 응용 유형1
# 취소된 항공편에 대한 또 다른 경험

MP3 P2-37

> Vở kịch đã kết thúc rồi ở đây. Bạn đã bao giờ gặp tình huống tương tự khi giải quyết các vấn đề liên quan đến chuyến bay bị hủy chưa? Hãy nói cho tôi biết chi tiết về tình huống này chuyện đó diễn ra ở đâu, khi nào và điều gì đã xảy ra.
>
> 상황 연극은 이미 종료되었습니다. 취소된 항공편과 관련된 문제를 처리할 때 비슷한 상황을 겪은 적이 있습니까? 이 상황이 어디서, 언제, 무슨 일이 일어났는지 자세히 말해주세요.

## 모범답변

| | |
|---|---|
| 취소된 항공편과 관련된 문제 | Một lần khi tôi đi du lịch cùng gia đình từ Seoul đến thành phố Hồ Chí Minh vào mùa hè năm ngoái, chúng tôi gặp phải tình huống chuyến bay bị hủy. Chuyến bay của chúng tôi dự kiến khởi hành vào buổi chiều từ Sân bay Quốc tế Incheon, nhưng khi chúng tôi đến sân bay, chúng tôi nhận được thông báo rằng chuyến bay đã bị hủy do thời tiết xấu.<br><br>한 번은 지난 여름 가족과 함께 서울에서 호치민으로 여행을 갔을 때 비행기가 결항되는 상황을 겪었습니다. 우리 비행기는 오후에 인천국제공항에서 출발할 예정이었으나, 공항에 도착했을 때 악천후로 비행기가 취소되었다는 알림을 받았습니다. |
| 나의 대처 | Ban đầu, chúng tôi rất lo lắng và bối rối vì không biết sẽ phải làm gì tiếp theo. Chúng tôi đến quầy dịch vụ khách hàng của hãng hàng không để tìm hiểu thêm thông tin. Nhân viên hãng hàng không rất bận rộn, nhưng họ cố gắng giữ bình tĩnh và xử lý tình huống một cách chuyên nghiệp.<br><br>처음에 우리는 다음에 무엇을 해야 할지 몰랐기 때문에 매우 걱정하고 혼란스러웠습니다. 더 자세한 정보를 알아보기 위해 항공사 고객 서비스 카운터를 방문했습니다. 항공사 직원은 매우 바쁘지만 침착함을 유지하고 전문적으로 상황을 처리하려고 노력했습니다. |
| 문제 해결 과정 | Sau khoảng một giờ chờ đợi, đến lượt chúng tôi được hỗ trợ. Nhân viên hãng hàng không thông báo rằng họ sẽ sắp xếp chúng tôi lên chuyến bay tiếp theo vào ngày hôm sau. Họ cũng đề nghị chúng tôi nhận một voucher ăn uống và một đêm nghỉ tại khách sạn gần sân bay, do hãng hàng không chịu chi phí.<br><br>한 시간 정도 기다린 끝에 우리 차례가 되어 도움을 받을 차례가 되었습니다. 항공사 직원은 다음날 우리를 다음 비행기에 타도록 하겠다고 말했습니다. 그들은 또한 항공사 비용으로 공항 근처 호텔에서 식사권과 1박 숙박권을 제공했습니다. |

**단어** | **thời tiết xấu** 악천후 | **lượt** 차례 | **chịu chi phí** 비용을 부담하다 | **miễn phí** 무료 | **nhiệt tình** 열정적인

**해외여행** 롤플레이 유형2-2
## 다낭 여행을 위해 자동차 렌트에 대한 정보 요청

Bây giờ tôi muốn đưa ra một tình huống để bạn diễn kịch bằng tiếng Việt. Bạn hãy lắng nghe, sau đó diễn kịch lại tình huống đó bằng tiếng Việt. Bạn Hãy tưởng tượng rằng bạn đang đi nghỉ ở Đà Nẵng. Hiện tại bạn đang ở một công ty cho thuê xe bởi vì bạn cần thuê một chiếc xe hơi. Hãy nghĩ là bạn đang nói chuyện với người làm việc ở công ty cho thuê ô tô và hỏi anh ấy ba hoặc bốn câu hỏi về việc thuê một chiếc ô tô trong một tuần.

지금 제가 베트남어로 당신이 연기하도록 한 상황을 드릴 겁니다. 당신은 잘 듣고나서 이 상황을 베트남어로 재연해보세요. 당신이 다낭에서 휴가를 간다고 상상해보세요. 당신은 현재 자동차를 렌트해야 하기 때문에 자동차 렌트 회사에 있습니다. 당신이 자동차 렌트 회사에서 일하는 사람과 이야기를 나누고 있다고 가정하고 그에게 일주일 동안 자동차를 렌트하는 것에 대해 3-4가지 질문을 해보세요.

### 모범답변

Chào anh, tôi đang muốn thuê một chiếc ô tô để đi lại trong thời gian nghỉ ở Đà Nẵng. Tôi có một vài câu hỏi cần anh giúp đỡ.
Đầu tiên, anh có thể cho tôi biết các loại xe có sẵn để thuê trong tuần này không? Thứ hai, chi phí thuê xe trong một tuần là bao nhiêu và có những khoản phí nào kèm theo không? Tiếp theo, việc thuê xe có bao gồm bảo hiểm không, và nếu có thì bảo hiểm này bao gồm những gì? Cuối cùng, tôi muốn biết quy trình nhận và trả xe như thế nào, có cần lưu ý gì đặc biệt không? Cảm ơn anh rất nhiều.

안녕하세요, 다낭 휴가 기간 동안 이동을 위해 차량을 렌트하고 싶습니다. 몇 가지 질문이 있어서 도움이 필요합니다.
먼저, 이번 주에 렌트할 수 있는 자동차 종류를 알려주실 수 있나요?
둘째, 일주일 동안 자동차를 빌리는 데 드는 비용은 얼마이며 따로 붙는 금액들이 있습니까? 다음으로, 자동차 렌트에는 보험이 포함되어 있나요? 그렇다면 어떤 내용이 포함되어 있나요? 마지막으로 차량 인수 및 반납 과정은 어떻게 되는지 알고 싶은데 특별히 주의할 점이 있나요? 매우 감사합니다.

**단어** **khoản phí** 비용, 금액 | **bảo hiểm** 보험

**해외여행** 롤플레이 유형3-2
# 렌트에 필요한 면허증 관련 문제 해결

MP3 P2-37

> Tôi xin lỗi nhưng có một vấn đề bạn cần giải quyết. Tôi không chắc bạn có được phép thuê xe không vì bạn không có bằng lái xe quốc tế hay bằng lái xe của Việt Nam. Bạn chỉ có bằng lái xe từ quốc gia của bạn. Giải thích tình huống và đề xuất một số giải pháp thay thế để giải quyết vấn đề này.
>
> 미안하지만 당신이 해결해야 하는 문제가 하나 있습니다. 국제운전면허증이나 베트남 운전면허증이 없어 자동차 렌트가 가능한지 잘 모르겠습니다. 당신은 당신의 나라에서 운전 면허증만 가지고 있습니다. 상황을 설명하고 이 문제를 해결하기 위한 몇 가지 대체 대안을 제안하세요.

### 모범답변

> Chào anh, tôi có một vấn đề muốn nhờ anh tư vấn. Tôi hiện đang có bằng lái xe từ quốc gia của tôi, nhưng không có bằng lái xe quốc tế hay bằng lái xe của Việt Nam. Vậy trong trường hợp này, tôi có được phép thuê xe ở đây không?
> Nếu việc thuê xe yêu cầu bằng lái xe quốc tế hoặc bằng lái xe của Việt Nam, anh có thể đề xuất cho tôi một số giải pháp thay thế được không? Ví dụ như tôi có thể sử dụng dịch vụ thuê xe có tài xế không? Hoặc có cách nào nhanh chóng để tôi có thể chuyển đổi bằng lái của mình sang bằng lái xe quốc tế hoặc Việt Nam trong thời gian ngắn không?
> Cảm ơn anh rất nhiều.
>
> 안녕하세요 문제가 있어서 당신에게 상담을 하고 싶습니다. 현재 본국의 운전면허증은 가지고 있지만, 국제운전면허증이나 베트남 운전면허증은 없습니다. 그렇다면 이 경우에 여기서 차를 빌릴 수 있나요?
> 자동차를 렌트할 때 국제 운전 면허증이나 베트남 운전 면허증이 필요한 경우 대체할 방안을 제안해주실 수 있나요? 예를 들면, 제가 운전자가 포함된 렌터카 서비스를 이용할 수 있나요? 아니면 짧은 시간 내에 저의 운전면허증을 국제 또는 베트남 운전면허증으로 전환할 수 있는 빠른 방법이 있습니까?
> 매우 감사합니다.

**단어** | **bằng lái xe** 운전면허증 | **trường hợp** 경우 | **chuyển đổi** 전환하다

 롤플레이 응용 유형2
# 여행 중 생긴 인상적인 경험

Vở kịch đã kết thúc rồi ở đây. Bạn có thể kể cho tôi nghe một câu chuyện về một trong những chuyến du lịch của bạn khi có vấn đề gì đó xảy ra không? Đó có thể là một trải nghiệm thực sự tuyệt vời hoặc một trải nghiệm thực sự khủng khiếp. Bắt đầu bằng cách kể cho tôi nghe các sự kiện của câu chuyện. Sau đó, hãy kể cho tôi nghe về những người bạn đã đi du lịch cùng. Cuối cùng, hãy cho tôi biết lý do tại sao trải nghiệm đó lại đáng nhớ đến vậy.

상황 연극은 이미 종료되었습니다. 여행 중 뭔가 잘못됐을 때의 이야기를 들려주실 수 있나요? 정말 멋진 경험일 수도 있고 정말 끔찍한 경험일 수도 있습니다. 이야기의 사건을 말해주는 것부터 시작하세요. 그리고 함께 여행한 사람들에 대해 이야기해주세요. 마지막으로 그 경험이 그토록 기억에 남는 이유를 말해 보세요.

## 모범답변

| | |
|---|---|
| 도입 | Một trong những chuyến du lịch đáng nhớ nhất của tôi là khi tôi cùng bạn bè đến Nha Trang vào mùa thu 2 năm trước. Chúng tôi đến Nha Trang vào một buổi chiều nắng đẹp và nhận phòng tại một khách sạn ven biển. Buổi tối hôm đó, chúng tôi thưởng thức bữa ăn tại nhà hàng của khách sạn và dạo chơi dọc bãi biển, tận hưởng không khí trong lành và tiếng sóng vỗ rì rào.<br><br>가장 기억에 남는 여행 중 하나는 2년 전 가을에 친구들과 함께 냐짱에 갔을 때였습니다. 우리는 아름답고 화창한 오후에 냐짱에 도착하여 해변 호텔에 체크인했습니다. 그날 저녁, 우리는 호텔 레스토랑에서 식사를 하고, 신선한 공기와 조용한 파도 소리를 들으며 해변을 산책했습니다. |
| 발생한 문제 | Tuy nhiên, đêm đó, một cơn bão mạnh bất ngờ đổ bộ vào Nha Trang. Gió rít lên từng hồi và mưa lớn xối xả suốt đêm. Nước mưa bắt đầu tràn vào bên trong căn phòng, ngập đến mức chúng tôi không thể ngủ được. Mọi người phải thức trắng đêm để dọn dẹp và cố gắng ngăn nước tràn vào thêm.<br><br>그러나 그날 밤 갑자기 냐짱에 강한 폭풍이 몰아쳤습니다. 바람이 휘몰아치고 밤새도록 비가 쏟아졌습니다. 빗물이 방 내부에 범람하기 시작하여 잠을 잘 수 없을 정도로 침수되었습니다. 모두는 밤새도록 청소를 하고 물이 더 들이치지 않도록 노력해야 했습니다. |
| 나의 대처 | Chúng tôi nhanh chóng gọi điện cho lễ tân khách sạn để thông báo tình hình. Nhân viên khách sạn rất nhanh chóng đến giúp đỡ, mang theo các dụng cụ để hút nước và sắp xếp cho chúng tôi một phòng nghỉ tạm thời trong khu vực chính của khách sạn. Mặc dù căn phòng này không có view đẹp như banggallo, nhưng ít nhất nó an toàn và khô ráo. |

> Những người đi cùng tôi trong chuyến đi này là các bạn thân tôi. Chúng tôi đã cùng nhau trải qua một đêm đầy khó khăn và căng thẳng, nhưng cũng nhờ vậy mà chúng tôi trở nên đoàn kết và gắn bó hơn.
>
> 우리는 신속하게 호텔 리셉션에 전화하여 상황을 알렸습니다. 호텔 직원은 물 흡입 도구를 가져오고 호텔의 본관에 임시 방을 마련해주면서 매우 신속하게 도와주었습니다. 그 방은 방갈로처럼 전망이 좋지는 않지만 적어도 안전하고 말라 있었어요.
> 이번 여행에 동행한 사람들은 저의 친한 친구들이었습니다. 우리는 함께 힘들고 스트레스 받는 밤을 보냈지만 덕분에 더욱 단합되고 애착을 갖게 되었습니다.

**단어** rì rào 가볍고 작은 소리 | đổ bộ 상륙하다 | ngăn nước 물을 막다 | khô ráo 말라 있다

---

**해외여행** 고득점 필수 유형1
# 과거와 현재의 해외 여행 비교

MP3 P2-38

> Hãy nói về những thay đổi của việc du lịch đến các quốc gia khác trong những năm gần đây. Việc này trở nên dễ dàng hơn hay khó khăn hơn? Hãy mô tả chi tiết về trải nghiệm trong quá khứ và những thay đổi mà bạn đã chứng kiến hiện nay.
> 최근 몇 년 동안 다른 나라로의 여행이 어떻게 변했는지 이야기해 보세요. 더 쉬워졌나요 아니면 더 어려워졌나요? 당신의 과거 경험과 오늘날 목격한 변화를 자세히 말해주세요.

**모범답변**

| | |
|---|---|
| 과거의 해외여행 | Trong quá khứ, việc du lịch quốc tế thường khó khăn và tốn kém hơn. Vé máy bay đắt đỏ, thủ tục xin visa phức tạp và ít sự lựa chọn về dịch vụ du lịch. Thời gian di chuyển cũng lâu hơn và thông tin về các điểm đến không phong phú như hiện nay. Những người muốn đi du lịch phải dựa vào sách hướng dẫn du lịch, kinh nghiệm của bạn bè hoặc gia đình, và rất ít có sự trợ giúp từ công nghệ.<br><br>과거에는 해외 여행이 더 어렵고 비용이 많이 드는 경우가 많았습니다. 비행기 표는 비싸고 비자 신청 절차는 복잡하며 여행 서비스 선택지가 적었습니다. 여행 시간도 길었고, 목적지에 대한 정보도 오늘날만큼 풍부하지 않습니다. 여행을 원하는 사람들은 여행 가이드북, 친구나 가족의 경험에 의존해야 하며 기술의 도움은 매우 적었습니다. |
| 현재의 해외여행 | Ngày nay, du lịch quốc tế đã trở nên dễ dàng và tiện lợi hơn rất nhiều. Giá vé máy bay đã giảm nhờ sự cạnh tranh giữa các hãng hàng không giá rẻ. Công nghệ phát triển giúp du khách dễ dàng tìm kiếm thông tin, đặt vé, đặt phòng khách sạn và lên kế hoạch chi tiết cho chuyến đi qua các ứng dụng và trang web du lịch. |

| | |
|---|---|
| | 요즘은 해외여행이 훨씬 더 쉽고 편리해졌습니다. 저가 항공사 간 경쟁으로 항공권 가격이 하락했습니다. 기술 개발은 여행객들이 여행 어플과 웹사이트를 통해 쉽게 정보를 찾고, 티켓을 예약하고, 호텔 객실을 예약하고, 세부 여행을 계획하는 데 도움이 됩니다. |
| 변화된 점 | Một thay đổi đáng kể nữa là sự phổ biến của các nền tảng chia sẻ như Airbnb, cho phép du khách tìm được chỗ ở độc đáo và phù hợp với ngân sách. Dịch vụ du lịch cũng ngày càng chuyên nghiệp và đa dạng hơn. Các tour du lịch được tổ chức bài bản, với nhiều lựa chọn phong phú từ tour tham quan, du lịch mạo hiểm đến du lịch nghỉ dưỡng. Hơn nữa, các dịch vụ hỗ trợ du lịch như bảo hiểm du lịch, dịch vụ y tế và cứu hộ cũng được cải thiện đáng kể, giúp du khách yên tâm hơn khi du lịch đến những nơi xa lạ.<br><br>또 다른 중요한 변화는 여행자가 예산에 적합한 독특한 숙박 시설을 찾을 수 있게 해주는 Airbnb와 같은 공유 플랫폼의 보편화입니다. 여행 서비스도 더욱 전문화되고 다양해지고 있습니다. 투어는 관광 투어, 모험 투어, 휴양여행까지 풍부한 옵션으로 체계적으로 조직됩니다. 또한, 여행자 보험, 의료, 구조 서비스 등 여행 지원 서비스도 대폭 개선해 여행객들이 낯선 곳을 여행할 때 더욱 안심할 수 있도록 돕고 있습니다. |
| 발생한 문제 | Tuy nhiên, có một số thách thức mới xuất hiện, chẳng hạn như việc bảo vệ môi trường du lịch, sự quá tải tại các điểm đến nổi tiếng, và các vấn đề an ninh. Du khách và các nhà quản lý du lịch ngày càng phải chú ý đến việc du lịch bền vững, đảm bảo rằng sự phát triển của ngành du lịch không gây hại đến các điểm đến và cộng đồng địa phương.<br>Tóm lại, so với quá khứ, việc du lịch đến các quốc gia khác đã trở nên dễ dàng và tiện lợi hơn nhiều. Sự phát triển của công nghệ, dịch vụ du lịch và các chính sách mở cửa đã tạo điều kiện thuận lợi cho du khách. Tuy nhiên, việc du lịch bền vững và bảo vệ môi trường là những thách thức mà chúng ta cần quan tâm và giải quyết trong tương lai.<br><br>그러나 관광 환경 보호, 인기 관광지의 과밀화, 치안 문제 등 몇 가지 새로운 과제가 대두되고 있습니다. 여행객과 관광 관리자는 관광의 발전이 목적지와 지역 사회에 해를 끼치지 않도록 지속 가능한 관광에 점점 더 관심을 기울여야 합니다.<br>한마디로, 과거에 비해 다른 나라로의 여행이 훨씬 더 쉽고 편리해졌습니다. 기술의 발전, 관광 서비스 및 개방 정책은 여행객에게 유리한 조건을 조성했습니다. 그러나 지속가능한 관광과 환경보호는 앞으로 우리가 주목하고 해결해야 할 과제입니다. |

**단어** **thủ tục xin visa** 비자 신청 절차 | **hãng hàng không giá rẻ** 저가 항공사 | **đóng vai trò** 역할을 하다 | **chuyên nghiệp** 전문적인 | **bền vững** 지속가능한

 고득점 필수 유형2
# 해외여행 시 사람들의 관심사

> Hãy kể cho tôi nghe về một số điều mà các du khách muốn trải nghiệm nhất hoặc ngắm nhìn nhất khi đi du lịch đến các quốc gia khác nhau. Những điều này có ý nghĩa như thế nào đối với du khách?
> 여행자들이 다른 나라를 여행할 때 가장 경험하고 싶거나 보고 싶은 것들에 대해 말해 보세요. 이는 여행자들에게 어떠한 의미를 가지나요?

## 모범답변

| | |
|---|---|
| 여행자들이 경험하고 싶어 하는 것 | Các du khách thường muốn trải nghiệm và ngắm nhìn những điều đặc biệt khi du lịch đến các quốc gia khác nhau.<br>여행객들은 보통 다른 나라를 여행할 때 특별한 것을 경험하고 보고 싶어합니다. |
| 명승고적지 | Danh lam thắng cảnh như tháp Eiffel ở Paris, kim tự tháp ở Ai Cập, hay Vạn Lý Trường Thành ở Trung Quốc luôn thu hút đông đảo du khách. Những công trình kiến trúc và danh thắng này không chỉ là biểu tượng văn hóa mà còn mang lại cảm giác tự hào khi được chiêm ngưỡng những kỳ quan thế giới.<br>파리의 에펠탑, 이집트의 피라미드, 중국의 만리장성 등 명승고적지는 항상 많은 여행객을 끌어들이고 있습니다. 이러한 건축물과 이름난 관광지는 문화적 상징일 뿐만 아니라 세계의 경이로움을 감상할 때 자부심을 불러일으킵니다. |
| 자연경관 | Cảnh quan thiên nhiên như rừng Amazon, thác Niagara, hay các bãi biển tuyệt đẹp ở Maldives luôn làm say đắm lòng người. Khám phá và tận hưởng vẻ đẹp thiên nhiên giúp du khách cảm nhận sự hùng vĩ và phong phú của thế giới.<br>아마존 숲, 나이아가라 폭포, 몰디브의 아름다운 해변 등 자연경관은 언제나 사람들의 마음을 사로잡습니다. 자연의 아름다움을 탐험하고 즐기는 것은 여행객들이 세계의 장엄함과 풍요로움을 느끼는 데 도움이 됩니다. |
| 명물요리 | Ẩm thực địa phương cũng là yếu tố hấp dẫn du khách, ví dụ như sushi ở Nhật Bản, pizza ở Ý, hay phở ở Việt Nam. Thưởng thức ẩm thực địa phương giúp du khách hiểu hơn về văn hóa và phong cách sống của người dân bản địa.<br>일본의 스시, 이탈리아의 피자, 베트남의 쌀국수 등 향토 요리도 여행객들에게 매력적인 요소입니다. 현지 요리를 즐기는 것은 여행객들이 현지인의 문화와 생활 방식을 더 잘 이해하는 데 도움이 됩니다. |

| | |
|---|---|
| 각 나라별 축제 | Lễ hội và sự kiện văn hóa như lễ hội hoa anh đào ở Nhật Bản, lễ hội ánh sáng Diwali ở Ấn Độ, hay lễ hội Rio Carnival ở Brazil mang lại trải nghiệm sống động và cơ hội hòa mình vào không khí vui tươi, sôi động của người dân địa phương.<br><br>일본의 벚꽃 축제, 인도의 디왈리 빛 축제, 브라질의 리오 카니발과 같은 축제와 문화 행사는 현지사람들의 즐겁고 활기 넘치는 분위기에 몰입할 수 있는 생동감 있는 경험과 기회를 제공합니다. |
| 역사문화 유적지 | Di tích lịch sử và văn hóa như thành cổ Kyoto ở Nhật Bản, di tích Angkor Wat ở Campuchia, hay đấu trường La Mã ở Ý đều chứa đựng nhiều câu chuyện lịch sử và văn hóa. Du khách có thể học hỏi và tìm hiểu về quá khứ qua các công trình này.<br><br>일본의 고대 도시 교토, 캄보디아의 앙코르와트 유적, 이탈리아의 콜로세움 등 역사문화 유적에는 많은 역사적, 문화적 이야기가 담겨 있습니다. 여행객들은 이러한 것들을 통해 과거에 대해 배울 수 있습니다. |
| 사진과 SNS | Việc chụp ảnh tại các điểm du lịch nổi tiếng không chỉ là cách để ghi lại kỷ niệm mà còn là cách để thể hiện phong cách sống và sự trải nghiệm phong phú của bản thân. Những bức ảnh đẹp và ấn tượng trên Instagram thường nhận được nhiều lượt thích và bình luận, tạo ra cảm giác tự hào và hạnh phúc cho người đăng. Ngoài ra, việc chia sẻ ảnh du lịch trên mạng xã hội còn giúp du khách kết nối với những người có cùng sở thích, trao đổi kinh nghiệm và gợi ý về các điểm đến mới. Điều này tạo ra một cộng đồng trực tuyến sôi động và giúp mọi người có thêm động lực để khám phá thế giới.<br><br>유명 관광지에서 사진을 찍는 것은 추억을 기록하는 방법일 뿐만 아니라 자신의 라이프스타일과 풍부한 개인 경험을 표현하는 방법이기도 합니다. 인스타그램의 아름답고 인상적인 사진은 많은 좋아요와 댓글을 받으며 올린 사람에 대한 자부심과 행복감을 불러일으킵니다. 또한, 소셜 네트워크에서 여행 사진을 공유하는 것은 여행객이 비슷한 관심사를 가진 사람들과 연결되고, 새로운 목적지에 대한 경험과 의견을 교환하는 데에도 도움이 됩니다. 이는 활발한 온라인 커뮤니티를 만들고 사람들에게 세계를 탐험할 더 많은 동기를 부여합니다. |

**단어** **danh lam thắng cảnh** 명승고적지 | **chứa đựng** 담겨 있다 | **tải lên mạng xã hội** 소셜 네트워크에 업로드하다

# PART 3 돌발 (일반 주제)

## Unit 1 가구

**＊출제되는 콤보 문제**

**SET1** 문항 2-4

| | |
|---|---|
| 1 | 집에 있는 가구와 좋아하는 가구 묘사 |
| 2 | 일상에서 사용하는 가구 |
| 3 | 어렸을 때 가구와 지금 가구 비교 |

**SET2** 문항 5-7, 8-10

| | |
|---|---|
| 1 | 집에 있는 가구와 좋아하는 가구 묘사 |
| 2 | 어렸을 때 가구와 지금 가구 비교 |
| 3 | 가구에 생긴 문제 해결 경험 |

 **1 집에 있는 가구와 좋아하는 가구 묘사**

MP3 P3-01

Bạn có những loại đồ nội thất nào ở nhà? Hãy cho tôi biết về từng loại đồ nội thất. Ngoài ra, món đồ nội thất yêu thích của bạn là gì? Tại sao bạn thích cái đó?

집에는 어떤 종류의 가구가 있나요? 가구 종류별로 알려주세요. 또한, 가장 좋아하는 가구는 무엇인가요? 왜 그것을 좋아하나요?

### 모범답변

Nhà tôi có rất nhiều loại đồ nội thất như ghế sofa, bàn ăn, giường ngủ, bàn làm việc, tủ quần áo, kệ sách v.v…, mỗi loại đều có chức năng và vẻ đẹp riêng. Trong số các món đồ nội thất ở nhà, món đồ yêu thích của tôi là ghế sofa. Tôi thích ghế sofa vì nó mang lại sự thoải mái và nhiều tiện ích. Sau một ngày làm việc mệt mỏi, tôi thường nằm dài trên ghế sofa để thư giãn, đọc sách, hoặc xem phim. Ghế sofa là nơi cả gia đình tôi quây quần, trò chuyện và chia sẻ những câu chuyện hàng ngày. Chúng tôi thường ngồi cùng nhau trên ghế sofa để xem tivi hoặc chơi các trò chơi gia đình, giúp tăng cường sự gắn kết. Ngoài ra, ghế sofa còn là trung tâm tiếp đón khách khứa. Khi có bạn bè hoặc người thân đến thăm, chúng tôi thường ngồi lại trên ghế sofa để trò chuyện, tạo ra những kỷ niệm đẹp. Ghế sofa cũng góp phần làm nổi bật không gian phòng khách với thiết kế hiện đại và thoải mái. Tóm lại, ghế sofa là món đồ nội thất yêu thích của tôi vì nó không chỉ mang lại sự thoải mái mà còn là nơi gắn kết gia đình và bạn bè.

우리 집에는 소파, 식탁, 침대, 책상, 옷장, 책장 등 다양한 종류의 가구가 있는데, 저마다 기능과 아름다움이 다릅니다. 집에 있는 가구 중에서 제가 가장 좋아하는 것은 소파입니다. 저는 편안함과 편리함을 가져다주기 때문에 소파를 좋아합니다. 피곤한 하루 일과를 마치고 소파에 누워 휴식을 취하거나, 책을 읽거나, 영화를 보는 경우가 많습니다. 소파는 온 가족이 모여 수다를 떨며 일상의 이야기를 나누는 곳이에요. 우리는 소파에 함께 앉아 TV를 보거나 가족끼리 게임을 하는 경우가 많은데, 이는 유대감을 강화하는 데에도 도움이 됩니다. 또한 소파는 손님을 맞이하는 중심이기도 합니다. 친구나 친척들이 찾아오면 소파에 앉아 이야기를 나누며 아름다운 추억을 만드는 경우가 많습니다. 소파는 모던하고 편안한 디자인으로 거실 공간을 더욱 돋보이게 하는 데 일조합니다. 한마디로 소파는 편안함을 선사할 뿐만 아니라 가족과 친구들을 연결해주는 곳이기도 하기 때문에 제가 가장 좋아하는 가구입니다.

**단어** | **kệ sách** 책장 | **chức năng** 기능 | **nằm dài** 길게 눕다 | **quây quần** 둘러 앉다. 모이다 | **khách khứa** 집에 방문한 손님

 2 일상에서 사용하는 가구

MP3 P3-01

Bạn sử dụng đồ nội thất của mình để làm gì? Hãy cho tôi biết tại sao món đồ nội thất đó lại hữu ích.
가구를 어떤 용도로 사용하시나요? 그 가구가 왜 유용한지 말해보세요.

### 모범답변

Trong nhà tôi, có một số đồ nội thất chủ yếu như giường, ghế sofa, bàn ăn và tủ quần áo.
Giường là nơi tôi nghỉ ngơi sau một ngày làm việc mệt mỏi. Nó thoải mái và giúp tôi có giấc ngủ ngon để tái tạo năng lượng cho ngày mới.
Ghế sofa là trung tâm của phòng khách. Tôi thường ngồi trên ghế sofa để xem tivi, đọc sách hoặc trò chuyện với gia đình và bạn bè. Nó rất êm ái và tạo ra một không gian ấm cúng.
Bàn ăn là nơi gia đình tôi quây quần trong các bữa ăn. Chúng tôi cùng nhau chia sẻ những câu chuyện hàng ngày và tận hưởng những bữa ăn ngon. Bàn ăn làm từ gỗ, chắc chắn và có thiết kế đơn giản nhưng tinh tế.
Tủ quần áo là nơi tôi cất giữ quần áo và các phụ kiện. Tủ rộng rãi, có nhiều ngăn và kệ giúp tôi sắp xếp đồ đạc gọn gàng và dễ tìm kiếm. Nó cũng giúp không gian phòng ngủ trở nên ngăn nắp hơn.
Mỗi món đồ nội thất đều có vai trò quan trọng và mang lại sự tiện ích cho cuộc sống hàng ngày của tôi.

우리 집에는 침대, 소파, 식탁, 옷장 등 주요 가구가 몇 가지 있습니다.
침대는 지친 하루 일과를 마치고 푹 쉴 수 있는 곳입니다. 편안하고 숙면을 취하여 새로운 하루를 위한 에너지를 충전하는 데 도움이 됩니다.
소파는 거실의 중심입니다. 저는 종종 소파에 앉아 TV를 보거나 책을 읽거나 가족이나 친구들과 대화를 나눕니다. 그것은 매우 부드럽고 아늑한 공간을 만들어줍니다.
식탁은 우리 가족이 모여 식사를 하는 곳입니다. 매일 함께 이야기를 나누고 맛있는 식사를 즐깁니다. 식탁은 원목으로 제작되어 튼튼하고 심플하면서도 세련된 디자인이 특징입니다.
옷장은 옷과 액세서리를 보관하는 곳이에요. 수납장은 넓고 수납공간과 선반이 많아 물건을 깔끔하게 정리하고 쉽게 찾을 수 있어요. 또한 침실 공간을 더욱 체계적으로 정리하는 데 도움이 됩니다.
가구 하나하나가 중요한 역할을 하며 저의 일상생활에 편리함을 가져다줍니다.

### 단어
**tái tạo năng lượng** 에너지 충전 | **êm ái** 부드럽고 푹신하다 | **gỗ** 원목, 나무 | **chắc chắn** 튼튼하다 | **cất giữ** 보관하다 | **ngăn nắp** 정리되다

**가구** 3 어렸을 때 가구와 현재 가구 비교

Hãy kể cho tôi nghe về đồ nội thất mà bạn có khi còn nhỏ. Chúng khác với đồ nội thất bạn có ngày nay như thế nào? Hãy cho tôi ví dụ cụ thể về sự khác biệt.

당신이 어렸을 때 가지고 있던 가구에 대해 말해주세요. 지금 가지고 있는 가구와는 어떻게 다른가요? 차이점에 대한 구체적인 예를 들어주세요.

### 모범답변

Khi tôi còn nhỏ, tôi có một chiếc giường đơn nhỏ, không làm bằng gỗ thật nên không bền lắm. Tôi thường xuyên ngủ và ngã xuống gầm giường vì giường nhỏ. Bây giờ, tôi đã mua một chiếc giường đôi lớn để có đủ không gian thoải mái trong giấc ngủ và tránh việc ngã.

Ngoài ra, đồ nội thất khi tôi còn nhỏ đều có màu sắc khác nhau như xanh, đỏ, vàng, không đồng bộ và khá lộn xộn. Hiện tại, tôi đã chọn mua đồ nội thất màu trắng để phòng ngủ trông rộng rãi và gọn gàng hơn. Sự thay đổi này không chỉ làm cho không gian sống của tôi trở nên thoải mái và tiện nghi hơn mà còn giúp tạo cảm giác thanh lịch và hiện đại.

제가 어렸을 때, 작은 싱글 침대가 있었는데 진짜 나무로 만든 것이 아니어서 내구성이 별로 좋지 않았습니다. 침대가 작아서 자주 잠들었다가 침대 밑으로 떨어지는 경우가 많습니다. 이제는 편안하게 잠을 잘 수 있고 떨어지지 않을 만큼 공간이 넉넉한 대형 더블 침대를 구입했습니다.

또한 제가 어렸을 때 가구들은 파란색, 빨간색, 노란색 등 온갖 색깔이 섞여 있었고, 일관성이 없고 꽤 지저분했습니다. 현재는 침실을 더 넓고 깔끔하게 보이도록 흰색 가구를 골라 샀습니다. 이러한 변화는 저의 생활 공간을 더욱 편안하고 편리하게 만들어줄 뿐만 아니라, 우아하고 모던한 느낌을 연출하는 데도 도움이 됩니다.

 **bền** 내구성이 좋다 | **gầm giường** 침대 밑 | **đồng bộ** 일관성이 있다, 통일성이 있다 | **lộn xộn** 지저분하다, 난잡하다 | **thanh lịch** 우아하다

 **4 가구에 생긴 문제 해결 경험**

Hãy kể cho tôi nghe về một lần bạn gặp vấn đề với đồ đạc trong nhà. Có lẽ nó đã bị hỏng vì lý do nào đó, hoặc nó có thể đã bị hỏng. Hãy cho tôi biết chính xác điều gì đã xảy ra và bạn giải quyết vấn đề như thế nào.

집에 있는 가구에 문제가 있었던 경험에 대해 이야기해 주세요. 어떤 이유로 인해 깨졌을 수도 있고, 손상되었을 수도 있습니다. 정확히 무슨 일이 일어났는지, 그리고 어떻게 문제를 해결했는지 알려주세요.

### 모범답변

Vài tháng trước, tôi gặp phải một vấn đề với đồ nội thất trong nhà khi mèo cưng của tôi cào vào ghế sofa. Ghế sofa này làm bằng da bò nên rất dễ bị xé rách. Vết xé dài khoảng 5 cm và trông rất rõ ràng, làm hỏng diện mạo của chiếc ghế.

Để giải quyết vấn đề này, tôi đã gọi cho phòng chăm sóc khách hàng của nhà sản xuất ghế sofa và yêu cầu sửa chữa. Họ nhanh chóng cử một kỹ thuật viên đến kiểm tra và khắc phục vết rách. Kỹ thuật viên đã làm việc tỉ mỉ và khéo léo để khâu lại vết rách và làm sạch bề mặt ghế. Kết quả là ghế sofa trông gần như mới, và tôi rất hài lòng với dịch vụ của họ.

Kinh nghiệm này giúp tôi nhận ra tầm quan trọng của việc bảo quản đồ nội thất và cũng nhắc nhở tôi cần cẩn thận hơn với mèo cưng để tránh những sự cố tương tự trong tương lai.

몇 달 전, 고양이가 소파를 긁는 바람에 가구에 문제가 생겼습니다. 이 소파는 소가죽으로 만들어져서 쉽게 찢어졌습니다. 찢어진 부분은 길이가 약 5cm이고 매우 눈에 띄어 소파의 외관을 망칩니다.

이 문제를 해결하기 위해 소파 제조사 고객센터에 전화해서 수리를 요청했습니다. 그들은 신속하게 기술자를 보내 찢어진 부분을 확인하고 수리했습니다. 기술자는 꼼꼼하고 능숙하게 작업하여 찢어진 부분을 꿰매고 소파 표면을 청소했습니다. 결과적으로 소파는 거의 새것처럼 보였고 서비스도 매우 만족스러웠습니다.

이 경험은 제가 가구 보존의 중요성을 깨닫는 데 도움이 되었고, 앞으로 비슷한 사고가 발생하지 않도록 고양이를 더욱 조심해야 한다는 점을 일깨워주었습니다.

 **cào** 긁다 | **xé rách** 찢어지다 | **vết xé** 찢어진 부분, 상처 | **diện mạo** 외관 | **cử** 보내다, 파견하다 | **tỉ mỉ** 꼼꼼하다 | **khâu lại** 꿰매다

## Unit 2 | 기술

### ＊출제되는 콤보 문제

**SET1** 문항 2-4

| | |
|---|---|
| 1 | 우리나라 사람들이 사용하는 보편적 기술 |
| 2 | 주로 사용하는 기술 |
| 3 | 기술의 과거와 현재 비교 |

**SET2** 문항 5-7, 8-10

| | |
|---|---|
| 1 | 우리나라 사람들이 사용하는 보편적 기술 |
| 2 | 기술의 과거와 현재 비교 |
| 3 | 기술 관련 본인이 겪은 문제 |

## 기술  1 우리나라 사람들이 사용하는 보편적 기술

MP3 P3-02

> Hãy cho tôi biết về một số công nghệ mà người Hàn Quốc thường sử dụng như điện thoại thông minh, máy vi tính. Một số hình thức công nghệ phổ biến mà mọi người sử dụng là gì? Và tại sao họ sử dụng chúng?
>
> 스마트폰, 컴퓨터 등 한국사람들이 자주 사용하는 기술에 대해 말해보세요. 사람들이 사용하는 일반적인 형태의 기술은 무엇입니까? 그리고 그들은 왜 그것을 사용합니까?

### 모범답변

Ở Hàn Quốc, một số công nghệ phổ biến mà mọi người thường sử dụng bao gồm điện thoại thông minh, máy tính xách tay, thiết bị gia đình thông minh, thanh toán di động. Hầu như ai cũng sử dụng điện thoại thông minh để liên lạc, lướt web, xem video, và sử dụng các ứng dụng tiện ích hàng ngày. Điện thoại thông minh rất phổ biến vì tính tiện lợi và tích hợp nhiều chức năng. Máy tính xách tay được sử dụng rộng rãi trong công việc và học tập, máy tính xách tay cung cấp sự linh hoạt và tiện dụng cho người dùng khi làm việc từ xa hoặc di chuyển. Nhiều gia đình Hàn Quốc sử dụng các thiết bị thông minh như máy lọc không khí, máy giặt và tủ lạnh thông minh để nâng cao chất lượng cuộc sống và tiết kiệm thời gian. Các ứng dụng thanh toán di động như Samsung Pay và KakaoPay rất phổ biến vì sự tiện lợi và an toàn trong các giao dịch hàng ngày.

한국에서는 사람들이 자주 사용하는 보편적 기술로는 스마트폰, 노트북, 스마트 홈 기기, 모바일 결제 등이 있습니다. 거의 모든 사람이 매일 스마트폰을 사용하여 연락하고, 웹 서핑하고, 비디오를 보고, 유틸리티 애플리케이션을 사용합니다. 스마트폰은 편리성과 다양한 기능의 통합으로 인해 매우 보편적입니다. 노트북은 업무와 학습에 널리 사용되며 원격으로 작업하거나 이동 중에도 사용자에게 유연성과 편의성을 제공합니다. 많은 한국 가정에서는 삶의 질을 향상시키고 시간을 절약하기 위해 스마트 공기청정기, 세탁기, 냉장고 등 스마트 기기를 사용하고 있습니다. 삼성페이, 카카오페이 등 모바일 결제 앱은 일상 거래에서 편리함과 안전성으로 인기를 끌고 있습니다.

**단어** | **thanh toán di động** 모바일 결제 | **ứng dụng tiện ích** 유틸리티 애플리케이션 | **sự linh hoạt** 유연성 | **tiện dụng** 편의성

**기술** 2 **주로 사용하는 기술**

> Hãy kể cho tôi nghe về cách bạn thường sử dụng công nghệ. Công nghệ giúp bạn thực hiện những loại hoạt động nào hàng ngày?
> 당신이 보통 기술을 사용하는 방법에 대해 알려주세요. 기술은 어떤 종류의 일상 활동에 도움이 됩니까?

### 모범답변

Tôi thường sử dụng điện thoại thông minh hàng ngày để thực hiện nhiều hoạt động khác nhau. Tôi gọi điện, nhắn tin và gửi email cho gia đình, bạn bè và đồng nghiệp. Tôi xem video trên YouTube, nghe nhạc, và chơi trò chơi để giải trí sau giờ làm việc. Tôi sử dụng các ứng dụng như Coupang để mua sắm mọi thứ từ thực phẩm đến quần áo. Tôi quản lý tài khoản ngân hàng và thực hiện các giao dịch tài chính qua các ứng dụng ngân hàng. Tôi sử dụng ứng dụng bản đồ để chỉ đường và tìm các địa điểm mới khi đi du lịch hoặc công tác. Tôi đọc sách điện tử, học ngoại ngữ, và tham gia các cuộc họp trực tuyến qua điện thoại. Điện thoại thông minh giúp tôi tiết kiệm thời gian và làm cho cuộc sống hàng ngày trở nên thuận tiện hơn.

저는 보통 매일 스마트폰을 사용하여 다양한 활동을 수행합니다. 저는 가족, 친구, 동료에게 전화, 문자, 이메일을 보냅니다. 퇴근 후에는 즐기기 위해 유튜브 영상을 보고, 음악을 듣고, 게임을 합니다. 저는 쿠팡 같은 앱을 사용해 음식부터 옷까지 모든 것을 쇼핑합니다. 저는 은행 애플리케이션을 통해 은행 계좌를 관리하고 금융 거래를 수행합니다. 저는 여행하거나 일할 때 지도 앱을 사용하여 길을 찾고 새로운 장소를 찾습니다. 핸드폰으로 전자책도 읽고, 외국어도 배우고 온라인 회의에도 참여합니다. 스마트폰은 시간을 절약하고 일상생활을 더욱 편리하게 만들어줍니다.

**단어** | **giao dịch tài chính** 금융 거래 | **cuộc họp trực tuyến** 온라인 회의, 모임

 ## 3 기술의 과거와 현재 비교

Công nghệ đã phát triển nhanh chóng trong thời kỳ hiện đại. Hãy mô tả cho tôi một trải nghiệm của bạn về một thiết bị công nghệ mà bạn đã sử dụng khi còn nhỏ như điện thoại di động cũ, máy vi tính. Công nghệ đó đã thay đổi như thế nào trong những năm qua?

현대에 와서 기술은 급속도로 발전했습니다. 어렸을 때 사용했던 오래된 휴대폰이나 컴퓨터와 같은 기술 장치에 대해 겪었던 경험을 설명해주세요. 그 기술은 수년에 걸쳐 어떻게 변했습니까?

### 모범답변

Công nghệ đã phát triển nhanh chóng trong thời kỳ hiện đại. Khi tôi còn nhỏ, bố mẹ mới mua một máy hút bụi, và tôi cảm thấy rất hào hứng. Máy hút bụi không đòi hỏi sức lực nhiều như quét bụi bằng tay, và có thể làm sạch bụi bẩn một cách nhanh chóng.

Trong 10 năm qua, công nghệ máy hút bụi đã có nhiều thay đổi đáng kể. Ban đầu, máy hút bụi có dây và khá nặng, nhưng sau đó, máy hút bụi không dây đã ra đời, làm cho việc di chuyển dễ dàng hơn. Máy hút bụi hiện nay cũng nhẹ hơn, tiện lợi hơn rất nhiều. Đặc biệt, sự ra đời của robot hút bụi đã mang lại một cuộc cách mạng trong việc dọn dẹp nhà cửa. Robot hút bụi có thể tự động di chuyển và làm sạch sàn nhà mà không cần sự can thiệp của con người, giúp tiết kiệm thời gian và công sức đáng kể.

현대 시기에 기술은 급속도로 발전했습니다. 어렸을 때 부모님이 진공청소기를 사셨는데 저는 매우 신이 났습니다. 진공청소기는 손으로 먼지를 쓸어내는 것만큼 많은 노력이 필요하지 않으며, 먼지를 빠르게 청소할 수 있습니다.

지난 10년 동안 진공청소기 기술은 크게 변화했습니다. 처음에는 진공청소기가 유선으로 되어 있고 상당히 무거웠지만, 나중에는 무선 진공청소기가 탄생하여 이동이 더욱 간편해졌습니다. 또한 오늘날의 진공청소기는 훨씬 더 가볍고 편리해졌습니다. 특히 로봇청소기의 등장은 집 청소에 혁명을 가져왔습니다. 로봇청소기는 사람의 개입 없이 자동으로 이동하고 바닥을 청소할 수 있어 시간과 노력을 크게 절약할 수 있습니다.

**단어** đòi hỏi sức lực 노력이 필요하다, 힘이 들어가다 | bụi bẩn 먼지 | cuộc cách mạng 혁명 | can thiệp 개입하다, 간섭하다

 ## 4 기술 관련 본인이 겪은 문제

> Đôi khi vấn đề phát sinh khi quá dựa vào công nghệ mà công nghệ không hoạt động bình thường. Hãy kể cho tôi nghe câu chuyện về trải nghiệm của bạn khi công nghệ của bạn không hoạt động. Vấn đề chính xác là gì? Nó ảnh hưởng đến công việc của bạn như thế nào? Bạn đã làm gì để giải quyết vấn đề? Kể cho tôi nghe câu chuyện đó một cách chi tiết.
>
> 때로는 기술에 너무 많이 의존한 상태에서 기술이 제대로 작동하지 않을 때 문제가 발생하기도 합니다. 기술이 작동하지 않았을 때 겪은 귀하의 경험을 들려주세요. 정확히 문제가 무엇입니까? 그것이 당신의 작업에 어떤 영향을 미치나요? 문제를 해결하기 위해 무엇을 했나요? 그 이야기를 자세히 들려주세요.

### 모범답변

Đôi khi vấn đề phát sinh khi công nghệ không hoạt động bình thường. Khi tôi tạo video để tải lên YouTube, tôi sử dụng một ứng dụng biên tập video. Một lần, ứng dụng này gặp vấn đề, liên tục bị treo và không thể lưu video. Điều này ảnh hưởng nghiêm trọng đến công việc của tôi vì tôi phải mất rất nhiều thời gian và công sức để biên tập video lại từ đầu.

Đầu tiên, tôi cố gắng khởi động lại máy tính và ứng dụng, nhưng vấn đề vẫn không được giải quyết. Sau đó, tôi quyết định xóa ứng dụng và cài đặt lại, nhưng tình trạng vẫn không thay đổi. Cuối cùng, tôi nghĩ rằng có thể vấn đề nằm ở hệ điều hành, vì vậy tôi quyết định cập nhật lên phiên bản OS mới nhất.

Sau khi cập nhật hệ điều hành, tôi cài đặt lại ứng dụng biên tập video và thử lại. May mắn thay, lần này ứng dụng hoạt động trơn tru và tôi có thể hoàn thành video mà không gặp thêm vấn đề nào. Việc giải quyết vấn đề này đã giúp tôi nhận ra tầm quan trọng của việc duy trì và cập nhật công nghệ thường xuyên để tránh các rắc rối không đáng có trong công việc.

때로는 기술이 제대로 작동하지 않을 때 문제가 발생하기도 합니다. YouTube에 업로드할 동영상을 만들 때 동영상 편집 애플리케이션을 사용합니다. 한번은 이 애플리케이션에 문제가 있었고 계속 충돌이 발생하여 비디오를 저장할 수 없었습니다. 영상을 처음부터 다시 편집하는 데 많은 시간과 노력이 필요했기 때문에 이는 저의 작업에 심각한 영향을 미쳤습니다.

먼저 저는 컴퓨터와 애플리케이션을 다시 시작해 보았으나 여전히 문제가 해결되지 않았습니다. 그러다가 앱을 삭제하고 다시 설치했으나 상황은 변함이 없었습니다. 결국 운영체제에 문제가 있는 게 아닐까 생각해 최신 OS 버전으로 업데이트하기로 했습니다.

운영체제 업데이트 후 영상 편집 어플리케이션을 재설치하고 다시 시도했습니다. 다행히 이번에는 앱이 원활하게 작동해서 더 이상 문제없이 영상을 완성할 수 있었습니다. 이 문제를 해결하면서 업무에서 불필요한 문제를 피하기 위해 정기적으로 기술을 업데이트하며 유지 관리 하는 것이 중요하다는 것을 깨닫게 되었습니다.

**단어** | **tải lên** 업로드하다 | **biên tập** 편집하다 | **treo** 멈추다 충돌이 발생하다, 다운되다 | **công sức** 노력, 힘 | **khởi động lại** 재시동하다 | **xóa** 삭제하다 | **cài đặt lại** 재설치하다 | **cập nhật** 업데이트하다 | **phiên bản hệ điều hành** 운영체제 | **trơn tru** 매끄럽다, 문제없다 | **rắc rối** 문제

# Unit 3 날씨

## *출제되는 콤보 문제

### SET1 문항 2-4

| 1 | 우리나라 기후/계절 묘사 |
| 2 | 오늘의 날씨 묘사 |
| 3 | 과거와 현재의 날씨 비교 및 변화 |

### SET2 문항 5-7, 8-10

| 1 | 우리나라 기후/계절 묘사 |
| 2 | 과거와 현재의 날씨 비교 및 변화 |
| 3 | 극한 날씨 경험 |

### SET3 문항 11-13

| 1 | 호텔에 여행지 날씨 정보 요청 |
| 2 | 날씨 때문에 옷이 적합하지 않아 옷 가게에 연락해 문제 해결 |
| 3 | 예상치 못한 날씨 경험 |

## 날씨  1 우리나라의 계절/기후 묘사

MP3 P3-03

Hãy cho tôi biết về thời tiết nơi bạn sống. Các mùa thế nào? Thời tiết mỗi mùa như thế nào? Bạn thích mùa nào nhất? Hãy kể cho tôi nghe về mọi thứ về thời tiết.

당신이 사는 곳의 날씨에 대해 말해주세요. 계절은 어떻습니까? 계절마다 날씨는 어떤가요? 어떤 계절을 제일 좋아하시나요? 날씨에 관한 모든 것을 알려주세요.

### 모범답변

Tôi sống ở một vùng đất có bốn mùa rõ rệt: xuân, hạ, thu và đông. Mỗi mùa mang đến những đặc điểm thời tiết riêng biệt. Mùa xuân là mùa mà tất cả mọi thứ bắt đầu hồi sinh sau mùa đông lạnh lẽo. Trời nắng ấm dần lên, cây cỏ bắt đầu mọc và hoa nở rộ. Thời tiết trong mùa xuân thường ấm áp và dễ chịu, đặc biệt là vào buổi sáng và chiều.

Mùa hè là mùa nắng nóng và có nhiều mưa. Trời thường rất nóng và ẩm nên mọi người không muốn đi ra ngoài. Nhưng đầu tháng tám, mùa mưa kết thúc và trời trở nên khó khan, ai cũng thích đi nghỉ mát.

Còn mùa thu là mùa của sự mát mẻ và dễ chịu. Nhiệt độ bắt đầu giảm dần, cùng với sự xuất hiện của những cơn gió se lạnh. Màu sắc của cây lá thay đổi sang những màu vàng, đỏ, và cam, tạo nên một khung cảnh đẹp mắt.

Mùa đông là mùa lạnh nhất với nhiệt độ thấp và thời tiết khô hanh. Trời thường xám xịt và có thể có tuyết rơi trong những ngày lạnh nhất. Mùa đông là thời điểm lý tưởng để cảm nhận không khí mùa Giáng Sinh và năm mới.

Nói chung, tôi thích mùa thu nhất. Tôi yêu thích cảm giác dễ chịu của không khí mát mẻ và sự thay đổi màu sắc của thiên nhiên trong mùa này. Đó là thời điểm lý tưởng để thư giãn và tận hưởng cảnh quan thiên nhiên đẹp đẽ.

저는 봄, 여름, 가을, 겨울의 뚜렷한 사계절이 있는 땅에 살고 있습니다. 각 계절마다 독특한 날씨 특성이 나타납니다. 봄은 추운 겨울이 지나 모든 것이 다시 살아나기 시작하는 계절입니다. 날씨가 따뜻해지고, 식물이 자라기 시작하고, 꽃이 피기 시작합니다. 봄의 날씨는 대개 따뜻하고 쾌적하며, 특히 아침과 오후에는 더욱 그렇습니다.

여름은 덥고 비가 많이 오는 계절입니다. 날씨가 너무 덥고 습해서 사람들이 밖에 나가고 싶어 하지 않는 경우가 많습니다. 하지만 8월 초가 되면 장마가 끝나고 날씨가 건조해지면서 다들 피서를 떠나고 싶어 합니다.

가을은 시원함과 편안함의 계절입니다. 쌀쌀한 바람이 불면서 기온은 점차 낮아지기 시작합니다. 나뭇잎의 색깔이 노란색, 빨간색, 주황색으로 바뀌며 아름다운 풍경을 연출합니다.

겨울은 기온이 낮고 날씨가 건조한 가장 추운 계절입니다. 날씨는 우중충한 경우가 많고 가장 추운 날에는 눈이 내릴 수도 있습니다. 겨울은 크리스마스와 새해의 분위기를 느끼기에 이상적인 시기입니다.

일반적으로 저는 가을을 가장 좋아해요. 저는 이 계절에 시원한 공기의 기분 좋은 느낌과 변화하는 자연의 색을 좋아합니다. 아름다운 자연 풍경을 감상하며 휴식을 취하기에 이상적인 시기입니다.

**단어** | rõ rệt 뚜렷하다 | hồi sinh 다시 살아나다, 회생하다 | lạnh lẽo 차갑고 춥다 | mọc (식물 등이)자라다 | nở rộ (꽃) 피우다 | khó khan 건조하다 | se lạnh 쌀쌀하다 | xám xịt (날씨)우중충한, (색깔) 거무튀튀한

 2 오늘 날씨 묘사

Thời tiết hôm nay ở chỗ bạn thế nào? Trời có lạnh không, có ấm không? Nói về thời tiết ngày hôm nay một cách chi tiết.
오늘 당신이 있는 곳의 날씨는 어떻습니까? 추워요, 따뜻해요? 오늘의 날씨에 대해 자세히 이야기해보세요.

### 모범답변

Ở nơi tôi đang sống, thời tiết hôm nay khá âm u và ẩm ướt. Mây đen bao phủ toàn bộ bầu trời và không khí có vẻ mát mẻ. Nhiệt độ hiện tại khoảng 20 độ C, không quá lạnh nhưng cũng không quá ấm.
Dự báo thời tiết cho biết rằng, trong vài giờ tới, có khả năng mưa sẽ bắt đầu rơi. Có lẽ sẽ là một cơn mưa nhẹ vài tiếng đồng hồ, làm cho không gian trở nên mát mẻ hơn. Tuy nhiên, theo dự báo, vào buổi chiều, mưa sẽ dần tạnh và trời sẽ bắt đầu sáng dần lên.
Dù hiện tại là thời tiết u ám và có khả năng mưa, nhưng điều đó không làm mất đi hi vọng vào một buổi chiều đẹp trời và nắng ấm. Chắc chắn, mọi người sẽ mong chờ sự trở lại của ánh nắng sau cơn mưa nhỏ này.

제가 사는 곳은 오늘 날씨가 꽤 우중충하고 습해요. 먹구름이 하늘 전체를 뒤덮고 있어 공기도 시원해 보입니다. 현재 기온은 20도 안팎으로 너무 춥지도 덥지도 않은 수준입니다.
일기예보에 따르면 앞으로 몇 시간 안에 비가 내리기 시작할 것 같다고 합니다. 아마도 몇 시간 동안 가벼운 비가 내려 공간이 더 시원해질 수도 있습니다. 다만, 예보에 따르면 오후에는 점차 비가 그치고 하늘이 밝아지기 시작할 것으로 보입니다.
비록 현재 날씨가 흐리고 비가 올 것 같지만 그렇다고 해서 아름답고 화창한 오후에 대한 희망을 앗아가는 것은 아닙니다. 확실히, 모두가 이 작은 비가 내린 후 햇빛이 다시 돌아오기를 고대할 것입니다.

**단어** | **âm u** 우중충하다 | **ẩm ướt** 습하다 | **bao phủ** 뒤덮다 | **tạnh** 그치다 | **u ám** 흐리다

 3 과거와 현재의 날씨 비교 및 변화

> Thời tiết ở nước bạn đã thay đổi như thế nào trong những năm qua? Thời tiết có khác so với trước đây không? Nó đã thay đổi như thế nào? Hãy cho tôi biết tất cả các chi tiết.
>
> 지난 몇 년 동안 당신 나라의 날씨는 어떻게 변했습니까? 날씨가 예전과 달라졌나요? 어떻게 바뀌었나요? 모든 세부 사항을 알려주세요.

### 모범답변

Thời tiết ở Hàn Quốc đã có những thay đổi đáng kể trong những năm qua, khiến nhiều người phải ngạc nhiên và lo lắng. Trước đây, Hàn Quốc có khí hậu ôn đới lạnh với bốn mùa rõ rệt: xuân, hạ, thu và đông. Tuy nhiên, hiện tại, khí hậu đã chuyển sang khí hậu Á nhiệt đới với những biến đổi rõ rệt trong từng mùa.

Mùa xuân và mùa thu trở nên ngắn hơn đáng kể. Mùa xuân, thường là thời điểm dễ chịu và ấm áp, giờ đây lại chịu ảnh hưởng mạnh mẽ của gió Tây mang theo bụi siêu mịn từ sa mạc Gobi. Điều này khiến không khí trở nên ô nhiễm và khó chịu, ảnh hưởng xấu đến sức khỏe của người dân.

Mùa hè ở Hàn Quốc cũng dài hơn và nhiệt độ dần dần tăng cao. Những ngày nắng nóng kéo dài, nhiệt độ thường xuyên vượt ngưỡng 30 độ C, tạo ra cảm giác oi bức và khó chịu. Bên cạnh đó, lượng mưa trong mùa hè cũng tăng lên, dẫn đến các trận mưa lớn và hiện tượng lũ lụt tại một số khu vực.

Mùa đông ở Hàn Quốc lạnh giá hơn với những đợt rét đậm, rét hại kéo dài. Nhiệt độ thường xuyên xuống dưới 0 độ C, thậm chí có những đợt lạnh sâu hơn trước đây. Mùa đông khắc nghiệt này khiến nhiều người lo lắng về sự thay đổi khí hậu và tác động của nó đến cuộc sống hàng ngày.

한국의 날씨는 수년간 크게 변해 많은 사람들을 놀라게 하고 걱정하게 만듭니다. 이전에 한국은 봄, 여름, 가을, 겨울의 사계절이 뚜렷한 한랭온대 기후였습니다. 그러나 현재는 각 계절별로 뚜렷한 아열대 기후로 기후가 변화하고 있습니다.

봄과 가을은 상당히 짧아졌습니다. 평소 쾌적하고 따뜻했던 봄은 이제 고비사막에서 초미세먼지를 운반하는 서풍의 영향을 크게 받습니다. 이는 공기를 오염시키고 불편하게 만들어 사람들의 건강에 부정적인 영향을 미칩니다.

한국의 여름도 길어지고 기온도 점차 높아집니다. 더운 날이 지속되고 기온이 섭씨 30도를 넘는 경우가 많아 푹푹 찌는 느낌이 들며 견디기 힘듭니다. 또한, 여름철 강우량도 증가하여 일부 지역에서는 폭우와 홍수가 발생합니다.

한국의 겨울은 길고 혹독한 추위로 인해 더욱 춥습니다. 기온은 종종 섭씨 0도 이하로 떨어지고, 이전보다 더 깊은 추위도 있습니다. 이러한 혹독한 겨울에는 기후 변화와 그것이 일상생활에 미치는 영향에 대해 많은 사람이 걱정하고 있습니다.

**단어** | **khí hậu ôn đới lạnh** 한랭온대기후 | **biến đổi** 변화하다, 변화 | **gió Tây** 편서풍 | **bụi siêu mịn** 초미세먼지 | **oi bức** 푹푹 찌다, 폭염 | **hiện tượng lũ lụt** 홍수현상 | **đợt rét đậm** 한파 | **đợt lạnh** 추위 | **khắc nghiệt** 혹독하다

 4 극한 날씨 경험

> Hãy kể cho tôi nghe về một sự việc đáng nhớ liên quan đến thời tiết khắc nghiệt. Vấn đề là gì và bạn đã giải quyết tình huống đó như thế nào? Điều gì đã khiến sự việc đó trở nên khó quên?
>
> 악천후와 관련된 기억에 남는 사건에 대해 말해주세요. 무엇이 문제였으며 어떻게 상황을 해결하셨나요? 그 사건이 그토록 잊히지 않는 이유는 무엇입니까?

### 모범답변

Vài năm trước, tôi đã trải qua một sự việc đáng nhớ liên quan đến thời tiết khắc nghiệt ở Seoul. Đó là một trận mưa lớn bất ngờ, được coi là kỷ lục chưa từng có từ trước đến nay. Lúc đó, tôi đang trên đường về nhà và không ngờ rằng cơn mưa sẽ trở nên nghiêm trọng đến vậy.

Khi trận mưa bắt đầu, tôi đang chờ xe buýt. Chỉ trong vài phút, mưa đã trở nên rất to và nước bắt đầu tràn vào xe buýt khi tôi lên. Tình hình càng tệ hơn khi tôi nghe tin tàu điện ngầm cũng bị ngập nước, khiến giao thông gần như tê liệt. Mọi người trên xe buýt đều hoang mang và lo lắng, không biết làm thế nào để về nhà an toàn. Nhận thấy tình hình quá nguy hiểm và không có cách nào khác để về nhà, tôi quyết định từ bỏ việc về nhà và thuê một khách sạn gần đó. Tuy nhiên, vì mưa lớn và tình hình hỗn loạn, giá phòng khách sạn tăng cao. Dù vậy, tôi vẫn phải chấp nhận vì không còn lựa chọn nào khác. Tôi cảm thấy rất bất an và nguy hiểm, lo lắng về tình hình thời tiết và cả an toàn cá nhân.

Điều khiến sự việc này trở nên khó quên là cảm giác bất lực và lo lắng khi đối mặt với thiên nhiên khắc nghiệt. Mặc dù đã từng trải qua những trận mưa lớn trước đây, nhưng chưa bao giờ tôi thấy mưa lại có thể gây ra nhiều rắc rối và nguy hiểm đến vậy. Việc phải bỏ nhà và tìm nơi trú ẩn tạm thời trong một đêm đầy mưa bão thực sự là một trải nghiệm khó quên.

몇 년 전, 저는 서울에 악천후와 관련된 기억에 남는 사건을 경험했습니다. 전부터 지금까지 유례없는 기록으로 여겨지는 갑작스러운 폭우였습니다. 그 당시에는 집에 가는 길이었는데 비가 그렇게 심각할 줄은 몰랐습니다.

비가 내리기 시작했을 때 저는 버스를 기다리고 있었습니다. 불과 몇 분 만에 비가 매우 거세졌고 제가 버스를 탔을 때 버스 안으로 물이 들어오기 시작했습니다. 지하철도 침수돼 교통이 거의 마비되었다는 소식을 듣고 상황은 더욱 악화됐습니다. 버스에 탄 모든 사람들은 집에 안전하게 가는 방법을 알 수가 없어 당황하고 걱정했습니다. 상황이 너무 위험하고 집으로 갈 수 있는 다른 방법이 없다는 것을 깨닫고 집으로 돌아가는 것을 포기하고 근처 호텔을 잡았습니다. 그러나 폭우와 혼란으로 인해 호텔 객실 가격이 상승했습니다. 하지만 저에게는 다른 선택의 여지가 없었기 때문에 받아들여야만 했습니다. 저는 매우 불안하고 위험하다고 느끼며 날씨와 개인의 안전이 걱정되었습니다.

이 사건을 잊을 수 없는 이유는 가혹한 자연 앞에서 느끼는 무력감과 불안감 때문이었습니다. 이전에 폭우를 경험했지만 비가 이렇게 많은 문제와 위험을 초래할 수 있다는 것을 본 적이 없습니다. 폭풍우가 몰아치는 밤에 집을 떠나 임시 피난처를 찾는 것은 정말 잊을 수 없는 경험입니다.

 **được coi là** ~라고 여겨지다 | **kỷ lục chưa từng có** 유례없는 기록 | **tràn vào** 물이 들어오다 | **ngập nước** 침수되다 | **tê liệt** 마비되다 | **hỗn loạn** 혼란 | **bất lực** 무력함 | **nơi trú ẩn** 피난처

**날씨** ## 5 호텔에 여행지 날씨 정보 요청

Bây giờ tôi muốn đưa ra một tình huống để bạn diễn kịch bằng tiếng Việt. Bạn hãy lắng nghe, sau đó diễn kịch lại tình huống đó bằng tiếng Việt.
Bạn đang đi nghỉ ở một quốc gia khác. Hãy gọi đến một khách sạn ở quốc gia đó và hỏi xem thời tiết ở đó như thế nào. Bạn muốn biết mình nên mang theo những quần áo gì trong chuyến đi. Hãy hỏi thêm hai hoặc ba câu hỏi liên quan đến kế hoạch du lịch của bạn.

지금 제가 베트남어로 당신이 연기하도록 한 상황을 드릴 겁니다. 당신은 잘 듣고 나서 이 상황을 베트남어로 재연해 보세요. 당신은 다른 나라에서 휴가 중입니다. 그 나라 호텔에 전화해서 날씨가 어떤지 물어보세요. 여행에 어떤 옷을 가져가야 하는지 알고 싶습니다. 여행 계획과 관련하여 2-3가지 추가 질문을 해보세요.

### 모범답변

Xin chào, tôi muốn hỏi một chút thông tin. Tôi đang dự định đến khách sạn của bạn trong chuyến du lịch sắp tới. Thời tiết ở đó hiện tại như thế nào vậy? Vậy à? Thế tôi nên mang theo những loại quần áo gì thì phù hợp? Rất cảm ơn! À, cho tôi hỏi thêm, khách sạn của bạn có dịch vụ đưa đón từ sân bay không? Tuyệt vời! Thế gần khách sạn có những địa điểm tham quan nào nổi bật không? Nghe hấp dẫn quá! Tôi cũng nghe nói có các sự kiện vào buổi tối ở gần đó, đúng không? Thế thì tôi cần chuẩn bị thêm áo khoác để giữ ấm. Cảm ơn bạn rất nhiều vì những thông tin hữu ích. Tôi rất mong chờ chuyến đi này!

안녕하세요 정보 좀 여쭤보고 싶습니다. 저는 다가오는 여행에서 당신의 호텔에 갈 계획입니다. 지금 거기 날씨는 어때요? 그렇군요? 그럼 어떤 옷을 가져가야 할까요? 정말 감사합니다! 아, 더 질문하고 싶은데요. 호텔에는 공항에서 셔틀 서비스가 있습니까? 너무 좋군요! 호텔 근처에 눈에 띄는 관광 명소가 있나요? 정말 매력적이네요! 근처에서 저녁 행사도 한다고 들었는데, 사실인가요? 그러면 보온을 위해 여분의 코트를 준비해야 하겠네요. 유용한 정보를 제공해주셔서 대단히 감사합니다. 이번 여행이 정말 기대되네요!

 ## 6 날씨 때문에 옷이 적합하지 않아 옷 가게에 연락해 문제 해결

Tôi xin lỗi, nhưng có một vấn đề bạn cần giải quyết. Bạn đang đi du lịch quốc gia đó nhưng thời tiết ở đó không hợp với quần áo bạn mua ở đó. Hãy gọi điện thoại cho cửa hàng bán quần áo mà bạn mua quần áo và giải thích tình huống của bạn. Hãy nói với họ rằng bạn muốn ghé thăm cửa hàng của họ để đổi sang một số quần áo khác.

미안하지만 당신이 해결해야 하는 문제가 하나 있습니다. 당신은 그 나라로 여행을 가는데 그곳의 날씨가 당신이 거기서 산 옷과 맞지 않습니다. 옷을 구입한 옷 가게에 전화해서 상황을 설명하세요. 다른 옷으로 교환하기 위해 매장을 방문하고 싶다고 말해보세요.

### 모범답변

Alo, chào chị! Tôi là khách hàng đã mua quần áo ở cửa hàng chị cách đây không lâu. Hiện tại tôi đang đi du lịch, nhưng thời tiết ở đây lạnh hơn dự đoán, mà tôi chỉ mua áo khoác mỏng nên không dám ra ngoài tham quan. Tôi nghĩ mình cần mấy món đồ giữ ấm hơn. Chị cho tôi hỏi, tôi có thể đến đổi sang quần áo khác phù hợp hơn được không? Nếu được, tôi cần chuẩn bị gì trước khi ghé qua cửa hàng? Mong chị hỗ trợ giúp tôi nhé. Cảm ơn chị nhiều!

여보세요, 안녕하세요! 저는 얼마 전 당신의 매장에서 옷을 구매한 손님입니다. 지금 여행 중인데 여기 날씨도 생각보다 춥고, 가벼운 재킷만 사서 감히 밖에 나가서 관광할 수가 없네요. 좀 더 따뜻한 옷이 필요한 것 같아요. 질문 좀 하고 싶은데요 좀 더 적합한 옷으로 바꾸러 가도 될까요? 가능하다면 매장 방문 전 무엇을 준비해야 하나요? 당신이 저를 도울 수 있기를 바랍니다. 매우 감사합니다!

 ## 7 예상치 못한 날씨 경험

> Vở kịch đã kết thúc rồi ở đây. Bạn đã bao giờ gặp rắc rối vì thời tiết bất ngờ chưa? Chuyện gì đã xảy ra vậy? Bạn ở với ai? Bạn đã giải quyết tình huống này như thế nào? Hãy kể cho tôi nghe mọi chuyện đã xảy ra do điều kiện thời tiết bất ngờ.
>
> 상황 연극은 이미 종료되었습니다. 예상치 못한 날씨로 인해 어려움을 겪으신 적 있으신가요? 무슨 일이었나요? 누구와 함께 있었나요? 이 상황을 어떻게 처리하셨나요? 예상치 못한 기상 상황으로 인해 발생한 모든 일을 알려주세요.

### 모범답변

Một lần, tôi và bạn đang trên đường qua một khu vực miền núi thì bất ngờ gặp phải cơn bão tuyết. Tuyết rơi dày và nhanh, khiến con đường bị phủ kín và xe không thể di chuyển được. Chúng tôi bị mắc kẹt trong một vùng cô lập, không có sóng điện thoại và không ai xung quanh.

May mắn, chúng tôi tìm thấy một căn nhà bỏ hoang ven đường và quyết định trú tạm. Bên trong, chúng tôi đốt lửa để giữ ấm và ăn những món đồ dự trữ trong ba lô. Suốt nhiều giờ chờ đợi, bão tuyết vẫn không ngừng. Đến sáng hôm sau, khi thời tiết tạm lắng, chúng tôi mới có thể tiếp tục di chuyển và nhận được sự giúp đỡ của đoàn cứu hộ để quay về nơi an toàn.

Dù tình huống khá căng thẳng, nhưng nhờ sự chuẩn bị và sự bình tĩnh, chúng tôi đã vượt qua thử thách một cách an toàn.

한번은 친구와 함께 산간 지역을 통과하던 중 갑자기 눈보라를 만났습니다. 눈이 두껍고 빠르게 내려 도로가 덮이고 차량도 움직일 수 없게 되었습니다. 우리는 전화 신호도 없고 주변에 아무도 없는 고립된 곳에 갇혀 있었습니다.

다행히 길가에서 버려진 집을 발견하고 임시로 머물기로 결정했습니다. 안에서 우리는 따뜻함을 유지하기 위해 불을 피우고 배낭에 있는 식량을 먹었습니다. 오랜 시간을 기다려도 눈보라는 그치지 않았습니다. 다음날 아침 날씨가 잦아들자 우리는 계속 움직일 수 있었고, 구조대의 도움을 받아 안전한 곳으로 돌아갈 수 있었습니다.

꽤 힘든 상황이었지만 준비와 침착함 덕분에 시련을 무사히 이겨낼 수 있었습니다.

**단어** | **bão tuyết** 눈보라 | **phủ kín** 뒤덮다 | **mắc kẹt** 갇히다 | **trú tạm** 임시로 머물다 | **tạm lắng** 진정되다

# Unit 4 명절/공휴일

## ✱ 출제되는 콤보 문제

### SET1 문항 2-4

| | |
|---|---|
| 1 | 우리나라의 명절/공휴일 |
| 2 | 사람들이 명절/공휴일에 주로 하는 일 |
| 3 | 어렸을 때 특별했던 명절/공휴일 |

### SET2 문항 5-10

| | |
|---|---|
| 1 | 우리나라의 명절/공휴일 |
| 2 | 어렸을 때 특별했던 명절/공휴일 |
| 3 | 가장 최근에 명절/공휴일에 했던 일 |

### SET3 문항 14-15

| | |
|---|---|
| 1 | 우리나라의 명절/공휴일 |
| 2 | 명절/공휴일 관련 이슈 |

**명절/공휴일** 1 우리나라의 명절/공휴일

MP3 P3-04

Ngày lễ ở Hàn Quốc có những gì? Mọi người làm gì trong những ngày nghỉ lễ này? Mọi người nghỉ lễ ở đâu? Những gì là đặc biệt về nó?

한국의 명절/공휴일은 어떤 것들이 있나요? 사람들은 이 명절/공휴일에 무엇을 합니까? 사람들은 명절/공휴일을 어디에서 보내나요? 무엇이 특별한가요?

### 모범답변

Ở Hàn Quốc, hai ngày lễ quan trọng nhất là Tết Nguyên Đán (Seollal) và Tết Trung Thu (Chuseok). Đây là những dịp lễ lớn, khi mọi người có thời gian nghỉ ngơi, sum họp gia đình và tham gia vào các hoạt động truyền thống.

Tết Nguyên Đán thường diễn ra vào cuối tháng 1 hoặc đầu tháng 2. Đây là dịp để gia đình sum họp, tưởng nhớ tổ tiên và cầu chúc một năm mới an lành, hạnh phúc. Trong Tết Nguyên Đán, người dân thường thăm hỏi bạn bè, hàng xóm và tặng quà, tiền lì xì cho trẻ em. Các trò chơi truyền thống như yutnori(trò chơi Yut) và jegichagi(đá cầu) cũng được tổ chức.

Tết Trung Thu diễn ra vào rằm tháng 8 âm lịch. Đây là dịp để tạ ơn tổ tiên và cầu mong mùa màng bội thu. Trong Tết Trung Thu, người dân thường thăm mộ tổ tiên, làm lễ cúng và thưởng thức bánh songpyeon. Các hoạt động vui chơi truyền thống như múa sư tử và thả đèn lồng cũng được tổ chức.

Những ngày lễ này là dịp để gắn kết tình cảm gia đình, tưởng nhớ tổ tiên và giữ gìn các giá trị văn hóa truyền thống của Hàn Quốc.

한국에서 가장 중요한 두 명절은 설날과 중추절(추석)입니다. 이는 사람들이 휴식을 취하고, 가족과 모이고, 전통 활동에 참여할 시간을 갖는 큰 명절입니다.

음력설은 보통 1월 말이나 2월 초에 열립니다. 가족이 다시 만나 조상을 기억하고, 새해의 평안과 행복을 기원하는 기회입니다. 설날에 사람들은 주로 친구나 이웃을 방문하며 선물을 주고 아이들에게 새뱃돈을 줍니다. 윷놀이, 제기차기 등 전통놀이도 펼쳐집니다.

추석은 음력 8월 보름날에 열립니다. 조상님께 감사를 표하고 풍작을 기원하는 기회입니다. 추석이 되면 사람들은 성묘를 하고 제사를 지내고 송편을 즐깁니다. 사자춤, 등불 띄우기 등 전통적이고 재미있는 활동도 준비되어 있습니다.

이러한 명절은 가족 유대를 강화하고, 조상을 기억하며, 한국 전통 문화 가치를 보존할 수 있는 기회입니다.

**단어** **sum họp gia đình** 가족이 모이다 | **tưởng nhớ tổ tiên** 조상을 기억하다 | **cầu chúc** 기원하다 | **tạ ơn** 감사를 표하다 | **cầu mong** 기원하다 | **mùa màng bội thu** 풍작 | **thả đèn lồng** 등불 띄우기

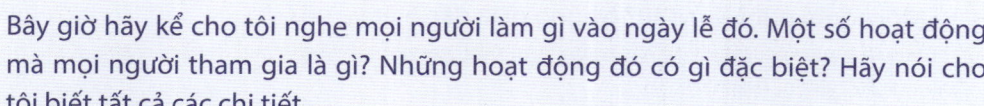

## 2 사람들이 명절/공휴일에 주로 하는 일

> Bây giờ hãy kể cho tôi nghe mọi người làm gì vào ngày lễ đó. Một số hoạt động mà mọi người tham gia là gì? Những hoạt động đó có gì đặc biệt? Hãy nói cho tôi biết tất cả các chi tiết.
>
> 이제 사람들이 그 명절/공휴일에 무엇을 하는지 말해보세요. 사람들이 참여하는 활동에는 어떤 것이 있나요? 그 활동의 특별한 점이 무엇입니까? 모든 세부 사항을 알려주십시오.

### 모범답변

Vào những ngày lễ truyền thống như Tết Nguyên Đán và Tết Trung Thu ở Hàn Quốc, mọi người thường thực hiện các hoạt động có ý nghĩa gia đình và văn hóa. Một trong những nét đặc trưng của các ngày lễ truyền thống là việc mọi người trở về quê thăm hỏi và sum họp với gia đình, họ hàng và bạn bè. Việc này thể hiện lòng tri ân và tình cảm của người dân Hàn Quốc đối với gia đình và người thân. Trong những ngày lễ này, mọi người thường thưởng thức các món ăn truyền thống như tteokguk (canh bánh gạo), bánh chưng (bánh gạo nếp), bánh songpyeon (bánh gạo nếp có nhân) và các món ăn khác. Việc nấu nướng và thưởng thức các món ăn truyền thống là một phần quan trọng của việc tạo ra không khí ấm cúng và đoàn kết trong gia đình. Trong quá khứ, người dân Hàn Quốc thường tham gia vào các hoạt động truyền thống như chơi trò chơi dân gian, múa sư tử, thả đèn lồng và thăm mộ tổ tiên. Tuy nhiên, hiện nay, phong tục này ít được thực hiện hơn do sự thay đổi trong lối sống và tư duy của người dân. Trong những năm gần đây, việc đi du lịch cùng gia đình hoặc một mình đã trở thành một xu hướng phổ biến vào những dịp lễ. Người dân thích khám phá những địa điểm mới, thư giãn và tận hưởng thời gian nghỉ lễ một cách ý nghĩa và thú vị. Tóm lại, dù phong tục truyền thống như thăm hỏi gia đình và tham gia vào các hoạt động văn hóa có thể giảm sút, nhưng lòng tri ân và tình cảm gia đình vẫn là những yếu tố quan trọng trong mỗi ngày lễ ở Hàn Quốc.

한국의 설날, 추석과 같은 전통 명절에 사람들은 가족적, 문화적 의미가 있는 활동을 자주 합니다. 전통 명절의 특징 중 하나는 사람들이 고향으로 돌아가 가족, 친척, 친구들을 만나고 재회한다는 것입니다. 이는 가족과 친척에 대한 한국인의 감사와 애정을 나타냅니다. 이 명절 동안 사람들은 떡국, 찹쌀떡, 송편 및 기타 요리와 같은 전통 요리를 자주 즐깁니다. 전통 요리를 요리하고 즐기는 것은 가족의 따뜻하고 연합된 분위기를 조성하는 데 중요한 부분입니다. 과거 한국 사람들은 민속놀이, 사자춤, 등불 풀기, 성묘 등의 전통 활동에 자주 참여했습니다. 그러나 요즘에는 사람들의 생활 방식과 사고방식의 변화로 인해 이러한 관습이 덜 실천되고 있습니다. 최근에는 명절을 맞아 가족과 함께 또는 혼자 여행을 떠나는 것이 트렌드가 되었습니다. 사람들은 새로운 장소를 탐험하고, 긴장을 풀고, 의미 있고 즐거운 방식으로 명절 연휴 기간을 즐기는 것을 좋아합니다. 요컨대, 가족 방문, 문화 활동 참여 등의 전통 관습이 쇠퇴하고 있지만, 감사의 마음과 가족 간의 사랑은 여전히 한국의 모든 명절에서 중요한 요소입니다.

**단어** | **có ý nghĩa** 의미가 있다 | **nét đặc trưng** 특징 | **lòng tri ân** 감사의 마음 | **tư duy** 사고방식 | **giảm sút** 줄어들다

**명절/공휴일**

## 3 어렸을 때 특별했던 명절/공휴일

MP3 P3-04

Hãy nói cho tôi biết về một ngày lễ từ thời thơ ấu của bạn. Bạn nhớ những gì? Có những ai trong trải nghiệm đó? Điều gì làm cho nó đặc biệt? Hãy kể cho tôi nghe mọi chuyện về ngày lễ đó.

어린 시절의 명절/공휴일에 대해 이야기해주세요. 당신은 무엇을 기억하고 있나요? 그 경험에는 누가 있었나요? 무엇이 특별한가요? 그 명절/공휴일에 대해 모두 말해주세요.

### 모범답변

Khi tôi còn nhỏ, mỗi dịp Tết Trung Thu, cả gia đình tôi lại về quê thăm ông bà và họ hàng. Đó là những ngày mà tôi rất mong đợi vì được sum họp với đại gia đình. Ông tôi là người nghiêm khắc, nhưng sâu thẳm trong lòng, ông rất yêu thương con cháu. Mỗi khi chúng tôi về quê, ông thường nói đùa rằng chúng tôi không được về nhà và phải sống cùng ông bà mãi mãi. Lúc đó, tôi còn nhỏ, nên thường hiểu nhầm và khóc mỗi khi nghe ông nói như vậy. Một kỷ niệm đặc biệt mà tôi nhớ mãi là khi tôi và em gái cảm thấy buồn chán, ông tôi nghĩ ra một trò chơi để chúng tôi bận rộn và vui vẻ hơn. Ông bảo chúng tôi bắt ruồi trong nhà và hứa sẽ trả cho mỗi con ruồi một nghìn won. Nhà ông bà ở quê, nên lúc đó có rất nhiều ruồi. Hai chị em tôi rất hào hứng và bắt tay vào công việc với tinh thần phấn khởi. Chúng tôi chạy quanh nhà, cầm theo vợt và giấy báo, tìm bắt từng con ruồi. Tiếng cười và niềm vui ngập tràn không gian nhà ông bà. Sau một thời gian, chúng tôi đã bắt được rất nhiều ruồi và cuối cùng, ông tôi đã trả cho chúng tôi 20.000 won. Đó là một số tiền khá lớn đối với hai đứa trẻ như chúng tôi lúc đó. Trên đường về nhà, mặc dù còn trẻ và chưa hiểu rõ hết mọi chuyện, tôi nhận ra rằng cách làm của ông là một cách biểu hiện tình cảm sâu sắc dành cho con cháu. Ông muốn chúng tôi vui vẻ, và qua việc bắt ruồi, ông đã tạo ra một kỷ niệm đẹp và ý nghĩa cho chúng tôi.

제가 어렸을 때, 추석이면 온 가족이 조부모님과 친척들을 만나러 고향으로 갔습니다. 대가족과 다시 만날 수 있기 때문에 기대되는 날이었습니다. 우리 할아버지는 엄격한 분이시지만 마음 속으로는 자녀와 손자를 매우 사랑하십니다. 그는 우리가 고향에 돌아올 때마다 우리가 집에 갈 수 없고 영원히 조부모님과 함께 살아야 한다고 농담을 자주 했습니다. 그때는 제가 아직 어려서 그런 말을 들을 때마다 오해를 하고 울기도 했는데요. 제가 항상 기억하는 특별한 기억은 여동생과 제가 심심할 때 할아버지가 우리를 바쁘게 하고 더 재미있게 놀 수 있도록 게임을 고안해주신 것입니다. 그는 우리에게 집에서 파리를 잡으라고 했고, 파리 한 마리에 천 원을 지불하겠다고 약속했습니다. 조부모님 집이 시골이라 그 당시에는 파리가 많았어요. 우리 두 자매는 매우 신이 나서 열정적으로 일을 시작했습니다. 우리는 파리를 잡기 위해 파리채와 신문을 들고 집 안을 뛰어다녔습니다. 웃음과 기쁨이 조부모님 댁의 공간을 가득 채웠습니다. 얼마 후 파리를 많이 잡았고 결국 할아버지는 우리에게 2만원을 지불해주셨습니다. 그 당시 우리 같은 두 아이에게는 꽤 큰 돈이었습니다. 집에 오는 길에 저는 어려서 모든 것을 완전히 이해하지는 못했지만, 그것이 할아버지의 자녀와 손주들에 대한 깊은 애정을 표현하는 방식이라는 것을 깨달았습니다. 우리가 즐겁게 지내길 바라셨고, 파리 잡기를 통해 우리에게 아름답고 의미 있는 추억을 만들어 주셨습니다.

**단어** | **bắt ruồi** 파리를 잡다 | **hào hứng** 신이 나다 | **bắt tay vào công việc** 일을 시작하다 | **biểu hiện tình cảm** 애정을 표현하다

**명절/공휴일**

## 4 가장 최근에 명절/공휴일에 했던 일

MP3 P3-04

Hãy kể cho tôi nghe về ngày lễ gần đây nhất mà bạn kỷ niệm. Tại sao ngày lễ đó lại đáng nhớ? Có điều gì đặc biệt không? Hãy nói cho tôi biết về lý do tại sao ngày lễ đó lại đặc biệt khó quên.

가장 최근에 기념했던 명절/공휴일에 대해 이야기해주세요. 그 명절/공휴일이 기억에 남는 이유는 무엇입니까? 특별한 것이 있나요? 그 명절/공휴일을 특히 잊을 수 없는 이유를 말해 보세요.

### 모범답변

Ngày lễ gần đây nhất mà tôi kỷ niệm là Tết Trung Thu vừa qua. Điều này trở nên đặc biệt và đáng nhớ vì cả gia đình đã cùng nhau tham quan Làng Dân Tộc. Chúng tôi đã lên kế hoạch từ trước, cả nhà cùng nhau đi thăm Làng Dân Tộc, nơi tái hiện lại cuộc sống và văn hóa truyền thống của Hàn Quốc. Đây là lần đầu tiên chúng tôi có cơ hội tham quan địa điểm này cùng nhau, và nó mang lại rất nhiều trải nghiệm thú vị.

Khi đến Làng Dân Tộc, chúng tôi được thấy những ngôi nhà truyền thống, các thủ công mỹ nghệ và trang phục dân tộc. Các thành viên trong gia đình đã cùng nhau tham gia vào các hoạt động như làm bánh songpyeon, thả diều và múa sư tử. Chúng tôi cũng được nghe những câu chuyện về lịch sử và văn hóa của Hàn Quốc từ những người hướng dẫn, điều này giúp cả nhà hiểu rõ hơn về nguồn gốc và ý nghĩa của các phong tục truyền thống. Ngoài ra, không khí Tết Trung Thu tại Làng Dân Tộc rất đặc biệt với những ánh đèn lồng rực rỡ và những màn biểu diễn nghệ thuật truyền thống. Buổi tối, chúng tôi cùng nhau ngắm trăng rằm và thưởng thức các món ăn ngon. Trẻ em trong gia đình cũng rất vui khi được tham gia vào các trò chơi dân gian và nhận những món quà nhỏ từ ông bà.

Chuyến đi này không chỉ mang lại niềm vui mà còn giúp chúng tôi cảm nhận sâu sắc hơn về giá trị của gia đình và truyền thống. Những khoảnh khắc vui vẻ, tiếng cười và tình cảm gia đình ấm áp đã tạo nên một ngày lễ thật sự ý nghĩa và khó quên.

제가 가장 최근에 기념했던 명절은 지난 추석이었습니다. 온 가족이 함께 민속촌을 방문했기 때문에 이것은 특별하고 기억에 남는 일이 되었습니다. 우리는 미리 계획을 세워서 한국의 전통과 삶이 재현되어 있는 민속촌을 온 가족이 함께 방문했습니다. 우리가 이곳을 함께 방문하는 것은 이번이 처음이었고, 많은 흥미로운 경험을 했습니다.

민속촌에 도착했을 때 우리는 전통가옥과 공예품, 민족의상을 보았습니다. 가족들은 송편 만들기, 연 날리기, 사자춤 등의 활동에 함께 참여했습니다. 또한 가이드로부터 한국의 역사와 문화에 대한 이야기를 들으며 온 가족이 전통 풍습의 유래와 의미를 더 잘 이해할 수 있었습니다. 또한, 민속촌의 추석 분위기는 밝은 등불과 전통 예술 공연으로 매우 특별했습니다. 저녁에는 함께 보름달을 보며 맛있는 음식을 즐겼습니다. 가족 중 아이들도 민속놀이에 참여하고 조부모님으로부터 작은 선물을 받는 것을 좋아했습니다.

이번 여행은 즐거움을 선사했을 뿐만 아니라 가족과 전통의 가치를 더욱 깊이 느끼게 해주었습니다. 기쁨과 웃음 소리, 따뜻한 가족애의 순간이 정말 의미 있고 잊을 수 없는 휴가를 만들어냈습니다.

 **Làng Dân Tộc** 민속촌 | **tái hiện** 재현하다 | **thủ công mỹ nghệ** 공예품 | **múa sư tử** 사자춤 | **trăng rằm** 보름달

### 명절/공휴일　5 명절/공휴일 관련 이슈

MP3 P3-04

Một số vấn đề hoặc mối quan tâm của mọi người về ngày lễ là gì? Mọi người làm gì để giải quyết những vấn đề?

명절/공휴일에 대한 사람들이 관심사나 문제는 무엇입니까? 사람들은 문제를 해결하기 위해 무엇을 하나요?

#### 모범답변

Một số vấn đề và mối quan tâm của mọi người về ngày lễ bao gồm chi phí, sự chuẩn bị và việc duy trì truyền thống. Chi phí cho các hoạt động ngày lễ, quà tặng và thực phẩm truyền thống có thể rất cao, đặc biệt đối với những gia đình lớn. Để giải quyết vấn đề này, nhiều gia đình lập kế hoạch trước và tiết kiệm dần để có đủ tiền cho ngày lễ. Họ cũng mua sắm từ sớm để tránh giá tăng đột biến vào sát ngày lễ.

Trong thời đại hiện đại, duy trì các phong tục và truyền thống có thể gặp khó khăn, đặc biệt là khi các thế hệ trẻ có xu hướng thích những hoạt động mới mẻ hơn. Các gia đình thường cố gắng kết hợp giữa truyền thống và hiện đại, tổ chức các hoạt động truyền thống nhưng cũng thêm vào những hoạt động mới mà các thành viên trẻ tuổi yêu thích. Họ cũng giải thích ý nghĩa của các phong tục để các thế hệ trẻ hiểu hơn.

Giao thông thường rất đông đúc vào những ngày lễ, gây ra khó khăn trong việc di chuyển, đặc biệt là đối với những người phải đi xa. Mọi người thường lên kế hoạch di chuyển sớm để tránh giờ cao điểm. Một số người chọn phương tiện công cộng như tàu cao tốc hoặc xe buýt thay vì lái xe cá nhân để giảm bớt căng thẳng giao thông.

Những giải pháp này giúp mọi người có thể tận hưởng ngày lễ một cách trọn vẹn hơn, dù vẫn phải đối mặt với một số thử thách.

사람들이 명절에 관해 갖는 문제와 우려 사항에는 비용, 준비, 전통 유지 등이 포함됩니다. 특히 대가족의 경우 명절 활동, 선물, 전통 음식 비용이 엄청날 수 있습니다. 이 문제를 해결하기 위해 많은 가족은 미리 계획을 세우고 점차적으로 저축하여 휴가를 위한 충분한 돈을 확보합니다. 그들은 또한 휴일이 가까워지면 가격 급등을 피하기 위해 일찍 쇼핑합니다.

현대에는 관습과 전통을 유지하는 것이 어려울 수 있습니다. 특히 젊은 세대가 새로운 활동을 선호하는 경향이 있기 때문입니다. 가족들은 종종 전통과 현대를 결합하여 전통적인 활동을 조직하는 동시에 젊은 구성원들이 즐기는 새로운 활동을 추가하려고 노력합니다. 또한 젊은 세대가 풍속을 더 잘 이해할 수 있도록 풍속의 의미를 설명합니다.

명절에는 교통이 매우 혼잡하여 이동이 어려운 경우가 많으며, 특히 멀리 가야 하는 사람들에게는 더욱 그렇습니다. 사람들은 차량 혼잡 시간을 피하기 위해 일찍 이동을 계획하는 경우가 많습니다. 교통 스트레스를 줄이기 위해 직접 운전하는 대신 고속열차나 버스 등 대중교통을 선택하는 사람들도 있습니다.

이러한 해결책은 사람들이 여전히 몇 가지 어려움에 직면하더라도 명절을 더욱 완벽하게 즐길 수 있도록 도와줍니다.

**단어** | **tăng đột biến** 급등하다 | **đông đúc** 혼잡하다, 붐비다

# Unit 5 예약/약속

## ＊출제되는 콤보 문제

### SET1 문항 5-7, 8-10

| 1 | 평소에 하는 예약/약속 종류 |
|---|---|
| 2 | 어렸을 때 예약/약속 경험 |
| 3 | 기억에 남는 예약/약속 경험 |

### SET2 문항 11-13

| 1 | 병원 예약 정보요청 |
|---|---|
| 2 | 의사를 만날 수 없는 문제해결 |
| 3 | 진료예약 취소 경험 |

## 예약/약속  1 평소에 하는 예약/약속 종류

MP3 P3-05

Bạn hãy kể cho tôi nghe về những cuộc hẹn bạn thực hiện trong đời. Đó là những loại cuộc hẹn nào và bạn thực hiện chúng như thế nào? Hãy nói về những gì xảy ra tại các nơi bạn đặt cuộc hẹn.

삶에서 잡는 예약/약속에 대해 이야기해보세요. 어떤 종류의 예약/약속이고 당신은 어떻게 예약/약속을 하나요? 예약한 곳에서 어떤 일이 일어나는지 말해주세요.

### 모범답변

Tôi thường đặt cuộc hẹn kiểm tra sức khỏe định kỳ bằng cách gọi điện hoặc đăng ký trực tuyến. Khi đến nơi, tôi làm thủ tục tại quầy lễ tân, rồi được bác sĩ kiểm tra tổng quát và tư vấn về chế độ ăn uống, sinh hoạt. Tôi cũng thường xuyên đến thẩm mỹ viện để cắt tóc và uốn tóc. Tôi đặt lịch hẹn qua điện thoại hoặc ứng dụng của thẩm mỹ viện. Khi đến, tôi được tư vấn kiểu tóc phù hợp và thư giãn trong quá trình làm tóc. Ngoài ra, tôi còn đặt lịch hẹn với nha sĩ để kiểm tra và chăm sóc răng miệng. Tôi đăng ký qua điện thoại hoặc trực tuyến, đến phòng khám nha khoa để được nha sĩ kiểm tra và tư vấn cách chăm sóc răng miệng. Cuộc hẹn phỏng vấn xin việc cũng quan trọng. Tôi chuẩn bị kỹ lưỡng, nghiên cứu về công ty và vị trí ứng tuyển, chọn trang phục phù hợp và đến sớm để tạo ấn tượng tốt. Trong buổi phỏng vấn, tôi giới thiệu bản thân, trình bày kinh nghiệm và kỹ năng, đồng thời trả lời các câu hỏi từ nhà tuyển dụng.

저는 보통 전화나 온라인 등록을 통해 정기 건강 검진을 예약합니다. 도착해서 접수 데스크에서 체크인을 한 후 의사로부터 전반적인 검진과 식생활 및 생활 습관에 대한 조언을 받습니다. 저는 또한 정기적으로 미용실에 가서 머리를 자르고 파마를 합니다. 저는 전화나 미용실 앱으로 예약을 해요. 도착하면 어울리는 헤어스타일에 대해 조언을 해주시고, 헤어 스타일링 과정에서도 여유를 느낍니다. 그 이외에도 구강 검진과 관리를 위해 치과 의사와 약속을 잡습니다. 전화나 온라인으로 예약하고, 치과에 가서 진료를 받고, 치아 관리 방법에 대해 상담을 받습니다. 취업 면접 약속도 중요합니다. 세심하게 준비하고, 회사와 지원 직급에 대해 조사하고, 적절한 복장을 선택하고, 좋은 인상을 주기 위해 일찍 도착했습니다. 면접에서는 자기 소개와 경험, 기술을 소개하고 고용주의 질문에 답변했습니다.

**단어** | **kiểm tra sức khỏe định kỳ** 정기 건강 검진 | **thẩm mỹ viện** 미용실 | **kiểu tóc** 헤어스타일 | **chăm sóc răng miệng** 치아 관리

## 예약/약속 2 어렸을 때 했던 예약/약속 경험

MP3 P3-05

Hãy nói cho tôi nghe về một cuộc hẹn bạn đã có trong quá khứ. Cuộc hẹn về chuyện gì vậy? Đó là với bác sĩ hay với nha sĩ? Bạn đã có hẹn với thợ làm tóc của mình chưa? Bạn đã làm gì để có được cuộc hẹn và điều gì thực sự đã xảy ra khi bạn đến đó?

과거에 했던 예약/약속에 대해 이야기해주세요. 무엇에 대한 예약/약속이었나요? 병원 또는 치과 예약이었나요? 미용실 예약/약속을 했었나요? 예약/약속을 하기 위해 무엇을 했으며 그곳에 갔을 때 실제로 어떤 일이 일어났나요?

### 모범답변

Khi tôi còn là học sinh, tôi đã có một cuộc hẹn với thợ cắt tóc để duỗi tóc. Trước đó, tôi từng đến thẩm mỹ viện mà không đặt cuộc hẹn và phải chờ rất lâu vì quá đông người. Vì vậy, lần này tôi quyết định đặt lịch hẹn trước để tiết kiệm thời gian.

Tôi gọi điện đến thẩm mỹ viện, cung cấp thông tin cá nhân và chọn thời gian phù hợp. Khi đến ngày hẹn, tôi đến thẩm mỹ viện đúng giờ và được tiếp đón ngay lập tức. Thợ cắt tóc đã tư vấn cho tôi về kiểu tóc và cách chăm sóc tóc sau khi duỗi tóc.

Quá trình duỗi tóc kéo dài khoảng một giờ. Thợ cắt tóc làm việc rất chuyên nghiệp và cẩn thận, giúp tôi có được kiểu tóc mong muốn. Sau khi hoàn thành, tôi cảm thấy rất hài lòng với diện mạo mới của mình. Đặt lịch hẹn trước thực sự đã giúp tôi tiết kiệm thời gian và có trải nghiệm tốt hơn tại thẩm mỹ viện.

제가 학생이었을 때 머리를 펴기 위해 미용사와 약속이 있었습니다. 그 전에는 예약 없이 미용실에 갔는데 사람이 너무 많아서 오래 기다려야 했어요. 그래서 이번에는 시간을 절약하기 위해 미리 약속을 잡기로 했습니다.
미용실에 전화해서 개인정보를 제공하고 적당한 시간을 골랐어요. 약속 일자가 다가오자 미용실에 제시간에 도착하여 바로 안내를 받았습니다. 미용사는 저에게 머리 모양과 머리를 편 후의 관리 방법에 대해 상담해주었습니다.
머리를 펴는 과정은 약 1시간 정도 소요됩니다. 미용사는 매우 전문적이고 세심하게 일해 제가 원하는 헤어스타일을 얻을 수 있도록 도와주었습니다. 완성 후 새로운 모습에 매우 만족했습니다. 미리 예약을 하면 시간을 절약하고 미용실에서 더 나은 경험을 할 수 있어 정말 도움이 되었습니다.

**단어** | **duỗi tóc** 머리를 펴다. 스트레이트 펌을 하다 | **lịch hẹn** 약속 | **diện mạo** 모습, 면모

### 예약/약속   3 기억에 남는 예약/약속 관련 경험

MP3 P3-05

> Những điều bất ngờ có thể xảy ra trong một cuộc hẹn. Hãy nói cho tôi nghe về một sự việc đáng nhớ mà bạn đã trải qua trong một cuộc hẹn. Chuyện gì đã xảy ra và bạn giải quyết tình huống đó như thế nào?
>
> 예약/약속을 하는 중에 예상치 못한 일이 발생할 수 있습니다. 예약/약속을 하며 당신이 겪었던 기억에 남는 사건에 대해 이야기해주세요. 무슨 일이 일어났고, 그 상황을 어떻게 처리했나요?

#### 모범답변

Một lần, tôi đã đặt cuộc hẹn với nha sĩ để nhổ răng sâu. Tôi đã gọi điện đặt lịch hẹn trước và sắp xếp thời gian phù hợp với lịch trình của mình. Tuy nhiên, khi đến phòng khám vào ngày hẹn, tôi phát hiện ra rằng có sự nhầm lẫn của nhân viên nha khoa khiến cuộc hẹn của tôi bị trùng với người khác. Dù đã đặt hẹn trước, tôi vẫn phải đợi rất lâu vì phòng khám quá đông người. Cảm thấy tức giận và bực bội, nhưng tôi không còn cách nào khác ngoài việc ngồi chờ đến lượt mình. Tôi cố gắng kiên nhẫn và giữ bình tĩnh, tự nhủ rằng cuối cùng mình cũng sẽ được khám và nhổ răng.

Sau một thời gian chờ đợi, cuối cùng tôi cũng được gọi vào phòng khám. Nha sĩ đã xin lỗi vì sự nhầm lẫn và nhanh chóng tiến hành nhổ răng sâu cho tôi. Quá trình nhổ răng diễn ra suôn sẻ và không có biến chứng gì.

Mặc dù cảm thấy không hài lòng về việc phải chờ đợi, nhưng tôi đã học được cách kiên nhẫn và xử lý tình huống một cách bình tĩnh. Cuối cùng, vấn đề của tôi cũng được giải quyết và tôi đã nhận được sự chăm sóc tốt từ nha sĩ.

한 번은 충치 제거를 위해 치과 의사와 약속을 잡았습니다. 미리 전화해서 약속을 잡고 저의 일정에 맞는 시간을 정했어요. 그런데 예약 당일 병원에 도착했을 때 치과 직원의 실수로 예약 시간이 다른 사람과 겹치게 되었다는 사실을 알게 되었습니다. 미리 예약을 했음에도 불구하고 진료실이 너무 꽉 차서 오래 기다려야 했습니다. 화가 나고 답답하지만 어쩔 수 없이 앉아서 저의 차례를 기다릴 수밖에 없었습니다. 저는 인내심을 갖고 침착하려고 노력하면서 결국에는 치아 검사를 받고 발치 하게 될 것이라고 스스로를 타일렀습니다.

오랜 기다림 끝에 드디어 진료실로 호출되었습니다. 치과 의사는 실수에 대해 사과하고 재빨리 저의 충치를 발치 했습니다. 치아 발치 과정은 아무런 문제없이 원활하게 진행되었습니다.

기다려야 한다는 사실이 마음에 들지 않았지만 인내심을 갖고 상황을 침착하게 처리하는 법을 배웠습니다. 마침내 문제가 해결되었고 치과 의사로부터 좋은 진료를 받았습니다.

**단어**  **nha sĩ** 치과 의사 | **nhổ răng sâu** 충치 제거하다, 뽑다 | **tự nhủ** 타일르다

**예약/약속** 4 병원 예약 정보 요청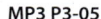

Bây giờ tôi muốn đưa ra một tình huống để bạn diễn kịch bằng tiếng Việt. Bạn hãy lắng nghe, sau đó diễn kịch lại tình huống đó bằng tiếng Việt. Bạn muốn đặt lịch hẹn gặp bác sĩ. Hãy gọi điện thoại đến văn phòng bác sĩ và hỏi ba hoặc bốn câu hỏi về những điều bạn cần biết. Và sau đó, bạn hãy sắp xếp thời gian để đi gặp bác sĩ.

지금 제가 베트남어로 당신이 연기하도록 한 상황을 드릴 겁니다. 당신은 잘 듣고 나서 이 상황을 베트남어로 재연해 보세요. 당신은 의사를 만나기 위해 예약을 하고 싶습니다. 의사 진료실에 전화하여 알아야 할 사항에 대해 3–4가지 질문을 하세요. 그런 다음 의사를 만날 시간을 정하세요.

### 모범답변

Alo, xin chào. Tôi muốn đặt lịch hẹn khám với bác sĩ. Không biết bác sĩ còn lịch trống vào tuần này không ạ? Vậy ạ? Xin hỏi, bác sĩ có làm việc vào buổi tối hoặc cuối tuần không? Tôi hiểu rồi. Vậy cho tôi hỏi thêm, tôi cần mang theo những giấy tờ hay chuẩn bị gì trước khi đến khám không? Cảm ơn. Vậy tôi sẽ đặt lịch vào chiều thứ sáu, lúc 3 giờ. Xin xác nhận lại giúp tôi là đã ghi lịch hẹn này nhé. Cảm ơn nhiều!

여보세요. 안녕하세요. 의사 선생님과 약속을 잡고 싶습니다. 이번 주에 의사 선생님의 일정이 아직 남아 있는지 궁금합니다. 그런가요? 질문 좀 할게요. 의사선생님이 저녁이나 주말에 일하시나요? 알겠어요. 그렇다면 진료를 보러 가기 전에 가져갈 서류나 준비해야 할 것이 있는지 더 여쭤보겠습니다. 감사합니다. 그럼 금요일 오후 3시로 예약하겠습니다. 이 약속이 잘 처리되었는지 확인해주세요. 매우 감사합니다!

**예약/약속** ## 5 의사를 만날 수 없는 문제 해결

> Tôi xin lỗi, nhưng có một vấn đề bạn cần giải quyết. Có điều gì đó xảy ra khiến bạn không thể đến gặp bác sĩ. Hãy gọi đến văn phòng bác sĩ và giải thích tình hình. Hãy đưa ra hai đến ba lựa chọn thay thế để đặt một cuộc hẹn mới với bác sĩ.
> 미안하지만 당신이 해결해야 하는 문제가 하나 있습니다. 어떤 일이 발생하여 의사를 만나러 갈 수 없습니다. 담당 의사 진료실에 전화하여 상황을 설명하세요. 의사와 새로운 약속을 잡기 위한 2-3가지 대안을 제시하세요.

### 모범답변

> Alo, xin chào. Tôi có lịch hẹn với bác sĩ vào chiều nay, nhưng vì bão tuyết nên tôi không thể ra ngoài được. Tôi xin lỗi vì sự bất tiện này. Không biết tôi có thể dời lịch sang một ngày khác trong tuần này không ạ? Nếu có, tôi ưu tiên các buổi sáng, đặc biệt là vào thứ tư hoặc thứ sáu. Nếu tuần này không tiện, tôi cũng có thể đến vào đầu tuần sau, bất kỳ ngày nào vào buổi chiều. Cảm ơn nhiều. Mong nhận được phản hồi để sắp xếp lịch hợp lý.
> 여보세요. 안녕하세요. 저는 오늘 오후에 의사선생님과 진료 약속이 있는데 눈보라 때문에 나갈 수가 없어요. 불편을 끼쳐드려 죄송합니다. 이번 주에 다른 날로 일정을 변경할 수 있는지 궁금합니다. 그렇다면 저는 아침, 특히 수요일이나 금요일이 제일 좋습니다. 이번 주가 여의치 않다면 다음주 초, 오후 언제든지 갈 수 있습니다. 매우 감사합니다. 합리적인 일정을 조율할 수 있도록 답변을 바랍니다.

**단어** dời lịch 일정을 변경하다

**예약/약속** 6 예상치 못한 병원 예약 취소 경험

MP3 P3-05

Vở kịch đã kết thúc rồi ở đây. Bạn đã bao giờ phải hủy cuộc hẹn với bác sĩ vì điều gì đó bất ngờ chưa? Chuyện gì đã xảy ra? Bạn đã xử lý tình huống này như thế nào? Hãy cho tôi biết thêm về tình huống bạn phải hủy lịch hẹn khám bệnh.

상황 연극은 이미 종료되었습니다. 예상치 못한 일로 인해 진료 예약을 취소해야 했던 적이 있습니까? 무슨 일이었나요? 이 상황을 어떻게 처리하셨나요? 진료 예약을 취소해야 했던 상황에 대해 자세히 알려주세요.

### 모범답변

Một lần, tôi đã phải hủy lịch hẹn khám sức khỏe vì có công việc đột xuất. Lịch hẹn được đặt trước vài tuần, nhưng ngay trước ngày kiểm tra, tôi nhận được thông báo phải đi công tác nước ngoài gấp. Điều này hoàn toàn nằm ngoài dự tính của tôi. Ngay khi nhận được thông báo, tôi đã gọi điện đến phòng khám để thông báo tình hình. Tôi giải thích rõ lý do là do công việc cần ưu tiên và không thể có mặt đúng ngày như đã hẹn. Sau đó, tôi đề nghị dời lịch hẹn sang một ngày khác, tốt nhất là vào tuần sau khi tôi trở về. Phía phòng khám rất thông cảm và hỗ trợ sắp xếp lại thời gian phù hợp. Tôi cảm thấy nhẹ nhõm vì lịch hẹn được thay đổi một cách thuận lợi mà không gặp trở ngại nào.

한 번은 예상치 못한 일로 인해 진료 예약을 취소해야 했던 적이 있었습니다. 약속은 몇 주 전에 예정되어 있었는데, 진료일 바로 직전에 급하게 해외 출장을 나가야 한다는 통보를 받았습니다. 이건 저의 예상에 완전히 빗나가는 일이었습니다. 통보를 받자마자 해당 진료실에 전화를 걸어 상황을 알렸습니다. 저는 그 이유를 우선 업무 때문에 예정된 날짜에 갈 수 없다는 것을 명확하게 설명했습니다. 그런 다음 저는 약속을 다른 날, 가급적이면 제가 돌아온 다음 주에 다시 예약할 것을 제안했습니다. 진료실은 매우 이해심이 많고 적절한 시간 재조정을 지원해주었습니다. 아무 문제없이 약속 일정이 순조롭게 변경되어 안심했습니다.

**단어** **nằm ngoài dự tính** 예상이 빗나가다 | **nhẹ nhõm** 안심하다

# Unit 6 은행

## *출제되는 콤보 문제

### SET1 문항 2-4

| 1 | 한국의 은행 묘사 |
| 2 | 은행에 가서 하는 일 |
| 3 | 은행의 과거와 현재 비교 |

### SET2 문항 5-10

| 1 | 한국의 은행 묘사 |
| 2 | 은행의 과거와 현재 비교 |
| 3 | 은행에서 생긴 문제 |

### SET3 문항 11-13

| 1 | 은행 직원에게 은행 계좌 개설 정보 요청 |
| 2 | 카드를 음식점에 두고 온 문제 해결 |
| 3 | 은행 계좌나 카드 사용 중 겪은 문제 해결 |

### SET4 문항 11-13

| 1 | 은행에 계좌 개설 관련 전화로 정보 요청 |
| 2 | 카드를 받은 후 문제가 있을 때 문제 해결 |
| 3 | ATM사용 중 생겼던 문제 경험 |

 **1 한국의 은행 묘사**

Bạn có thể cho tôi biết về các ngân hàng ở Hàn Quốc không? Các ngân hàng trông như thế nào về bên trong và bên ngoài? Các ngân hàng thường nằm ở đâu? Giờ hoạt động của các ngân hàng từ mấy giờ đến mấy giờ? Bạn có thường xuyên đến ngân hàng không? Nhân viên ở các ngân hàng như thế nào?

한국의 은행에 대해 알려주실 수 있나요? 은행의 내부와 외부는 어떤 모습인가요?
은행은 보통 어디에 있나요? 은행의 영업 시간은 어떻게 되나요? 얼마나 자주 은행에 가시나요? 은행 직원들은 어떤 가요?

### 모범답변

Các ngân hàng ở Hàn Quốc hiện đại và tiện lợi. Về bên ngoài, các ngân hàng thường có kiến trúc hiện đại, với logo và tên ngân hàng nổi bật. Về bên trong, các ngân hàng được thiết kế thoáng đãng và sáng sủa, với quầy giao dịch tiện nghi, khu vực chờ thoải mái, và thường có các màn hình hiển thị thông tin và các dịch vụ tự động.

Các ngân hàng thường nằm ở các khu vực trung tâm thành phố, gần các khu thương mại hoặc khu dân cư đông đúc để thuận tiện cho khách hàng. Giờ hoạt động của các ngân hàng thường từ 9 giờ sáng đến 4 giờ chiều, từ thứ hai đến thứ sáu. Một số ngân hàng lớn có thể mở cửa vào thứ bảy nhưng thường sẽ có giờ hoạt động ngắn hơn.

Tôi không thường xuyên đến ngân hàng vì phần lớn các giao dịch có thể thực hiện trực tuyến hoặc qua ứng dụng di động. Tuy nhiên, khi cần đến ngân hàng, tôi nhận thấy nhân viên ở các ngân hàng rất chuyên nghiệp, thân thiện và sẵn sàng hỗ trợ khách hàng. Họ luôn cố gắng giải quyết các vấn đề và cung cấp thông tin một cách rõ ràng và hiệu quả.

한국의 은행은 현대적이고 편리합니다. 외관에 관해서 은행은 종종 눈에 띄는 은행 이름과 로고가 보이며 현대적인 건축물로 이루어져 있습니다. 은행 내부에는 편리한 거래 카운터, 편안한 대기 공간, 자동으로 정보와 서비스를 표시하는 스크린이 있으며 바람이 잘 통하고 밝게 설계되었습니다.

은행은 고객의 편의를 위해 도심 지역, 상업 지역 또는 인구 밀집 지역 근처에 위치하는 경우가 많습니다. 은행의 영업 시간은 보통 월요일부터 금요일, 오전 9시부터 오후 4시까지입니다. 일부 큰 은행은 토요일에도 영업을 할 수 있지만 영업 시간이 더 짧은 경우가 많습니다.

대부분의 거래가 온라인이나 모바일 앱을 통해 가능하기 때문에 저는 은행에 자주 가지 않습니다. 그러나 은행에 가야 할 때는 은행 직원이 매우 전문적이고 친절하며 고객을 지원할 준비가 되어 있다는 것을 알고 있습니다. 그들은 항상 문제를 해결하며 정보를 명확하고 효과적으로 제공하려고 노력합니다.

**단어** | **thoáng đãng** 바람이 잘 통한다 | **sáng sủa** 밝다 | **chuyên nghiệp** 전문적이다

## 은행  2 은행에 가서 하는 일

> Những loại giao dịch nào thường được thực hiện tại ngân hàng? Khách hàng thường yêu cầu gì nhân viên ngân hàng? Trách nhiệm của nhân viên ngân hàng là gì?
>
> 은행에서는 일반적으로 어떤 유형의 거래가 이루어지나요? 고객이 은행 직원에게 무엇을 요청합니까? 은행 직원의 책임은 무엇입니까?

### 모범답변

Tại ngân hàng, các giao dịch phổ biến bao gồm gửi tiền, rút tiền, chuyển tiền, thanh toán hóa đơn, mở tài khoản, vay vốn, và đầu tư. Gửi và rút tiền là hai giao dịch cơ bản nhất, cho phép khách hàng nạp thêm tiền vào tài khoản hoặc rút tiền mặt. Chuyển tiền giữa các tài khoản giúp khách hàng thanh toán hoặc chuyển khoản cho người thân, bạn bè, hoặc đối tác kinh doanh. Thanh toán hóa đơn qua ngân hàng giúp tiết kiệm thời gian.

Khách hàng thường yêu cầu nhân viên ngân hàng cung cấp thông tin tài khoản, tư vấn tài chính, giải quyết sự cố, và hỗ trợ mở hoặc đóng tài khoản. Cung cấp thông tin tài khoản bao gồm kiểm tra số dư, lịch sử giao dịch hoặc cập nhật thông tin cá nhân. Tư vấn tài chính bao gồm hướng dẫn đầu tư, tiết kiệm hoặc các dịch vụ tài chính khác. Giải quyết sự cố giúp khách hàng khắc phục các vấn đề như thẻ bị khóa hoặc giao dịch sai sót.

Trách nhiệm của nhân viên ngân hàng bao gồm cung cấp dịch vụ khách hàng, quản lý tài khoản và giao dịch, tư vấn tài chính, tuân thủ quy định, và quản lý rủi ro. Cung cấp dịch vụ khách hàng đòi hỏi sự thân thiện, chuyên nghiệp và sẵn sàng hỗ trợ. Quản lý tài khoản và giao dịch yêu cầu sự chính xác. Tư vấn tài chính đòi hỏi kiến thức sâu rộng về các sản phẩm và dịch vụ tài chính. Tuân thủ quy định đảm bảo hoạt động đúng luật pháp. Quản lý rủi ro giúp bảo vệ tài sản của khách hàng và ngân hàng.

은행에서 일반적인 거래에는 예금, 인출, 송금, 청구서 지불, 계좌 개설, 대출 및 투자가 포함됩니다. 입출금은 가장 기본적인 두 가지 거래로 고객이 계좌에 돈을 추가하거나 현금을 인출할 수 있습니다. 계좌 간 자금 이체는 고객이 결제를 하거나 친척, 친구 또는 비즈니스 파트너에게 자금을 이체하는 데 도움이 됩니다. 은행을 통해 청구서를 지불하면 시간이 절약됩니다.

고객은 은행 직원에게 계좌 정보, 금융 컨설팅, 문제 해결, 계좌 개설 또는 폐쇄 지원을 요청합니다. 잔액 확인, 거래 내역 또는 개인 정보 업데이트를 포함한 계정 정보를 제공합니다. 금융 컨설팅에는 투자, 저축 또는 기타 금융 서비스에 대한 안내가 포함됩니다. 문제 해결은 고객이 잠긴 카드나 잘못된 거래와 같은 문제를 해결하는 데 도움이 됩니다.

은행 직원의 책임에는 고객 서비스 제공, 계좌 및 거래 관리, 재무 조언, 규정 준수 및 위험 관리가 포함됩니다. 고객 서비스를 제공하려면 친절함, 전문성, 지원하려는 의지가 필요합니다. 계정 관리 및 거래에는 정확성이 필요합니다. 금융 컨설팅에는 금융 상품과 서비스에 대한 폭넓은 지식이 필요합니다. 합법적인 운영을 보장하기 위해 규정을 준수합니다. 위험 관리는 고객과 은행 자산을 보호하는 데 도움이 됩니다.

**단어** **thanh toán hóa đơn** 청구서 지불 | **vay vốn** 대출 | **tư vấn tài chính** 금융 컨설팅 | **thẻ bị khóa** 잠긴 카드 | **đúng luật pháp** 합법적이다

**은행** 3 은행의 과거와 현재 비교

MP3 P3-06

Ngân hàng đã thay đổi qua nhiều năm. Khi bạn còn nhỏ, các ngân hàng như thế nào? Chúng khác với ngân hàng hiện nay như thế nào?

은행은 수년에 걸쳐 변화해 왔습니다. 당신이 어렸을 때 은행은 어떠했나요? 오늘날의 은행과 어떻게 다른가요?

### 모범답변

Ngân hàng đã thay đổi qua nhiều năm. Khi tôi còn nhỏ, các ngân hàng thường nằm ở trung tâm thành phố, có rất nhiều chi nhánh và đại lý. Mỗi lần đến ngân hàng để xử lý điều gì đó, tôi nhớ là bố mẹ tôi luôn cảm thấy mệt mỏi vì phải xếp hàng dài chờ đợi do ngân hàng luôn đông người. Lúc đó, chỉ có vài ngân hàng lớn và chủ yếu nên khách hàng không có nhiều lựa chọn. Thường thì mọi người chọn ngân hàng ở khu vực mà mình đang sống.

Hiện nay, có rất nhiều ngân hàng mới như Toss, K-bank, Kakao Bank. Hầu hết các giao dịch đều được thực hiện trực tuyến hoặc qua ứng dụng di động. Không cần phải đến ngân hàng, mọi việc liên quan đến tài chính đều có thể xử lý ngay trong tay, rất tiện lợi. Hơn nữa, các ứng dụng di động thường có nhiều ưu đãi và tính năng hấp dẫn, giúp khách hàng dễ dàng quản lý tài khoản, chuyển tiền, thanh toán hóa đơn và sử dụng nhiều dịch vụ khác một cách nhanh chóng và thuận tiện. Sự phát triển của công nghệ đã làm cho ngân hàng trở nên thân thiện và dễ tiếp cận hơn rất nhiều.

은행은 수년에 걸쳐 변화해 왔습니다. 제가 어렸을 때 은행은 도심에 위치하는 경우가 많았고 지점과 대리점도 많았습니다. 어떤 일을 처리하기 위해 은행에 갈 때마다 은행이 항상 붐비기 때문에 긴 줄을 서서 기다려야 했기 때문에 부모님이 늘 피곤해 하셨던 기억이 납니다. 당시에는 주요 은행이 몇 개밖에 없었기 때문에 고객의 선택의 폭이 넓지 않았습니다. 일반적으로 사람들은 자신이 사는 지역의 은행을 선택합니다.
현재 토스, 케이뱅크, 카카오뱅크 등 신규 은행이 많이 생겨나고 있습니다. 대부분의 거래는 온라인이나 모바일 앱을 통해 이루어집니다. 은행에 갈 필요도 없고 금융과 관련된 모든 일을 바로 손 안에서 처리할 수 있어 매우 편리합니다. 또한 모바일 애플리케이션에는 매력적인 우대 혜택과 기능이 많이 포함되어 있어 고객이 계정 관리, 송금, 청구서 지불 및 기타 여러 서비스를 빠르고 편리하게 이용할 수 있도록 도와줍니다. 기술의 발전으로 은행은 훨씬 더 친숙해지고 접근하기 쉬워졌습니다.

**단어** | **chi nhánh** 지점 | **xếp hàng dài** 긴 줄을 서다 | **ưu đãi** 우대 혜택 | **một cách nhanh chóng** 빠르게, 신속하게 | **dễ tiếp cận** 접근하기 쉽다

 4 은행에서 생긴 문제 에피소드

Các vấn đề có thể xảy ra khi bạn ở ngân hàng. Có lẽ bạn đã quên mang theo giấy tờ tùy thân của mình. Bạn hãy kể cho tôi nghe về một vấn đề mà cá nhân bạn gặp phải ở ngân hàng. Bạn đã giải quyết vấn đề đó như thế nào?

은행에 있을 때 문제가 발생할 수 있습니다. 아마도 신분증을 가져오는 것을 잊었을 수도 있습니다. 개인적으로 은행에서 겪었던 문제에 대해 말해 보세요. 그 문제를 어떻게 해결하셨나요?

### 모범답변

Khi đến ngân hàng, có thể xảy ra nhiều vấn đề bất ngờ. Vài tuần trước, tôi đến ngân hàng để đổi tiền, nhưng chi nhánh đó không có đủ số tiền ngoại tệ mà tôi cần. Nhân viên ngân hàng gợi ý tôi đến một chi nhánh khác có đủ số tiền. Tuy nhiên, vì giao thông tắc nghẽn, tôi đến muộn và ngân hàng đã đóng cửa. Điều này buộc tôi phải đổi tiền ở sân bay, nơi có lệ phí cao hơn nhiều, khiến tôi tốn kém hơn dự định. Lẽ ra, tôi nên liên hệ trước với ngân hàng mà tôi đến đầu tiên để xác nhận chi nhánh đó còn đủ số tiền hay không. Ngoài ra, tôi cũng rút kinh nghiệm là nên dự trù thời gian di chuyển, đặc biệt là khi phải đi vào giờ cao điểm. Một điều làm tôi sốc là hiện nay mọi người có thể đổi tiền trên ứng dụng di động một cách thuận tiện mà không cần phải đến ngân hàng trực tiếp, và lệ phí trên ứng dụng rẻ hơn nhiều. Khi mới biết thông tin đó, sự hối hận của tôi trở thành gấp đôi. Từ đó, tôi cố gắng tìm hiểu và nắm bắt thông tin về các dịch vụ giao dịch ngân hàng.

Trong tục ngữ ở nước tôi có câu: "Hiểu biết là sức mạnh!"

은행에 가면 예상치 못한 문제가 많이 발생할 수 있습니다. 몇 주 전에 환전하러 은행에 갔는데, 그 지점에는 제가 필요한 만큼의 외환 금액이 없었습니다. 은행 직원은 금액이 충분한 다른 지점으로 가보라고 제안했습니다. 그런데 교통체증 때문에 늦게 도착해서 은행 문을 닫았어요. 이로 인해 공항에서 환전을 해야 했는데, 수수료가 훨씬 높아서 계획했던 것보다 비용이 더 많이 들었습니다. 먼저 갔던 은행에 미리 연락해서 그 지점에 금액이 충분한지 확인했어야 했는데… 또한, 특히 출퇴근 시간에 이동할 때는 여유 있게 이동 시간을 계획해야 한다는 것도 경험을 통해 배웠습니다. 제가 놀랐던 점 중 하나는 요즘은 사람들이 은행에 직접 가지 않고도 모바일 앱을 통해 편리하게 환전할 수 있고, 앱 수수료도 훨씬 저렴해졌다는 것입니다. 처음 그 정보를 알았을 때 후회가 두 배로 커졌습니다. 그때부터 은행 거래서비스에 대한 정보를 알아보고 파악하려고 노력했습니다.

우리나라 속담에 〈아는 것이 힘이다〉라는 말이 있습니다.

**단어** | **tiền ngoại tệ** 외환 | **lệ phí** 수수료 | **tốn kém** 비용이 들다 | **hối hận** 후회 | **gấp đôi** 두 배

 롤플레이 1-1
# 은행 직원에게 은행 계좌 개설 정보 요청

Bây giờ tôi muốn đưa ra một tình huống để bạn diễn kịch bằng tiếng Việt. Bạn hãy lắng nghe, sau đó diễn kịch lại tình huống đó bằng tiếng Việt. Bạn cần mở một tài khoản ngân hàng mới. Hãy đến ngân hàng và hỏi nhân viên ngân hàng ba đến bốn câu hỏi về việc mở tài khoản mới.

지금 제가 베트남어로 당신이 연기하도록 한 상황을 드릴 겁니다. 당신은 잘 듣고 나서 이 상황을 베트남어로 재연해 보세요. 새로운 은행 계좌를 개설해야 합니다. 은행에 가서 은행원에게 새 계좌 개설에 관해 3-4가지 질문을 하세요.

## 모범답변

Chào chị, tôi muốn mở một tài khoản ngân hàng mới. Chị có thể giúp tôi trả lời một số câu hỏi được không? Để mở tài khoản ngân hàng, tôi cần chuẩn bị những giấy tờ gì? Có những loại tài khoản nào phù hợp với nhu cầu của cá nhân tôi, và mỗi loại có ưu nhược điểm gì? Có yêu cầu về số dư tối thiểu khi mở tài khoản không? Nếu có thì số tiền là bao nhiêu? Các loại phí liên quan đến việc duy trì tài khoản là gì? Ví dụ như phí thường niên, phí giao dịch, và có ưu đãi gì không? Dạ, cảm ơn chị nhiều.

안녕하세요, 새로운 은행 계좌를 개설하고 싶습니다. 몇 가지 질문에 대답해 주실 수 있나요? 은행 계좌를 개설하려면 어떤 서류를 준비해야 하나요? 저의 개인적 필요에 적합한 계좌 종류는 무엇이며, 각 종류의 장점과 단점은 무엇입니까? 계좌 개설 시 최소 잔액 요건이 있나요? 그렇다면 금액은 얼마입니까? 계정 유지와 관련된 수수료는 무엇입니까? 예를 들어 연회비, 거래 수수료, 우대 혜택이 있나요? 네, 정말 감사합니다.

**단어** giấy tờ 서류

 롤플레이 2-1
# 카드를 음식점에 두고 온 문제 해결

Tôi xin lỗi, nhưng có một vấn đề bạn cần giải quyết. Bạn để quên thẻ tín dụng tại nhà hàng nơi bạn đã ăn. Hãy gọi cho nhà hàng đó và giải thích tình huống của bạn. Sau đó, hãy đưa ra một số lựa chọn thay thế để giải quyết vấn đề.

미안하지만 당신이 해결해야 하는 문제가 하나 있습니다. 당신은 식사한 식당에 신용카드를 두고 왔습니다. 식당에 전화해서 상황을 설명하세요. 그런 다음 문제를 해결하기 위한 몇 가지 대안을 제시해주세요.

## 모범답변

Chào chị, tôi là Kim Min-soo. Tôi đã ăn tối tại nhà hàng của chị tối qua và hiện tại tôi nhận ra mình đã để quên thẻ tín dụng ở đó. Tôi rất lo lắng về việc này và mong chị có thể giúp đỡ.

Thứ nhất, chị có thể kiểm tra giúp tôi xem thẻ tín dụng của tôi có được nhân viên hoặc ai đó nhặt được và giữ lại ở quầy lễ tân không? Nếu thẻ tín dụng của tôi được tìm thấy, tôi có thể đến nhà hàng để lấy lại vào tối nay được không? Nếu không, chị có thể giữ thẻ tại quầy lễ tân cho đến khi tôi có thể đến lấy vào cuối tuần này? Trong trường hợp thẻ tín dụng không được tìm thấy, chị có thể giúp tôi kiểm tra lại khu vực bàn mà tôi đã ngồi hoặc xem lại camera an ninh để xem liệu có ai đã nhặt được thẻ của tôi không? Cám ơn chị rất nhiều. Tôi mong nhận được phản hồi sớm từ chị để có thể yên tâm về tình huống này.

안녕하세요 김민수입니다. 어젯밤에 당신 식당에서 저녁을 먹었는데, 거기에 신용카드를 두고 왔다는 걸 지금 깨달았어요. 저는 이것에 대해 매우 걱정하고 있으며 당신이 도움을 줄 수 있기를 바랍니다.

먼저, 제 신용카드를 직원이나 누군가가 주워서 프런트 데스크에 맡겼는지 확인해 주실 수 있나요? 저의 신용카드를 찾는다면 오늘 밤 레스토랑에 가서 돌려받을 수 있나요? 안 되면 이번 주말에 제가 카드를 받을 수 있을 때까지 프런트 데스크에 카드를 보관해주시겠어요? 신용카드를 찾을 수 없는 경우, 제가 앉은 테이블 공간을 확인하거나 보안 카메라를 검토하여 누군가가 제 카드를 가져갔는지 확인하도록 도와주실 수 있나요? 매우 감사합니다. 이 상황에 대해 안심할 수 있도록 곧 답변을 받을 수 있기를 바랍니다.

**단어** nhặt 줍다

# 롤플레이 3-1
# 은행 계좌나 카드 사용 중 겪은 문제 해결

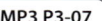

Vở kịch đã kết thúc rồi ở đây. Bạn đã bao giờ gặp bất kỳ vấn đề nào khi sử dụng tài khoản ngân hàng, thẻ ngân hàng hoặc thẻ tín dụng của mình chưa? Có lẽ tài khoản hoặc thẻ của bạn không hoạt động vì lý do nào đó. Hãy kể cho tôi mọi chuyện đã xảy ra và bạn giải quyết vấn đề đó như thế nào?

상황 연극은 이미 종료되었습니다. 은행 계좌, 은행 카드 또는 신용 카드를 사용하는 데 문제가 있었던 적이 있습니까? 어떤 이유로 인해 귀하의 계정이나 카드가 작동하지 않을 수 있습니다. 일어난 모든 일과 어떻게 해결했는지 말해 주세요.

## 모범답변

Đó là kỳ nghỉ hè năm ngoái khi tôi và gia đình đến Thái Lan. Chúng tôi đã có một chuyến đi tuyệt vời cho đến khi tôi phát hiện thẻ tín dụng của mình bị từ chối khi thanh toán tại một nhà hàng. Khi phát hiện ra vấn đề, tôi đã kiểm tra lại tài khoản ngân hàng của mình trên ứng dụng di động và nhận thấy rằng thẻ tín dụng của tôi đã bị khóa. Điều này khiến tôi rất lo lắng vì chúng tôi còn vài ngày nữa mới kết thúc kỳ nghỉ và tôi không mang theo nhiều tiền mặt. Ngay lập tức, tôi gọi đến ngân hàng của mình để báo cáo sự cố. Sau một thời gian chờ đợi để được kết nối với tổng đài viên, tôi được thông báo rằng thẻ của tôi đã bị khóa do nghi ngờ có hoạt động gian lận.

Ngân hàng đã phát hiện ra một giao dịch đáng ngờ trước đó tại Thái Lan và để bảo vệ tài khoản của tôi, họ đã quyết định tạm thời khóa thẻ. Tôi đã giải thích với nhân viên ngân hàng rằng tôi đang đi du lịch và giao dịch đó là hợp pháp. Họ yêu cầu tôi cung cấp một số thông tin cá nhân để xác minh danh tính và sau đó hướng dẫn tôi cách mở khóa thẻ. Sau khi hoàn tất quá trình xác minh, thẻ tín dụng của tôi đã được mở khóa và tôi có thể sử dụng lại bình thường. Từ kinh nghiệm này, tôi rút ra bài học rằng việc mang theo một số tiền mặt dự phòng và có một phương án thanh toán khác là rất quan trọng khi đi du lịch.

작년 여름 휴가 가족과 함께 태국에 갔을 때였습니다. 레스토랑에서 결제하는 동안 저의 신용카드가 거부되었다는 사실을 알기 전까지 우리는 즐거운 여행을 했습니다. 문제를 발견하고 모바일 앱으로 다시 은행 계좌를 확인해 보니 신용카드가 잠겨 있는 것을 발견했습니다. 휴가가 끝날 때까지 며칠 남아 있었고 현금도 많지 않았기 때문에 이것은 저를 매우 불안하게 만들었습니다. 즉시 은행에 전화해서 문제를 신고했습니다. 교환원과 연결될 때까지 잠시 기다린 후, 사기 행위가 의심되어 카드가 잠겼다는 안내를 받았습니다.

은행은 이전에 태국에서 의심스러운 거래를 발견했고 저의 계좌를 보호하기 위해 카드를 일시적으로 차단하기로 결정했습니다. 저는 은행 직원에게 제가 여행 중이며 거래가 합법적이라고 설명했습니다. 그들은 저의 신원을 확인하기 위해 몇 가지 개인 정보를 제공하도록 요청한 다음 카드 잠금 해제 방법을 안내했습니다. 인증 절차를 마친 후 신용카드가 잠금 해제되어 다시 정상적으로 사용할 수 있게 되었습니다. 이번 경험을 통해 여행할 때 여분의 현금을 가지고 다니고 다른 결제 옵션을 갖는 것이 중요하다는 것을 배웠습니다.

**단어** | **tiền mặt** 현금 | **tổng đài viên** 교환원 | **xác minh danh tính** 신원 확인 | **dự phòng** 여분

 롤플레이 1-2
# 은행에 계좌 개설 관련 전화로 정보 요청

MP3 P3-07

Bây giờ tôi muốn đưa ra một tình huống để bạn diễn kịch bằng tiếng Việt. Bạn hãy lắng nghe, sau đó diễn kịch lại tình huống đó bằng tiếng Việt. Bạn cần mở một tài khoản ngân hàng mới. Hãy gọi điện cho ngân hàng và hỏi nhân viên giao dịch ba đến bốn câu hỏi về việc mở tài khoản mới.

지금 제가 베트남어로 당신이 연기하도록 한 상황을 드릴 겁니다. 당신은 잘 듣고 나서 이 상황을 베트남어로 재연해 보세요. 새로운 은행 계좌를 개설해야 합니다. 은행에 전화해서 창구 직원에게 새 계좌 개설에 관해 3–4가지 질문을 하세요.

### 모범답변

Xin chào, tôi muốn mở một tài khoản ngân hàng mới. Bạn có thể cho tôi biết quy trình cụ thể như thế nào không? Tôi có cần đặt lịch hẹn trước không hay có thể đến trực tiếp chi nhánh? Có phí mở tài khoản không và số dư tối thiểu là bao nhiêu? Cảm ơn bạn. Ngoài ra, tôi có thể đăng ký dịch vụ ngân hàng trực tuyến ngay khi mở tài khoản không? Cám ơn bạn đã giúp tôi.

안녕하세요, 새로운 은행 계좌를 개설하고 싶습니다. 구체적인 과정을 알려주실 수 있나요? 사전 예약이 필요한가요, 아니면 직접 지점으로 방문할 수 있나요? 계좌 개설 수수료가 있나요? 그리고 최소 잔액은 얼마나 되나요? 감사합니다. 또한, 계좌를 개설하자마자 온라인 뱅킹에 가입할 수 있나요? 도와주셔서 감사합니다.

**단어** số dư tối thiểu 최소 잔액

 롤플레이 2-2
# 카드를 받은 후 문제가 있을 때 문제 해결

Tôi xin lỗi, nhưng có một vấn đề bạn cần giải quyết. Bạn vừa nhận được thẻ tín dụng nhưng phát hiện ra rằng có vấn đề gì đó với nó. Hãy gọi điện cho ngân hàng, giải thích tình hình và đề xuất một số phương án thay thế để giải quyết vấn đề.

미안하지만 당신이 해결해야 하는 문제가 하나 있습니다. 은행에 있을 때 문제가 발생할 수 있습니다. 아마도 신분증을 가져오는 것을 잊었을 수도 있습니다. 개인적으로 은행에서 겪었던 문제에 대해 말해 보세요. 그 문제를 어떻게 해결하셨나요?

### 모범답변

Xin chào, tôi vừa nhận được thẻ tín dụng từ ngân hàng nhưng tôi gặp vấn đề với nó. Tôi muốn giải thích tình huống và xin hỗ trợ để giải quyết. Thẻ tín dụng của tôi không thể sử dụng được khi thanh toán trực tuyến và máy ATM cũng không nhận diện được thẻ. Tôi đã kiểm tra lại số dư và thông tin thẻ đều đúng. Tôi đề nghị ngân hàng kiểm tra lại tình trạng kích hoạt của thẻ và đảm bảo rằng thẻ đã được kích hoạt đầy đủ. Nếu vấn đề vẫn không được giải quyết, tôi muốn được cấp một thẻ mới để thay thế. Tôi muốn biết thời gian xử lý và cấp lại thẻ mới nếu cần thiết sẽ mất bao lâu. Nếu có thể, tôi mong muốn ngân hàng tạm thời cung cấp một giải pháp thay thế như một thẻ tạm thời hoặc tăng hạn mức tín dụng trên thẻ khác của tôi. Cảm ơn bạn rất nhiều. Tôi sẽ đợi phản hồi từ ngân hàng. Xin chào.

안녕하세요. 방금 은행에서 신용카드를 받았는데 카드에 문제가 있습니다. 상황을 설명하고 해결을 위한 지원을 요청하고 싶습니다. 온라인 결제 시 신용카드를 사용할 수 없고 ATM에서 카드를 인식하지 못합니다. 잔액과 카드 정보가 맞는지 확인했습니다. 은행에 카드 활성화 상태를 확인하고 카드가 완전히 활성화되었는지 확인해보시도록 요청드립니다. 그래도 문제가 해결되지 않으면 새 카드를 발급받고 싶습니다. 그렇게 될 경우 새 카드를 처리하고 재발급하는 데 시간이 얼마나 걸리는지 알고 싶습니다. 가능하다면 거래 은행에서 임시 카드 등 대안을 일시적으로 제공하거나 다른 카드의 신용 한도를 늘려줬으면 합니다. 정말 감사합니다. 은행의 대답을 기다리겠습니다. 안녕히 계세요.

**단어** | **kích hoạt** 활성화 | **tăng hạn mức tín dụng** 신용 한도 증가

 롤플레이 3-2
## ATM 사용 중 생겼던 문제 경험

> Vở kịch đã kết thúc rồi ở đây. Bạn đã bao giờ gặp vấn đề gì khi cố gắng rút tiền từ máy ATM chưa? Có thể thẻ tín dụng của bạn bị kẹt trong máy ATM. Hãy kể cho tôi nghe mọi chuyện đã xảy ra một cách chi tiết.
> 
> 상황 연극은 이미 종료되었습니다. ATM에서 돈을 인출할 때 문제가 발생한 적이 있습니까? 어쩌면 당신의 신용 카드가 ATM에 걸렸을 수도 있습니다. 무슨 일이 있었는지 자세히 말해주세요.

### 모범답변

Tuần trước, tôi đã gặp một vấn đề khi cố gắng rút tiền từ máy ATM. Tôi đưa thẻ rút tiền vào máy, nhưng sau khi nhập mã PIN và chọn số tiền cần rút, máy ATM không nhả tiền ra mà lại hiển thị thông báo lỗi. Sau đó, thẻ của tôi bị kẹt trong máy và không thể lấy ra được. Tôi cảm thấy rất bối rối và lo lắng vì thẻ rút tiền của mình đã bị nuốt vào máy ATM. Tôi lập tức gọi điện cho ngân hàng để báo cáo sự việc. Nhân viên ngân hàng đã hướng dẫn tôi đến chi nhánh gần nhất để được hỗ trợ. Khi đến chi nhánh, tôi đã trình bày tình huống và nhờ nhân viên ngân hàng kiểm tra máy ATM để lấy lại thẻ cho tôi. Họ đã xác nhận rằng thẻ của tôi bị kẹt trong máy và tiến hành thủ tục cấp lại thẻ mới. Quá trình này mất cả ngày, nhưng nhân viên ngân hàng rất nhiệt tình và giúp đỡ tôi xử lý mọi thủ tục cần thiết. Cuối cùng, tôi đã nhận được thẻ tín dụng mới và có thể sử dụng lại bình thường.

지난 주에 ATM에서 돈을 인출하려고 할 때 문제가 발생했습니다. 출금 카드를 기계에 넣었는데 비밀번호를 입력하고 출금할 금액을 선택했는데 ATM에서 돈이 나오지 않고 오류 메시지가 떴습니다. 그 이후에는 카드가 기계에 걸려서 꺼낼 수가 없었어요. 출금 카드가 ATM에 먹혀서 너무 당황스럽고 걱정이 되었어요. 저는 즉시 은행에 전화해 사건을 신고했습니다. 은행 직원은 도움을 받기 위해 가장 가까운 지점으로 저를 안내했습니다. 그 지점에 도착해서 상황을 설명하고 은행 직원에게 카드를 돌려받기 위해 ATM을 확인해달라고 부탁했습니다. 제 카드가 기계에 끼어 있는 것을 확인하고 새 카드를 재발급해주었습니다. 이 과정은 하루 종일 걸렸지만 은행 직원분들이 매우 열정적으로 도와주셔서 필요한 모든 절차를 처리할 수 있었습니다. 드디어 새 신용카드를 받았고 다시 정상적으로 사용할 수 있게 되었습니다.

**단어** | **nhả~ ra** ~을 내보내다 | **bị kẹt trong máy** 기계에 끼어버리다 | **thủ tục** 절차

# Unit 7 음식점

## *출제되는 콤보 문제

### SET1 문항 2-4

| 1 | 한국의 음식점 소개 |
| 2 | 가장 좋아하는 음식점 한 가지 |
| 3 | 최근 음식점 경험 |

### SET2 문항 5-10

| 1 | 한국의 음식점 소개 |
| 2 | 최근 음식점 경험 |
| 3 | 인상적인 식사 경험 |

### SET3 문항 11-13

| 1 | 새로 개업한 음식점에 전화로 정보 요청 |
| 2 | 결제수단을 깜박 잊고 음식점에 방문한 문제 해결 |
| 3 | 음식점에서 발생한 예상치 못한 경험 |

## 음식점  1 한국의 음식점 소개

MP3 P3-08

Tôi muốn biết về các nhà hàng mà bạn yêu thích ở Hàn Quốc. Những nhà hàng đó trông như thế nào? Họ cung cấp những loại đồ ăn gì? Bạn có thường xuyên đi ăn ở những nhà hàng đó không?

당신이 한국에서 가장 좋아하는 음식점들에 대해 듣고 싶습니다. 그 음식점들은 어떻게 생겼나요? 어떤 종류의 음식을 제공하나요? 그 음식점에서 자주 먹으러 가시나요?

### 모범답변

Ở khu vực tôi sống, có một số nhà hàng mà tôi rất thích.
Thứ nhất là nhà hàng Kimchi. Đây là một nhà hàng nhỏ nhưng rất ấm cúng, chuyên về các món ăn Hàn Quốc như bibimbap, kimchi jjigae, và bulgogi. Món ăn luôn tươi ngon và chất lượng. Nhà hàng này có dịch vụ giao hàng rất nhanh và nhân viên rất thân thiện.
Sau đó là nhà hàng Deli. Đây là một chuỗi nhà hàng lớn chuyên về pizza và pasta. Họ có rất nhiều loại pizza khác nhau, từ pizza truyền thống đến các loại pizza sáng tạo với nhiều nguyên liệu độc đáo. Giao hàng ở đây cũng rất nhanh và tiện lợi.
Cuối cùng là Nhà hàng Sakura. Đó là một nhà hàng Nhật Bản chuyên về sushi và sashimi. Thực phẩm ở đây rất tươi và các món ăn được chuẩn bị cẩn thận. Họ cũng có nhiều lựa chọn bento và mì ramen rất ngon.

제가 사는 지역에는 제가 정말 좋아하는 레스토랑이 몇 군데 있습니다.
첫 번째는 김치 레스토랑입니다. 비빔밥, 김치찌개, 불고기 등 한식을 전문으로 하는 작지만 아주 아늑한 레스토랑입니다. 음식은 항상 신선하고 품질이 좋습니다. 이 레스토랑은 매우 빠른 배송 서비스와 매우 친절한 직원을 갖추고 있습니다.
다음은 델리 레스토랑입니다. 피자와 파스타를 전문으로 하는 대형 레스토랑 체인입니다. 전통적인 피자부터 독특한 재료를 많이 사용한 창의적인 피자까지 다양한 피자가 있습니다. 여기 배송도 매우 빠르고 편리합니다.
마지막으로 사쿠라 레스토랑이 있습니다. 스시와 사시미를 전문으로 하는 일식 레스토랑입니다. 이곳의 음식은 매우 신선하며 요리는 세심하게 준비됩니다. 또한 맛있는 도시락과 라멘 옵션도 많이 있습니다.

**단어**  dịch vụ giao hàng 배송 서비스 | chuyên về 전문으로 하는

## 음식점 | 2 가장 좋아하는 음식점 한 가지

MP3 P3-08

Bạn hãy chọn một nhà hàng mà bạn thích đến và nói cho tôi biết thật chi tiết. Khi đến nhà hàng đó, bạn thường gọi những món nào và đi với ai?

좋아하는 음식점을 선택해서 자세히 알려주세요. 그 음식점에 가면 주로 어떤 요리를 주문하고 누구와 함께 가나요?

### 모범답변

Nhà hàng mà tôi rất thích đến là một nhà hàng Việt Nam tên Hoa Sen. Đây là nơi mang lại cho tôi cảm giác như đang ở Việt Nam nhờ vào không gian ấm cúng và cách trang trí đậm chất Việt Nam. Nhà hàng không chỉ có thực đơn phong phú mà hương vị của các món ăn cũng rất chuẩn, giống hệt như ở Việt Nam.

Khi đến đây, tôi thường gọi các món ăn hợp khẩu vị của mình, chẳng hạn như phở bò, gỏi cuốn và bún chả Hà Nội. Phở bò ở đây có nước dùng rất đậm đà, thơm ngọt tự nhiên từ xương, không khác gì những tô phở tôi từng ăn ở Việt Nam. Ngoài ra, gỏi cuốn được cuốn rất chặt, ăn kèm với nước chấm vừa miệng, khiến tôi luôn cảm thấy hài lòng.

Tôi thường đi đến nhà hàng này cùng bạn bè hoặc gia đình vào cuối tuần. Đây là nơi không chỉ để thưởng thức ẩm thực mà còn là cơ hội để tôi chia sẻ những món ăn Việt Nam yêu thích với những người thân yêu. Nhà hàng Hoa Sen luôn là điểm đến lý tưởng mỗi khi tôi muốn tìm lại hương vị Việt Nam.

제가 정말 좋아하는 레스토랑은 호아센이라는 베트남 레스토랑이에요. 아늑한 공간과 베트남풍 인테리어 덕분에 마치 베트남에 있는 듯한 느낌을 주는 곳이에요. 레스토랑은 메뉴가 풍부할 뿐만 아니라 요리의 맛도 베트남과 똑같이 매우 표준적입니다.

이곳에 오면 쇠고기 쌀국수, 월남쌈, 하노이 분짜 등 저의 입맛에 맞는 요리를 자주 주문합니다. 이곳의 쇠고기 쌀국수는 국물이 매우 진하고 자연스럽게 달달한 뼈 육수이고, 베트남에서 먹었던 쌀국수와 다르지 않습니다. 게다가 월남쌈을 아주 촘촘하게 말아서 맛있는 디핑 소스와 함께 먹으면 항상 만족감을 느끼게 해줍니다.

저는 주말에 친구나 가족과 함께 이 식당에 자주 갑니다. 이곳은 음식을 즐길 수 있는 곳일 뿐만 아니라 제가 좋아하는 베트남 요리를 사랑하는 사람들과 공유할 수 있는 기회이기도 합니다. 호아센 레스토랑은 제가 베트남의 맛을 재발견하고 싶을 때마다 항상 이상적인 목적지입니다.

**단어** | **giống hệt** 똑같다 | **nước dùng** 육수 | **ăn kèm với** ~와 함께 먹으면

**음식점** ## 3 최근 음식점 경험

> Hãy kể cho tôi nghe về nhà hàng mà gần đây bạn đã đi ăn. Đó là loại nhà hàng gì? Thực đơn của họ là gì, bạn đã ăn gì? Bạn đi khi nào và đi với ai?
>
> 최근에 갔던 음식점에 대해 말해주세요. 어떤 종류의 음식점인가요? 메뉴는 무엇이었고 당신은 무엇을 먹었나요? 언제 갔었고 누구와 갔었나요?

### 모범답변

Gần đây, tôi đã đến một nhà hàng Thổ Nhĩ Kỳ rất thú vị. Đây là lần đầu tiên tôi thưởng thức món kebab tại một nhà hàng Thổ Nhĩ Kỳ chính hiệu. Món kebab ở đây thật sự rất ngon, thịt nướng mềm và thơm, được ướp gia vị rất đặc biệt, khiến tôi cảm thấy hương vị mới lạ và hấp dẫn. Thực đơn ở nhà hàng có rất nhiều lựa chọn, nhưng tôi quyết định thử món kebab vì nó là món nổi tiếng của Thổ Nhĩ Kỳ.

Đây là một trải nghiệm hoàn toàn mới với tôi, và tôi cảm thấy rất vui khi được khám phá một món ăn từ một quốc gia khác. Gia vị trong món ăn rất thơm, hòa quyện hoàn hảo với thịt nướng. Lần này tôi đến một mình, nhưng lần sau tôi chắc chắn sẽ quay lại cùng bạn thân để chia sẻ trải nghiệm thú vị này.

최근에 저는 매우 흥미로운 터키 레스토랑에 갔습니다. 정통 터키 레스토랑에서 케밥을 맛본 것은 이번이 처음이었습니다. 여기 케밥은 정말 맛있고, 구운 고기는 부드럽고 향긋하며, 아주 특별한 향신료로 양념되어 맛이 새롭고 매력적이라는 느낌이 들었습니다. 레스토랑의 메뉴에는 다양한 옵션이 있지만, 터키의 유명한 요리이기 때문에 케밥을 먹어보기로 결정했습니다.

이것은 저에게 전혀 새로운 경험이었고, 다른 나라의 요리를 발견하게 되어 기뻤습니다. 요리의 향신료는 매우 향긋하며 구운 고기와 완벽하게 조화를 이룹니다. 이번에는 혼자 왔지만 다음번에는 반드시 가장 친한 친구와 함께 이 흥미로운 경험을 공유할 것입니다.

**단어** | **Thổ Nhĩ Kỳ** 터키 | **ướp gia vị** 향신료로 양념되다 | **hương vị** 맛과 향 | **hòa quyện** 조화를 이룬다

**음식점** 4 인상적인 식사 경험

> Khi đi ăn ở nhà hàng, bạn đã bao giờ có trải nghiệm đặc biệt hay đáng nhớ nào đó chưa? Có thể xảy ra sự việc bất thường trong bữa ăn, có người bị lạc trên đường, hoặc có người đến muộn do tai nạn. Hãy kể cho tôi nghe tình huống này từ đầu đến cuối.
>
> 음식점에 밥을 먹으러 갈 때 특별하거나 기억에 남는 경험을 하신 적이 있나요? 식사 중에 이상한 일이 일어날 수도 있고, 가는 길에 길을 잃은 사람이 있을 수도 있고, 사고로 늦게 도착하는 사람도 있을 수 있습니다. 이 상황을 처음부터 끝까지 말해 보세요.

### 모범답변

Một lần, tôi và nhóm bạn hẹn nhau ăn tối tại một nhà hàng Ý nổi tiếng. Chúng tôi hẹn lúc 7 giờ tối, nhưng Hùng, một người bạn trong nhóm, đến muộn. Gọi điện thì biết anh ấy bị lạc vì GPS trên điện thoại bị hỏng. Sau khoảng 30 phút, Hùng đến nơi nhưng với cánh tay bị băng bó. Bạn ấy đã gặp tai nạn xe máy nhẹ khi tìm đường đến nhà hàng. Chúng tôi gọi món và trò chuyện để giúp Hùng thoải mái hơn. Nhân viên nhà hàng rất thân thiện, phục vụ nhanh chóng. Bữa ăn gồm mì Ý, pizza và salad rất ngon. Buổi tối trở nên vui vẻ khi chúng tôi chia sẻ câu chuyện và kỷ niệm. Sau bữa ăn, chúng tôi đưa Hùng đến bệnh viện kiểm tra. May mắn thay, vết thương không nghiêm trọng. Buổi tối đó trở nên đáng nhớ với sự cố bất ngờ và tình bạn ấm áp.

한 번은 친구들과 함께 유명한 이탈리안 음식점에서 저녁 식사를 하기로 약속했습니다. 저녁 7시에 약속을 잡았는데, 친구 그룹 중 Hung이 늦게 도착했습니다. 전화를 해보니 휴대전화의 GPS가 고장 나서 길을 잃은 것이었습니다. 약 30분 후 Hung이 도착했지만 팔에 붕대를 감은 상태였습니다. 그는 음식점으로 오던 중 경미한 오토바이 사고를 당했습니다. 우리는 Hung이 좀 더 편안해질 수 있도록 음식을 주문하고 대화를 나눴습니다. 음식점 직원은 매우 친절하고 서비스가 빨랐습니다. 식사에는 맛있는 파스타, 피자, 샐러드가 포함되어 있습니다. 이야기와 추억을 나누며 저녁 시간이 더욱 즐거웠습니다. 식사 후 우리는 Hung을 병원으로 데려가 검사를 받았습니다. 다행히 상처는 심각하지 않았습니다. 그날 저녁은 예상치 못한 사건과 따뜻한 우정으로 기억에 남을 것입니다.

**단어** | **cánh tay** 팔 | **băng bó** 붕대를 감다 | **vết thương** 상처

**음식점** 롤플레이 1
## 새로 개업한 음식점에 전화로 정보 요청

MP3 P3-09

> Bây giờ tôi muốn đưa ra một tình huống để bạn diễn kịch bằng tiếng Việt. Bạn hãy lắng nghe, sau đó diễn kịch lại tình huống đó bằng tiếng Việt. Bạn nghe nói có một nhà hàng mới mở trong khu vực bạn đang sống. Hãy gọi điện cho nhà hàng và hỏi ba hoặc bốn câu hỏi để tìm hiểu thêm về nhà hàng.
>
> 지금 제가 베트남어로 당신이 연기하도록 한 상황을 드릴 겁니다. 당신은 잘 듣고나서 이 상황을 베트남어로 재연해보세요. 당신은 당신의 지역에 새로운 음식점이 문을 열었다는 소식을 들었습니다. 음식점에 전화해서 3~4가지 질문을 하여 음식점에 대해 자세히 알아보세요.

### 모범답변

> Chào anh, tôi nghe nói nhà hàng mới mở gần đây. Tôi có thể hỏi vài câu về nhà hàng được không? Thứ nhất, nhà hàng của anh chuyên về loại món ăn nào? Thứ hai, giờ mở cửa của nhà hàng là gì? Thứ ba, nhà hàng có phục vụ các món ăn đặc biệt hay có thực đơn dành cho người ăn chay không? Cuối cùng, tôi cần đặt bàn trước khi đến không?
>
> 안녕하세요. 최근에 새로운 레스토랑이 오픈했다고 들었습니다. 레스토랑에 관해 몇 가지 질문을 해도 될까요? 첫째, 당신의 레스토랑은 어떤 종류의 요리를 전문으로 합니까? 둘째, 레스토랑의 영업 시간은 어떻게 되나요? 셋째, 레스토랑에서 특별 요리를 제공하거나 채식주의자를 위한 메뉴가 있습니까? 마지막으로, 가기 전에 테이블을 예약해야 합니까?

 롤플레이 2
결제수단을 깜빡 잊고 음식점에 방문한 문제 해결

Tôi xin lỗi, nhưng có một vấn đề bạn cần giải quyết. Khi bạn ăn xong ở nhà hàng và cố gắng thanh toán, bạn nhận ra rằng bạn không thể thanh toán vì bạn đã để quên tiền mặt và thẻ tín dụng ở nhà. Hãy giải thích tình huống này cho nhân viên và đề xuất hai hoặc ba phương án thay thế, chẳng hạn như yêu cầu bán chịu.

미안하지만 당신이 해결해야 하는 문제가 하나 있습니다. 식당에서 식사를 마치고 결제하려고 했을 때 현금과 신용카드를 집에 두고 왔기 때문에 결제할 수 없다는 사실을 깨닫게 되었습니다. 이러한 상황을 직원에게 설명하고 외상 등 2-3가지 대안을 제안하세요.

### 모범답변

Xin lỗi, tôi phát hiện ra rằng tôi đã để quên tiền mặt và thẻ tín dụng ở nhà khi thanh toán. Xin lỗi về sự bất tiện này. Xin vui lòng cho tôi biết có cách nào khác để thanh toán được không? Đầu tiên, tôi có thể gọi người thân hoặc bạn bè đến đây để thanh toán hộ. Thứ hai, tôi có thể đưa thông tin thẻ tín dụng qua điện thoại để thanh toán từ xa. Cuối cùng, tôi có thể về đến nhà lấy tiền mặt và quay lại để thanh toán sau. Xin lỗi về sự cố này và xin hãy cho tôi biết cách giải quyết phù hợp nhất.

죄송합니다. 결제하려고 할 때 현금과 신용카드를 집에 두고 온 것을 발견했습니다. 불편을 드려 죄송합니다. 다른 결제 방법이 있는지 알려주세요. 첫째, 친구나 가족에게 전화해서 이곳에 오라고 해서 결제할 수 있고, 둘째, 전화로 신용카드 정보를 알려주고 원격으로 결제할 수 있습니다. 마지막으로 집에 가서 현금을 가져와 나중에 다시 돌아와서 지불할 수 있습니다. 이 문제로 인해 죄송하고 가장 적합한 해결 방법을 알려주시기 바랍니다.

## 음식점에서 발생한 예상치 못한 경험

Vở kịch đã kết thúc rồi ở đây. Bạn đã bao giờ gặp phải trải nghiệm bất ngờ khi đi ăn ở nhà hàng chưa? Đó có thể là một trải nghiệm thú vị, gần đây hoặc bất ngờ và đáng nhớ. Hãy kể cho tôi nghe từ đầu đến cuối.

상황 연극은 이미 종료되었습니다. 음식점에서 식사를 하다가 예상치 못한 경험을 하신 적이 있나요? 그것은 재미있을 수도 있고, 최근의 경험일 수도 있고, 예상치 못한 기억에 남는 것일 수도 있습니다. 처음부터 끝까지 말해보세요.

### 모범답변

Tôi đã gặp một trải nghiệm bất ngờ khi đi ăn ở một nhà hàng gần đây. Đó là một buổi tối, tôi và một người bạn quyết định đi ăn tối tại một nhà hàng sushi mới mở trong khu vực. Khi chúng tôi đến, chúng tôi nhận ra rằng nhà hàng này đang tổ chức một sự kiện đặc biệt vào tối đó: một buổi biểu diễn live piano trực tiếp trong không gian nhà hàng. Điều này thực sự là một bất ngờ đáng nhớ vì chúng tôi không biết gì trước đó về sự kiện này. Buổi biểu diễn piano thật sự tuyệt vời và làm cho bữa tối của chúng tôi trở nên thêm phần đặc biệt và lãng mạn. Chúng tôi thưởng thức các món sushi ngon và cảm thấy rất hạnh phúc với trải nghiệm mới mẻ này. Đó là một buổi tối đáng nhớ và chắc chắn sẽ là một kỷ niệm khó quên với tôi và người bạn của tôi.

최근 식당에서 식사를 하다가 예상치 못한 경험을 했습니다. 어느 날 저녁, 친구와 저는 그 지역에 새로 생긴 스시 레스토랑에 저녁을 먹으러 가기로 결정했습니다. 우리가 도착했을 때 우리는 이 레스토랑이 그날 저녁 특별 이벤트를 열고 있다는 것을 깨달았습니다. 바로 레스토랑 공간에서의 라이브 피아노 연주였습니다. 우리는 이전에 이 사건에 대해 아무것도 몰랐기 때문에 이것은 정말 기억에 남는 놀라움이었습니다. 피아노 연주는 정말 훌륭했고 우리의 저녁 식사를 더욱 특별하고 낭만적으로 만들어주었습니다. 우리는 맛있는 스시를 즐겼으며 이 새로운 경험에 매우 행복하게 느꼈습니다. 그것은 잊지 못할 저녁이었고 저와 저의 친구에게 잊지 못할 추억이 될 것입니다.

**단어** thưởng thức 즐기다

# Unit 8 자유 시간

## ＊출제되는 콤보 문제

**SET1** 문항 2-4

| 1 | 우리나라 사람이 자유 시간에 가는 곳 |
| 2 | 우리나라 사람이 자유 시간에 하는 일 |
| 3 | 현재와 과거의 자유 시간 비교 |

**SET2** 문항 5-7, 8-10

| 1 | 우리나라 사람이 자유 시간에 가는 곳 |
| 2 | 현재와 과거의 자유 시간 비교 |
| 3 | 최근 자유 시간에 한 일 |

## 자유 시간 — 1 우리나라 사람들이 자유 시간에 가는 곳

> Ở đất nước bạn, người ta thường làm gì vào thời gian rảnh rỗi? Ví dụ, người ta có thể đi biển hoặc đi núi gần. Người ta thường đi đâu, làm gì? Hãy nói cho tôi biết về những nơi người ta thường đến lúc rảnh rỗi.
>
> 당신의 나라에서는 사람들이 자유 시간에 보통 무엇을 합니까? 예를 들어, 사람들은 바다나 산등에 갈 수도 있습니다. 사람들은 어디에 자주 가고 무엇을 합니까? 사람들이 여가 시간에 자주 가는 장소에 대해 말해 보세요.

### 모범답변

Ở Hàn Quốc, mọi người thường tận dụng thời gian rảnh rỗi để thư giãn và giải trí theo nhiều cách khác nhau. Một trong những hoạt động phổ biến là đi biển. Các bãi biển như Haeundae ở Busan, Gyeongpo ở Gangneung hay Naksan ở Yangyang thường thu hút nhiều người, nhất là vào những ngày cuối tuần hay kỳ nghỉ lễ.

Ngoài ra, việc đi núi cũng là một lựa chọn phổ biến. Các khu vực như Seoraksan, Jirisan hay Hallasan ở đảo Jeju thu hút nhiều du khách thích khám phá thiên nhiên, leo núi và hít thở không khí trong lành.

Ngoài việc đi biển và đi núi, mọi người cũng thường đến các công viên hoặc khu dã ngoại. Các công viên như công viên Namsan, công viên Seoul Forest hay công viên Bukhansan là những địa điểm lý tưởng để chạy bộ, đạp xe, hoặc đơn giản là dạo chơi và thư giãn. Những khu dã ngoại ngoại thành như Namiseom Island hay Petite France cũng là lựa chọn yêu thích của nhiều gia đình và nhóm bạn.

Bên cạnh đó, một số người thích dành thời gian rảnh rỗi tại các trung tâm thương mại, rạp chiếu phim hoặc quán cà phê. Các khu mua sắm lớn như COEX Mall, Lotte World Mall hay Times Square là những điểm đến phổ biến để mua sắm, ăn uống và giải trí.

한국에서는 사람들이 보통 자유 시간을 활용하여 다양한 방법으로 휴식과 즐거움을 누립니다. 보편적인 활동 중 하나는 해변에 가는 것입니다. 부산의 해운대, 강릉의 경포, 양양의 낙산과 같은 해변은 특히 주말이나 휴일에 많은 사람들이 모여듭니다.

게다가 산에 가는 것도 보편적인 선택지입니다. 제주도의 설악산, 지리산, 한라산과 같은 지역은 자연을 탐험하고 산에 오르고 신선한 공기를 마시는 것을 좋아하는 많은 관광객을 끌어 모으고 있습니다.

사람들은 해변이나 산에 가는 것 외에도 공원이나 피크닉 장소에도 자주 갑니다. 남산 공원, 서울숲 공원, 북한산 공원과 같은 공원은 조깅, 자전거 타기, 산책 및 휴식을 즐기기에 이상적인 장소입니다. 남이섬이나 쁘띠프랑스 같은 교외 피크닉 장소도 많은 가족과 친구들이 즐겨 찾는 곳입니다.

게다가 어떤 사람들은 백화점, 영화관, 카페에서 자유 시간을 보내는 것을 좋아합니다. 코엑스몰, 롯데월드몰, 타임스퀘어 등 대형 쇼핑몰은 쇼핑, 식사, 엔터테인먼트로 인기 있는 장소입니다.

**단어**  **tận dụng** 누리다 | **thoát khỏi** 피하다, ~에서 벗어나다, 탈출하다 | **khu dã ngoại** 피크닉 장소

## 자유 시간 — 2 우리나라 사람들이 자유 시간에 하는 일

MP3 P3-10

> Người dân ở nước bạn làm gì vào thời gian rảnh rỗi? Họ dành thời gian cho gia đình và bạn bè như thế nào? Những hoạt động đó có gì đặc biệt?
>
> 당신의 나라 사람들은 자유 시간에 무엇을 합니까? 그들은 가족, 친구들과 어떻게 시간을 보내요? 그 활동의 특별한 점은 무엇입니까?

### 모범답변

Người dân ở Hàn Quốc thường có nhiều hoạt động phong phú trong thời gian rảnh rỗi. Họ thường dành thời gian cho gia đình và bạn bè bằng nhiều cách khác nhau. Một trong những hoạt động phổ biến là thăm bạn bè và gia đình. Cuối tuần hay những dịp đặc biệt, người dân thường đến thăm nhà người thân hoặc mời bạn bè đến nhà để cùng ăn uống và trò chuyện. Đây là cách giúp thắt chặt mối quan hệ và tạo ra những kỷ niệm đáng nhớ.

Ngoài ra, đi du lịch cùng bạn bè và gia đình cũng là một hoạt động được ưa chuộng. Các điểm đến như đảo Jeju, thành phố Busan, hay vùng núi Seoraksan là những lựa chọn lý tưởng để mọi người cùng nhau khám phá và thư giãn. Các chuyến du lịch này không chỉ giúp thư giãn mà còn tạo cơ hội để mọi người gắn kết với nhau hơn.

Đi uống cà phê ở quán cà phê hoặc đi ăn món tráng miệng thời thượng trên mạng xã hội cũng là một thói quen phổ biến. Hàn Quốc nổi tiếng với nhiều quán cà phê đẹp và độc đáo, nơi mọi người có thể thưởng thức cà phê, trò chuyện và chụp ảnh check-in. Các món tráng miệng như đá bào, bánh macaron hay tiramisu cũng rất được ưa chuộng và thường xuyên được chia sẻ trên các mạng xã hội.

한국 사람들은 여가 시간에 풍부한 많은 활동을 하는 경우가 많습니다. 그들은 종종 다양한 방법으로 가족 및 친구들과 시간을 보냅니다. 보편적인 활동 중 하나는 친구와 가족을 방문하는 것입니다. 주말이나 특별한 날이 되면 사람들은 가족(친척)의 집을 방문하거나 친구를 집으로 초대하여 먹고 마시고 이야기를 나누는 경우가 많습니다. 이는 관계를 강화하고 기억에 남는 추억을 만드는데 도움이 되는 방법입니다.

또한, 친구나 가족과 함께 여행을 떠나는 것도 인기 있는 활동입니다. 제주도, 부산 시내, 설악산 등의 여행지는 사람들이 함께 탐험하고 휴식을 취하기에 이상적인 선택입니다. 이러한 여행은 휴식을 취하는 데 도움이 될 뿐만 아니라 사람들이 서로 더욱 긴밀하게 유대감을 형성할 수 있는 기회를 만들어 줍니다.

카페에 가서 커피를 마시거나 SNS에서 트렌디한 디저트를 먹으러 가는 것도 보편적인 습관입니다. 한국은 사람들이 커피를 즐기고, 대화를 나누고, 인증샷을 찍을 수 있는 아름답고 독특한 카페가 많은 것으로 유명합니다. 빙수, 마카롱, 티라미수 등의 디저트도 인기가 많아 소셜 네트워크에서 공유되는 경우가 많습니다.

**단어** | ưa chuộng 인기있다, 선호하다 | lựa chọn 선택, 선택지 | món tráng miệng 디저트 | thời thượng 트렌디하다

## 자유 시간   3 현재와 과거의 자유 시간 비교

> Bạn hãy cho tôi biết về thời gian rảnh rỗi của bạn trước đây và hiện nay. Trước đây bạn có nhiều thời gian rảnh rỗi không? Còn bây giờ thì có nhiều thời gian rảnh rỗi hơn so với trước đây không? Hãy kể về thời gian rảnh rỗi của bạn từ trước đến nay có sự thay đổi gì.
>
> 이전과 현재의 자유 시간에 대해 알려주세요. 예전에는 시간이 많았나요? 지금은 예전보다 자유시간이 더 많나요? 그 이후로 자유 시간이 어떻게 변했는지 말해보세요.

### 모범답변

Trước đây, khi công việc rất bận rộn, tôi có rất ít thời gian rảnh rỗi. Những lúc rảnh rỗi hiếm hoi, tôi thường chỉ dành để ngủ cả ngày nhằm nạp lại năng lượng bị mất. Việc này gần như chiếm hết thời gian rảnh của tôi, và tôi hiếm khi có thời gian tham gia các hoạt động giải trí hoặc gặp gỡ bạn bè.

Tuy nhiên, hiện nay, nhờ vào sự thăng chức, tôi có nhiều thời gian rảnh rỗi hơn. Điều này cho phép tôi tận hưởng cuộc sống nhiều hơn và tham gia vào nhiều hoạt động phong phú. Tôi có thể dành thời gian để đi du lịch đến những địa điểm mới, khám phá văn hóa và ẩm thực địa phương. Ngoài ra, tôi có thể gặp gỡ bạn bè và gia đình thường xuyên hơn, cùng họ đi ăn uống, trò chuyện, và tạo thêm nhiều kỷ niệm đẹp.

Sự thay đổi này đã mang lại nhiều điều tích cực cho cuộc sống của tôi. Tôi cảm thấy thoải mái và hạnh phúc hơn, có nhiều thời gian hơn để chăm sóc bản thân và tận hưởng những điều tuyệt vời trong cuộc sống.

이전에는 일이 너무 바빠서 자유 시간이 거의 없었습니다. 드문 자유 시간에는 보통 하루 종일 잠을 자면서 잃어버린 에너지를 재충전합니다. 이것은 저의 자유 시간의 거의 전부를 차지하며 여가 활동에 참여하거나 친구를 만날 시간이 거의 없었습니다.

그런데 지금은 승진 덕분에 자유 시간이 많아졌어요. 이를 통해 저는 인생을 더 많이 즐기고 많은 풍부한 활동에 참여할 수 있습니다. 저는 새로운 장소를 여행하고 지역 문화와 요리를 탐구하는 데 시간을 할애할 수 있습니다. 또한, 친구, 가족을 더 자주 만나고, 외식도 하고, 대화도 나누며, 더욱 아름다운 추억을 만들 수 있습니다.

이러한 변화는 저의 삶에 많은 긍정적인 것들을 가져왔습니다. 저는 더 편안하고 행복해지며, 저 자신을 돌보고 인생의 멋진 것들을 즐길 수 있는 시간이 더 많아졌습니다.

**단어**   **hiếm hoi** 드물다 | **nạp lại năng lượng** 재충전하다 | **chăm sóc bản thân** 자신을 돌보다

**자유 시간** 4 최근 자유 시간에 한 일

MP3 P3-10

Hãy cho tôi biết trong gần đây nhất bạn đã có thời gian rảnh rỗi của mình như thế nào? Trong thời gian đó bạn đã đi đâu, làm gì, với ai? Hãy kể về hoạt động mà bạn đã làm từ đầu đến cuối. Hãy nói thật chi tiết.

최근 자유 시간을 어떻게 보냈는지 말해주세요. 그 시간 동안 어디로 가서 무엇을 했으며 누구와 함께 있었나요? 처음부터 끝까지 어떤 활동을 했는지 알려주세요. 자세히 이야기하세요.

### 모범답변

Gần đây, vào một dịp cuối tuần, tôi đã có một khoảng thời gian rảnh rỗi thật thú vị cùng với bạn bè thân thiết.

Buổi sáng thứ bảy, chúng tôi gặp nhau tại một quán cà phê nổi tiếng trong thành phố, nằm trên tầng cao của một tòa nhà với tầm nhìn ra toàn cảnh thành phố. Sau khi nhâm nhi cà phê và trò chuyện, chúng tôi đi dạo quanh công viên gần đó, tận hưởng không khí trong lành và chụp vài bức ảnh lưu niệm.

Buổi trưa, chúng tôi ghé vào một nhà hàng nhỏ trong khu phố cổ để ăn trưa, thưởng thức các món ăn truyền thống Hàn Quốc. Sau đó, buổi chiều, chúng tôi đi xem một buổi triển lãm nghệ thuật đương đại tại bảo tàng gần đó. Chúng tôi dành vài giờ chiêm ngưỡng các tác phẩm nghệ thuật và thảo luận về chúng.

Cuối cùng, chúng tôi kết thúc ngày bằng việc ghé qua một quán trà đạo truyền thống, thưởng thức những tách trà thơm ngon và tham gia vào nghi thức trà đạo.

최근 주말에는 친한 친구들과 정말 즐거운 시간을 보냈습니다.
토요일 아침, 우리는 도시의 전경이 한눈에 들어오는 건물의 높은 층에 위치한 시내의 유명한 카페에서 만났습니다. 커피를 마시며 이야기를 나눈 후, 우리는 근처 공원을 산책하며 맑은 공기를 마시며 기념 사진도 찍었습니다. 정오에 우리는 구시가지의 작은 식당에 들러 점심을 먹고 전통 한식을 즐겼습니다. 그리고 오후에는 근처 박물관에서 열리는 현대예술 전시회를 보러 갔습니다. 우리는 예술 작품을 감상하고 토론하는 데 몇 시간을 보냈습니다.
마지막으로 전통 다실을 방문하여 맛있는 차를 즐기고 다도에 참여하며 하루를 마무리했습니다.

**단어** **tầm nhìn ra toàn cảnh thành phố** 도시의 전경이 한눈에 들어오는 | **buổi triển lãm nghệ thuật** 예술 전시회 | **chiêm ngưỡng** 감상하다 | **quán trà đạo truyền thống** 전통 다실

# Unit 9 지형

## ✶ 출제되는 콤보 문제

### SET1 문항 2-4

| | |
|---|---|
| 1 | 우리나라의 지형적 특징 |
| 2 | 우리나라 사람들의 다양한 야외 활동 |
| 3 | 어렸을 때 제일 좋아했던 우리나라의 특별하거나 유명한 장소 |

### SET2 문항 5-10

| | |
|---|---|
| 1 | 우리나라의 지형적 특징 |
| 2 | 어렸을 때 제일 좋아했던 우리나라의 특별하거나 유명한 장소 |
| 3 | 지형적으로 유명한 장소에서 인상적인 경험 |

### SET3 문항 14-15

| | |
|---|---|
| 1 | 우리나라와 이웃 국가 간의 관계 변화 |
| 2 | 이웃 국가 관련 최근 읽거나 들은 뉴스 설명 |

 **1 우리나라의 지형적 특징**

MP3 P3-11

> Hãy cho tôi biết về địa lý của đất nước Hàn Quốc. Ở nước bạn có nhiều núi, sông hay các địa hình khác không? Hãy cho tôi biết chi tiết về các đặc điểm địa lý của đất nước bạn.
>
> 한국의 지리에 대해 말해보세요. 당신의 나라에는 산, 강, 기타 지형이 많습니까? 당신 나라의 지리적 특징에 대해 자세히 말해주세요.

### 모범답변

Hàn Quốc nằm ở phía Nam bán đảo Triều Tiên với diện tích khoảng 100.363 km². Địa hình Hàn Quốc đa dạng, với khoảng 70% diện tích là đồi núi. Dãy núi Taebaek kéo dài dọc bờ biển phía đông, và đỉnh núi Halla trên đảo Jeju là cao nhất với 1.947 mét.

Hàn Quốc có đường bờ biển dài khoảng 2.413 km với nhiều bãi biển đẹp như Gyeongpo và Haeundae. Đảo Jeju nổi tiếng với cảnh quan thiên nhiên tuyệt đẹp và bãi biển cát trắng.

Nhiều hồ nhân tạo như hồ Chungju và hồ Soyang được tạo ra từ các đập thủy điện và hồ chứa nước. Sông Hàn chảy qua Seoul và sông Nakdong là con sông dài nhất, chảy từ bắc xuống nam.

Hàn Quốc có nhiều công viên quốc gia và khu bảo tồn thiên nhiên như Vườn quốc gia núi Seorak và núi Jiri. Những cảnh quan này không chỉ đẹp mà còn quan trọng đối với đời sống văn hóa và kinh tế của người dân Hàn Quốc.

대한민국은 한반도 남쪽에 위치하고 있으며 면적은 약 100,363km²입니다. 한국의 지형은 국토의 약 70%가 산악 지대로 다양합니다. 태백산맥이 동해안을 따라 뻗어 있으며, 가장 높은 산은 제주도 한라산 1,947m입니다.

한국은 약 2,413km의 해안선을 가지고 있으며 경포, 해운대 등 아름다운 해변이 많이 있습니다. 제주도는 아름다운 자연 경관과 백사장으로 유명한 곳입니다.

충주호, 소양호 등 많은 인공 호수가 수력발전 댐과 물을 가두어서 만들어졌습니다. 한강은 서울을 관통하며 흐르고, 낙동강은 남북으로 흐르는 가장 긴 강입니다.

한국에는 설악산, 지리산 국립공원 등 많은 국립공원과 자연 보호 구역이 있습니다. 이러한 풍경은 아름다울 뿐만 아니라 한국인의 문화, 경제생활에 있어서도 중요합니다.

**단어** | **bán đảo Triều Tiên** 한반도 | **nhân tạo** 인공 | **khu bảo tồn thiên nhiên** 자연 보호 구역

지형 **2 우리나라 사람들의 다양한 야외 활동**

MP3 P3-11

Người Hàn Quốc thường tham gia những loại hoạt động ngoài trời nào? Họ có sở thích khác biệt gì so với người dân từ các quốc gia khác không? Hãy mô tả chi tiết về những hoạt động mà mọi người thích làm khi ra ngoài trời.

한국 사람들은 어떤 유형의 야외 활동에 자주 참여합니까? 다른 나라 사람들과 비교하여 다른 취향이 있나요? 사람들이 야외에서 즐기는 활동을 자세히 설명하세요.

**모범답변**

Người dân Hàn Quốc rất yêu thích các hoạt động ngoài trời và tận dụng tối đa địa lý đa dạng của đất nước của mình. Leo núi là hoạt động phổ biến với các dãy núi như núi Seorak, núi Jiri và núi Halla cung cấp cảnh quan tuyệt đẹp. Đi bộ đường dài trong các công viên quốc gia như núi Bukhan gần Seoul cũng rất được ưa chuộng. Tắm biển và thể thao dưới nước như lướt sóng và lặn biển tại các bãi biển Haeundae và Jeju là hoạt động mùa hè phổ biến. Cắm trại ở công viên quốc gia và các hồ như hồ Chungju là hoạt động gia đình yêu thích. Đạp xe quanh sông Hàn và sông Nakdong được nhiều người tham gia nhờ hệ thống đường đạp xe tốt. Chèo thuyền kayak và cano trên hồ Uiam là cách thú vị để khám phá thiên nhiên. Ngắm hoa anh đào vào mùa xuân và hoa cải dầu trên đảo Jeju là hoạt động thu hút nhiều du khách và người dân địa phương. Những hoạt động này không chỉ rèn luyện sức khỏe mà còn gắn kết cộng đồng và gia đình, tạo nên lối sống tích cực và hòa hợp với thiên nhiên.

한국인들은 야외 활동을 좋아하며 한국의 다양한 지형을 최대한 활용합니다. 등산은 설악산, 지리산, 한라산 등의 산맥이 아름다운 풍경을 선사하는 인기 활동입니다. 서울 인근 북한산 등 국립공원의 트래킹 코스를 걷는 것도 인기입니다. 해운대와 제주 해수욕장에서는 수영과 서핑, 스쿠버다이빙 등의 수상 스포츠가 보편적인 여름 액티비티입니다. 국립공원과 충주호 같은 호수에서 캠핑 하는 것은 가족들이 가장 좋아하는 활동입니다. 한강과 낙동강 주변에는 자전거 도로가 잘 정비되어 있어 자전거 타기가 인기가 높습니다. 의암호에서 카약과 카누를 타는 것은 자연을 탐험하는 재미있는 방법입니다. 봄에는 벚꽃을, 제주도에서는 유채꽃을 감상하는 것이 많은 관광객과 지역 주민을 매료시키는 활동입니다. 이러한 활동은 건강을 튼튼하게 할 뿐만 아니라 지역 사회와 가족들이 서로 유대되어 긍정적인 생활 방식과 자연과의 조화를 만들어냅니다.

**단어** | **tận dụng tối đa** 최대한 활용하다 | **đường dài** 트래킹 코스 | **được ưa chuộng** 선호된다 | **hoa cải dầu** 유채꽃 | **gắn kết** 유대

**지형** 3 **어렸을 때 제일 좋아했던 우리나라의 특별하거나 유명한 장소**

MP3 P3-11

Hãy cho tôi biết về địa điểm đặc biệt và nổi tiếng yêu thích ở đất nước của bạn mà bạn đã đến thăm khi còn nhỏ. Nơi đó nằm ở đâu, bạn đến đó với ai và chuyện gì đã xảy ra ở đó? Hãy nói thật chi tiết.

어렸을 때 방문했던 당신의 나라에서 가장 좋아하는 특별하고 유명한 장소에 대해 말해주세요. 그 곳은 어디이며, 누구와 함께 갔으며, 그곳에서 무슨 일이 일어났나요? 자세히 이야기하세요.

### 모범답변

Khi còn nhỏ, tôi đã đến Jeju cùng gia đình trong một chuyến du lịch mùa hè, và ấn tượng đầu tiên của tôi về hòn đảo này là cảnh thiên nhiên hoang sơ, tươi đẹp và yên bình. Chúng tôi đã leo lên đỉnh núi Halla, ngọn núi cao nhất Hàn Quốc, nơi có khung cảnh tuyệt đẹp và không khí trong lành. Ngoài ra, chúng tôi cũng ghé thăm Thác nước Cheonjiyeon và Bãi biển Hyeopjae, bãi biển này có bãi cát trắng và làn nước biển trong xanh.

Tôi còn nhớ cảm giác thích thú khi dạo chơi giữa cánh đồng hoa cải vàng rực, một cảnh tượng rất nổi bật của Jeju trong chuyến đi thăm lần thứ hai vào mùa xuân. Những chuyến đi này đã để lại cho tôi những kỷ niệm đẹp về một nơi yên bình và khác biệt so với sự nhộn nhịp của các thành phố lớn, nơi mà tôi cảm thấy thật thư giãn và gần gũi với thiên nhiên.

어릴 때 가족과 함께 여름 여행으로 제주도를 방문했는데, 이 섬에 대해 내가 처음 받은 인상은 자연이 청정하고 아름답고 평화롭다는 것이었습니다. 우리는 한국에서 가장 높은 산인 멋진 경치와 맑은 공기가 있는 한라산 정상에 올라갔습니다. 그 외에도 천지연 폭포와 협재 해변을 방문했는데, 이 해변은 하얀 모래사장과 맑은 바닷물을 지니고 있었습니다.

봄에 갔던 두 번째 방문에서 제주도의 독특한 풍경인 화려한 노란 유채꽃 밭을 거닐며 느낀 즐거운 기분이 아직도 기억에 남습니다. 이 여행들은 대도시의 시끌벅적함과는 다른 평화로운 모습 덕분에 저에게 소중한 추억이 되었고, 이곳은 제가 자연과 가까이에서 편안함을 느낀 장소였습니다.

**단어** | **hoang sơ** 야생적인, 청정한 | **cánh đồng** 밭, 들판 | **nhộn nhịp** 시끌벅적한

## 지형 4 지형적으로 유명한 장소에서 인상적인 경험

MP3 P3-11

> Hãy kể cho tôi nghe về điều gì đó đáng nhớ mà bạn đã trải qua trong chuyến thăm tới một địa điểm đặc biệt hoặc một địa danh ở đất nước bạn. Ví dụ, đó có thể là một sự kiện đặc biệt hoặc một trải nghiệm bạn có với cha mẹ mình. Mô tả sự kiện và mọi thứ đã xảy ra.
>
> 당신의 나라의 특별한 장소나 랜드마크를 방문했을 때 경험한 기억에 남는 일에 대해 말해주세요. 예를 들어, 특별한 행사일 수도 있고 부모님과 함께한 경험일 수도 있습니다. 사건과 일어난 모든 일을 설명하세요.

### 모범답변

Khi tôi là học sinh cấp 1, tôi đã có một chuyến đi đáng nhớ với bố mẹ đến khu trượt tuyết Muju. Muju nằm ở tỉnh Jeollabuk-do, Hàn Quốc, nổi tiếng với phong cảnh thiên nhiên hùng vĩ và khí hậu mùa đông lý tưởng cho các hoạt động trượt tuyết. Được bao quanh bởi núi Deogyu, khu trượt tuyết Muju có nhiều dốc trượt từ khu vực dành cho người mới bắt đầu đến chuyên nghiệp.

Đó là lần đầu tiên tôi trải nghiệm trượt tuyết. Lúc mới bắt đầu, tôi khá lúng túng và ngã rất nhiều, nhưng bố mẹ luôn ở bên cạnh, khích lệ và giúp đỡ tôi. Cuối cùng, tôi đã có thể trượt được một đoạn ngắn mà không bị ngã. Buổi tối, chúng tôi cùng nhau thưởng thức đồ ăn nóng hổi và cười đùa về những lần ngã lúc ban ngày. Chuyến đi đó đã để lại trong tôi nhiều kỷ niệm đẹp và những khoảnh khắc hạnh phúc bên gia đình.

저는 초등학생 때 부모님과 함께 무주 스키장으로 기억에 남는 여행을 다녀왔습니다. 무주는 대한민국 전라북도에 위치하고 있으며 장엄한 자연 경관과 스키 활동에 이상적인 겨울 기후로 유명합니다. 덕유산으로 둘러싸인 무주 스키장은 초보자부터 전문가까지 즐길 수 있는 많은 슬로프가 있습니다.

스키를 타는 것은 나의 첫 경험이었습니다. 처음 시작할 때는 많이 당황하고 많이 넘어졌지만 부모님은 늘 옆에서 격려해주시고 도와주셨어요. 마침내 저는 넘어지지 않고 짧은 거리를 스키 탈 수 있게 되었습니다. 저녁에는 함께 따끈따끈한 음식을 먹으며 낮에 넘어졌던 이야기를 하며 웃었습니다. 그 여행은 저에게 가족과 함께한 아름다운 추억과 행복한 순간을 많이 남겼습니다.

**단어** | **hùng vĩ** 장엄한 | **bao quanh** 둘러싸다 | **dốc trượt** 슬로프 | **khích lệ** 격려하다 | **nóng hổi** 따끈따근한

## 5 우리나라와 이웃 국가 간의 관계 변화

Bạn có thể kể về những thay đổi trong quan hệ giữa đất nước của bạn và các quốc gia láng giềng trong suốt những năm qua không? Những thay đổi này đã ảnh hưởng như thế nào đến cả hai bên?

지난 몇 년 동안 당신의 나라와 이웃 국가 사이의 관계 변화에 대해 이야기해주실 수 있나요? 이러한 변화가 양측 모두에게 어떤 영향을 미쳤습니까?

### 모범답변

Trong những năm gần đây, mối quan hệ giữa Hàn Quốc và các quốc gia láng giềng đã có những thay đổi đáng kể. Quan hệ giữa Hàn Quốc và Nhật Bản, mặc dù có những căng thẳng lịch sử, nhưng gần đây đã có sự cải thiện nhờ vào hợp tác trong lĩnh vực kinh tế và giao lưu văn hóa. Mặc dù vẫn còn tồn tại những tranh cãi về các vấn đề chính trị, nhưng sự phụ thuộc lẫn nhau về kinh tế đã khiến hai nước nhận ra tầm quan trọng của việc duy trì quan hệ hợp tác.
Quan hệ giữa Hàn Quốc và Trung Quốc cũng rất quan trọng, đặc biệt là trong lĩnh vực thương mại và đầu tư. Hàn Quốc và Trung Quốc có sự hợp tác mạnh mẽ, đặc biệt là trong ngành công nghiệp và văn hóa, với sự ảnh hưởng mạnh mẽ của làn sóng Hàn Quốc tại Trung Quốc. Tuy nhiên, vấn đề về hệ thống phòng thủ tên lửa THAAD đã tạo ra một số căng thẳng giữa hai quốc gia.
Nhìn chung, những thay đổi trong mối quan hệ này phản ánh sự phát triển trong chiến lược đối ngoại của Hàn Quốc, với mục tiêu duy trì hòa bình và phát triển kinh tế trong khu vực.

최근 몇 년간 한국과 이웃 국가들 간의 관계는 다양한 변화가 있었습니다. 특히, 한국과 일본 간의 관계는 역사적인 문제로 긴장이 있던 시기도 있었지만, 최근에는 경제 협력과 문화 교류를 통해 조금씩 개선되고 있습니다. 두 나라 간의 정치적 갈등이 여전히 존재하지만, 서로의 경제적 의존도가 높아져 협력의 필요성이 커지고 있습니다.
또한, 한국과 중국은 경제적 파트너로서 매우 중요한 관계를 유지하고 있습니다. 한류의 영향력으로 문화적인 교류가 활발히 이루어지고 있으며, 양국은 무역과 투자 분야에서 긴밀히 협력하고 있습니다. 그러나 사드 배치 문제와 같은 정치적 이슈가 간헐적으로 갈등을 일으키기도 했습니다.
이와 같은 변화들은 한국이 주변 국가들과의 관계를 어떻게 관리하고, 나아가 국제적인 위상을 어떻게 유지할 것인지를 결정짓는 중요한 요소로 작용하고 있습니다.

**단어** | láng giềng 이웃 | tranh cãi 갈등, 분쟁 | hệ thống phòng thủ tên lửa THAAD 사드 미사일 방어 시스템

 **6 이웃 국가 관련 최근 읽거나 들은 뉴스 설명**

> Hãy kể cho tôi nghe về một bài báo bạn đọc về đất nước mà bạn đã đề cập ở trên. Vấn đề là gì? Nó liên quan thế nào đến chính trị hay kinh tế của đất nước?
> 당신이 앞서 언급한 국가에 관해 읽은 기사에 대해 말해주세요. 문제는 무엇입니까? 그것은 그 나라의 정치나 경제와 어떤 관련이 있나요?

### 모범답변

Một bài báo mà bạn có thể đọc về Nhật Bản là về vấn đề trời nắng nóng kỷ lục do biến đổi khí hậu. Đây là một vấn đề đang ngày càng trở nên nghiêm trọng ở nhiều quốc gia trên thế giới, và Nhật Bản không phải là ngoại lệ.
Trong bài báo này, đề cập đến những hậu quả của trời nắng nóng kỷ lục đối với dân số và kinh tế của Nhật Bản. Trời nắng nóng kéo dài và cường độ cao có thể gây ra các vấn đề sức khỏe cho người dân, đặc biệt là người già và trẻ em, cũng như gây ra các vấn đề về an ninh lương thực và nước sạch.
Nó cũng có thể liên quan đến chính trị và kinh tế của đất nước trong việc đối phó với vấn đề này. Chính phủ cần áp dụng các biện pháp để giảm thiểu tác động của trời nắng nóng lên dân số và kinh tế, bao gồm việc đầu tư vào hệ thống hạ tầng để làm giảm thiểu tác động của nó và xây dựng các chính sách bảo vệ môi trường.
Về mặt kinh tế, trời nắng nóng có thể ảnh hưởng đến năng suất nông nghiệp và làm suy giảm nguồn cung nước, ảnh hưởng đến sản xuất và kinh doanh. Điều này có thể đặt ra thách thức lớn cho các doanh nghiệp và cả hệ thống kinh tế trong việc tìm cách thích nghi và chống chọi với biến đổi khí hậu.

일본에 관해 읽을 수 있었던 기사 중 하나는 기후 변화로 인한 기록적인 더운 날씨 문제에 관한 것입니다. 이는 세계 여러 나라에서 점점 심각해지고 있는 문제이며, 일본도 예외는 아닙니다.
이 기사에서는 기록적인 더위가 일본의 인구와 경제에 미치는 영향을 언급했습니다. 장기간의 극심한 폭염은 사람들, 특히 노인과 어린이의 건강 문제를 일으킬 수 있을 뿐만 아니라 식량 안보와 수질에도 문제를 일으킬 수 있습니다.
또한 문제를 해결하는 데 국가의 정치 및 경제가 연관될 수 있습니다. 정부는 폭염의 영향을 감소시키기 위한 인프라 투자와 환경 보호 정책 등으로 폭염이 인구와 경제에 미치는 영향을 최소화하기 위한 조치를 취해야 합니다.
경제적으로 폭염은 농업 생산성에 영향을 미치고 물 공급을 감소시켜 생산과 경영에 영향을 미칠 수 있습니다. 이는 기후 변화에 적응하고 대처하는 방법을 찾는 데 있어 각 기업들과 전체 경제 시스템에 큰 도전을 제기할 수 있습니다.

**단어** | **biến đổi khí hậu** 기후 변화 | **trời nắng nóng** 폭염 | **giảm thiểu năng suất** 생산성 | **suy giảm** 감소하다 | **nguồn cung nước** 물 공급

# Unit 10 | 패션

## ＊출제되는 콤보 문제

### SET1 문항 2-4

| 1 | 우리나라 사람들의 패션 묘사 |
|---|---|
| 2 | 평소 옷 사러 갔을 때 하는 일 |
| 3 | 과거와 현재의 패션 스타일 비교 및 변화 |

### SET2 문항 5-10

| 1 | 우리나라 사람들의 패션 묘사 |
|---|---|
| 2 | 과거와 현재의 패션 스타일 비교 및 변화 |
| 3 | 최근에 옷을 사러 간 경험 |

 **1 우리나라 사람들의 패션 묘사**

> Tôi muốn biết người Hàn Quốc ăn mặc như thế nào. Họ mặc loại quần áo nào? Khi đi làm và nghỉ ở nhà, họ thường mặc những gì?
>
> 저는 한국 사람들이 어떻게 옷을 입는지 알고 싶습니다. 그들은 어떤 종류의 옷을 입나요? 일하러 갈 때와 집에서 쉴 때 그들은 보통 무엇들을 입나요?

### 모범답변

Người Hàn Quốc có phong cách ăn mặc khá đa dạng tùy vào hoàn cảnh. Khi đi làm, họ thường chọn trang phục công sở nghiêm túc như áo vest cho nam và váy hoặc quần tây với áo sơ mi cho nữ. Tuy nhiên, xu hướng "business casual-phong cách công sở thoải mái" cũng ngày càng phổ biến ở các công ty sáng tạo và công nghệ.

Khi ở nhà, họ chọn những bộ đồ thoải mái như áo thun, quần soóc vào mùa hè, và áo len hay áo khoác dày vào mùa đông.

Ngoài ra, trong các dịp lễ hội hay sự kiện quan trọng, người Hàn Quốc thường mặc hanbok, trang phục truyền thống với màu sắc rực rỡ, thể hiện văn hóa và sự kính trọng trong các dịp đặc biệt như Tết Nguyên Đán hay Tết Trung Thu.

한국 사람들은 상황에 따라 옷 입는 스타일이 꽤 다양해요. 출근할 때 남성은 정장, 여성은 스커트나 바지에 셔츠 등 진지한 비지니스룩을 선택하는 경우가 많습니다. 하지만 '비즈니스 캐주얼' 트렌드는 크리에이티브 및 기술 기업에서도 점점 더 인기를 끌고 있습니다.

집에 있을 때는 여름에는 티셔츠, 반바지 등 편안한 옷을 선택하고, 겨울에는 스웨터나 두꺼운 점퍼를 선택합니다.

또한, 축제나 중요한 행사에서 한국인들은 설날이나 추석과 같은 특별한 날에 문화와 존경심을 표현하기 위해 밝은 색상의 전통 의상인 한복을 자주 입습니다.

**단어** | **tùy vào hoàn cảnh** 상황에 따라 | **trang phục công sở** 비지니스룩 | **phong cách công sở thoải mái** 비즈니스 캐주얼 | **bộ đồ** 옷 | **áo len** 스웨터

 2 평소 옷 사러 갔을 때 하는 일

Bạn hãy kể cho tôi nghe về những gì bạn thường làm khi bạn đi mua quần áo. Bạn thường mua những gì và ở đâu?

옷을 사러 갈 때 주로 무엇을 하는지 알려주세요. 주로 무엇을, 어디서 구매하시나요?

## 모범답변

Tôi thường đi mua quần áo khi cảm thấy cần cải thiện hoặc thay đổi trang phục của mình. Thường thì tôi sẽ đến các cửa hàng thời trang phổ biến hoặc các trung tâm mua sắm lớn trong khu vực. Khi đến cửa hàng, tôi xem các kệ hàng để tìm những món đồ mà tôi cảm thấy phù hợp với phong cách và sở thích của mình. Thường thì tôi sẽ chọn những món đồ thoải mái và phong cách, như áo thun, áo sơ mi, quần jeans, và có thể một vài món phụ kiện như dây chuyền, hoặc mũ. Đôi khi tôi cũng tham khảo ý kiến từ bạn bè hoặc gia đình để có sự lựa chọn tốt hơn. Điều quan trọng là tôi sẽ chọn những món đồ mà tôi cảm thấy thoải mái và tự tin khi mặc.

저는 옷차림을 개선하거나 바꿔야 한다고 느낄 때 종종 저의 옷을 사러 갑니다. 주로 지역의 유명 패션 매장이나 대형 쇼핑센터를 갑니다. 매장에 가면 진열대를 둘러보면서 제 스타일과 취향에 꼭 맞는 상품을 찾아요. 보통 티셔츠, 셔츠, 청바지 등 편안하고 스타일리시한 아이템과 목걸이, 모자 등 액세서리도 몇 가지 선택합니다. 때로는 더 나은 선택을 하기 위해 친구나 가족과 상의하기도 합니다. 제가 편안하고 자신감 있게 착용할 수 있는 아이템을 선택하는 것이 중요합니다.

**단어** | **kệ hàng** 진열대 | **món phụ kiện** 액세서리

 ## 3 과거와 현재의 패션 스타일 비교 및 변화

MP3 P3-12

> Xu hướng thời trang ở Hàn Quốc đã thay đổi như thế nào trong những năm qua? Bạn có nghĩ người dân Hàn Quốc theo đuổi những xu hướng mới nhất không? Nếu vậy, hãy cho tôi biết lý do tại sao.
>
> 지난 몇 년 간 한국의 패션 트렌드가 어떻게 바뀌었나요? 한국 사람들이 최신 트렌드를 따르고 있다고 생각합니까? 그렇다면 그 이유를 알려주세요.

### 모범답변

Xu hướng thời trang ở nước tôi đã trải qua nhiều thay đổi đáng kể trong những năm qua. Người dân nước tôi thường theo đuổi những xu hướng mới nhất trong thời trang.

Trước đây, người dân thường coi trọng việc ăn mặc trang trọng và sang trọng, thể hiện sự thành công và tầm vóc của mình thông qua việc sử dụng các sản phẩm hàng hiệu. Tuy nhiên, trong những năm gần đây, xu hướng đã dần thay đổi. Người ta bắt đầu chú trọng hơn đến cá nhân hóa và tự biểu hiện bản thân thông qua phong cách thời trang của mình.

Có thể thấy rằng, sự thay đổi trong cách tiếp cận thời trang của người dân nước tôi phản ánh sự tiến bộ và sự mở rộng trong tư duy về cá nhân hóa và biểu hiện bản thân.

Điều này là một phản ánh của sự phát triển và thay đổi trong văn hóa xã hội, khi người dân ngày càng đề cao giá trị cá nhân và sự tự do trong lựa chọn phong cách sống.

우리나라의 패션 트렌드는 수년에 걸쳐 많은 중요한 변화를 겪었습니다. 우리나라 사람들은 보통 최신 패션 트렌드를 따릅니다.
과거에는 사람들이 격식 있고 고급스러운 옷차림을 중요하게 여기며 브랜드 제품을 사용하여 자신의 성공과 위상을 표현했습니다. 그러나 최근에는 추세가 점차 바뀌고 있습니다. 사람들은 자신의 패션 스타일을 통해 개인화와 자기 표현에 더 많은 관심을 기울이기 시작했습니다.
우리나라 사람들의 패션에 대한 접근 방식 변화는 개인화와 자기 표현에 대한 사고의 진보와 확장을 반영한다고 볼 수 있습니다. 이는 사람들이 점점 더 개인의 가치와 생활 방식 선택의 자유를 중요시함에 따라 사회 문화의 발전과 변화를 반영합니다.

**단어** | **theo đuổi** 따른다 | **tầm vóc** 위상, 형태, 키 | **phản ánh** 반영하다 | **đề cao** 드러내다, 반영하다

 4 최근에 옷을 사러 간 경험

Hãy kể về lần bạn đi mua quần áo trong gần đây nhất. Bạn đã mua gì và trải nghiệm mua sắm đó có gì đặc biệt?
최근에 옷 쇼핑하러 갔던 일에 대해 말해주세요. 무엇을 구입했으며, 그 쇼핑 경험에서 특별한 점은 무엇이었습니까?

### 모범답변

Gần đây, tôi có một trải nghiệm mua sắm khá đặc biệt khi đi tìm một chiếc áo gi-lê để phối với áo sơ mi của mình. Ban đầu, tôi đã dành một khoảng thời gian tìm kiếm trên mạng và xem qua một số cửa hàng trực tuyến, nhưng không thấy mẫu nào phù hợp. Do đó, tôi quyết định đi tới các cửa hàng thực để tìm kiếm chiếc áo gi-lê ưng ý hơn.

Sau khi đến một số cửa hàng thời trang, tôi nhận ra rằng loại áo gi-lê mà tôi muốn không phổ biến và không có nhiều lựa chọn. Tôi đã đi qua 5-6 cửa hàng cuối cùng tìm thấy một chiếc áo gi-lê vừa ý. Tuy nhiên, khi tôi hỏi về cỡ của áo, tôi được biết rằng cỡ tôi muốn đã bán hết.

Điều này là một thất vọng nhỏ, nhưng tôi quyết định không từ bỏ. Thay vào đó, tôi quyết định đợi và kiên nhẫn, bởi vì tôi biết rằng việc tìm kiếm một chiếc áo gi-lê phù hợp sẽ đáng giá. Tôi vẫn đang tiếp tục theo dõi các cửa hàng và trang web để đảm bảo rằng tôi sẽ không bỏ lỡ cơ hội mua được chiếc áo gi-lê hoàn hảo cho bộ sưu tập của mình.

최근 셔츠에 받쳐 입을 조끼를 찾던 중 다소 특별한 쇼핑 경험을 했습니다. 처음에는 온라인에서 검색하고 몇 개의 온라인 상점을 살펴보는 데 시간을 보냈지만 적합한 모델을 찾지 못했습니다. 그래서 저는 더 맘에 드는 조끼를 찾기 위해 실제 매장에 가기로 결정했습니다.
여러 패션 매장을 가보니 제가 원하는 조끼 종류가 인기도 없고 옵션도 많지 않다는 걸 깨달았어요. 지난 5~6개 매장을 돌아다니며 딱 맞는 조끼를 찾았습니다. 그런데 사이즈를 물어보니 제가 원하는 사이즈가 품절이라고 하더군요.
이것은 작은 실망이었지만 포기하지 않기로 결정했습니다. 대신, 저는 맞는 조끼를 찾는 것이 그만한 가치가 있다는 것을 알았기 때문에 기다리고 인내심을 갖기로 결정했습니다. 저는 컬렉션에 완벽한 조끼를 구입할 기회를 놓치지 않기 위해 매장과 웹사이트를 지금도 계속 모니터링하고 있습니다.

**단어** | **áo gi-lê** 조끼 | **phối với** 받쳐입다 | **ưng ý** 맘에 들다 | **bán hết** 품절이다 | **bộ sưu tập** 컬렉션

# Unit 11  휴대폰

## ✱ 출제되는 콤보 문제

### SET1 문항 2-4

| 1 | 휴대폰 묘사 |
|---|---|
| 2 | 현재 휴대폰 기종 선택 이유 |
| 3 | 처음 사용한 휴대폰과 현재 휴대폰 비교 |

### SET2 문항 2-4

| 1 | 친구들과 전화 통화 주제 |
|---|---|
| 2 | 전화 통화 외에 휴대폰으로 하는 일 |
| 3 | 최근에 한 기억에 남는 통화 |

### SET3 문항 5-7, 8-10

| 1 | 휴대폰 묘사 |
|---|---|
| 2 | 처음 사용한 휴대폰과 현재 휴대폰 비교 |
| 3 | 휴대폰 사용 중 겪었던 문제 |

### SET4 문항 11-13

| 1 | 휴대폰 가게에 신규 휴대폰 구매 정보 요청 |
|---|---|
| 2 | 구매한 휴대폰 기능이 맘에 들지 않는 문제 해결 |
| 3 | 전자제품 관련 문제 경험 |

### SET5 문항 14-15

| 1 | 처음 사용한 휴대폰과 현재 휴대폰 비교 |
|---|---|
| 2 | 휴대폰 관련 이슈와 문제점 |

 **1 휴대폰 묘사**

Bạn hãy miêu tả về chiếc điện thoại của mình. Nó trông như thế nào và có gì đặc biệt? Bạn thích điều gì nhất ở điện thoại của mình? Tại sao vậy?
자신의 휴대폰에 대해 묘사하세요. 그것은 어떻게 생겼고 무엇이 특별한가요? 휴대폰에서 가장 마음에 드는 점은 무엇인가요? 왜 그렇습니까?

### 모범답변

Điện thoại của tôi là iPhone 16, một thiết bị hiện đại với thiết kế tinh tế và chức năng đa dạng. Nó có màn hình lớn với viền mỏng, mang lại cảm giác sang trọng và hiện đại. Mặt sau của điện thoại được làm bằng kính cường lực bóng loáng, phản chiếu ánh sáng tạo ra hiệu ứng rất đẹp mắt.
Chức năng ứng dụng camera trên iPhone 16 là điều tôi thích nhất ở chiếc điện thoại của mình. Điều này là vì ứng dụng camera của iPhone 16 cung cấp chất lượng hình ảnh tuyệt vời và nhiều tính năng sáng tạo.
Chiếc iPhone 16 có camera chất lượng cao, cho phép tôi chụp ảnh sắc nét và rõ ràng ngay cả trong điều kiện ánh sáng yếu. Điều này giúp tôi có thể lưu giữ những khoảnh khắc đáng nhớ một cách chân thực và sống động.
Ngoài ra, ứng dụng camera trên iPhone 16 cũng cung cấp nhiều tính năng sáng tạo như chế độ chụp ảnh xóa phông, chế độ chụp timelapse, panorama và nhiều hiệu ứng khác. Điều này cho phép tôi thể hiện sự sáng tạo của mình trong việc chụp ảnh và tạo ra những bức ảnh độc đáo và ấn tượng.

제 휴대폰은 세련된 디자인과 다양한 기능을 갖춘 최신 기기인 iPhone 16입니다. 얇은 베젤에 대형 화면을 갖춰 고급스럽고 모던한 느낌을 줍니다. 휴대폰 뒷면은 유광 강화유리로 만들어져 빛을 반사해 매우 아름다운 효과를 냅니다.
iPhone 16의 카메라 앱 기능은 제가 휴대폰에서 가장 좋아하는 부분입니다. 이는 iPhone 16카메라 앱이 뛰어난 이미지 품질과 많은 혁신적인 기능을 제공하기 때문입니다.
iPhone 16에는 고품질 카메라가 탑재되어 있어 어두운 환경에서도 선명하고 명확한 사진을 찍을 수 있습니다. 이는 기억에 남는 순간을 진실되고 생생하게 유지하는 데 도움이 됩니다.
또한, iPhone 16의 카메라 애플리케이션은 보케모드, 타임랩스 모드, 파노라마 및 기타 여러 효과와 같은 다양한 창의적인 기능도 제공합니다. 이를 통해 사진촬영에서 저의 창의성을 나타내주고 독특하고 인상적인 사진을 만들 수 있습니다.

**단어** viền mỏng 얇은 베젤 | kính cường lực 강화유리 | phản chiếu ánh sáng 빛을 반사하다 | sắc nét 선명하다 | chân thực 진실되다 | hiệu ứng 효과

## 휴대폰  2 현재 휴대폰 기종 선택 이유

MP3 P3-13

Bạn đã chọn chiếc điện thoại di động hiện tại của mình như thế nào? Có ai giới thiệu chiếc điện thoại đó cho bạn không? Điều gì đã khiến bạn mua chiếc điện thoại đó?

현재의 휴대폰을 어떻게 선택하셨나요? 그 휴대폰을 당신에게 추천한 사람이 있나요? 그 휴대폰을 구입하게 된 이유는 무엇입니까?

### 모범답변

Tôi đã quyết định sử dụng chiếc điện thoại iPhone 16 của Apple vì nhiều lý do. Ban đầu, tôi đã được giới thiệu với sản phẩm này thông qua các đánh giá tích cực từ bạn bè và người thân. Họ đã chia sẻ với tôi về chất lượng cao của camera, thiết kế đẹp mắt và tính tương thích tốt với các thiết bị khác của Apple như máy tính và laptop của tôi.

Ngoài ra, việc sử dụng hệ điều hành iOS cũng là một yếu tố quan trọng khiến tôi quyết định mua iPhone 16. Tôi đã có kinh nghiệm tích cực với hệ điều hành này trước đó, và tôi muốn duy trì tính nhất quán trong trải nghiệm sử dụng các thiết bị của mình.

Tóm lại, sự kết hợp giữa chất lượng camera, thiết kế đẹp và tính tương thích với các thiết bị khác của Apple đã thuyết phục tôi chọn iPhone 16 làm chiếc điện thoại chính của mình.

저는 여러 가지 이유로 Apple의 iPhone 16를 사용하기로 결정했습니다. 저는 처음에 친구와 친척들의 긍정적인 평가를 통해 이 제품을 소개받았습니다. 그들은 카메라의 높은 품질, 아름다운 디자인, 그리고 저의 컴퓨터나 노트북과 같은 다른 Apple 장치와의 좋은 호환성에 대해 저에게 공유했습니다.

또한 iOS 운영 체제를 사용하는 것도 iPhone 16 구매 결정에 중요한 요소였습니다. 이전에 이 운영 체제에 대해 긍정적인 경험을 했고, 기기 사용 경험의 일관성을 유지하고 싶었습니다.

간단히 말해서, 카메라 품질, 아름다운 디자인, 다른 Apple 기기와의 호환성이 결합되어 iPhone 16를 저의 휴대폰으로 선택하게 되었습니다.

**단어** **đánh giá tích cực** 긍정적인 평가 | **thiết kế** 디자인 | **tính tương thích** 호환성 | **hệ điều hành** 운영 체제 | **thuyết phục** 설득시키다

 3 처음 사용한 휴대폰과 현재 휴대폰 비교

MP3 P3-13

Chiếc điện thoại mà bạn sử dụng đầu tiên thế nào? Sự khác biệt giữa điện thoại bạn sử dụng trước đây và điện thoại bạn sử dụng bây giờ là gì?
처음으로 사용한 휴대폰은 어땠나요? 이전에 사용했던 휴대폰과 지금 사용하는 휴대폰의 차이점은 무엇입니까?

### 모범답변

Lần đầu tiên tôi sử dụng điện thoại là khi tôi còn là học sinh cấp 3. Đó không phải là một chiếc điện thoại thông minh như bây giờ, mà chỉ có các chức năng cơ bản như gọi điện và gửi tin nhắn. Màn hình của nó nhỏ và có thể gấp lại, và nó rất nhẹ nên dễ dàng mang theo.

So với chiếc điện thoại tôi sử dụng hiện tại, có một sự khác biệt lớn về chức năng và tính năng. Điện thoại hiện tại của tôi không chỉ có thể gọi điện và gửi tin nhắn mà còn có thể chụp ảnh, xem video, lướt web, chơi game, và thực hiện nhiều chức năng khác nhau. Màn hình lớn và độ phân giải cao mang lại trải nghiệm tốt hơn cho việc xem nội dung trực tuyến và làm việc trên điện thoại. Tính năng điều khiển bằng cử chỉ, nhận diện khuôn mặt và vân tay cũng là những cải tiến đáng kể so với điện thoại cũ. Điều này khiến cho việc sử dụng điện thoại của tôi trở nên thuận tiện và đa dạng hơn.

제가 처음 휴대폰을 사용한 것은 고등학생 때였습니다. 지금처럼 스마트폰은 아니었고, 전화 걸기, 메시지 보내기 등 기본적인 기능만 있었습니다. 화면이 작고 접을 수 있으며, 매우 가벼워서 휴대가 간편합니다.

지금 사용하는 휴대폰과 비교하면 기능이나 특징에서 큰 차이가 있습니다. 현재 나의 휴대폰은 전화를 걸고 메시지를 보낼 수 있을 뿐만 아니라 사진을 찍고, 비디오를 보고, 웹 서핑을 하고, 게임을 하고, 기타 여러 기능을 수행할 수 있습니다. 큰 화면과 고해상도는 온라인 콘텐츠를 보고 휴대폰에서 작업할 때 더 나은 환경을 제공합니다. 제스처 제어, 얼굴 인식, 지문 인식 기능도 기존 휴대폰에 비해 크게 개선됐습니다. 이로 인해 저의 휴대폰을 더욱 편리하고 다양하게 사용할 수 있게 되었습니다.

**단어** | **gấp lại** 접다 | **điều khiển bằng cử chỉ** 제스처 제어 | **nhận diện khuôn mặt** 얼굴 인식 | **vân tay** 지문

## 휴대폰  4 친구들과 전화 통화 주제

MP3 P3-13

Tôi muốn biết về những cuộc điện thoại mà bạn thực hiện. Bạn nói chuyện gì với bạn bè qua điện thoại?
당신이 거는 전화 통화에 대해 알고 싶습니다. 친구들과 전화로 무슨 이야기를 하시나요?

### 모범답변

Cuộc điện thoại của tôi với bạn bè thường xoay quanh một số chủ đề chính như cuộc hẹn gặp nhau, chia sẻ về công việc và một chút tâm sự cá nhân. Chúng tôi thường bàn bạc về kế hoạch gặp gỡ, đi chơi hoặc dự các sự kiện cùng nhau. Ngoài ra, chúng tôi cũng thường chia sẻ về công việc hàng ngày, những thành tựu mới, hoặc những thách thức mà chúng tôi đang gặp phải trong công việc. Cuộc nói chuyện điện thoại cũng là cơ hội để tâm sự về những vấn đề cá nhân, chia sẻ cảm xúc và tìm kiếm lời khuyên từ nhau.

친구들과의 전화 통화는 대개 약속, 업무 공유, 개인적인 고민 상담 조금과 같은 몇 가지 주요 주제가 반복됩니다. 우리는 종종 함께 만나거나, 놀러가거나, 행사에 참석할 계획을 논의합니다. 또한, 우리는 일상 업무, 새로운 성취, 직장에서 직면하고 있는 어려움에 대해서도 자주 공유합니다. 전화 통화는 또한 개인적인 문제에 대해 이야기하고, 감정을 공유하고, 서로에게 조언을 구하는 기회이기도 합니다.

**단어** **tâm sự cá nhân** 개인적인 고민 상담 | **cảm xúc** 감정

**휴대폰** 5 전화 통화 외에 휴대폰으로 하는 일

MP3 P3-13

Ngoài việc gọi điện thoại, bạn thường làm những công việc gì khác trên điện thoại? Hãy mô tả một tình huống cụ thể mà điện thoại của bạn đã giúp ích rất nhiều.

전화 통화 외에 휴대폰으로 자주 하는 일은 무엇인가요? 당신의 휴대폰이 큰 도움이 되었던 구체적인 상황을 설명해 보세요.

### 모범답변

Tôi thường sử dụng điện thoại để làm nhiều việc khác ngoài việc gọi điện. Chẳng hạn, tôi dùng điện thoại để kiểm tra email, lướt mạng xã hội như Facebook hay Instagram, và xem tin tức hàng ngày. Ngoài ra, tôi cũng sử dụng các ứng dụng ngân hàng để chuyển khoản hoặc thanh toán hóa đơn.
Một lần, điện thoại của tôi đã giúp ích rất nhiều khi tôi đi du lịch nước ngoài. Tôi sử dụng ứng dụng bản đồ để tìm đường và tra cứu các địa điểm nổi tiếng. Đặc biệt, tôi đã dùng điện thoại để đặt vé máy bay khi có thay đổi đột xuất trong lịch trình. Nếu không có điện thoại, tôi sẽ gặp rất nhiều khó khăn trong tình huống đó.

저는 종종 전화 이외의 다른 일을 위해 휴대폰을 사용합니다. 예를 들어, 저는 매일 휴대폰을 사용하여 이메일을 확인하고, Facebook이나 Instagram과 같은 소셜 네트워크를 검색하고, 뉴스를 시청합니다. 또한 은행 앱을 사용하여 송금하거나 청구서를 지불하기도 합니다.
한 번은 해외여행을 갈 때 휴대폰이 큰 도움이 됐습니다. 저는 지도 앱을 사용하여 길을 찾고 유명한 장소를 찾습니다. 특히, 예상치 못한 일정 변경이 있을 때는 휴대폰으로 항공권을 예매했습니다. 만약 휴대폰이 없었다면 그 상황에서 많이 어려움을 겪었을 것입니다.

**단어** **thanh toán hóa đơn** 청구서 지불 | **tra cứu** 찾다, 검색하다

**휴대폰** 6 최근에 한 기억에 남는 통화

Hãy kể cho tôi nghe về cuộc điện thoại gần đây mà bạn nhớ. Bạn đã làm ai nói chuyện với, và bạn đã nói về cái gì? Điều gì đã khiến cuộc gọi đó trở nên đáng nhớ?

최근 기억나는 전화 통화에 대해 이야기해주세요. 누구와 이야기를 나눴으며, 어떤 이야기를 나눴나요? 그 통화가 기억에 남는 이유는 무엇입니까?

### 모범답변

Cuộc gọi gần đây nhất mà tôi nhớ đến là cuộc gọi với mẹ cách đây vài tháng. Trong cuộc gọi đó, tôi cảm thấy cần nói về một vấn đề riêng tư mà tôi khó lòng chia sẻ với bạn bè, vì vậy tôi quyết định tâm sự với mẹ qua điện thoại.

Trong cuộc trò chuyện đó, tôi đã mở lòng và chia sẻ về những suy nghĩ và cảm xúc của mình với mẹ. Mẹ đã lắng nghe tôi một cách đáng yêu và hỗ trợ tôi bằng những lời khuyên và sự động viên. Cảm giác được nghe và hiểu từ người thân yêu đã làm cho cuộc gọi đó trở nên đáng nhớ đối với tôi.

Điều đặc biệt ở cuộc gọi này là mẹ đã đưa ra những góc nhìn và lời khuyên mà chỉ có người thân trong gia đình mới có thể cung cấp. Sự gần gũi và ấm áp của cuộc trò chuyện đã tạo ra một kết nối đặc biệt giữa tôi và mẹ, làm cho cuộc gọi trở thành một kỷ niệm đáng quý trong tâm trí của tôi.

제가 기억하는 가장 최근의 통화는 몇 달 전 어머니와의 통화였습니다. 통화를 하던 중, 친구들에게 말하기 힘든 개인적인 이야기를 해야겠다는 생각이 들어서 전화로 어머니께 털어놓기로 했습니다.

그 대화 중에 저는 마음을 열고 어머니에게 저의 생각과 감정을 나누었습니다. 그녀는 내 말을 사랑스럽게 들어주었고 조언과 격려로 저를 지지해주었습니다. 사랑하는 사람에게 말을 들어주고 이해 받는 느낌이 그 전화를 기억에 남게 만들었습니다.

이번 통화에서 특별한 점은 어머니가 가족만이 제공할 수 있는 관점과 조언을 제공했다는 것입니다. 대화의 친밀함과 따뜻함은 저와 어머니 사이에 특별한 연결을 만들어주었고, 그 통화는 저의 마음 속에 소중한 추억으로 남았습니다.

**단어** sự động viên 응원, 격려 | gần gũi 친밀하다, 가깝다

## 휴대폰  7 휴대폰 사용 중 겪은 문제

MP3 P3-13

Sự cố có thể xảy ra khi bạn đang sử dụng điện thoại. Bạn có thể bị ngắt kết nối khi đang nói chuyện điện thoại. Hãy kể cho tôi nghe về một lần bạn gặp khó khăn khi sử dụng điện thoại. Chính xác thì chuyện gì đã xảy ra và bạn giải quyết tình huống này như thế nào? Cung cấp cho tôi tất cả các chi tiết.

전화를 사용하는 동안 문제가 발생할 수 있습니다. 통화 중에 연결이 끊어질 수 있습니다. 휴대폰을 사용하면서 어려움을 겪은 경험에 대해 이야기해주세요. 정확히 무슨 일이 일어났고, 그 상황을 어떻게 처리했나요? 모든 세부 사항을 알려주십시오.

### 모범답변

Khi đi du lịch nước ngoài và gặp phải tình huống hết pin trên điện thoại là một trải nghiệm không mấy dễ chịu. Tôi đã gặp phải tình huống tương tự khi đi du lịch cách đây vài năm với chiếc điện thoại mà tôi đã sử dụng được khoảng 5 năm. Ở một nước ngoài, tôi hoàn toàn phụ thuộc vào điện thoại để sử dụng các ứng dụng như bản đồ chỉ đường, chụp ảnh, nghe nhạc và liên lạc. Tuy nhiên, tính năng pin trên điện thoại đã bắt đầu xuống cấp và nó hết pin một cách bất ngờ, khiến tôi gặp phải tình huống khó khăn khi bị lạc đường.
Tôi đã học được bài học quý giá và để giải quyết vấn đề này, từ đó luôn mang theo pin sạc dự phòng khi đi du lịch. Pin sạc dự phòng giúp tôi tiếp tục sử dụng điện thoại một cách dễ dàng mà không cần phải lo lắng về việc hết pin. Từ đó, tôi đã trở nên cẩn thận hơn và luôn chuẩn bị trước khi ra ngoài, đặc biệt là khi đi du lịch.

해외여행을 갈 때 휴대폰 배터리가 방전되는 상황은 불쾌한 경험입니다. 몇 년 전 5년 정도 갖고 있던 휴대폰을 가지고 여행을 갔을 때 비슷한 상황이 있었습니다.
외국에서는 길 찾기, 사진 찍기, 음악 듣기, 연락하기 등의 어플 사용을 위해 전적으로 휴대폰에 의존했습니다. 그런데 휴대폰의 배터리 성능이 저하되기 시작하고, 예상치 못하게 배터리가 방전되어 길을 잃고 곤란한 처지에 놓이게 되었습니다.
저는 귀중한 교훈을 얻었고, 이 문제를 해결하기 위해 그때부터 여행할 때 항상 보조 배터리를 가지고 다녔습니다. 보조 배터리를 사용하면 배터리 부족에 대한 걱정 없이 휴대폰을 쉽게 계속 사용할 수 있습니다. 그 이후로 저는 더욱 조심스러워졌고 외출 전, 특히 여행할 때 항상 준비를 하게 되었습니다.

**단어**  **hoàn toàn phụ thuộc vào** 전적으로 의존하다 | **xuống cấp** 저하되다 | **pin sạc dự phòng** 보조 배터리

**휴대폰** 8 휴대폰 관련 이슈와 문제점

MP3 P3-13

Hãy cho tôi biết về một số vấn đề mọi người nói đến liên quan đến điện thoại di động. Tại sao họ lại nói về chủ đề đó? Tại sao nó là một vấn đề?

사람들이 휴대폰에 관해 이야기하는 몇 가지 문제에 대해 말해보세요. 왜 그 주제에 대해 이야기하고 있습니까? 왜 문제가 되나요?

### 모범답변

Một vấn đề mà mọi người thường nói đến liên quan đến điện thoại di động là sự nghiện sử dụng điện thoại thông minh. Người ta thường nói về chủ đề này vì sự nghiện điện thoại đã trở thành một vấn đề phổ biến, ảnh hưởng đến nhiều khía cạnh của cuộc sống hàng ngày.

Điện thoại thông minh có thể dẫn đến mất tập trung và mất kiểm soát, đặc biệt là đối với thanh thiếu niên và trẻ em. Việc sử dụng điện thoại quá mức có thể làm giảm khả năng tập trung trong công việc và học tập, gây ra các vấn đề về giấc ngủ, và ảnh hưởng đến sức khỏe tinh thần. Ngoài ra, sự lạm dụng điện thoại cũng có thể gây ra các vấn đề xã hội như cô lập và giảm khả năng giao tiếp trực tiếp với người khác.

Vấn đề này được coi là nghiêm trọng vì ảnh hưởng tiêu cực đến sức khỏe và sự phát triển của con người, đặc biệt là trong giai đoạn phát triển của trẻ em và thanh thiếu niên. Điều này làm cho việc quản lý thời gian sử dụng điện thoại và tạo ra các hành động kiểm soát trở nên quan trọng hơn bao giờ hết.

휴대전화와 관련하여 사람들이 자주 이야기하는 문제 중 하나는 스마트폰 중독입니다. 사람들은 스마트폰 중독이 널리 퍼져 일상 생활의 여러 측면에 영향을 미치는 문제가 되었기 때문에 이 주제에 대해 자주 이야기합니다.

스마트폰은 특히 청소년과 어린이에게 주의를 산만하게 하고 통제력을 상실하게 할 수 있습니다. 과도한 휴대폰 사용은 일과 공부에 집중하는 능력을 저하시키고, 수면 문제를 일으키며, 정신 건강에 영향을 미칠 수 있습니다. 또한 과도한 전화 사용은 고립, 타인과의 대면 의사소통 능력 저하 등 사회적 문제를 일으킬 수도 있습니다.

이 문제는 특히 어린이와 청소년의 발달 기간 동안 인간의 건강과 발달에 부정적인 영향을 미치기 때문에 심각한 것으로 간주됩니다. 이로 인해 휴대폰 사용 시간을 관리하고 통제 행위를 만드는 것이 그 어느 때보다 중요해졌습니다.

**단어** nghiện sử dụng điện thoại thông minh 스마트폰 중독 | mất tập trung 주의가 산만하다, 집중력을 잃다 | cô lập 고립시키다 | khả năng giao tiếp 의사소통 능력 | hơn bao giờ hết 그 어느 때보다

 롤플레이 1
신규 휴대폰 구매 정보 요청

Bây giờ tôi muốn đưa ra một tình huống để bạn diễn kịch bằng tiếng Việt. Bạn hãy lắng nghe, sau đó diễn kịch lại tình huống đó bằng tiếng Việt. Bạn muốn mua một chiếc điện thoại di động mới. Hãy gọi đến cửa hàng và hỏi ba hoặc bốn câu hỏi về chiếc điện thoại mới mà bạn muốn mua.

지금 제가 베트남어로 당신이 연기하도록 한 상황을 드릴 겁니다. 당신은 잘 듣고 나서 이 상황을 베트남어로 재연해 보세요. 당신은 새 휴대폰을 사고 싶습니다. 매장에 전화해서 사고 싶은 새 휴대폰에 대해 3-4가지 질문을 해보세요.

### 모범답변

Xin chào, tôi muốn hỏi về chiếc điện thoại di động mới mà cửa hàng đang bán. Điện thoại này có những tính năng nổi bật gì? Giá của nó là bao nhiêu và có đang có chương trình khuyến mãi nào không? Chế độ bảo hành của điện thoại này như thế nào? Nếu tôi mua điện thoại này, cửa hàng có hỗ trợ trả góp không? Vâng, cám ơn anh đã giúp tôi.

안녕하세요. 매장에서 판매하는 새 휴대폰에 대해 문의하고 싶습니다. 이 휴대폰에는 어떤 뛰어난 기능이 있습니까? 가격은 얼마이고 프로모션이 있나요? 이 휴대폰의 A/S는 어떤가요? 이 휴대폰을 구매하면 매장에서 할부 결제를 지원하나요? 네, 도와주셔서 감사합니다.

**단어** | **nổi bật** 뛰어나다, 두드러지다 | **trả góp** 할부

# 롤플레이 2
## 구매한 휴대 전화 관련 문제 해결

Tôi xin lỗi, nhưng có một vấn đề bạn cần giải quyết. Bạn đã nhận được điện thoại mới, nhưng các tính năng không như bạn mong đợi. Bạn muốn trả lại nó để lấy một chiếc điện thoại mới. Hãy gọi cho cửa hàng, giải thích tình hình và sắp xếp cuộc hẹn để nhận sản phẩm mới.

미안하지만 당신이 해결해야 하는 문제가 하나 있습니다. 휴대폰을 구입했지만 기능이 기대했던 것과 다릅니다. 새 휴대폰을 구입하기 위해 이를 반환하고 싶습니다. 매장에 전화해서 상황을 설명하고, 새 제품을 받기 위해 약속을 잡으세요.

### 모범답변

Xin chào, tôi đã mua một chiếc điện thoại di động mới từ cửa hàng của anh, nhưng các tính năng của nó không như tôi mong đợi. Ví dụ, camera không có độ phân giải cao như được quảng cáo, và pin cũng không giữ được lâu như đã hứa. Tôi muốn trả lại chiếc điện thoại này và đổi lấy một chiếc khác. Anh có thể cho tôi biết quy trình trả lại sản phẩm như thế nào và cửa hàng có mẫu điện thoại nào khác để tôi lựa chọn không? Tôi cũng muốn sắp xếp một cuộc hẹn để đến cửa hàng và thực hiện việc đổi trả này. Mong cửa hàng hỗ trợ. Cảm ơn.

안녕하세요. 당신의 매장에서 새 휴대폰을 구입했는데 기능이 기대했던 것과 다릅니다. 예를 들어, 카메라는 광고된 것만큼 고해상도가 아니며 배터리도 약속한 만큼 오래 지속되지 않습니다. 이 휴대폰을 반납하고 다른 휴대폰으로 교환하고 싶습니다. 제품을 반품하는 절차와 매장에 제가 선택할 수 있는 다른 휴대폰 모델이 있는지 알려주실 수 있나요? 또한 매장에 방문하여 반납 교환할 수 있도록 약속을 잡고 싶습니다. 매장에서 도움을 주시길 바랍니다. 감사합니다.

**단어** **độ phân giải** 해상도 | **quy trình trả lại** 반품 절차 | **đổi trả** 반납 교환

# 롤플레이 3
# 전자기기 사용 중 겪은 문제

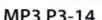

Vở kịch đã kết thúc rồi ở đây. Bạn đã bao giờ gặp vấn đề với một thiết bị điện trước đây chưa? Hãy kể chuyện về một trong những tình huống đó và những gì bạn đã làm để giải quyết vấn đề. Hãy cho tôi biết bất cứ điều gì đã xảy ra khiến tình huống này trở nên khó khăn hoặc đặc biệt.

상황 연극은 이미 종료되었습니다. 이전에 전자 제품에 문제가 있었던 적이 있습니까? 그러한 상황 중 하나와 문제를 해결하기 위해 무엇을 했는지 이야기를 들려주세요. 이 상황을 어렵게 만들었거나 독특하게 만든 어떤 일이 있었는지 말해주세요.

### 모범답변

Một lần, tôi gặp phải vấn đề với AirPods khi đang trên đường đi làm. Một bên tai nghe đột nhiên không phát ra âm thanh, khiến tôi không thể sử dụng chúng để nghe nhạc và nhận cuộc gọi. Tôi thử ngắt kết nối và kết nối lại, nhưng không có kết quả. Sau đó, tôi làm sạch tai nghe, đặt lại AirPods bằng cách nhấn giữ nút trên hộp sạc và kiểm tra cập nhật phần mềm trên iPhone. Cuối cùng, sau khi đặt lại và cập nhật, cả hai bên tai nghe hoạt động bình thường trở lại.

한 번은 출근길에 AirPods에 문제가 발생했습니다. 한쪽 이어버드에서 갑자기 소리가 나지 않아 음악을 듣거나 전화를 받는 데 사용할 수 없게 되었습니다. 연결을 끊었다가 다시 연결해 보았으나 소용이 없었습니다. 그런 다음 이어폰을 청소하고 충전 케이스의 버튼을 눌러 AirPods을 재설정한 다음 iPhone에서 소프트웨어 업데이트를 확인했습니다. 마지막으로 재설정 및 업데이트 후 두 이어버드 모두 다시 정상적으로 작동했습니다.

**단어** | **đột nhiên** 갑자기 | **ngắt** 끊다 | **nhấn giữ** 길게 누르다 | **nút trên hộp sạc** 충전 케이스의 버튼

# Unit 12 | ID 카드

## ✱ 출제되는 콤보 문제

| 1 | 회사 ID 카드 신청 정보 요청 |
|---|---|
| 2 | ID 카드 문제 해결 |
| 3 | 최근 ID 카드 재발급 경험 |

## ID 카드 — 1 회사 ID 카드 신청 정보 요청

> Bây giờ tôi muốn đưa ra một tình huống để bạn diễn kịch bằng tiếng Việt. Bạn hãy lắng nghe, sau đó diễn kịch lại tình huống đó bằng tiếng Việt. Bạn cần phải cấp thẻ ID mới và đăng ký ở công ty của mình. Hãy gọi điện thoại cho công ty của bạn và hỏi 3-4 câu hỏi để có được thông tin về việc cấp thẻ ID mới.
>
> 지금 제가 베트남어로 당신이 연기하도록 한 상황을 드릴 겁니다. 당신은 잘 듣고 나서 이 상황을 베트남어로 재연해 보세요. 회사에서 새로운 신분증을 발급받아 등록해야 합니다. 새 ID 카드 발급 정보를 얻기 위해 회사에 전화하여 3–4가지 질문을 하세요.

### 모범답변

Alo, xin chào. Tôi là Lan và tôi cần cấp thẻ ID mới công ty. Tôi muốn hỏi về quy trình để làm thẻ ID mới có phức tạp không? Vậy ạ? Xin hỏi tôi có cần mang theo giấy tờ gì khi đăng ký làm thẻ không? Thế còn thời gian cần thiết để tôi nhận được thẻ ID mới là bao lâu? Cuối cùng, tôi có thể đến bất kỳ phòng ban nào để đăng ký làm thẻ, hay là phải đến phòng nhân sự đặc biệt không?
Cảm ơn bạn rất nhiều. Tôi sẽ chuẩn bị đầy đủ thông tin và đến đăng ký trong thời gian sớm nhất!

여보세요, 안녕하세요 저는 Lan이고 회사 새 ID 카드가 필요합니다. 새로운 신분증을 만드는 과정이 복잡한가요? 그렇습니까? 카드 신청 시 서류를 지참해야 하나요? 새 ID 카드를 받는 데 얼마나 걸리나요? 마지막으로 카드를 신청하려면 아무 부서에나 갈 수 있나요, 아니면 특별 인사 부서에 가야 하나요? 매우 감사합니다. 최대한 빨리 모든 정보를 준비해서 등록하겠습니다!

**단어** | **giấy tờ** 서류 | **phòng ban** 부서

## 2 ID 카드 문제 해결

Tôi xin lỗi, nhưng có một vấn đề bạn cần giải quyết. Bạn đã được cấp thẻ ID bởi công ty của bạn, nhưng không may thẻ ID của bạn có vấn đề. Hãy liên hệ với công ty và giải thích tình huống và yêu cầu công ty cấp lại thẻ ID.

미안하지만 당신이 해결해야 하는 문제가 하나 있습니다. 회사 신분증을 발급받았으나 안타깝게도 문제가 있습니다. 회사에 연락해서 상황을 설명하고 회사에 신분증 재발급을 요청하세요.

### 모범답변

Alo, xin chào. Tôi là Lan, và tôi đã nhận thẻ ID từ công ty. Tuy nhiên, tôi phát hiện ra rằng thẻ của tôi bị ghi nhầm bộ phận. Thẻ ghi bộ phận không đúng với công việc của tôi. Tôi muốn hỏi liệu công ty có thể cấp lại thẻ ID cho tôi với thông tin chính xác không? Quy trình để sửa lại thẻ như thế nào? Tôi cần phải cung cấp những giấy tờ gì để yêu cầu cấp lại thẻ? Và thẻ mới sẽ được cấp lại trong bao lâu? Cảm ơn bạn rất nhiều. Mong nhận được sự hỗ trợ từ công ty để giải quyết vấn đề này.

여보세요, 안녕하세요. 저는 Lan이고, 회사에서 신분증을 받았습니다. 그런데 제 카드에 잘못된 부서가 기재되어 있는 것을 발견했습니다. 부서가 저의 업무와 일치하지 않습니다. 회사에서 정확한 정보로 신분증을 재발급 해줄 수 있나요? 카드 수정 절차는 어떻게 되나요? 카드 재발급을 요청하려면 어떤 서류를 제출해야 합니까? 그리고 새 카드가 재발급되려면 얼마나 걸리나요? 매우 감사합니다. 이 문제를 해결하기 위해 회사의 지원을 받길 바랍니다.

**단어** | **ghi nhầm** 잘못 기재하다 | **quy trình để sửa lại thẻ** 카드 수정 절차

## ID 카드    3 최근 ID 카드 재발급 경험

> Vở kịch đã kết thúc rồi ở đây. Bạn có thể kể cho tôi nghe về kinh nghiệm gần đây khi bạn phải cấp lại thẻ ID không? Tại sao bạn phải làm lại thẻ, quy trình như thế nào và bạn đã gặp phải vấn đề gì trong quá trình đó?
>
> 상황 연극은 이미 종료되었습니다. 최근 신분증을 재발급 받은 경험에 대해 말씀해주실 수 있나요? 왜 카드를 다시 만들어야 했고, 그 과정은 어땠으며, 그 과정에서 어떤 어려움을 겪었나요?

### 모범답변

Gần đây, tôi đã phải làm lại thẻ ID vì một vấn đề khác. Thẻ ID của tôi bị hỏng và không còn sử dụng được nữa. Mặc dù thẻ vẫn còn hình dáng nguyên vẹn, nhưng chip từ thẻ không còn hoạt động, khiến tôi không thể quét thẻ để vào tòa nhà hay sử dụng các dịch vụ liên quan đến thẻ.

Để giải quyết vấn đề này, tôi đã liên hệ với bộ phận nhân sự của công ty để thông báo về tình huống. Họ yêu cầu tôi mang thẻ hỏng đến phòng nhân sự và điền vào mẫu yêu cầu cấp lại thẻ mới. Quy trình khá đơn giản và nhanh chóng, tôi chỉ cần cung cấp một số thông tin cá nhân và xác nhận việc thẻ bị hỏng.

Chỉ trong vòng hai ngày, tôi đã nhận được thẻ ID mới và mọi thứ đã trở lại bình thường. Mặc dù tình huống này không quá phức tạp, nhưng tôi vẫn phải mất thời gian chờ đợi và đi lại để hoàn tất thủ tục. Tuy nhiên, công ty đã hỗ trợ tôi rất nhanh chóng, vì vậy mọi việc đã được giải quyết ổn thỏa.

최근 또 다른 문제로 신분증을 다시 만들어야 했습니다. 신분증이 손상되어 더 이상 사용할 수 없습니다. 카드는 멀쩡해 보였지만 카드에 내장된 칩이 더 이상 작동하지 않아 카드를 스캔하여 건물에 들어가거나 카드 관련 서비스를 이용할 수 없었습니다.

이 문제를 해결하기 위해 회사 인사부에 연락하여 상황을 알렸습니다. 손상된 카드를 인사부에 가져가서 새 카드를 요청하는 양식을 작성하라고 하더군요. 절차는 매우 간단하고 빨랐습니다. 개인 정보를 제공하고 카드가 손상되었는지 확인하기만 하면 되었습니다.

단 이틀 만에 새 신분증을 받았고 모든 것이 정상으로 돌아왔습니다. 상황이 그다지 복잡하지는 않지만 절차를 완료하려면 여전히 기다리고 이동하는 데 시간을 보내야 했습니다. 그런데 회사에서 정말 빨리 도와주셔서 모든 일이 잘 해결됐어요.

**단어**   **nguyên vẹn** 그대로의 모습이다 | **quét thẻ** 카드를 스캔하다 | **hoàn tất** 완성되다, 끝나다 | **ổn thỏa** 잘, 안정적으로

# OPIc 베트남어
## ADVANCED IH-AL

## 실전 모의고사

## 실전 모의고사 1회

| 문항 | 유형 | 문제 |
|---|---|---|
| 1 | 자기소개 | Giờ này, chúng ta bắt đầu cuộc phỏng vấn nhé. Bạn hãy giới thiệu một chút về mình.<br>이제 인터뷰를 시작하겠습니다. 자기소개를 해주세요. |
| 2 | 돌발<br>은행 | Bạn có thể cho tôi biết về các ngân hàng ở Hàn Quốc không? Các ngân hàng trông như thế nào về bên trong và bên ngoài? Các ngân hàng thường nằm ở đâu? Giờ hoạt động của các ngân hàng từ mấy giờ đến mấy giờ? Bạn có thường xuyên đến ngân hàng không? Nhân viên ở các ngân hàng như thế nào?<br>한국의 은행에 대해 알려주실 수 있나요? 은행의 내부와 외부는 어떤 모습인가요? 은행은 보통 어디에 있나요? 은행의 영업 시간은 어떻게 되나요? 얼마나 자주 은행에 가시나요? 은행 직원들은 어떤가요? |
| 3 | 돌발<br>은행 | Những loại giao dịch nào thường được thực hiện tại ngân hàng? Khách hàng thường yêu cầu gì nhân viên ngân hàng? Trách nhiệm của nhân viên ngân hàng là gì?<br>은행에서는 일반적으로 어떤 유형의 거래가 이루어지나요? 고객이 은행 직원에게 무엇을 요청합니까? 은행 직원의 책임은 무엇입니까? |
| 4 | 돌발<br>은행 | Ngân hàng đã thay đổi qua nhiều năm. Khi bạn còn nhỏ, các ngân hàng như thế nào? Chúng khác với ngân hàng hiện nay như thế nào?<br>은행은 수년에 걸쳐 변화해 왔습니다. 당신이 어렸을 때 은행은 어떠했나요? 오늘날의 은행과 어떻게 다른가요? |
| 5 | 서베이<br>거주지 | Tôi muốn hỏi về nơi bạn sinh sống. Hãy mô tả ngôi nhà của bạn cho tôi. Nó trông như thế nào ở bên ngoài và bên trong? Có bao nhiêu phòng? Sơ đồ mặt bằng tổng thể của ngôi nhà của bạn như thế nào?<br>당신이 사는 곳에 대해 물어보고 싶습니다. 당신의 집을 나에게 설명해 주세요. 외부와 내부는 어떻게 생겼나요? 방이 몇 개인가요? 당신 집의 평면 구조는 어떠한가요? |
| 6 | 서베이<br>거주지 | Luôn có những vấn đề và xung đột xảy ra trong nhà như mọi thứ bị hỏng và cần sửa chữa, khiến bạn phải tranh cãi với những người sống chung. |

| | | |
|---|---|---|
| 7 | 서베이 거주지 | Hãy nhớ lại một số vấn đề mà bạn đã gặp phải trong chính ngôi nhà của mình. Bạn đã giải quyết chúng như thế nào?<br>집에는 물건이 부서지고 수리가 필요하며 함께 사는 사람들과 논쟁을 벌이게 되는 등 항상 문제와 갈등이 발생합니다.<br>당신의 집에서 겪은 몇 가지 문제를 기억해보세요. 당신은 그 문제를 어떻게 해결했나요?<br><br>Hãy chọn một trong những thử thách và vấn đề đã xảy ra ở nhà bạn và giải thích chi tiết cho tôi điều gì đã xảy ra. Hãy bắt đầu với thời điểm nó xảy ra và bất cứ điều gì bạn tin rằng đã gây ra tình huống đó. Sau đó hãy kể chi tiết cho tôi mọi việc bạn đã làm để giải quyết vấn đề.<br>당신의 집에서 발생한 어려움과 문제 중 하나를 선택하고 무슨 일이 일어났는지 자세히 설명해주세요. 사건이 발생한 시기와 상황의 원인이 되었다고 여기는 것부터 시작해주세요. 그런 다음 문제를 해결하기 위해 한 모든 일을 자세히 알려주세요. |
| 8 | 돌발 기술 | Hãy cho tôi biết về một số công nghệ mà người Hàn Quốc thường sử dụng như điện thoại thông minh, máy vi tính. Một số hình thức công nghệ phổ biến mà mọi người sử dụng là gì? Và tại sao họ sử dụng chúng?<br>스마트폰, 컴퓨터 등 한국 사람들이 자주 사용하는 기술에 대해 말해보세요. 사람들이 사용하는 일반적인 형태의 기술은 무엇입니까? 그리고 그들은 왜 그것을 사용합니까? |
| 9 | 돌발 기술 | Công nghệ đã phát triển nhanh chóng trong thời kỳ hiện đại. Hãy mô tả cho tôi một trải nghiệm của bạn về một thiết bị công nghệ mà bạn đã sử dụng khi còn nhỏ như điện thoại di động cũ, máy vi tính. Công nghệ đó đã thay đổi như thế nào trong những năm qua?<br>현대에 와서 기술은 급속도로 발전했습니다. 어렸을 때 사용했던 오래된 휴대폰이나 컴퓨터와 같은 기술 장치에 대해 겪었던 경험을 설명해주세요. 그 기술은 수년에 걸쳐 어떻게 변했습니까? |
| 10 | 돌발 기술 | Đôi khi vấn đề phát sinh khi quá dựa vào công nghệ mà công nghệ không hoạt động bình thường. Hãy kể cho tôi nghe câu chuyện về trải nghiệm của bạn khi công nghệ của bạn không hoạt động. Vấn đề chính xác là gì? Nó ảnh hưởng đến công việc của bạn như thế nào? Bạn đã làm gì để giải quyết vấn đề? Kể cho tôi nghe câu chuyện đó một cách chi tiết.<br>때로는 기술에 너무 많이 의존한 상태에서 기술이 제대로 작동하지 않을 때 문제가 발생하기도 합니다. 기술이 작동하지 않았을 때 귀하의 경험에 대한 이야기를 들려주세요. 정확히 문제가 무엇입니까? 그것이 당신의 작업에 어떤 영향을 미치나요? 문제를 해결하기 위해 무엇을 했나요? 그 이야기를 자세히 들려주세요. |

| | | |
|---|---|---|
| 11 | 롤플레이<br>악기 | Bây giờ tôi muốn đưa ra một tình huống để bạn diễn kịch bằng tiếng Việt. Bạn hãy lắng nghe, sau đó diễn kịch lại tình huống đó bằng tiếng Việt. Bạn có hứng thú với việc mua một nhạc cụ mới. Hãy liên hệ với người quản lý cửa hàng bán nhạc cụ và để lại tin nhắn thoại bao gồm ba đến bốn câu hỏi để xác định những gì có sẵn cho việc mua.<br>지금 제가 베트남어로 당신이 연기하도록 한 상황을 드릴 겁니다. 당신은 잘 듣고 나서 이 상황을 베트남어로 재연해보세요. 당신은 새로운 악기 구입에 관심이 있습니다. 악기 판매점 매니저에게 연락하여 구매를 목적으로 어떤 것이 있는지 알아보기 위한 3–4가지 질문을 포함한 음성 메시지를 남겨주세요. |
| 12 | 롤플레이<br>악기 | Tôi xin lỗi nhưng có một vấn đề bạn cần giải quyết. Sau khi mua nhạc cụ này, bạn nhận thấy nó có vấn đề. Bạn hãy liên hệ với người quản lý cửa hàng để để lại thoại giải thích tình huống này, mô tả chi tiết về vấn đề và đề xuất hai đến ba giải pháp khả thi để giải quyết vấn đề.<br>미안하지만 당신이 해결해야 하는 문제가 하나 있습니다. 악기를 구입한 후 문제가 있음을 발견했습니다. 매장 관리자에게 연락하여 상황을 설명하고, 문제에 대해 자세히 묘사하고, 문제 해결을 위한 2–3가지 가능한 대안을 제시하는 음성 메일을 남겨주세요. |
| 13 | 롤플레이<br>악기 | Vở kịch đã kết thúc rồi ở đây. Bạn đã bao giờ gặp vấn đề với một nhạc cụ khi sử dụng nó chưa? Hãy kể chuyện về một trong những tình huống đó và những gì tôi đã làm để giải quyết vấn đề. Hãy cho tôi biết bất cứ điều gì đã xảy ra khiến tình huống này trở nên khó khăn hoặc đặc biệt.<br>상황 연극은 이미 종료되었습니다. 악기를 사용할 때 악기에 문제가 있었던 적이 있습니까? 그러한 상황 중 하나와 그 문제를 해결하기 위해 내가 무엇을 했는지 이야기해 주세요. 이 상황을 어렵게 만들었거나 특별하게 만든 모든 일을 알려주세요. |
| 14 | 서베이<br>헬스장 | Bạn hãy so sánh hai phòng tập thể dục hoặc câu lạc bộ sức khỏe khác nhau mà bạn đã sử dụng. Hãy kể cho tôi nghe về cả những điểm tương đồng và khác biệt giữa hai cơ sở này. Bạn thích nơi nào hơn và vì sao?<br>당신이 이용한 두 개의 다른 헬스장이나 헬스 클럽을 비교하십시오. 이 두 시설의 공통점과 차이점에 대해 말해보세요. 어떤 장소를 더 좋아하고 그 이유는 무엇입니까? |
| 15 | 서베이<br>헬스장 | Khi nói chuyện về phòng tập thể dục hoặc câu lạc bộ sức khỏe, những vấn đề nào được đề cập đến? Hãy chọn một trong những vấn đề này. Sau đó bạn hãy cung cấp một số thông tin về vấn đề này và giải thích lý do tại sao nó lại được mọi người đặc biệt quan tâm hoặc chú ý đến.<br>헬스장이나 헬스클럽에 관해 이야기할 때 어떤 이슈가 나오나요? 이슈들 중 하나를 선택해 주세요. 그런 다음 이 이슈에 대한 정보를 제공하고 이 이슈가 특히 관심이나 주의를 끄는 이유를 설명하세요. |

# 실전 모의고사 2회

| 문항 | 유형 | 문제 |
|---|---|---|
| 1 | 자기소개 | Giờ này, chúng ta bắt đầu cuộc phỏng vấn nhé. Bạn hãy giới thiệu một chút về mình.<br>이제 인터뷰를 시작하겠습니다. 자기소개를 해주세요. |
| 2 | 서베이 해변 | Bạn có nói trong bản khảo sát là bạn thích đi biển. Bạn thường đi biển nào? Hãy miêu tả về bãi biển đó trông như thế nào.<br>설문조사에서 해변가는 것을 좋아한다고 말하셨습니다. 당신은 보통 어떤 해변에 가나요? 그 해변이 어떻게 생겼는지 묘사하세요. |
| 3 | 서베이 해변 | Hãy kể cho tôi nghe về một số việc mà bạn thường làm khi đi biển. Một chuyến thăm điển hình đến bãi biển bao gồm những gì?<br>해변에 갔을 때 당신이 하는 활동 몇 가지를 말해보세요. 전형적인 해변 방문은 어떤 요소로 구성되나요? |
| 4 | 서베이 해변 | Hãy kể về trải nghiệm của bạn vào lần cuối cùng bạn đi biển. Hãy nói một cách chi tiết bạn đến bãi biển nào, bạn đã làm gì khi ở đó và ai đã đến đó cùng bạn. Chuyện gì đã xảy ra và đáng nhớ nhất trong chuyến đi thăm của bạn?<br>최근에 해변에 갔던 경험을 말해 보세요. 구체적으로 어떤 해변을 갔고 그곳에서 무엇을 했으며 누구와 함께 갔는지 설명하세요. 당신의 방문중에 어떤 일이 일어났고 가장 기억에 남았나요? |
| 5 | 서베이 거주지 | Tôi muốn hỏi về nơi bạn sinh sống. Bạn thích nhất ở căn phòng nào trong nhà? Nó trông như thế nào? Tại sao bạn thích nó?<br>당신이 사는 곳에 대해 물어보고 싶습니다. 당신은 집에서 어느 방을 제일 좋아하나요? 그것은 어떻게 생겼나요? |
| 6 | 서베이 거주지 | Bạn sống ở đâu khi còn bé? Ngôi nhà cũ của bạn khác với ngôi nhà bạn đang sống như thế nào?<br>어렸을 때 어디에서 살았나요? 당신이 살던 집은 지금 살고 있는 집과 어떻게 다른가요? |
| 7 | 서베이 거주지 | Ngôi nhà của bạn trông như thế nào khi mới chuyển đến? Bạn đã thực hiện những thay đổi gì đối với ngôi nhà của mình?<br>처음 이사 왔을 때 집은 어떤 모습이었나요? 집에 어떤 변화를 주었나요? |

| | | |
|---|---|---|
| 8 | 돌발<br>음식점 | Tôi muốn biết về các nhà hàng mà bạn yêu thích ở Hàn Quốc. Những nhà hàng đó trông như thế nào? Họ cung cấp những loại đồ ăn gì? Bạn có thường xuyên đi ăn ở những nhà hàng đó không?<br><br>당신이 한국에서 가장 좋아하는 음식점들에 대해 듣고 싶습니다. 그 음식점들은 어떻게 생겼나요? 어떤 종류의 음식을 제공하나요? 그 음식점에서 자주 먹으러 가시나요? |
| 9 | 돌발<br>음식점 | Hãy kể cho tôi nghe về nhà hàng mà gần đây bạn đã đi ăn. Đó là loại nhà hàng gì? Thực đơn của họ là gì, bạn đã ăn gì? Bạn đi khi nào và đi với ai?<br><br>최근에 갔던 음식점에 대해 말해주세요. 어떤 종류의 음식점인가요? 메뉴는 무엇이었고 당신은 무엇을 먹었나요? 언제 갔었고 누구와 갔었나요? |
| 10 | 돌발<br>음식점 | Khi đi ăn ở nhà hàng, bạn đã bao giờ có trải nghiệm đặc biệt hay đáng nhớ nào đó chưa? Có thể xảy ra sự việc bất thường trong bữa ăn, có người bị lạc trên đường, hoặc có người đến muộn do tai nạn. Hãy kể cho tôi nghe tình huống này từ đầu đến cuối.<br><br>음식점에 밥을 먹으러 갈 때 특별하거나 기억에 남는 경험을 하신 적이 있나요? 식사 중에 이상한 일이 일어날 수도 있고, 가는 길에 길을 잃은 사람이 있을 수도 있고, 사고로 늦게 도착하는 사람도 있을 수 있습니다. 이 상황을 처음부터 끝까지 말해보세요. |
| 11 | 롤플레이<br>날씨 | Bây giờ tôi muốn đưa ra một tình huống để bạn diễn kịch bằng tiếng Việt. Bạn hãy lắng nghe, sau đó diễn kịch lại tình huống đó bằng tiếng Việt.<br>Bạn đang đi nghỉ ở một quốc gia khác. Hãy gọi đến một khách sạn ở quốc gia đó và hỏi xem thời tiết ở đó như thế nào. Bạn muốn biết mình nên mang theo những quần áo gì trong chuyến đi. Hãy hỏi thêm hai hoặc ba câu hỏi liên quan đến kế hoạch du lịch của bạn.<br><br>지금 제가 베트남어로 당신이 연기하도록 한 상황을 드릴 겁니다. 당신은 잘 듣고 나서 이 상황을 베트남어로 재연해보세요. 당신은 다른 나라에서 휴가 중입니다. 그 나라 호텔에 전화해서 날씨가 어떤지 물어보세요. 여행에 어떤 옷을 가져가야 하는지 알고 싶습니다. 여행 계획과 관련하여 2-3가지 추가 질문을 해보세요. |
| 12 | 롤플레이<br>날씨 | Tôi xin lỗi, nhưng có một vấn đề bạn cần giải quyết. Bạn đang đi du lịch quốc gia đó nhưng thời tiết ở đó không hợp với quần áo bạn mua ở đó. Hãy gọi điện thoại cho cửa hàng bán quần áo mà bạn mua quần áo và giải thích tình huống của bạn. Hãy nói với họ rằng bạn muốn ghé thăm cửa hàng của họ để đổi sang một số quần áo khác. |

| | | |
|---|---|---|
| | | 미안하지만 당신이 해결해야 하는 문제가 하나 있습니다. 당신은 그 나라로 여행을 가는데 그곳의 날씨가 당신이 거기서 산 옷과 맞지 않습니다. 옷을 구입한 옷 가게에 전화해서 상황을 설명하세요. 다른 옷으로 교환하기 위해 매장을 방문하고 싶다고 말해보세요. |
| 13 | 롤플레이 날씨 | Vở kịch đã kết thúc rồi ở đây. Bạn đã bao giờ gặp rắc rối vì thời tiết bất ngờ chưa? Chuyện gì đã xảy ra vậy? Bạn ở với ai? Bạn đã giải quyết tình huống này như thế nào? Hãy kể cho tôi nghe mọi chuyện đã xảy ra do điều kiện thời tiết bất ngờ.<br><br>상황 연극은 이미 종료되었습니다. 예상치 못한 날씨로 인해 어려움을 겪으신 적 있나요? 무슨 일이었나요? 누구와 함께 있었나요? 이 상황을 어떻게 처리하셨나요? 예상치 못한 기상 상황으로 인해 발생한 모든 일을 알려주세요. |
| 14 | 서베이 음악 | Bạn hãy chọn hai nhạc sĩ hoặc thể loại nhạc khác nhau. Hãy giải thích cả hai điều này càng chi tiết càng tốt. Thêm vào đó, bạn hãy so sánh những điều này về điểm tương đồng và sự khác biệt của chúng.<br><br>두 명의 다른 뮤지션이나 음악 장르를 선택하세요. 이 두 가지를 최대한 자세히 설명해주세요. 또한 공통점과 차이점을 비교해보세요. |
| 15 | 서베이 음악 | Bạn hãy giải thích về một số tiến bộ công nghệ mới, thiết bị điện tử mới mà những người thưởng thức âm nhạc hiện đang quan tâm đến. Họ đang nói chuyện về những điều gì? Hãy mô tả một số sản phẩm mới mà họ hào hứng và lý do tại sao.<br><br>현재 음악을 즐기는 사람들이 관심을 갖고 있는 새로운 기술적 발전과 새로운 전자 장치 몇 가지를 설명해주세요. 그들은 무엇에 대해 이야기하고 있습니까? 그들이 신나하는 신제품 몇 가지와 그 이유를 설명하세요. |

# 실전 모의고사 3회

| 문항 | 유형 | 문제 |
|---|---|---|
| 1 | 자기소개 | Giờ này, chúng ta bắt đầu cuộc phỏng vấn nhé. Bạn hãy giới thiệu một chút về mình.<br>이제 인터뷰를 시작하겠습니다. 자기소개를 해주세요. |
| 2 | 돌발<br>패션 | Tôi muốn biết người Hàn Quốc ăn mặc như thế nào. Họ mặc loại quần áo nào? Khi đi làm và nghỉ ở nhà, họ thường mặc những gì?<br>저는 한국 사람들이 어떻게 옷을 입는지 알고 싶습니다. 그들은 어떤 종류의 옷을 입나요? 일하러 갈 때와 집에서 쉴 때 그들은 보통 무엇들을 입나요? |
| 3 | 돌발<br>패션 | Bạn hãy kể cho tôi nghe về những gì bạn thường làm khi bạn đi mua quần áo. Bạn thường mua những gì và ở đâu?<br>옷을 사러 갈 때 주로 무엇을 하는지 알려주세요. 주로 무엇을, 어디서 구매하시나요? |
| 4 | 돌발<br>패션 | Xu hướng thời trang ở Hàn Quốc đã thay đổi như thế nào trong những năm qua? Bạn có nghĩ người dân Hàn Quốc theo đuổi những xu hướng mới nhất không? Nếu vậy, hãy cho tôi biết lý do tại sao.<br>지난 몇 년간 한국의 패션 트렌드가 어떻게 바뀌었나요? 한국 사람들이 최신 트렌드를 따르고 있다고 생각합니까? 그렇다면 그 이유를 알려주세요. |
| 5 | 서베이<br>헬스 | Hãy kể cho tôi nghe về phòng tập thể dục hoặc câu lạc bộ sức khỏe bạn thường đến trông như thế nào. Cơ sở đó nằm ở đâu? Cơ sở đó cung cấp những dịch vụ như thế nào cho các thành viên?<br>당신이 가는 헬스장이나 헬스 클럽이 어떻게 생겼는지 말해보세요. 그 시설은 어디에 위치하나요? 그 시설은 회원들에게 어떤 서비스를 제공하나요? |
| 6 | 서베이<br>헬스 | Điều khiến bạn bắt đầu tập thể dục ở phòng tập thể dục là gì? Hãy kể cho tôi nghe về trải nghiệm của bạn đến phòng tập thể dục lần đầu tiên.<br>당신에게 헬스장에서 운동을 시작하게 한 계기가 무엇인가요? 당신이 처음 헬스클럽에 갔던 경험을 말해보세요. |

| 7 | 서베이 헬스 | Bạn hãy kể cho tôi nghe về trải nghiệm đáng nhớ nhất của bạn khi đến phòng tập thể dục hoặc câu lạc bộ sức khỏe. Đó có thể là một trải nghiệm gần đây hoặc thú vị, hay là bất ngờ. Hãy nói thật chi tiết từ đầu đến cuối.<br><br>당신이 헬스장 혹은 헬스클럽에 갔을 때 당신의 가장 기억에 남는 일을 말해주세요. 그것은 최근, 또는 흥미로운 아니면 뜻밖의 경험일 수 있습니다. 처음부터 끝까지 상세하게 말해주세요. |
|---|---|---|
| 8 | 서베이 노래 | Bạn có nói trong bản khảo sát là bạn thích hát. Bạn thích hát những thể loại nhạc hoặc bài hát nào?<br><br>설문조사에서 노래하기를 좋아한다고 말씀하셨습니다. 어떤 종류의 음악이나 곡을 노래 부르는 것을 좋아하나요? |
| 9 | 서베이 노래 | Bạn đã bắt đầu thích hát như thế nào? Có điều gì đặc biệt khiến bạn hứng thú với nó không? Ai đã dạy bạn cách hát? Bạn đã hát khi nào và ở đâu? Hãy mô tả về sự quan tâm ban đầu và hiện giờ trong lĩnh vực ca hát và nó phát triển như thế nào.<br><br>당신은 어떻게 노래를 좋아하게 되었나요? 그것에 관해 특별히 관심을 갖게 만든 것 있나요? 노래 하는 법을 가르쳐준 사람은 누구인가요? 언제 어디서 노래를 불렀나요? 노래에 대한 초기와 현재의 관심, 그리고 그것이 어떻게 발전했는지 설명해주세요. |
| 10 | 서베이 노래 | Hãy kể cho tôi nghe một câu chuyện về trải nghiệm mà bạn đã trải qua khi ca hát, có lẽ đây là lúc bạn hát hoặc biểu diễn trước khán giả, hoặc khi điều gì đó hài hước, đáng xấu hổ hoặc đáng ngạc nhiên xảy ra? Hãy mô tả cho tôi tất cả chi tiết về ký ức của bạn và sau đó cho tôi biết tại sao đó lại là một trải nghiệm ấn tượng như vậy.<br><br>노래를 부르면서 겪었던 경험에 대한 이야기를 들려주세요. 아마도 청중 앞에서 노래를 부르거나 공연을 했을 때, 혹은 재미있거나 창피하거나 놀라운 일이 일어났을 때였을 것입니다. 당신의 기억에 대한 모든 자세한 사항을 나에게 설명하고 그것이 왜 그렇게 인상적인 경험인지 말해주세요 |
| 11 | 롤플레이 ID 카드 | Bây giờ tôi muốn đưa ra một tình huống để bạn diễn kịch bằng tiếng Việt. Bạn hãy lắng nghe, sau đó diễn kịch lại tình huống đó bằng tiếng Việt.<br>Bạn cần phải cấp thẻ ID mới và đăng ký ở công ty của mình. Hãy gọi điện thoại cho công ty của bạn và hỏi 3-4 câu hỏi để có được thông tin về việc cấp thẻ ID mới.<br><br>지금 제가 베트남어로 한 상황을 드릴 겁니다. 당신은 잘 듣고 나서 이 상황을 베트남어로 재연해보세요. 회사에서 새로운 신분증을 발급받아 등록해야 합니다. 새 ID 카드 발급에 대한 정보를 얻기 위해 회사에 전화하여 3-4가지 질문을 하세요. |

| 12 | 롤플레이<br>ID 카드 | Tôi xin lỗi, nhưng có một vấn đề bạn cần giải quyết. Bạn đã được cấp thẻ ID bởi công ty của bạn, nhưng không may thẻ ID của bạn có vấn đề. Hãy liên hệ với công ty và giải thích tình huống và yêu cầu công ty cấp lại thẻ ID.<br>미안하지만 당신이 해결해야 하는 문제가 하나 있습니다. 회사 신분증을 발급받았으나 안타깝게도 문제가 있습니다. 회사에 연락해서 상황을 설명하고 회사에 신분증 재발급을 요청하세요. |
|---|---|---|
| 13 | 롤플레이<br>ID 카드 | Vở kịch đã kết thúc rồi ở đây. Bạn có thể kể cho tôi nghe về kinh nghiệm gần đây khi bạn phải cấp lại thẻ ID không? Tại sao bạn phải làm lại thẻ, quy trình như thế nào và bạn đã gặp phải vấn đề gì trong quá trình đó?<br>상황 연극은 이미 종료되었습니다. 최근 신분증을 재발급 받은 경험에 대해 말씀해주실 수 있나요? 왜 카드를 다시 만들어야 했고, 그 과정은 어땠으며, 그 과정에서 어떤 어려움을 겪었나요? |
| 14 | 서베이<br>해외여행 | Hãy nói về những thay đổi của việc du lịch đến các quốc gia khác trong những năm gần đây. Việc này trở nên dễ dàng hơn hay khó khăn hơn? Hãy mô tả chi tiết về trải nghiệm trong quá khứ và những thay đổi mà bạn đã chứng kiến hiện nay.<br>최근 몇 년 동안 다른 나라로의 여행이 어떻게 변했는지 이야기해 보세요. 더 쉬워졌나요 아니면 더 어려워졌나요? 당신의 과거 경험과 오늘날 목격한 변화를 자세히 말해주세요. |
| 15 | 서베이<br>해외여행 | Hãy kể cho tôi nghe về một số điều mà các du khách muốn trải nghiệm nhất hoặc ngắm nhìn nhất khi đi du lịch đến các quốc gia khác nhau. Những điều này có ý nghĩa như thế nào đối với du khách?<br>여행자들이 다른 나라를 여행할 때 가장 경험하고 싶거나 보고 싶은 것들에 대해 말해 보세요. 이는 여행자들에게 어떠한 의미를 가지나요? |

# 외국어 출판 45년의 신뢰
# 외국어 전문 출판 그룹
# 동양북스가 만드는 책은 다릅니다.

45년의 쉼 없는 노력과 도전으로 책 만들기에 최선을 다해온
동양북스는 오늘도 미래의 가치에 투자하고 있습니다.
대한민국의 내일을 생각하는 도전 정신과 믿음으로 최선을 다하겠습니다.

동양북스